நீர்கொத்தி மனிதர்கள்

அபிமானி
நீர்கொத்தி மனிதர்கள்

தமுழம்

நீர்கொத்தி மனிதர்கள் ◆ஆசிரியர்:அபிமானி◆
உரிமை : ஆசிரியருக்கு ◆ முதற்பதிப்பு : மே 2016 ◆
வெளியீடு : தடாகம், 112, திருவள்ளுவர் சாலை, திருவான்மியூர், சென்னை-600041 ◆ பேசி: 044-43100442 | 89399 67179 ◆ இணையதளம் : www.thadagam.com ◆ மின்னஞ்சல் : editor.thadagam@gmail.com◆
நூல் மற்றும் வடிவமைப்பு : மெய்யருள்◆அட்டை ஓவியம்: மணிவண்ணன்◆

விலை ரூ.220/

ISBN : 978-81-932691-4-5

தமிழினி

நீர்கொத்தி மனிதர்கள்

அபிமானி (பி. 1958)

விளிம்புநிலை மக்களைப் பற்றி குறிப்பாக தலித் மக்களைப் பற்றி 20 ஆண்டுகளுக்கும் மேலாக எழுதி வரும் அபிமானி, தூத்துக்குடி துறைமுகத்தில் முதுநிலை எழுத்தராக பணியாற்றி ஓய்வுபெற்றவர். கவிதை, சிறுகதை, குறுநாவல் என இயங்குபவர். தற்போது திருநெல்வேலி மாவட்டம் பணகுடியில் வசித்து வருகிறார்.

அலைபேசி : 77083 95985

தன் 24வது வயதில்
இயற்கை எய்திய
என் மூத்த மகன்
ஸ்டாலின் ஜெயந்தன்
நினைவாக...

1

பொசலாந்து போய் திண்ணையில் வந்து உட்கார்ந்தாள் பொன்னாபரணம், தென்னை ஓலைகளால் கூரை வேயப்பட்டிருந்த திண்ணையில் சன்னமாய் வீசிய சாயந்தரக் காற்று தேகத்துக்கு ஒத்தடம் தந்தது மாதிரி சில்லிப்பாய் இருந்தது, ரொம்பவும் சிலாகிப்பாய் மூச்சிழுத்து விட்டுக்கொண்டாள். பகல் முழுவதும் வேனல் வெயிலில் நின்று பாத்திகளின் புழுதியோடு புழுதியாய் களைவெட்டிவிட்டு வந்திருந்ததில் அவளின் கருத்த தேகமெங்கும் செதில் செதிலாய் மண்திட்டுக்களும், அழுக்குச் சேலையில் கோடுகோடுகளாய் களைச் செடிகளின் சிதிலங்களும் ஒட்டிக்கொண்டிருந்தன. காய்ந்து கருவாடாய்க் கிடந்தன தலை மயிர்கள். சருகுகளைக் குவித்து ஒழுங்குபடுத்தி வைத்ததுபோல கூந்தலை அள்ளிச் செருகி தளர்வாய் தொங்கவிட்டிருந்தாள். வறண்டு கிடக்கும் களர்நிலம்போல முகம் சுருங்கிக் கிடந்தது. கண்களில் சோர்வின் முற்றுகைபடர்ந்து, விழிகள் குழிகளுக்குள் கிடந்திருந்தன. உதடுகள், பொடித்தூளைப் போட்டுத் துப்பித்துப்பி வடுக்களாகக் காய்ந்து போயிருந்தன. தொண்டையை இறுக்கிப் பிடித்துக் கொண்டது போல அவளுக்குக் 'கர்ரக் கர்ரக்' கென்று அடிக்கடி இருமல் வந்தது. கையில் கொண்டு வந்திருந்த களைவாரியைத் திண்ணையின் ஓரத்தில் சுவரையொட்டிப் போட்டிருந்தாள். மதியம் பசியாற்ற சோளக்காடியை ஊற்றிக்கொண்டு போயிருந்த தூக்குப்போணியைத் தன் பக்கத்தில் அரவமில்லாமல் வைத்திருந்தாள். காலையில் அதன் காதுப்பகுதியில் சின்ன அழுக்குத் துணியில் உப்புமணிகளைக் கட்டிப்போட்டிருந்த பொட்டலம் இப்போது எடை குறைந்து காற்றில் ஊஞ்சலாய் ஆடிக்கொண்டிருந்தது.

தெருப்புழுதியில் பிள்ளைகளோடு பிள்ளைகளாய்ச் சேர்ந்து விளையாடிக் கொண்டிருந்த சின்னத்துரையும் மணிமேகலையும் அம்மா வந்தவுடன் பொறிபறக்க ஓடிவந்து அவளின் கால்மாட்டில் நின்றனர். அம்மாக்காரி வேலைசோலிக்குப் போன காட்டிலிருந்து தின்பதற்கு எதையாவது கொண்டு வந்திருக்கமாட்டாளா என்ற நைப்பாசை அவர்களுக்கு. முந்தைய சில நாட்களில்,தோட்டக்காரன் கண்ணயர்ந்த நேரங்களில், குலைகுலையாய்க் காய்த்துக் கிடக்கும் மாமரத்திலிருந்து சில காய்களையோ, அல்லது பப்பாளி மரத்திலிருந்து சில பப்பாளிப் பழங்களையோ சாமர்த்தியமாகப் பறித்து வந்து பிள்ளைகளுக்குத் தந்திருந்தாள் பொன்னாபரணம். பழைய நியாபகத்தில் வாய்களில் எச்சில் ஊற நின்றிருந்தனர் இப்போது அவர்கள்.

அம்மாக்காரி ஒன்றும் கொண்டுவராததை நினைத்து ரொம்பவும் ஏமாற்றமடைந்து போயிருந்தனர்.

“திங்கதுக்கு ஒண்ணும் கொண்டு வரலியம்மா?”

அம்மாவின் சேலைமடிப்பை விரித்துத் தடவிப் பார்த்தான் சின்னத்துரை. நான்காம் வகுப்புக்குப் போய்க் கொண்டிருக்கும் ஒன்பது வயசுப் பொடிப்பயல்.

பொன்னாபரணத்துக்கு விசனமாய் வந்தது. தன்னுடைய தவிப்பைப் பற்றி கொஞ்சமும் இவர்கள் கரிசனப்படுகிறார்களா என்று அவர்களை நினைத்து வருத்தப்படத் தோன்றியது.

“மடிக்குள்ள ஈர மண்ணத்தான் வச்சிருக்கென். சாவமாட்டாமெ அலையுதேளே. நாராயணம்புள்ள கண்ல எண்ணெய ஊத்திக் கிட்டாங்கும் பாத்துக்கிட்டிருக்கான். மனுசி களையோட கெடந்து மாரடிச்சிட்டு செத்துப்போயி வந்திருக்கென். எல சின்னத்தொர. கொடத்துலத் தண்ணியிருந்தா செழமா ஓடிப்போயி அம்மைக்குச் செத்தம் ஊத்திக்கிட்டு வா. தொண்ட காஞ்சி கெடக்கு.”

அம்மா எதுவும் கொண்டுவராத கோபம் அவர்களுக்கு. முகங்கள் சுருங்கி, கண்கள் கலங்கிப் போய் நின்றிருந்தனர் இருவரும். சின்னத்துரை சிணுங்கிக் கொள்ள ஆரம்பித்தான்.

“ஆமா நா கொண்டு வரலெ. அவளப் போயிக் கொண்டுட்டு வரச் சொல்லு.”

மணிமேகலை அவனைவிட ரெண்டு வயசுக்கு இளையவள். இரண்டாம் வகுப்புக்குப் போய்க் கொண்டிருந்தாள். படிப்பில் ரொம்பக் கில்லாடியாய் வந்து அரசாங்க வேலைக்குப் போகவேண்டும் என்ற லட்சியத்துடன் இல்லாமல், பள்ளிக்கூடத்தில் மதிய நேரத்தில் தந்த இலவச உணவுக்காகவே நாள் தவறாமல் நடை கட்டிக்கொண்டு போனாள். அங்குதான் மதிய நேரம் அரிச்சோறு கிடைக்கிறது. கஞ்சி யாகவோ அல்லது பருக்கைகளாகவோ வயிறுகளை நிரப்புகிறது. வீட்டில் மூன்று நேரங்களும் சோளக்காடி என்பதால் காடியைக் கரைத்து வாய்க்கருகில் கொண்டு போனதும் நாசி அருவருப்படைந்து கொமட்டல் வந்து விடுகிறது.

தூக்குப் போணியைத் திறந்துப் பார்த்து ஏமாற்றம் அடைந்திருந்த மணிமேகலை சின்னத்துரையின் வார்த்தைகளைக் கேட்டதும் எரிச்சல் அடைந்தாள். “ஏம் அவம்போனா என்ன? நா அவனவிட சின்னப் புள்ளதானெ? நா போவமாட்டென்” உடலைக் குறுக்கிக்கொண்டே திண்ணையின் மேற்கு விளிம்போரம் ஒதுங்கிப்போய் நின்றாள்.

பொன்னாபரணத்துக்குக் கோபம் பொத்துக் கொண்டு வந்தது.

விழிகளை வெறித்து மலர்த்திக் கொண்டாள்.

"அட செத்த நாயளா.. ஆளாளுக்கு எசலிப்புப் பண்ணிக்கிட்டா நிக்கிய? மனுசி இங்க தொண்டக் காய்ஞ்சித் துடிச்சிக்கிட்டு வாறா.. நீங்க ரெண்டுபேரும் போட்டிப் போட்டுக்கிட்டு வெளையாடுதிய? லே சின்னத்தொர. நீ போயி தண்ணி மொண்டுட்டு வாலெ. அவா சின்னப்புள்ளதானெ? யாது... எனக்கு சீவம் போய்க்கிட்ருந்தா கூட ஒருவாய் தண்ணிகோரித் தரமாட்டியப் பொலுக்கே."

கரைந்துகொண்டே சின்னத்துரை கதவைத் தள்ளிக்கொண்டு திறந்தான். பழைய பாடாதிக் கதவு. நெறுநெறுவென இரைந்து கொண்டது. வீட்டுக்குள் புகுந்தான்.

மணிமேகலை மனந்திரும்பி அம்மாவின் மடியில்வந்து உட்கார்ந்து கொண்டாள். "இன்னிக்கு ஏம்மா எங்களுக்கு ஒண்ணும் கொண்டு வரலெ?"

உடல் சோர்ந்து மனம்சோர்ந்து உட்கார்ந்திருந்த பொன்னாபரணம் தன் அருமைமகள் மடியில் வந்து உட்கார்ந்ததும் தனது கஷ்டங்களை மறந்த நிலையில் அவளின் கைகளை எடுத்துத் தடவித் தந்தாள்.

"நா என்ன, களப் புடுங்கப் போனனா? உங்களுக்குத் தீவனம் வாங்கப் போனனா? நாராயணம்புள்ள கொட்டக்கொட்ட முழிச்சிக் கிட்டு இருந்தான் கண்ணு. நாளைக்குக் கொண்டு வாரேன் என்ன?"

"நாளைக்கு என்னெல்லாங் கொண்டு வருவெ?"

"நீ மொதல்ல மடியவிட்டுக் கீழ எறங்கு தாயே... ஒடம்பெல்லாம் கணுகணுவா வலிக்குது. எட்டுப்பேர விட்டு வெட்ட வேண்டிய களையப் பேதியிலப் போவான் நாலுபேத்த விட்டு வெட்ட வச்சிட்டாங். குறுக்கு மொறிஞ்சி போச்சி. போ. எறங்கிப் போயி வெள்ளாடு."

"எனக்குப் பசிக்கும்மா"

"நா என்ன மடியிலயா சோத்த வச்சிருக்கென்? பானையில சோளக்காடி கெடக்குமில்ல? எடுத்துவச்சிக் கரச்சிக் குடிக்க வேண்டியதானெ?"

"சோளக்காடியெல்லாம் வேண்டாம். சோறு வேணும்."

"அது சரி. தவப்பன் கோவணத்துல கெடந்தானாம், புள்ள அத எடுத்து மூடக் கேட்டானாம். பவுசுக் கொளிக்கித நீ. புருசனும் பொஞ்சாதியும் ஒருநா குத்த வைக்காமப் பாடுபாட்டும் மூணுநேரமும் ஒழுங்கா வயிறுநெறையக் காச்சிக் குடிக்க முடியல. ஏதோ சோளக்காடி

மானத்தக் காப்பாத்திக்கிட்டு வருது. இந்தக் கொள்ளையில ஒனக்கு நெல்லுச்சோறு கேக்கிதாக்கும்? போவாத ஊருக்கு வழி கேட்ட மாதிரி.”

தெருவில் விளையாடிய குழந்தைகளின் உற்சாகக் குரல்கள் யானைப் பிளிறலாகக் கேட்டன. கிளியந்தட்டு விளையாடிக்கொண்டிருந்தார்கள். சின்னத்துரையும் மணிமேகலையும் அந்த விளையாட்டில்தான் மும்முரமாக இருந்திருந்தார்கள். பொன்னாபரணம் வந்ததும் இருவரும் விளையாட்டைப் பாதியிலே நிறுத்திவிட்டு வந்திருந்ததை சமயோசிதமாக நியாபகப்படுத்திப் பார்த்துக் கொண்டாள் மணிமேகலை. பசி கிடக்கட்டும். சோளக்காடியை எப்படி ரொம்பப் பிரியமாக சாப்பிட்டுவிட முடியும்? இப்போது விளையாட்டை விட்டுவிட்டால் இனிமேல்கொண்டு விளையாட்டுக்களுக்கு தன்னைச் சேர்த்துக் கொள்ளமாட்டார்கள் என்ற கசப்பான அனுபவம் அவளின் மனசைக் கிளறிற்று. சோளக்காடிக்குப் பொருத்தமாய் அம்மா ஏதாச்சும் குழம்பு வைத்து இறக்க இன்னும் ரெண்டு மணி அவகாசமாவது பிடிக்கும். அதற்குள்ளாக விளையாட்டை முடித்துவிட்டு வந்துவிடலாம் என்று தீர்மானித்துக்கொண்டாள். அம்மாவின் மடியை விட்டுச் சறுக்கென இறங்கி நின்று துள்ளாட்டம் போட்டுக்கொண்டே விளையாட ஓடிப்போனாள். அழுக்குப் பாவாடை, சட்டையில் அவளின் தோற்றத்தைப் பார்ப்பதற்கு அருவருப்பாகத் தோன்றியது பொன்னாபரணத்துக்கு. கறைகள் படிந்த பிஞ்சமுகம். ரொம்ப நாட்களாக எண்ணெயை மறந்திருந்தது போல வாடி வதங்கி செம்பட்டையாய்க் கிடந்தன தலைமயிர்கள். ஏழுவயசு சிறுமிக்குத் தன் பாவாடையையும் சட்டையையும் கூட ஒழுங்காக உடுத்திக்கொண்டு ஓடும் அக்கறை இல்லாதிருந்ததில் மனம் சஞ்சலப்பட்டுக் கொண்டது.

மாலை மயங்குகிற நேரம். சூரியனின் வீரியம் குறைந்து சோர்வாய் கீழிறங்கிக் கொண்டிருந்தது. தெருவில் சன்னஞ்சன்னமாய் ஆட்கள் தென்படத்துவங்கியிருந்தார்கள். வேலை சோலிகளுக்குப் போய்விட்டு தத்தம் உழைப்புக் கருவியைத் தோளில் தொங்கப்போட்ட வண்ணம் ஆம்பளைகளும் பொம்பளைகளும் பாடு பேசிக்கொண்டு போனது தெரிந்தது. எல்லோருமே அவர்களுக்குத் தோதான மேட்டுக் குடிகாரர்களின் தோட்டந் துரவுகளுக்கு வேலைசோலிகளுக்குப் போய்விட்டு வந்தனர். பொன்னாபரணத்துக்கும் அவள் புருசக் காரன் பிச்சையாவுக்கும் நாராயணன்பிள்ளையின் வீடும் தோட்டமும்தான் பதிவான வேலையிடங்களாகப் போயிருந்தன. அவனின் தோட்டக்காடுகளிலும் வீட்டிலும் இருவரும் பலகாலங்களாகப் பதிவாய் வேலைகள் பார்த்துக்கொண்டிருந்தனர். நாராயணன் பிள்ளையின் அப்பாக் காலத்திலே பிச்சையாவின்

அய்யா பதிவாய் வேலைசோலிப் பார்த்துக் கொண்டிருந்தார். அதன் தொடர்ச்சியைப் பிச்சையாவும் பொன்னாபரணமும் தக்கவைத்துக் கொண்டிருந்தார்கள். பொன்னாபரணத்துக்கு நாராயணன் பிள்ளையின் தோட்டக் காடுகளிலிருந்த வேலை சோலிகளைக் காட்டிலும் அவனின் வீட்டில்தான் அதிகப்படியாக இருந்தன. காலை கங்குமுங்கலிலே எழுந்துபோய் நாராயணன் பிள்ளையின் வீட்டுத் தொழுவத்தைக் கூட்டிப் பெருக்கி சுத்தம் செய்தாள். வண்டிப் பாரமாய் தொழுவத்தில் குவிந்துக்கிடந்தன சாணிக் கொதக்குகள். அவற்றை ஓலைப்பெட்டியில் அள்ளித் திணித்து, தரையைச் சுரண்டிச் சுத்தமாக்குவதற்குள் அவளின் உயிர் போய்விட்டு வந்தது. காலையில் வந்ததும் மாடுகளை அவிழ்த்து கழனித் தொட்டிக்கு ஓட்டிக்கொண்டுபோய் தண்ணீர் காட்டிவிட்டு ஓரமாய் ஒதுக்கி நிறுத்தினாள். தொழுவத்தின் ஈர நசுநசுப்புப் போக்க சாம்பிராணிகளைக் கொளுத்திப் புகைக் காட்டிவிட்டு, மீண்டும் மாடுகளை அவிழ்த்து வந்து தொழுவத்தில் கட்டினாள். மொத்தம் பதினைந்து மாடுகள்.

நான்கு காளைகளைத் தவிர மற்றவை எல்லாம் பசுக்கள். ரொம்ப நாட்களாக அவை மேய்ச்சலுக்குப் போகாமல் கிடப்பில்தான் கிடக்கின்றன. அவளின் மூத்தமகன் வெள்ளையன் இங்கிருந்த நாட்களில் மாடுகள் எல்லாம் சுவாரஸ்யமாகக் காட்டில் மேய்ந்துகொண்டு வயிறுபுடைக்க வீட்டுக்கு வந்தன. அவன் உள்ளூரிலிருந்து தூரதேசத்திற்குக் கம்பியை நீட்டிய நாளிலிருந்து மேய்ச்சலை மறந்து போயிருந்தன. மாடுகளுக்குத் தீவனமாய் புறக்கடைத் தோட்டத்தில் அம்பாரமாய் வைக்கோல் தளைகள் குவித்து வைக்கப்பட்டிருந்தன. பொன்னாபரணம்தான் அந்தப் படப்பிலிருந்து வைக்கோல் தளைகளைக் கொத்தாக ஆவிசேர்த்து அள்ளிக்கொண்டுவந்து மாடுகளுக்கு முன்பாக தொழுவத்தில் வைக்கிறாள். தொழுவத்து வேலைகள் முடிந்ததும் வீட்டுக்கு வந்த ‘பித்தடியில்’ வடக்காட்டுச் சோலிக்குப் போக தயாராக வேண்டும் அவள். பிச்சையாவுக்கும் நாராயணன் பிள்ளையின் தோட்டக் காடுகளில்தான் சோலிகள் இருந்தன. வரப்பு வெட்ட, பாத்திகள் வெட்ட, பாத்திகளுக்கு நீர்பாய்ச்ச என்று தொடுபிடியான சோலிகள். பொன்னாபரணம் மாதிரி தோட்ட வேலை முடிந்ததும் நேராக வீட்டுக்கு வந்துவிட மாட்டான் அவன். நாராயணன்பிள்ளையின் வீட்டுக்குச் சென்று கூலி வாங்கிவிட்டு, கடைகண்ணிகளில் நின்று காப்பித்தண்ணி வாங்கி வாயில் ஊற்றிவிட்டு, அதன் பிறகுதான் நிசாரமாய் வீட்டுக்கு வருவான். சில நாட்கள், வெட்டும் பெருமாள் நாடானின் தென்னந்தோப்புக்குள் பதுக்கிவைத்து விற்றுக் கொண்டிருந்த சொக்கையாத் தேவனிடம் சென்று ஒரு கிளாஸ் சாராயத்தை வாங்கிக் குடித்துவிட்டு போதைமுட்ட வீட்டுக்கு

வருவான். அவன் வீட்டுக்கு வந்த சிறிதுநேரத்தில் வயிற்றுக்குக் கொட்டிக் கொள்ள சோளக்காடி தயாராக இருக்கவேண்டும். சோளக் காடிக்குத் தோதாய் கருவாட்டுக் குழம்பு இருந்தால் கச்சிதமாய் இருக்கும். பருப்புக்குழம்போ புளிக்குழம்போ இருந்தால் நெட்டுக்கு நிற்பான் மனுசன்.

எல்லாவற்றையும் அனுசரித்துப் போகவேண்டியதிருந்தது பொன்னாபரணத்துக்கு. நாராயணன் பிள்ளை வீட்டின் தொழுவத்து வேலையையும், அவனின் தோட்டக் காடுகளில் கூலி வேலைகளையும், தன் சொந்த வீட்டில் தன்னோடு சேர்த்து மொத்தம் ஐந்து ஜீவன்களின் வயிற்றுப் பாட்டுக்குப் பொங்கிக் கொட்டுகிற வேலைகளையும், பொருதியுடன் செய்துத் தொலைக்க வேண்டியதிருந்தது.

“எலே நாசமுத்துப் போவான். தண்ணிக் கோரப் போனியே இவ்ளவ் நேரமும் அங்கன என்னலே செய்யுத?”

திண்ணையில் உட்காந்திருந்தவாறே வீட்டின் வாசலை நோக்கிப் பார்வையைச் செலுத்திக்கொண்டு பலம்கூட்டிச் சத்தம்போட்டாள் பொன்னாபரணம்.

உள்ளிருந்து வெரசலாய் வெளியேறி வாசலில் வந்துநின்ற சின்னத்துரை சற்று பதற்றம் கலந்தத் தொனியில், “யம்மோ... ஒரு கொடத்திலயும் ஒரு சொட்டுத் தண்ணிகூட இல்ல. கொடமெல்லாம் காஞ்சிக் கெடக்கு” என்று விரக்தியுடன் சொன்னான். வீட்டுமூலையில் ஒதுக்கி வைத்திருந்த இரண்டு மண்குடங்களிலும் அடித்தூர் காய்ந்து போய்க் கிடந்திருந்ததன் கவலை அவனுக்கு இருந்தது.

“அடப்பாவியா... தவிச்ச வாய்க்குத் தண்ணிகூட வூட்ல இல்லியா? அந்த ராணி முண்டதான், இருந்த தண்ணியையெல்லாம் குளிச்சி மொழுவிச் சீரழிச்சிருப்பா. எல்லாம் எந்தலயெழுத்து. இந்தக் கொடுமைய எங்க போயித் தொலைக்க? சவம்... என்னப் பொழைப்பு இது?”

அவளுக்குக் கண்ணீர் வராத குறைதான். முற்றிலுமாகக் கவலை சூழ்ந்து கொண்டது அவளை. புழுதிக் கறைகளுடன்கனத்துக் கிடந்த அவள் முகத்தில் சோகத்தின் வீச்சு வீரியத்துடன் பாய்ந்திருந்ததால் அது இன்னும் சுருங்கிப்போய் இறுகிக்கொண்டது. ரொம்பவும் தயக்கத்துடன் தன் அருகில் வந்து நின்ற சின்னத்துரையை எரிச்சலுடன் பார்த்தாள் அவள்.

“இந்தத் தூக்குப்போணிய எடுத்துட்டுப்போயி நூலாபீஸ் பைப்புலத் தண்ணி வாங்கிட்டுச் செழமா வாலெ... தொண்டை எல்லாம் வறண்டுப் போச்சி... பாழாப்போற இருமல்வேற உசிர வாங்குது”

நியாபகப்படுத்துவதைப்போல அவ்வப்போது இருமல் கிளறிக் கொண்டது. தொண்டைக்குள் நீரை இறக்கினால்தான் இருமல் மட்டுப்படும் என்பது புரிந்தது. அவன் தாக்காட்டம் காட்டிக் கொண்டே நின்றான். "ஆமா நா போவல... அங்கன யாரும் தண்ணி ஊத்த மாட்டாவெ... ஏசத்தான் செய்வாவெ. முன்னால எத்தன தடக்கப்போயி ஏச்சுவாங்கிட்டு வந்திருக்கென்? நம்ம கெணத்துக்குப் போயி யாருட்டயாவது தண்ணி வாங்கிட்டு வரட்டா?"

"பொசமுட்னத் தனமாப் பேசாதலெ...அவளுவளே வவுறு வலிக்க தொவுளத்துலப் படுத்துக்கெடந்துத் தண்ணி கோருவாளுவ... அந்தக் கொள்ளையில நீ போயி நின்னன்னா 'சள்' ளுன்னு நாய் கெணக்கத்தான் வுளுவாளுவ. பேசாம மணிமேகலையை தொணைக்குக் கூட்டிக்கிட்டு நூலாபீஸ் பைப்புலப்போயி தண்ணி வாங்கிட்டு வா. ஒரு தூக்குப்போணி நெறயத்தானே? ஒருத்தியுமா ஊத்த மாட்டாளுவ?"

தெருவுக்கு வந்து நின்று மணிமேகலையைச் சத்தம் போட்டுக் கூப்பிட்டான் சின்னத்துரை. அவள் ஏதோ பண்டம் கிடைக்கப்போகிறது என்ற அலப்பரவில் துள்ளாட்டம் போட்டுக்கொண்டு ஓடிவந்தாள். அண்ணன்காரன் அம்மாவின் உத்தரவை மணிமேகலையிடம் சொன்னதும், "ஆமா நா வரலெ போ" என்று விசனத்துடன் முகத்தைத் திருப்பிக்கொண்டு மீண்டும் 'கிளியந்தட்டில்' இணைந்து கொள்ளும் ஆர்வத்தில் ஓட்டம் பிடித்தாள்.

பொன்னாபரணத்துக்குத் தலைதெறிக்கக் கோபம் பொத்துக் கொண்டு வந்தது. திண்ணையை விட்டு ஆவேசமாய் எழுந்துநின்று தெருவுக்கு வந்தாள். "அடியே பாதவத்தி.. மணிமேவல... இப்ப நீ அவன் கூட தண்ணி கொண்டுவரப் போவலன்னா ஒந்தோல உறிச்சி உப்புக் கண்டம் போட்ருவென் பாத்துக்க.. வா நாய"

மணிமேகலை பசையடித்துக் கொண்டே வந்தாள். அம்மா அடித்து விடுவாளோ என்று பயமிருந்தது. "ஆமா அவன மட்டும் போச்சொன்னா என்னவாம்? ஒரு தூக்குப் போணியில தண்ணி வாங்க ஏழு ஆளு."

"ஏங்... நீ வெட்டி முறிக்கப் போறியோ இப்போ? பேசாம வாய மூடிக்கிட்டு அவன் கூடப் போயிட்டு வா"

இன்னும் இருட்டுக் கவிந்திருக்கவில்லை. தெருவில் கிளர்ந்தெழுந்த புழுதிப் படலங்கள் மேகக் கூட்டங்களாய் அந்தரத்தில் மிதந்து கொண்டு அலைந்தன. எல்லாம் குஞ்சுகுளுமான்களின் கட்டுப் பாடற்ற விளையாட்டின் காரணம்தான் என்பது அவளுக்குப் புரிந்தது. வேலைவெட்டிக்குப் போய்விட்டு வந்து கொண்டிருந்த சனங்களின் நடமாட்டத்தில் தெருவுக்கே புத்துயிர் உண்டானது

போல உற்சாகமாய் சந்தடி கேட்கத்துவங்கியது. அவளும் அந்தத் தெருவிலுள்ள மூன்று பொம்பளைகளும் சேர்ந்துதான் இன்று நாராயணன் பிள்ளையின் தோட்டத்துக்குத் தக்காளிச் செடிகளுக்குக் களையெடுக்கப் போயிருந்தார்கள். வேலைகளை முடித்துவிட்டு கொஞ்சம் தாமதமாகவே கரையேறி வந்திருந்தார்கள். அவன் குறைவான ஆட்களையே களையெடுக்க விட்டிருந்தாலும் அவர்கள் ஓய்வு ஒளிச்சலில்லாமல் பம்பரங்களாய் சுழன்றாடி வேலைகளை முடித்திருந்தார்கள். களைவாரியின் நடுத்தண்டில் அழுத்தமாய் பிடித்து ஆழமாய் கொத்தி எடுத்திருந்ததால் அவளின் விரல்கள் அத்தனையும் நமநமவென அரிப்பெடுத்துக் கொண்டிருந்ததை வேதனையுடன் உணர்ந்து கொண்டாள். விரல்களை உள்ளங்கைக்குச் சுருக்கித் தேய்த்து விட்டாள். தேகம் முழுவதும் அச்சலாத்தியாய் இருந்தது. இப்போது மட்டும் ஒரு துணியைக் கொடுத்து விரித்துப் படுத்துவிடச் சொன்னால் போதும்... அந்தத் திண்ணையிலே சரிந்து விழுந்து ஆழ்ந்து தூங்கிவிடலாம் என்று தோன்றியது. இன்னும் அவளுக்கு இன்றைய வீட்டு வேலைகள் நிறைய கிடந்தன. ஏற்கனவே பானைக்குள் கிடக்கும் சோளக்காடிக்குத் தோதாய் குழம்பு வைத்து இறக்க வேண்டியதிருந்தது.

இப்ராஹிம் ராவுத்தரின் கடையில் அம்பது காசுக்குக் கருவாடுகள் வாங்கினால் சட்டி நிறையக் குழம்பு வைத்து இறக்கிவிடலாம். கவிச்ச வாடை இருந்தால்தான் ஆம்பளைகளுக்குத் தங்கு தடுதலை இல்லாமல் சோளக்காடி தொண்டைக்குக் கீழ் இறங்குகிறது. எல்லாவற்றுக்கும் முதல்காரியமாக தெருக்கிணற்றுக்குச் சென்று ஒரு குடம் நிறையவாவது நீர் நிறைத்துக்கொண்டு வரவேண்டும். ஒரு குடம் நிறைப்பதற்குள்ளே வாணாளப் போய்விடும் என்பதை வருத்தத்துடன் நினைத்துக் கொண்டாள் பொன்னாபரணம்.

2

மந்தகாசமாய் பொழுது நிழல்கவியத் துவங்கியிருந்தது. இடுப்பில் கூடையை ஏந்தியவாறு ராணி சிணுக்சிணுக்கென்று நடந்து முற்றத்திற்கு வந்திருந்தாள். சமைந்து குத்தவைக்க வேண்டிய குமருப் பருவம். பூப்போட்ட அழுக்குப் பாவாடையும் அதன் மேல் வெளிறிய மஞ்சள் நிறத் தாவணியையும் அணிந்திருந்தாள். அழுந்தவாரி ரெட்டைச் சடைப் போட்டிருந்த பின்னலில் இருபக்கமும் வெள்ளைநிறப் பூக்கள் கொத்தாக இடம் பிடித்திருந்தன. அவள் மடியிலும் இன்னும் குண்டுக்கட்டாய் பூக்கள் கிடந்திருக்கவேண்டும். தாவணியின் மத்தியப் பகுதியை உள்பக்கமாக சுருட்டி மடித்து அதற்குள் உதிரிகளாகப் பூக்களைப் போட்டிருந்தது தெரிந்தது. எங்கிருந்துதான் மையெடுத்து விழியோரங்களில் கோடிழுத்து விட்டிருந்தாளோ.... கறுத்த வீச்சரிவாளாய் கண்ணசைவில் மின்னிக் கொண்டிருந்தன அவை. அடுப்புக் கரித்துண்டை நீர்தெளித்து அரைத்து மையாக்கி கண்ணோரங்களில் இழுத்துக்கொள்ளும் ரகம் அவள். நெற்றியில் ரத்தத் துளியாய் சிவந்த வட்டப் பொட்டு. குங்குமத்தில் நீர்விட்டுக் குழப்பி நெற்றியில் இட்டுக் கொண்டிருக்கலாம். இடுப்பில் தாங்கிப் பிடித்திருந்த கூடையிலிருந்த சாணியை வீட்டுக்குக் கீழ்ப்பக்கம் ஒதுங்கிக் கிடந்த உரக் குழியில் கொட்டிவிடும் அவசரத்தில் வெரசலாய்ப் போய்கொண்டிருந்தாள்.

பொன்னாரபரணத்துக்கு வெப்புராளமாய் வந்தது. அவளைப் பார்த்ததும் கோபத்தில் முகம் கோரமாய் விரிந்தது." இந்தா அயிப்பக்காரி... கொடத்துலயிருந்தத் தண்ணிய முழுசும் நீதான் குளிச்சி முழுவினியோ? ஒரு சொட்டுத் தண்ணிகூட வைக்காம அப்படியென்ன ஒனக்குக் குளியல் வாழுது? சில்லாட்ட. தவிச்ச வாய்க்குத் தண்ணி வைக்காம அப்படியென்ன ஒனக்கு சிலுப்பட்டத்தனம்? லூசுக் கழுத"

"யம்ம...கொடத்துல கொஞ்சம்போலத்தான் தண்ணி இருந்திச்சி"

"கொஞ்சம் போல இருந்தா? அதயும் நீ குளிச்சி மொளுவிரணுமோ? தெருக் கெணத்துல ஆத்திர அவசரத்திற்குப் போயி ஒடனே தண்ணிக் கோரிற முடியுமா நாய? ஒனக்கொரு சாக்காலம் வந்து தொலைக்க மாட்டேங்கே... ஒரே நாள்ல ஒன்னயப் பொதச்சி மூடிட்டுக் குழிமொளுவிட்டுப் போவதுக்கில்லாம. எங் வாணால வாங்கிக்

கிட்டுக் கெடக்க. சிலுப்பட்டக் கழுத."

"நீங்க எல்லோரும் உசிரோட இருங்க. நா வேணும்னா செத்துட்டுப் போறென்."

முகத்தில் வலிப்பைக் காட்டிக்கொண்டு உரக்குழியை நோக்கி நடையைத் தொடர்ந்தாள் ராணி. அவளின் வேகமான நடையில் ஒரு கரகாட்டக்காரியின் நளினமும் இளக்காரமும் இணைந்து தெரிந்தன. செல்லமாகவும் சிணுங்கலாகவும் அவள் உதித்திருந்த வார்த்தைகளில் பொன்னாபரணத்தின் கோபம் அதிகப்படவே செய்தது. ராணி ஒரு 'சிலுப்பட்டைக் கழுதை' தான். ஒரு அழகுத் தேவதைபோல தன்னை அடிக்கடி சிங்காரித்து கண்ணாடியில் ஒத்திகைப் பார்த்துக் கொள்ளும் ரகம். தன் ஒப்பனைக்காக விலை உயர்ந்த பொருட்களை வாங்கிக்கொள்ள முடியவில்லை என்பதே அவளின் பெருங்கவலையாக இருந்தது. அவளின் கண்களுக்குத் தென் பட்ட, கைக்குக் கிடைத்த மலிவான பொருட்களின் ஒப்பனையில் திருப்திப் பட்டுக்கொண்டாள். அவளுக்குத் தினமும் குளித்தாக வேண்டும். தினமும் புதுமையான உடுப்புக்களை அவைஅழுக்காக இருந்தபோதும் அணிந்துகொள்ள வேண்டும். தினமும் ஒருகொத்துப் பூக்களைத் தன் பேன்கள் புழுத்திருந்த செம்பட்டைக் கூந்தலில் பகட்டாக சூடிக்கொள்ள வேண்டும். பூக்கள் வாங்குவதற்குக் காசுகள் கிடைக்காததால் வீட்டுக்குப் பின்புறமுள்ள ஓடைச் சரிவில் நட்சத்திர மினுங்கலாய் செடிகளில் அப்பிக் கிடக்கும் பூச்சமுள் பூக்களைச் சேகரித்துக் கொண்டாள். அதிகாலையில் மேய்ச்சலுக்காக மலைநோக்கிச் செல்லும் மாடுகளுக்குப் பின்னே பொடிநடையாய் நடந்து சென்று சாணி பொறுக்கிக் கொண்டே பூச்சமுள் பூக்களையும் பறித்துக்கொண்டாள். சாணித்தொக்குகள் அவளின் கூடையை நிறைக்கும். பூச்சமுள் பூக்கள் அவளின் தாவணி மடிப்புக்குள் நிறையும். சாணிப் பொறுக்கி முடித்தபின் பூக்களை மடியில் படர்த்திவைத்து நூல்கொண்டு கோர்த்துத் தலையில் சூடிக் கொள்வாள். அதுபோலவே சாயந்தரம் மலையிலிருந்து மேய்ச்சல் முடிந்து ஊர் திரும்பும் மாடுகளுக்குப் பின்னேயும் நடையாய் நடந்து சாணிப் பொறுக்கிக் கூடையை நிறைத்துவிட்டு பூக்களையும் பறித்துத் தாவணி மடிப்புக்குள் போட்டுக் கொள்வாள். இரவு ஒருபாட்டம் காடாவிளக்கு வெளிச்சத்துக்கு முன்னமர்ந்து கோர்த்து முடித்துத் தலையில் சூடிக்கொள்வாள். ரொம்பவும் அலங்காரப் பிரியையாக இருந்தாள் அவள். அவற்றை எல்லாம் அவள் சுய அறிவோடு செய்கிறாளா, அல்லது புத்தி சுவாதீனமில்லாமல் செய்கிறாளா என்பதைச் சரியாக தீர்மானிக்க முடியாமலிருந்தது பொன்னாபரணத்துக்கு. அடிக்கடி செல்லமாய் சிணுங்கிக்கொண்டு அழுவதும், தனிமையில் உட்கார்ந்து கொண்டு தனக்குள்ளே சிரித்துக்

கும்மாளமிடுவதும் ராணியை மற்றவர்கள் 'லூசு' என்று அடையாளப் படுத்தவே சாதகமானதாக தோன்றின.

"எல்லாரும் சொல்லுத மாதிரி நீயும் என்னிய லூசுன்னுச் சொல்லுதியாக்கும்? நா செத்தமின்னா ஒங்களுக்குத் தெரியும்" உரக் குழியில் சாணியைக் கொட்டிவிட்டு கூடையை வீட்டின் மஞ்சாங் கரையில் போட்டாள் ராணி.

அவள் பிசிறலாய் உதிர்த்திருந்த வார்த்தைகளைக் கேட்டதும் பொன்னாபரணத்தின் மனசு தீயாய்க் காந்த ஆரம்பித்தது. தான் பெற்ற பிள்ளையைத் தானே குறைசொல்லித் திட்டுவதா என நினைத்துப் பார்த்து உள்ளுக்குள் குமைந்து கொண்டாள். ராணியைப் பார்க்க பொன்னாபரணத்தின் நெஞ்சாங்குலைப் புண்ணாய் வலிக்க ஆரம்பித்தது, "அவ்ளவ் தண்ணியையும் நீ குளிச்சன்னா? செத்தம் மிச்சம் போட்டிருக்கலாமில்ல? எனக்கு இப்ப தாகமாத் தவிக்குதே... யாருகிட்டப் போயி தண்ணி கேக்க முடியும்?" வார்த்தைகளில் கரிசனத்தை விசிறிக்கொண்டே ராணியைப் பார்த்து மனம் உடைந்து உருகினாள் பொன்னாபரணம்.

ராணியால் சமாதானம் அடைய முடியவில்லை. திண்ணையின் மேற்கு விளிம்பில் சுவரையொட்டிப் பதித்திருந்த அம்மியின் அருகில்போய் பதுங்கலாய் அமர்ந்து கொண்டாள். முகம் சருகாய் வாடிக் கிடந்தது. கண்களில் நீர்தேங்கி சொட்டுச்சொட்டாய் கன்னங்களில் இறங்கிக் கொண்டிருந்தது. அவளின் இடதுகை விரல்கள் குறிக்கோளில்லாமல் அம்மிமேல் கிடத்தியிருந்த குழவிக் கல்லில் மேலும் கீழும் புரண்டன. 'விலுக்' கென அது நிறுத்தம் பிசகி உருண்டபோது திடுதிப்பென சுதாரித்துக் கொண்ட ராணி, அதை மேலும் ஒரு இம்மி கூட நகல விடாமல் படக்கெனப் பிடித்து நிறுத்திக் கொண்டாள். அறுந்துப் போகவிருந்த உயிர்முடிச்சு சுதாரித்து மீண்டும் பலமாய் ஒட்டிக்கொண்டது போல தோன்றியது. குழவிக் கல்லை அம்மிமேல் நிறுத்திக் கொண்டது. 'இது எதுக்குப் பொல்லாப்பு?' என்று மனசுக்குள்ளே நினைத்து வருந்தியவளாய் விரல்களை மெதுவாக விலக்கிக் கொண்டாள்.

"மதியம் கஞ்சி குடிச்சியா?"

"குடிச்சென்"

"இந்தா.. இதுல அம்பது காசு இருக்கு.. சாயபு கடைக்குப் போயி சாளக் கருவாடு வாங்கிட்டு வா. ஒங்க அய்யனுக்கு மீன் நாத்தம் இருந்தாத்தான் கஞ்சி தொண்டைக்குக் கீழ எறங்கும்."

பொன்னாபரணத்தை நெருங்கிவந்து அம்பது காசுச் சில்லரைகளை முகம் பாராமல் வாங்கிக் கொண்டாள் ராணி. மடியிலிருந்தப்

பூக்களைக் கவனமாய் கொண்டுபோய் வீட்டுக்குள் கிடந்திருந்தச் சுளகில் தட்டி வைத்துவிட்டு சோம்பறையுடன் வெளியே கிளம்பத் துவங்கியிருந்தாள். அவளையே வைத்தக் கண் வாங்காமல் வெறித்துப் பார்த்துக் கொண்டிருந்தாள் பொன்னாபரணம். காலா காலத்தில் அவள் சமைந்து மூலையில் குத்த வைத்திருந்தால் இப்பொழுதெல்லாம் அவளுக்கு மாப்பிள்ளை பார்க்கும் நல்ல காரியம் நடந்து கொண்டிருக்கும் என்று மானசீகமாக எண்ணிப் பார்த்தாள். இந்தச் சித்திரையோடு அவளுக்குப் பதினாறு வயசு முடியப் போகிறது. உருவம் மட்டும் ஓங்குதாங்கலாய் ஒரு பெரிய மனுசியைப்போல இருக்கிறதேயொழிய இன்னும் வயதுக்கேற்ற பக்குவமும் மனவளர்ச்சியும் ஏற்பட்டிருக்கவில்லை. எப்போதும் சின்னக் குழந்தை கெணக்கவே விநயமில்லாமல் காரியங்களைச் செய்து கொண்டும், சிணுங்கலாய் அழுது அடம்பிடித்துக் கொண்டும்... அழிச்சாட்டியம் பண்ணிக்கொண்டிருந்தாள். என்றைக்குத் தான் இவளுக்கு நல்ல கதி கிடைக்குமோ என்று மனசுக்குள் நொம்பலப்பட்டுக் கொண்டாள் பொன்னாபரணம். ‘மூத்தக் கழுதை மொடக் கழுதை’ என்பது ராணியின் விசயத்தில் ருசுவாகிப் போயிருந்ததாகத் தோன்றியது அவளுக்கு.

ராணிக்கு அடுத்தவன் ,வெள்ளையன், அவளைப் போல மங்குனியாக இருக்கவில்லை. சின்னவயசிலே ரொம்பவும் துடுக்குத் தனமாக சேட்டைகள் பண்ணிக் கொண்டிருந்தான். ஐந்தாம் வகுப்புவரை கிரமமாகப் பள்ளிக்கூடம் போய்க்கொண்டிருந்தவன் ஆறாம் வகுப்பில் அடியெடுத்து வைத்ததும், பள்ளிக்கூடத்துக்குப் போகாமல் கிறுக்குத்தனம் பண்ணிக்கொண்டு அலைந்தான். பொன்னாபரணமும் பிச்சையாவும் அவனை எவ்வளவோ அதட்டி அடித்துப் பள்ளிக்கூடத்துக்குப் போகச்சொல்லி மிரட்டினார்கள். ‘முடியவே முடியாது’ என்று ஒற்றைக்காலில் விடாப்பிடியாக நின்று மறுத்து விட்டிருந்தான். சொல்லியும் அடித்தும் சோர்வடைந்துப் போயிருந்த பெற்றோர்கள் கடைசியில் அவன் மாடு மேய்க்கத்தான் லாயக்கு என்று முடிவுக்கு வந்து நாராயணன் பிள்ளையின் மாடுகளைப் பத்திக்கொடுத்து மேய்த்துவர ஏற்பாடு செய்தனர். அதுநாள்வரை தொழுவத்திலே அடைந்து கிடந்த மாடுகள் காடு கரைகளைக் கண்டதும் கண்டமேனிக்குத் தறிகெட்டு அலைந்து மேய்ந்தன. அவற்றை ஒழுங்காக நின்று மேய்த்து வீட்டுக்குத் திருப்பிக் கொண்டு வருவதற்குள் அவனின் கால்மூளைகள் புண்ணாகிப் போயின. ஆனாலும் மாடுமேய்ச்சலுக்கான வருசக் கூலியாய் நாராயணப்பிள்ளை ஒருமூடை நெல்லோ அல்லது நூறு ரூபாய்ப் பணமோ தருவதாகப் போட்டிருந்த வாய்மொழி ஒப்பந்தத்திற்குக் கட்டுப்பட்டு அவன் மாய்ச்சல் பார்க்காமல் மாடுகளுக்குப் பின்னால் அலைந்தான்.

ஒரு நாள் மதிய வெயிலில், மாடுகளைப் பொன்னம்போல ஓடைக் கரைப் புல்மேட்டில் மேய விட்டுவிட்டு அச்சலாத்தியாயிருந்த தன் உடலை ஆற்றிக்கொள்ளும் அலப்பரவில் பக்கத்தில் நின்றிருந்த புளியமர மூட்டின் கீழ் வந்து பொசலாந்து உட்கார்ந்ததுதான் அவனுக்கு ஆகாத நேரமாகப் போயிருந்தது. ஆலமரம்போல குடை விரித்து நின்றிருந்த புளியமரக் கிளைகள் சிலுசிலுவென விசிறிய காற்றில் அப்படியே கண்செருகித் தூங்கிவிட்டிருந்தான். திடுதிப்பென்று பக்கத்துத் தோட்டது மூக்கையாத்தேவன் வந்து நின்று அவன் வயிற்றில் 'தொப்புத்தொப்பு' என்று ஆங்காரமாய் இரண்டு மிதிகள் விட்டதும் தான் புற உலகம் செரணைத் தட்டியது அவனுக்கு. மாடுகள் எல்லாம் தோட்டத்தின் தொண்டை பலம் கொண்டு முட்டி விலக்கி உள்நுழைந்து மூக்கையாத்தேவன் அரும்பாடுபட்டு விளைவித்திருந்த கடலைச் செடிகளை 'சணக்காடாம் பொணக்காடாம்' ஆக்கி விட்டிருந்தன.

"பறத்தாயொளி... அவ்ளவ் திமிரா'லெ ஒனக்கு? மாட்டப்பூரா எந்தோட்டத்துலப் பத்தி வுட்டுட்டு நீ சேர்மானத்துலக் கெடந்து தூங்குதியோ? ஈனச்சாதிப் பயலெ"

மீண்டும் காலைத்தூக்கி மிதிக்கப்போனான் வெள்ளையனை. ஏற்கனவே இரண்டு முறைகள் வாங்கியிருந்த மிதிகளில் வெள்ளையனின் வயிறு கலங்கி, குண்டித் துவாரம் கிழிந்ததுபோல வலித்துக் கொண்டிருந்தது. மூளையில் கடப்பாரை பாய்ந்ததுபோல 'கிண்'ணென வலி அகோந்திரமாய் உறுத்திக் கொண்டிருந்தது. படக்கென்று சுதாரித்துக் கொண்டு எழுந்த வெள்ளையன் தன் அழுக்கு லுங்கியின் இடுப்புப் பகுதியில் குழைகள் வெட்டவோ குச்சிகள் வெட்டவோ கைக்காவலுக்காக தொங்கவிட்டிருந்த வெட்டரிவாளை விசுக்கென உருவியெடுத்து மூக்கையாத்தேவன் ஆக்ரோசமாய் நீட்டியக் காலின் கணுப் பகுதியில் சதக்கென்று வீசிவிட்டு, எடுத்துக்கொண்டான் ஓட்டம். அவ்வளவுதான். குறைவெட்டாய் விழுந்த கிடாவின் தொங்கு கழுத்தைப் போல மூக்கையாத் தேவனின் கணுக்கால் பகுதி ரத்தமும் சதையுமாய் முழங்காலில் தொங்கிக் கொண்டிருந்தது. வெட்டுவாயிலிருந்து பீய்ச்சியடித்த ரத்த வெள்ளம் புளியமரத்தின் மூட்டுப் பகுதியைக் கணப்பொழுதில் ஈரப்படுத்தியது. பொறிகலங்கிப் போனான் மூக்கை யாத்தேவன். கொலைவெறி தலைக்கு ஏறியது.

"நில்லுல தாயொளி... ஒன்னய இன்னிக்குக் கொல்லாம வுட மாட்டென்" என்று காலைத் தொங்கவிட்டுக் கொண்டே சற்று தூரம் ஓடிவந்ததுதான் மிச்சம். தலைப்பிழைத்தால் தம்பிரான் புண்ணியம் என்ற கணக்கில் வெள்ளையன் ஒரே ஓட்டமும் நடையுமாய் திருநெல்வேலி ரயில் நிலையத்துக்கு வந்து சேர்ந்தான்.

ஐந்து மைல் தூர இடைவெளி. மாடுகள் எங்கே போயிருக்கும், மூக்கையாத் தேவனுக்கு என்னவாகி இருக்கும் என்பதெல்லாம் வெள்ளையனுக்கு இப்போது வேண்டாத விசயங்கள். அவனின் நாட்டமெல்லாம் திருநெல்வேலியிலிருந்து கிளம்பிப் போகவிருந்த ரயிலின் மீதே கவிந்திருந்தது. மூக்கையாத்தேவன் படை பட்டாளத் துடன் ஆட்களைத் திரட்டிக்கொண்டு ரயில்வே நிலையத்துக்கு வருவதற்கு முன்னமே தான் ரயிலில் ஏறித் தப்பித்து விட வேண்டும் என்ற அக்கிசி இருந்தது அவனுக்கு.

ஏதோ ஒரு ரயில், எஞ்சினை இரைய வைத்துவிட்டுப் புகையைக் கக்கிக் கொண்டிருந்தது. இதுபோதும் என்று திருப்தி அடைந்தவனாய் அதறபதற ஓடிச்சென்று ரயிலின் கடைசிப் பெட்டியில் ஏறிக் கொண்டான். ஏற்கனவே நெல்லிக்காய்களை அள்ளிக்கட்டிய மூட்டையைப் போல சனங்களின் கூட்டம் பிதுங்கி வழிந்தது. அதுவும் அவனுக்குச் சாதகமாகத்தான் தோன்றியது. 'காயோடு காயாக' தன்னையும் ஒளித்து வைத்துக் கொள்தவற்கு சாத்தியமாய் இருந்தது. கையில் காசில்லாதிருந்த அவனை எந்தக் கொம்பனும் வந்து பரிசோதித்திருக்கவில்லை. உடன் டிக்கட்டில் பயணிக்கிற பெட்டிக்குள் ஏறிவந்து யாரும் பரிசோதிக்க மாட்டார்கள்போல என்று நினைத்துக் கொண்டான். இப்போதுதான் அவனுக்கு ஆசுவாசமாக இருந்தது. ஒரு கொலைப் பாதகச் செயலிலிருந்து அபயாஸ்தமாய் விடுபட்டு வந்திருந்த நிம்மதி பிறந்திருந்தது. இந்நேரம் காட்டிலிருந்து ஓடிவராமல் அங்கே நின்றிருந்தால், அல்லது தன் தெருவுக்குச் சென்று அடைக்கலம் தேட முயன்றிருந்தால், மூக்கையாத்தேவன் மறக்குடியிலிருந்து ஆட்களை அனுப்பி வைத்து தன்னை மாறுகால் மாறுகை வாங்கியிருப்பான் என்பது மட்டும் வெள்ளையனுக்கு திண்ணமாகப் புரிந்தது. இனி ஒரு பயலும் தன் மசிரைக்கூடப் பிடுங்கிவிட முடியாது என்று வீறாப்பாய் நினைத்துக் கொண்டான்.

வெள்ளையனின் வெட்டு மூக்கையாத் தேவனின் கணுக்காலில் விழுந்து தொங்கிக் கொண்டிருந்ததால், மூக்கையாத்தேவனால் வெள்ளையனை வெரசலாக ஓடிச்சென்று பிடிக்க முடிந் திருக்கவில்லை. கணுக்காலில் உயிர்போகிற வலி. தேகத்தைத் துண்டுதுண்டாய் வெட்டிப் பிரித்தெடுக்கிற மாதிரி ரணவேதனை. அருவியோட்டமாய் ரத்தம் வெளியேறிக்கொண்டிருந்ததால் கொஞ்சம் கொஞ்சமாய் உயிர்ச் சத்தை இழந்து உடல் சோர்வு கண்டதைப்போல அவன் உணர்ந்து பரிதவித்தான். அந்த மரண அவஸ்தையிலும் வெள்ளையனை வஞ்சம் வைத்துக் கறுவிக்கொள்ள மூக்கையாத்தேவன் தவறவில்லை. ஒரு சின்னசாதிப் பொடிப்பயல் தன்னைச் சேதப்படுத்தி விட்டானே என்று உள்ளுக்குள் குமுறினான்.

இவ்வளவுக்கும் மூக்கையாத்தேவனுக்கு நல்ல ஆஜானுபாகுவான உடல்கட்டுதான். தாட்டியமான நான்கு பேர்களைக்கூட ஒத்தைக்கு நின்று அடித்து மிதித்துப் புரட்டி எடுக்கும் திடசாலியும் கூட. திருக்குமீன் வாலைப்போல திண்ணமான சுருள்மீசையும், தேக்குக்கட்டை மாதிரி உருக்குத் தேகத்தையும் கொண்டிருந்தான். வயசு, மீறிப்போனால் அம்பதிலிருந்து அம்பத்தி ஐந்துக்குள்தான் இருக்கும். வெள்ளையன் சின்னப் பயல்தான். பதிமூணு வயசே கண்டிருந்த பச்சைமண். உடுக்கும் தொடுக்குமாய் உருண்டு போய் வளர்ந்திருந்தான். நெஞ்சுரம் அதிகம். குட்டிக் குசும்பிலும் வெட்டிச் சண்டையிலும் விற்பனனாய் இருந்தான். அவன் படித்த காலத்தில் வகுப்பறையில் கூட ஒருபயலும் வெள்ளையனுடன் மல்லுக்கு நின்றுவிட முடியாது. சீக்கிரத்தில் எதிரியைத் தூக்கித் தரையில்போட்டு அவன் மூக்காந்தண்டில் ‘மொங்குமொங்கு’ என்று குத்துக்கள் வைத்துவிடுவான். அன்றைக்கு இருந்ததைப் போலவே, மூக்கையாத்தேவனை எதிர்கொண்ட இன்றும் தன்னிடம் மூர்க்கமாய் கோபம் முளைவிட்டுக் கொண்டிருந்தததை நினைத்துப் பார்த்தான்.

அன்று சாயந்தரமே மறக்குடியிலிருந்து ஆட்கள் மொலு மொலுவென்று திரண்டுவந்து பிச்சையாவின் வீட்டுக்குத் தீ வைத்தனர். மூக்கையாத் தேவன் வந்திருக்கவில்லை. அவனை மருத்துவமனையில் சேர்த்திருக்க வேண்டும். கணுக்கால் துண்டாகித் தொங்கியதால் அவனால் செம்மையாக நடந்துவிட முடியாதிருந்தது. சூடுபிடித்தவன் ஒண்ணுக்கிருந்தததைப் போல ரெத்தம் வேறு ‘சொளுசொளு’ வென்று வடிந்து கொண்டிருந்தது. தக்க சமயத்தில் அவனை மருத்துவமனையில் சேர்த்திருந்ததால் உயிர் பிழைத்திருந்தான். ‘அய்யா ஆத்தா’ என்று தொண்டை கிழிய சத்தம்போட்டு அவன் அலறியதைக் கேட்டுத்தான் பக்கத்துத் தோட்டங்களில் பாடு பார்த்துக் கொண்டிருந்த சனங்கள் கொலைப்பதற்றமாய் ஓடி வந்திருந்தனர். அவனை வல்லடியாய் ஒரு மாட்டு வண்டிக்குள் தூக்கிப் போட்டுக்கொண்டு தடதடவென அரசு மருத்துவமனைக்கு ஓட்டிக்கொண்டு வந்தார்கள். சாயந்தரம் அவனுக்கு அறுவை சிகிச்சைப் பண்ணி முடிந்தவுடன் அவனின் தெருக்காரர்களில் சிலர் கத்தி, கம்புகளுடன் பிச்சையாவின் வீடுதேடி ஓடிவந்தனர். நல்ல வேளை, மதியமே செய்தியைக் கேள்விப்பட்டு பிச்சையாவும் பொன்னாபரணமும் வீட்டைக் காலிப் பண்ணி யிருந்தார்கள். கொஞ்ச காலத்துக்கு அவளின் அம்மா வீட்டில் அடைக்கலம் தேடிக்கொள்ள சமாதானபுரத்துக்குக் குடும்பத்தைக் கூட்டிக்கொண்டு போனாள் பொன்னாபரணம். தெருக்காரர்கள் எவ்வளவோ தடுத்துப் பார்த்தார்கள். மறக்குடிக்காரர்கள் மசிவதாக இல்லை. மீறித் தடுத்தவர்களுக்கும் மிதி, உதைகள் கிடைத்தன. தங்கள் கோபத்தீயைப் பிச்சையாவின் ஓலைக் கூரைக்குமேல் இடம்

மாற்றி வைத்துக்கொண்ட பிறகுதான் மறக்குடிக்காரர்களின் மனசு சந்தோசப்பட்டது.

பிச்சையாவின் மறைவிடம் தேடி வந்த காக்கிச்சட்டைக்காரர்கள் வெள்ளையனின் போக்கிடத்தைக் கூறுமாறு குடைந்து குடைந்து கேட்டார்கள். பிச்சையா பேதலித்துப் போனான். எத்தனை முறைகள் இம்சைப்படுத்திக் கேட்டாலும், "எனக்குத் தெரியாதய்யா" என்றுதான் அவன் மறுவி மறுவிச் சொல்ல வேண்டியதிருந்தது. காக்கிச் சட்டைக்காரர்களைவிட பிச்சையாவுக்கும் பொன்னா பரணத்துக்கும்தான் வெள்ளையனின் போக்கிடத்தை அறிந்து கொள்ளும் ஆவல் அதிகமாக இருந்தது. கொழுகொம்பு மாதிரி வளர்ந்த பயல். திடுதிப்பென்று எங்கே போய் நின்று தடுமாறுகிறானோ என்பதை நினைத்துத் தவிப்பாயிருந்தது. அவனும் அவளும் ரகசியமாய் வரிந்துகட்டித் தேடத் துவங்கினர். உறவுக்காரர்களின் ஊர்களுக்கு எல்லாம் ஆட்களை விட்டு அலசிப் பார்த்ததுதான் மிச்சம். வெள்ளையன் கிடைக்காமலே போயிருந்தான். சூழலின் இறுக்கம் தளர்ந்து போயிருந்த ஆறுமாத கால இடைவெளிக்குப் பிறகு பிச்சையா குடும்ப சமேதரராய் மீண்டும் தெருவுக்கு வந்தான். கருகி, சாம்பலும் குப்பையுமாய் மண்டிப்போய் கிடந்திருந்த வீட்டை எடுத்துக் கட்ட அவனுக்கு ஐநூறு ரூபாய் தேவைப்பட்டது. இத்தனை நாட்களும் மாமனார் வீட்டிலிருந்து கூலிவேலைப் பார்த்துச் சேமித்து வைத்திருந்த பணம் இப்போது அவனுக்கு ஒத்தாசையாய் கை கொடுத்தது. மீண்டும் வேதாளம் எப்போது முருங்கைமரம் ஏறும் என்பதை அவனால் முடிவுபண்ண முடியாதிருந்தது. மறக் குடிக்காரர்களைப் பற்றிய அச்ச நெருடலுடனே காலத்தை ஓட்டத் துவங்கினான். அப்போதெல்லாம் சின்னத்துரைக்கு நாலுவயசும், மணிமேகலை ஒருவயசுக் கைக்குழந்தையாகவும் இருந்தார்கள். ராணிக்குப் பாவாடை தாவணி அணிந்துகொள்ள ஆர்வம் உண்டான சமயம் அது.

3

சிட்டைச் சிட்டைகளாய் நூல்நூற்று, தறிகளில் கொடுத்து, துணிகள் பாவும் வேலைகளே சர்வோதய சங்கத்தின் பிரதான வேலைகளாக நடைபெற்றுக் கொண்டிருந்தன. நூலைக் காரணப் பெயராக வைத்து சர்வோதயசங்கம் 'நூலாபீஸ்' ஆனது. எல்லோருக்கும் நூலாபீஸ் என்பதே புரிபடும் பெயராகவும் இருந்தது.

நூலாபீஸ் கட்டிடத்தின் வெளிப்புற வாசலுக்கு அருகே குழாய் வைத்திருந்தார்கள். கட்டிடத்தின் உள்வெளியில் அகலமாயும் ஆழமாயும் தோண்டப்பட்டிருந்த கிணற்றிலிருந்து இணைப்புத் தந்து வெளிப்பக்கக் குழாயில் நீர்வர வைத்திருந்தார்கள். எந்திரத்தைத் தட்டியதும் குழாய் முகப்பிலிருந்து 'சல்'லென நீர்பாயும். பணிசெய்யும் ஊழியர்களின் சவுகரியத்தை முன்னிட்டு அந்த வெளிப்பக்கக் குழாய் காலையிலும் சாயந்தரத்திலும் நீர் சொரிந்துகொண்டிருந்தது. நூலாபீஸை சமீபித்து நின்றிருந்த ஆசாரிமார்த் தெருப் பொம்பளைகளும் நாடாக்கமார்த் தெருப் பொம்பளைகளும் சிரமமில்லாமல் வந்து நின்று நீர்ப் பிடித்துக் கொள்ளவும் வசதியாகப் போயிருந்தது. எப்போதாவது சாம்பாக்கமார்த் தெருப் பொம்பளைகளும் பகடைத்தெருப் பொம்பளைகளும் பொசு முட்டின சமயங்களில் கைகளில் குடங்களோடு போய் நின்றனர். தண்ணீர்க் குழாயைத் தொட்டுவிட அவர்களுக்கு அனுமதியில்லை. ஆசாரிமார்த்தெருப் பொம்பளைகளோ அல்லது நாடாக்கமார்த் தெருப் பொம்பளைகளோ இரக்கப்பட்ட தருணங்களில் தங்கள் குடங்களில் நீர்ப்பிடித்து இவர்களின் பாத்திரங்களில் ஊற்றினால்தான் உண்டு. அதுவரைக்கும் கால்கடுக்க காத்துக் கொண்டு நிற்கவேண்டும். ஒரு சிலர் வஞ்சனையில்லாமல் நீர்கோரி ஊற்றுவார்கள். அநேகம்பேர் அதற்கும் தங்களுக்கும் சம்மந்தமில்லை என்ற கணக்கில் தங்கள் குடங்களில் நீர் நிறைத்துக்கொண்டவுடன் விசுக்கெனத் தூக்கி இடுப்பில் வைத்துக்கொண்டு வீறாப்பாய் போய்விடுவார்கள்.

சின்னத்துரையும் மணிமேகலையும் நூலாபீஸ் கட்டிடத்தின் வாசல்முகப்பை நெருங்கியிருந்தார்கள். சின்னத்துரையின் கையில்தான் தூக்குப்போணித் தொங்கிக்கொண்டு கிடந்தது. தன் சுயமான மஞ்சள் நிறத்தை இழந்து கருமைத்தட்டிப் போயிருந்தது அலுமினியத் தூக்குப்போணி.

தாட்டியமான இரு பொம்பளைகள் சளச்சளவென வாயாடிக் கொண்டே குழாயை மறைத்துக்கொண்டு நின்றிருந்தனர். அவர்களில் ஒருத்தியின் குடம் குழாய்க்கு அடியில் அமர்ந்து நீர்க் குடித்துக் கொண்டிருந்தது. அதன் பக்கத்தில் மற்றவளின் குடம் தாகத்தோடு தவித்துக்கொண்டு அமர்ந்திருப்பதாகத் தோன்றியது. நீர் குடிக்கும் குழாயின் இரைச்சலை மீறிக்கொண்டு அவர்களின் வாயடிப்புகளின் சத்தம் வல்லமைகூடிக் கேட்டது.

"இந்தத் தூக்குப் போணியில் கொஞ்சம் தண்ணி ஊத்துங்கம்மா." ஒருத்தியின் முகம்பார்த்து வெள்ளந்தியாய் கேட்டு நின்றான் சின்னத்துரை. என்ன சொல்வாளோ என்ற எதிர்பார்ப்பும், ஏசிவிடுவாளோ என்ற பயமும் கலந்திருந்தன. குழாயிலிருந்து தொடர்ச்சியாய் நீர்பாயும் காட்சியையும், பொம்பளைகள் இருவரும் பகட்டாக அணிந்திருந்த நகைகளின் பளபளப்பான மினுங்கலையும் ஆச்சரியமாகப் பார்த்துக்கொண்டு நின்றிருந்தாள் மணிமேகலை.

கழுத்தில் தடித்தச் சங்கிலி அணிந்திருந்த சிவப்புத்தோல் பொம்பளை அவர்களை எரிச்சலுடன் ஏற இறங்கப் பார்த்தாள். ரொம்பவும் மலிவான புன்னகையை அவள் உதடுகள் வெளிச் சிந்தின. "ஒங்களக்குத் தண்ணிகோரி ஊத்த நாங்க என்ன ஒங்க வேலக்காரிகளாலெ? குழாய்த் தண்ணியக் குடிக்காம ஒங்க தாகம் அடங்காதோ? வந்துட்டான் சட்டியத் தூக்கிக்கிட்டு பிச்ச எடுக்குத மாதிரி" அழுக்கு மண்டிய அரைக்கால் டவுசரும், ஏணையும் கோணையுமாய் அவனின் மேலுக்குத் தொங்கிய கந்தல் சட்டையும், காய்ந்தத் தலையும், பிசுபிசுத்த முகமும் அவளுக்கு எரிச்சலைத் தந்திருக்கவேண்டும்.

மற்றொருத்தியின் கழுத்தில் நூலிழைக் கெணக்கா சங்கிலி தொங்கிக்கொண்டு கிடந்தது. அகன்ற சுளவுகள் மாதிரி, காதுகளில் கம்மல்கள் அணிந்திருந்தாள். அவளும் தன் பங்குக்கு அவனைக் கொத்திக்கிளறும் முனைப்பில் வார்த்தைகளை விசிறுவதாகத் தோன்றியது. "ஏன்லெ. ஒங்கத் தெருக்கெணத்துலதான் தண்ணி வருதுல்ல? அதக் கோரிக் குடிக்க வேண்டியதானெ? எங்க உசிர வந்து ஏன் வாங்குதிய?"

சின்னத்துரைக்கு மறுகலாக இருந்தது. இவர்கள் கிண்ணாரமாகப் பேசுவதைப் பார்த்தால், தனக்குத் தண்ணீர் தந்துவிட மறுத்துவிடுவார்கள் என்றே தீர்மானித்துக் கொண்டான். தாகத்தில் தவித்துக் கொண்டிருந்த அம்மாவின் வறண்ட உதடுகளும், சுருங்கிய முகமும், உள்விழுந்தக் கண்களும் அகஸ்மாத்தாய் அவனின் நினைவுக்கு வந்தன. "எங்கத்தெருக் கெணத்துல கூட்டமா இருக்கும்மா. வூட்ல ஒரு சொட்டுத் தண்ணிகூட இல்ல. அம்மைக்குத் தாகமா இருக்கு. அம்மதான் இங்கன வந்துத் தண்ணி வாங்கிட்டு

வரச்சொன்னா”

“ஓஹோ. ஒங்கம்மா பெரிய ராணி.. அங்க இருந்துகிட்டே உத்தரவுப் போட்டு வுட்டிருக்காளோ? ஒங்கம்மைக்கு இந்தத் தண்ணியக் குடிச்சாத்தான் தாகம் அடங்குமோ? அவளுக்குத் தண்ணி வேண்ணா அவளையே வரச்சொல்லு” குடத்தை நிரப்பிக் கொண்டவள் முதுகு வளைத்துத் தூக்கி தன் இடுப்பில் வைத்தாள்.

அவளின் மிதப்பான வார்த்தைகளுக்கு மற்றவளும் பரிகாசமாக சிரித்துப் பல்லிளித்துக் கொண்டாள். சின்னத்துரை எதிர்பார்த்தது தான். இதற்கு முன் ஓரிரு முறைகள் இப்படித் தண்ணீர் வாங்க வந்து நின்று ஏச்சு வாங்கிய அனுபவமும் அவமானமும் கொண்டிருந்தான். முகத்தில் அசடு வழிய பேந்தப்பேந்த விழித்துக் கொண்டு நின்றிருந்தான். ஒருத்தி மட்டுமே இப்போது குழாயருகில் நின்று கொண்டிருந்தாள். அவளின் குடம் குழாய்க்கு அடியில் அமர்ந்து நீரால் தன் வயிற்றை நிரப்பிக்கொண்டிருந்தது. அரசல் புரசலாய் சந்தடிக் கேட்கத் துவங்கியிருந்த தருணம் அது. நூலாபீசுக்குள் ஒரு சிலர் உள்ளே போவதும், ஒருசிலர் வெளியே வருவதுமாக சலனமிட்டுக் கொண்டிருந்தனர். அங்கு நின்று கிழக்குப் பக்கம் திரும்பிப் பார்த்தால் ஆசாரிமார்த் தெருவில் சிறுவர்களும் சிறுமிகளும் உதிரிஉதிரிகளாய்க் கிடந்து விளையாடிக் கொண்டிருந்தது தெரிந்தது, சர்வோதய சங்கக் கட்டிடத்தையொட்டி மேற்காக நீண்டுபோன மண்சாலை வழியே ஒருவன் மாட்டுவண்டியை ஓட்டிக்கொண்டு வந்தான். மணலில் கால்பதித்து முன்னேற முடியாமல் திணறிய மாடுகளுக்குச் சாட்டையால் பளார்பளார் என்று வீச்சுகள் கொடுத்தான். ‘அவத்தொவக்’ கென்று நடந்து வந்தன மாடுகள்.

திடீரென அந்தப் பொம்பளைக்கு எப்படி ஞானோதயம் வந்ததோ தெரியவில்லை. “ஏம்ல முழிச்சிக்கிட்டு நிக்க? தூக்குப்போணிய கீழ வையி” என்று இரைச்சலாக அவனுக்கு உத்தரவு போட்டாள். மணிமேகலைக்கு இப்போதுதான் உணர்வுத் தட்டியது போலிருந்தது. இதுவரைக்கும் அண்ணனின் முதுகுப் பக்கமே அரண்டுபோய் நின்றிருந்தாள். அவர்கள் பேசியிருந்தப் பேச்சுக்களும், வக்கணையானச் சிரிப்புகளும் அவளை அதிர்ச்சியில் ஆழ்த்தி விட்டிருந்தன.

படக்கென்று தூக்கப்போணியைத் தரையில் வைத்தான் சின்னத்துரை. புறங்களில் கறைகளோடும் விளிம்புகளில் நெளிசலோடும் பரிதாபமாய் காட்சி தந்த தூக்குப்போணியின் தோற்றம் அந்தப் பொம்பளைக்கு அருவருப்பைத் தந்திருக்க வேண்டும். “போணிய வச்சிருக்கித லெச்சணத்தப் பாரு” என்று உதட்டுக்குள் கரித்துக்கொண்டே தன் குடத்தை உயரமாய் தூக்கிக் கவிழ்த்தி போணிக்குள் நீரைச் சரித்தாள். போணிக்குள் நீர் நிரம்பி விளிம்புகளில் தழும்பி ஓடியது. “இன்னிக்கு ஒரு நாள் மட்டுந்தான். இப்பிடி

அடிக்கடி வந்துநின்னு உசிர வாங்கக்கூடாது. தெரிஞ்சுதா ?"

மீண்டும் குடத்தைக் குழாய்க்கு அடியில் வைத்து நீர் நிறைக்க தொடங்கினாள்.

சட்டென்று தூக்குப்போணியை எடுத்துக்கொண்ட அவன் மணிமேகலையுடன் நடையைக் கட்டவும், குமராயிருந்த மற்றொருத்தி வந்து குழாய் அருகில் நிற்கவும் சரியாக இருந்தது. அவள் இடுப்பிலும் தங்க நிறத்தில் குடம் ஒன்று அமர்ந்து மின்னிக்கொண்டிருந்தது. எப்போதும் அவர்கள் இப்படித்தான் மிடுக்காய் எச்சரிக்கை பண்ணிக்கொண்டிருக்கிறார்கள் என்பதை நினைத்துப் பார்த்தான். ஆனாலும் மனசுக்குள் முட்டிமோதி கடைசியில் நீர் ஊற்ற முடிவுபண்ணிக் கொள்கிறார்கள். வேண்டாத வெறுப்பிலோ அல்லது தவிர்க்கமுடியாத நெருக்கடியிலோ சேரிச்சனங்கள் முண்டியடித்து வந்து குழாயில் குடத்தை வைத்தோ, பாத்திரங்களை வைத்தோ நீர் பிடித்து விடக்கூடாது என்ற எச்சரிக்கை உணர்வும் பயமும் இருந்தன மேட்டுக்குடிப் பொம்பளைகளுக்கு. சேரிப் பாத்திரங்கள் பட்ட நீர்க்குழாயில் தாங்களும் குடம்வைத்து நீர்பிடித்துக் கொள்வது. சாத்திரத்திற்கு அடுக்காது என்று தீர்மானித்திருந்தார்கள்.

அம்மாவிடம் தூக்குப்போணியைக் கொண்டுவந்து தந்தபோது அதன் பாதிவரைக்கும்தான் நீர் கிடந்திருந்தது. தூக்கிக் கொண்டு வந்திருந்த அசைவில் நீர் அலம்பி வெளியே சிந்தியிருந்தது. அவசர அவசரமாய் அவனிடமிருந்து போணியை வாங்கி வாய் வைத்துக் குடித்துக்கொண்டாள் அம்மா. "பேதியிலப் போறவனெ. தண்ணியச் சிந்தாமக் கொண்டு வந்திருக்கக்கூடாது? ஒருவாய் தண்ணிக்கு எவ்வளவு லோல்பட வேண்டியதிருக்கு."

''ஆங் நடக்கும்போ சிந்தத்தான் செய்யும்" சின்னத்துரை சாதுரியமாய் பதிலடைத்துக் கொண்டான். "போணியிலத் தண்ணி ஊத்தறதுக்குள்ள அவளுவ எப்பிடியெல்லாம் ஏசுதாளுவ தெரியுமா? இனியெல்லாம் நா தண்ணி வாங்கப் போவ மாட்டென்"

''என்னச் செய்ய. அவளுவ ராச்சியம். நம்ம ஏச்சு வாங்க வேண்டியதிருக்கு"

பொன்னாபரணத்துக்கு இப்போதுதான் சுவாரஸ்யமாய் மூச்சுவிட முடிந்தது. குளிர்ந்த நீர் வயிற்றுக்குள் இறங்கியதும் தேகத்தில் பதற்றம் தணிந்து நிதானத்தை அடைந்திருந்தது.

தெருவில் நின்று விளையாடிக்கொண்டிருந்த சேக்காளிகளின் கூச்சலும் சிரிப்புச் சத்தமும் சின்னத்துரையையும் மணிமேகலையையும் வீட்டில் நிற்க விடவில்லை. சந்தடிச் சாக்கில் மெதுவாக ஒதுங்கிவந்து தெருவைப் பார்த்து ஓட்டம் பிடித்தார்கள். பொன்னாபரணத்துக்கு

அவர்களைத் தடுத்து நிறுத்த மனசில்லாதிருந்தது. சின்னஞ்சிறுசுகள். வாய்க்குக் கடித்துக் கொள்ள அவள் எதையும் கொண்டு வராதிருந்த வெறுமையில் ஏமாற்றம் கண்டிருந்தார்கள். அந்த ஏமாற்றத்தைத் தணித்துக்கொள்ள அவர்களுக்கு இப்போது விளையாட்டு மட்டுமே மாற்றாகத் தோன்றியிருக்க வேண்டும். இனி இரவான பிறகே வயிற்றுக்குக் கொட்டிக்கொள்ள பசியோடு வீட்டுக்கு ஓடி வருவார்கள்.

கடைக்குப் போயிருந்த ராணி ஆடிஅசைந்து ஆத்தலாக வந்து கொண்டிருந்தாள். இப்ராஹிம் சாயபுக்கடை பக்கத்தில்தான் இருக்கிறது. கிணற்றின் அருகில் நின்று சத்தம்போட்டுக் கூப்பிட்டால் தெளிவாகக் காதில் விழுகிறது.

“ஏன் இப்பிடி அன்னநட நடந்துகிட்டு வர்ற? செழமாத்தான் வந்துத் தொலையேன்... இன்னும் வேல எவ்ளவ் கெடக்கு. அதையெல்லாம் எப்ப செஞ்சி எப்ப முடிக்கதுக்கு?”

“வந்துக்கிட்டுத்தானம்மா இருக்கென். பறந்தா வர முடியும்?”

பேப்பரில் சுருட்டி வைத்திருந்தக் கருவாடுகளை அம்மாவிடம் தந்தாள் ராணி. “மேல எல்லாம் கருவாடு நாத்தம். நா இனிக் கருவாடு வாங்கப் போவமாட்டென்” கருவாடுச் சுருட்டிக் கொண்டுவந்திருந்தக் கையை முகர்ந்துப் பார்த்து எரிச்சல்பட்டாள்.

பொன்னாபரணத்துக்குச் சிரிப்பாய் வந்தது. சற்றைக்கெல்லாம் சிரிப்பு அடங்கிக் கோபமாக மாறியது. “வெங்கக் கழுத. நம்மப் பொழைப்பே நாறிக்கெடக்கு. இதுல கருவாடுப் பட்டு ஒடம்பெல்லாம் நாறிப் போச்சுன்னு கவலப்படுத. இந்தா இதக் கொண்டுபோயி சட்டியிலப் போட்டு மூடிவை. பூனக்கீன வந்துத் தூக்கிட்டுப் போயிராம மூடிக்குமேல ஒரு கல்ல எடுத்து வையி.” கையில் வைத்திருந்தக் கருவாட்டுச் சுருட்டலை ராணியை நோக்கி நீட்டினாள்.

“யம்மா நானா?” கையை உதறிக்கொண்டு ராணி பின்னுக்கு நகர்ந்துபோனாள்.

“நானாவா? வேற ஒஞ்சின்னவனா வந்து வாங்கிட்டுப்போயி வைப்பான்? அட சில்லாட்டக் கழுத. கருவாட்டுக் கொளம்பு ஊத்தும்போ இப்பிடி ‘வேண்டாமி’ ன்னு மல்லுக்கட்டாம் பாப்பொம். கொளம்பு ருசிக்குது, கருவாடு மட்டும் நாறுதாக்கும்? பிடி கழுத. கொண்டு வச்சிட்டு வா. செழமா வா. ஒனக்கு எளவு வெச்சது கெணக்கா கொடத்துல ஒரு தண்ணியும் வைக்காமக் குளிச்சி மொளுவி இருக்கியே. ரெண்டு கொடத்தையும் தூக்கிட்டுவா. மொதல்ல தண்ணி எடுக்குத வேலையப் பாப்பொம்”

“எனக்குக் காலு கையெல்லாம் ஒரே வலியாய் இருக்கும்மா. எவ்வளவுத் தூரம் இன்னிக்கு மாட்டுக்குப் பின்னால அலஞ்சிட்டு வந்திருக்கென்? நா தண்ணிக்கோர வரல்ல. நீ மட்டும் போயிக் கோரிட்டு வா”

“என்னிய என்ன மனுசின்னு நெனச்சியா, மாடுன்னு நெனச்சியா? எட்டுபேருச் செய்ய வேண்டிய சோலிய இன்னிக்கு நாலுபேரு நின்னுச் செஞ்சிட்டு வந்திருக்கு. அதையும் அறக்கப்பறக்க செஞ்சி முடிச்சிட்டு வூட்டுக்கு வந்திருக்கு. எனக்கு வலிக்கித வலியப் பார்த்தா யாருகிட்டப்போயி சொல்லி அழுன்னு இருக்கு. நீ என்னமோ மாட்டுக்குப் பின்னால அலஞ்சதப் பெரிய கஷ்டமா வந்துச் சொல்லுத. மருவாதியா கொடத்த எடுத்துட்டு வா. அடிகிடி வாங்கிராத”

“யம்மா?”

“சொன்னாக் கேளு ராணி. என்னச் செனப்படுத்தாத. தண்ணிக் கோரிட்டு வந்தப் பொறவுதான் கருவாட்டக் கழுவி கொளம்பு வைக்கணும். கருவாட்டக் கழுவக்கூட தண்ணி இல்ல. தண்ணிக் கோரிட்டு வரலன்னா ஈரமண்ணையா காடில ஊத்தித் திம்ப? நீ எதுக்குத் தண்ணியெடுக்க வரமாட்டன்னு அக்குரும்புப் பண்ணுதன்னு தெரியும். மெனக்கெட்டு உக்காந்து பூச்சமுள்ளுப் பூவக் கட்டப் போற. என்னைய என்ன கேணச் செருக்கின்னு நெனச்சியா? கேப்பையில நெய்வடிதக் கதையாப் போச்சி, நீ சொல்லுதது. செழமா போ நேரம் ஆயிட்டிருக்கு”

ராணி மனசில்லாமல் பூனை நடை எடுத்து வைத்து வீட்டுக்குள் போனாள். அம்மா தந்திருந்த கருவாட்டுப் பொதியலைக் கறிச்சட்டிக்குள் கொட்டி உலைமூடி எடுத்து மூடிவைத்தாள். மூடிமேல் பாரம் வைப்பதற்குப் பக்கத்தில் எதுவும் கிடைத்திருக்கவில்லை. பூனைமேல் நம்பிக்கை வைத்தவளாய் குடங்கள் இரண்டையும் கைப்பற்றிக்கொண்டாள். இரண்டும் மண்குடங்கள். மண்குடங்கள் பாராங்கல்லாய் கையில் கனத்தன. அம்மாவை மனசுக்குள் வைதுகொண்டே வெளியே வந்தாள். “கெணத்துக்குப் போயிட்டிரு. நா பின்னால வர்றென்” ராணிக்குஉத்தரவுப்போட்டுக்கொண்ட பொன்னாபரணம் திண்ணையைவிட்டு எழுந்து நின்றாள். திண்ணையின் மேற்கு விளிம்பில் ஒதுக்கிப்போட்டிருந்த அம்மிக்குக் கீழே பாம்பின் சுருட்டலாய் ஒடுங்கிக் கிடந்தது ஓலைப்பட்டை. சடவோடு குனிந்து எடுத்துக்கொண்டாள் அதை. பட்டைக்குள் சுருட்டி வைத்திருந்தக் கொச்சைக் கயிற்றை அது உருவிக் கீழே சரிந்து விடாமல் இருப்பதற்கான எச்சரிக்கையில் உள்ளுக்குள் அழுத்தித் திணித்துக்கொண்டாள். அகலமாயிருந்தப் பட்டையின் உள்ளீட்டின் வெற்றிடம் முழுவதையும் கயிறு இறுக்கமாய் அடைத்துக்கொண்டது.

கிணற்றின் மொத்த ஆழமான நூறு அடி நீளம் கொண்டது கயிறு. பனங்குருத்து ஓலையால் விரித்து முடக்கிச் செய்யப்பட்ட பட்டையின் குடுவைப் போன்ற பகுதியின் மத்தியில் ஒரு பலமான குச்சி வைத்துக் கட்டப்பட்டிருந்தது. குச்சியின் மத்தியில் கயிற்றின் ஒரு முனை இறுக்கமாகப் பிணைக்கப்பட்டுக் கிடந்தது. மறுமுனையை விரல்களில் பலமாகக் கொருத்துக்கொண்டு மெதுமெதுவாகப் பட்டையைக் கிணற்றுக்குள் இறக்குவார்கள்.

இறைவையை நிறைத்துக் கொண்டதும், நிதானமாகக் கயிற்றை மேல்நோக்கி இழுத்துச் சுருட்டிச் சுருட்டிப் பட்டையைக் கைப்பற்றிக் கொள்வார்கள். நீர்க் கனத்துடன் மேலே வந்திருக்கும் பட்டை. அதைச் சீராகக் குடத்துக்குள் கவிழ்த்தால் நீரை உள்வாங்கிக் கொண்ட குடம் பெருமூச்சாய் இரைச்சலிடும்.

தெருவின் ஈசான மூலையில், சதுர வடிவத்தில் துவளம் கட்டி நின்றிருந்தது கிணறு. சேரிச் சனங்களுக்கு மட்டுமே பாத்தியப்பட்ட கிணறு அது. ஏகதேசம் அது பழமை வாய்ந்தது என்பதை கிணற்றுக்கு அரணாய் நின்றிருந்தத் துவளத்தின் காரைப் பெயர்ந்த சிமெண்டுச் சுவர்கள் சாட்சியம் சொல்லின. ஊர்க்காட்டில் செழுமையாய் மழைப் பெய்து ஆறேழு வருடங்களாவது முடிந்திருந்த நிலைமையில் தெருக்கிணற்றில் தண்ணீர் வற்றிப் போயிருந்தது. அடிக்கிணற்றின் தெற்கு மூலையிலிருந்து 'சீத்'தென்று ஓடிவந்து கொண்டிருந்தக் குறைச்சலான நீரை மொண்டுதான் சேரிச்சனங்கள் தங்கள் குடங்களை நிரப்பிக்கொண்டிருந்தார்கள். கிணற்றுக்குள் வெடிவைத்துத் தகர்த்து ஊற்றை விரித்துக் கொடுத்தால் தண்ணீர் செழம்பரக் கிடைக்கும் என்பது எல்லோருடைய பொருமலாக இருந்தது. எத்தனையோ முறைகள் ஊராட்சித் தலைவரிடம் சென்று தெருவின் சார்பாக முறையிட்டிருந்தார் பூசாரித் தாத்தா. இதுவரை ஒன்றுமே நடக்காதிருந்தது, எப்போதும் போல.

4

பொன்னாபரணத்தின் கையில் பட்டையும் ராணியின் கைகளில் இரண்டு குடங்களுமாய் கிணற்றடிக்கு வந்திருந்தார்கள். துவளத்தில் இடைவெளி விடாமல் பொம்பளைகள் சரிந்துகிடந்து கிணற்றுக்குள்ளிருந்து பட்டைகளில் நீர்கோர முயன்று கொண்டிருந்தது தெரிந்தது. “இந்தக் கூட்டத்துல நமக்கு எங்கனக்கூடி எடம் கெடைக்கப் போவுது?” என்று பொருமிக்கொண்டு நின்றிருந்தாள் பொன்னாபரணம். பட்டைகளை ஈர நசுநசுப்போடு மேலே தூக்கிக் கொண்டவர்களின் கைகளிலிருந்து வெளியே விழுந்து கிடந்த கயிறுகள் அறுத்துப்போட்ட கிடாவின் குடல் சுருக்கங்களாய் காட்சி தந்தன. பட்டையிலிருந்து வெள்ளி மினுங்கலாய் சரிந்த நீர்க் கோடுகள் குடங்களுக்குள் அருவியாய் விழுந்து சல்லென்று ஓசை எழுப்பின.

அவளுக்குத் திடீரென எரிச்சலாய் முண்டியது.“இப்பிடிக் கொள்ளப்போவுறது கெணக்கா எல்லாரும் கொமஞ்சி நின்னுத் தொவளத்த அடச்சிக்கிட்டுக் கெடந்தா, காட்டுலயிருந்து அலுத்துச் சடஞ்சி வந்தப் பொம்பளய என்னிக்குத் தண்ணியெடுத்துட்டுப் போயி அடுப்புல ஏத்தது?”

துவளத்தில் குனிந்துகிடந்த எதிர்த்தவீட்டுப் பொன்னம்மா திடுமெனத் தலையை உயர்த்தித் திருப்பி பொன்னாபரணத்தைப் பார்த்து வக்கணையாய் பதில் சொன்னாள். “ஏங், நாங்களும் ஒன்னயக் கெணக்கதான் காட்டுச்சோலிக்குப் போயிட்டுவந்து தொவளத்துல நாண்டுக்கிட்டு நிக்கொம். நாங்களும் சேர்மானத்துல ஒக்காந்துப் பொழைக்கல. ஒனக்கு அவ்ளவ் அவசரமா தண்ணி வேணும்னா செழமா வந்து எடம்புடிச்சி நின்னிருக்கணும்.”

“நீ எதுக்குச் சொல்லமாட்ட? புள்ளக் குட்டி இல்லாத பவுசு ஒனக்கு. ஒரு கொடத்துல சிணுக்குன்னுத் தண்ணிப்புடிச்சி வச்சிக்கிட்டு செரங்குச் செரங்கா ஊத்திப் பலுமாறிக்கிடுவெ. ‘புள்ளக் குட்டிகளுக்குப் பசிக்குமே, செழமா கஞ்சித் தண்ணிவச்சிக் குடுக்கணுமே’ ங்கித அக்கிசி ஒனக்குக் கெடையாது. அந்த அக்கிசியிருந்தா இப்ப இந்த நீட்டு நீட்ட மாட்டெ”.

“ஆமா, இவா தொட்டுல்லப் புள்ளையத் தூங்கப்போட்டுட்டு வந்திருக்கா. வவுரு எல்லாத்துக்கும் ஒண்ணுதாம்.”

“யம்மாடி, நா ஒங்கிட்ட வழமப் பேசதுக்கு வரலெ. செழமா

தண்ணியப் புடிச்சிட்டு எடத்தக் காலிப்பண்ணு. அடுப்புல ஏத்த ஒடனெ தண்ணி வேணும் எனக்கு. வூட்ல ஒரு சொட்டுத் தண்ணிகூட இல்ல.”

”கொஞ்சம் பொறு, எல்லாத்தையும் பொத்திக்கிட்டு நில்லு. எங்கொடம் நெறஞ்சதும்தான் எடத்தக் காலிபண்ண முடியும். வேற எவளாவது கொடத்த நெறச்சிருக்காளான்னுப்பாரு.. எங்கிட்ட மல்லுக்கு நிக்காத.”

தொவளத்தைச் சுற்றி நிதானமாக நடந்து வலம் வந்தாள் பொன்னாபரணம். எல்லோருடைய குடங்களும் கால்வாசியும் அரைவாசியுமாகவே நிறைந்திருந்ததுத் தெரிந்தது. தெற்குப் பக்கம் ஒதுங்கி நின்று நீரிறைத்துக் கொண்டிருந்த துலுக்கக் குடிப் பொம்பளைகளின் குடங்களையும் நெருங்கிப் பார்வையிடப் போனாள்.

இஸ்மாயில் சாயபின் பொஞ்சாதிக்காரி ஆயிசா அவசரம் அவசரமாய் துவளத்திலிருந்துத் தலையை வெளியே தூக்கி நிறுத்திக் கொண்டு, “இந்தா எங்கக் கொடத்தை எல்லாம் தொட்டுப் பாத்திராத, அப்பொறம் அவ்ளவ் தண்ணியையும் தூர வீணாத்தான் கொட்ட வேண்டியதிருக்கும்” என்று எரிந்து விழுந்தாள்.

பொன்னாபரணத்துக்குப் பொசுக்கென்று கோபம் வந்தது. முகத்தில் சாட்டையால் அறைந்தது மாதிரி வலித்திருந்தது. “ ஏம்மா? சாம்பாத்தித் தொட்டா ஆவாதாக்கும்? சாம்பாக்கமார்த்தெருக் கெணத்துத் தண்ணி மட்டும் ஆகுது. அதுல ஒண்ணும் ஒட்டிக்காதா?”

“ஆங், இது ஒண்ணும் ஒங்களுக்குள்ளக் கெணறு இல்ல.. பஞ் சாயத்துப் போடுலயிருந்துத் தோண்டிக்குடுத்த கெணறாக்கும்.”

ஆயிசாவின் அசட்டையான பதிலுக்கு ஆதரவு தருவதுபோல துவளத்தில் வரிசையாகச் சரிந்து கிடந்திருந்த மொலுங்கு மொலுங்கான நாலைந்து துலுக்கக் குடிப் பொம்பளைகளும் வெருட்டென்று தலைகளைத் தூக்கி பின்புறம் திரும்பிப் பொன்னாபரணத்தைப் பார்த்து முறைத்தனர். பொன்னம்மாவுக்கும் அவள் பக்கத்தில் சரிந்து கிடந்து நீரிரைத்துக் கொண்டிருந்த ஐந்தாறு சாம்பாக்கமார்த்தெருப் பொம்பளைகளுக்கும் சூடுபட்டது போல உறைத்திருக்க வேண்டும். விர்ரென்று முகத்தைச் சுருக்கிக்கொண்டு துலுக்கக்குடிப் பொம்பளைகளை எரித்து விடுவதைப்போல வெறித்துப் பார்த்தனர். பொன்னம்மாவுக்கு எப்போதும் வாய்த்துடுக்கு அதிகம். அவ்வளவுச் சுளுவில் வார்த்தைகளைக் கொடுத்துவிட்டுத் தப்பித்துவிட முடியாது.

“அதுசரி, சாம்பாக்கமாருக் கெணறு இது இல்லன்னா இத எதுக்கு எங்கத் தெருவுலக்கொண்டு போட்டுக்கணும்? பொதுக்கெணறுன்னா நடு ரோட்லயில்லா போட்டுக்கணும்? வாய்க்கிழியப் பேசிட்டா போதாது. வரமொற தெரிஞ்சிப் பேசணும்.‘ அய்யோ பாவம். நம்மளக் கெணக்கா தண்ணிக்குக் கஷ்டப்படுதாவளே’ன்னு எரக்கப்பட்டு தண்ணிப்புடிக்க எடம் கொடுத்தா, எசலிப்பு வச்சிப் பேசுதியளே. இருக்க எடம்கொடுத்தா படுக்க எடம் கேட்டக் கதையா”

“எங்களுக்கொண்ணும் யாரும் எரக்கப்பட்டுக் கொடுக்காண்டா அப்படியொண்ணும் நாங்க தரம் கொறஞ்சிப் போயிரலெ. எங்க மாப்ளமாரு நெனைச்சா எங்க ஒவ்வொரு வூட்டுக்குள்ளயும் அடிப்பம்பு வச்சித் தருவாக தெரியுமா?” துலுக்கச்சிகளிலே ரொம்பவும் நோஞ்சானாக இருந்தவள், வீம்பாக வார்த்தைகளை விட்டாள்.

பொன்னாபரணத்துக்குப் பொறுமையைத் தக்கவைத்துக் கொண்டிருக்க முடியவில்லை. வாய் பொறுபொறுவென்று அரித்தது. பதிலுக்கு அடைத்தாக வேண்டும் என்ற ஆவேசத்தில் குரலை உயர்த்திப் பேசினாள். “அவ்ளவ் பவுசுல இருக்கிதவிய சாமானத்தப் பொத்திக்கிட்டுப் போவ வேண்டியதானெ? ஏங் எங்கப்பொழைப்புல வந்து நின்னு மண்ணள்ளிப் போடணும்? வந்தமா, நாலுகொடம் தண்ணி எடுத்தமான்னு சங்கடமில்லாம தண்ணி எடுக்க முடியுதா? அட்ட மாதிரி வந்து ஒட்டிக்கிட்டு நிக்கது எதுக்கு?”

“நாங்க வாரதும் போறதும் ஒங்கிட்டக் கேட்டுக்கிட்டு இல்ல. எங்கப் புருசம்மாரு சொன்னாக, அதான் இங்கவந்துத் தண்ணி எடுக்கொம்”

“அப்படியென்ன ஒங்கப் புருசம்மாருக புதுசா சொல்லிட்டாவெ?”

“இது பஞ்சாயத்துப் போடுலருந்து வச்சக் கெணறின்னதால இதுல எங்களுக்கும் தண்ணிக் கோர உரிமை இருக்குதுன்னாக” ‘

“நல்லாத்தான் சொன்னாவெ. வூட்லக் கெடந்து வவுறு நெறைய சோத்தயும் கறியையும் தின்னு ஒடம்பப் பெருக்க வச்சிருக்கவிய, நாங்கள்ளாம் வேலசோலிக்குப் போனப்பொறவு சவுகரியமா வந்து நின்னு தண்ணி எடுக்கணும். இப்ப எங்களுக்கு எடஞ்சலா வந்துநின்னு ஒவத்திரியம் கொடுக்கதுமில்லாம, வாய்ப் புளிச்சதா மாங்காப் புளிச்சதா கெணக்கா விண்ணாளம் வேறு பேசுதியளே. துமுருதானெ?”

“வார்த்தைய அளந்து பேசு.. பொல்லாப்பாயிரும்.”

“என்ன பெரிய பொல்லாப்பு? அப்டி என்னதா பண்ணிருவிய?”

பொன்னாபரணம் தன் கையில் வைத்திருந்தப் பட்டையின் கயிறுகளை விறைப்பாய் சுருட்டிக்கொண்டு முன்னோக்கிப் போனாள். எக்குத்தப்பாய் எதுவும் கிடைக்கிவில்லை என்றால் அந்தக் கயிற்றுச் சுருளையே ஆயுதமாகப் பயன்படுத்திக் கொள்ளலாம் என்ற ரோசனை இருந்தது அவளுக்கு. ஏற்கனவே வீட்டில் ஒரு சொட்டுத் தண்ணீர்கூட இல்லாதிருந்த குடல் கொதிப்பு வேறு. இனிதான் நீரெடுத்துப்போய் கருவாட்டைக் கழுவி மசாலா அரைத்துச் சட்டியில் போட்டுக் கொதிக்கவைக்க வேண்டும். ஆத்திர அவசரமாய் தண்ணீர் கோரிவிட்டுப் போகலாம் என்று வந்தால் சேரிப்பொம்பளைகள் மட்டுமல்லாமல் தின்றுகொழுத்த துலுக்கக் குடிப் பொம்பளைகளும் நெருக்கியடித்து நின்றுகொண்டு உபத்திரவம் படுத்துகிறார்கள்.

"யம்மோ வேண்டாம். அவிய பொல்லாதவிய. செய்வின கிய்வினன்னுப் பண்ணிக் கொன்னுப்புடுவாவெ" ஆவேசமாய்ப் பாய்ந்த அம்மாவின் கையைக் கெட்டியாகப் பற்றிக்கொண்டு தடுத்து நிறுத்த முயற்சித்தாள் ராணி. அவள் லூசுக் கழுதையாக இருந்தாலும் தன் அம்மாவின் மேல் பாதகம் வந்து விழுந்து விடக்கூடாது என்பதில் ரொம்பவும் கருக்கடையான பெண்ணாகத் தெரிந்தாள்.

பொன்னம்மாவும் மற்றப் பொம்பளைகளும் பொன்னா பரணத்தைத் தடுத்து நிறுத்த அக்கறைப்பட்டு ஓடிவந்தார்கள். பொன்னாபரணத்தின் கையிலிருந்தப் பட்டையை வாங்கிக் கொண்டாள் பொன்னம்மா. அவளின் கைப்பிடியிலிருந்து உருவிக் கீழே விழுந்தக் கயிற்றின் முனை பொன்னம்மாவின் காலடிக்குள் சிக்கிக் கொண்டது. வல்லாத்தள்ளையாய் காலைத் தூக்கிக்கொடுத்து சிக்கலைச் சரிப்பண்ணிவிட்டுக் கொண்டாள். "சீத்துங்கறதுக்குள்ள செய்வின வச்சிப்புடுவாவெ. நாமதான் ஒதுங்கிப்போவணும்."

"அவிய செய்வென வச்சி என் இதுமயித்தக் கூடப் புடுங்கிக்க முடியாது. அப்பிடியே பயந்துகிட்டுக் கெடந்தா நம்மள ஏறி மிதிச்சிருவாவெ".

எதிர்ப்பக்கத்திலும் துலுக்கக்குடிப் பொம்பளைகள் முறைத்துக் கொண்டு நின்றிருந்தார்கள். எல்லோரின் காதுகள்பட கெட்டக்கெட்ட வார்த்தைகளில் வைது கொண்டார்கள். சண்டைக்குக் கூப்பிடுகிற ஆவேசத்தில் சுண்டிவிட்டுப் பறந்த சூளுரைப்புகள். ஒரு ஒண்ணுமற்றப் பறப்பொம்பளை எல்லோரையும் அடக்கி ஆளுகிற வீம்பில் மல்லுக்கு வரப் பார்க்கிறாளே என்கிற ஆத்திரம். மேட்டுக் குடிகளின் காயம்பட்ட கனைப்புகள். சாதிப் பெருமிதம்.

ஆயிசாவுக்கு நிலைகொள்ளாத பெருங்கோபம் மூண்டு கொண்டிருந்தது. "வாடீ வக்கத்தச் செருக்கி. எம்முன்னால வந்து

நிக்குத கால முறிச்சி அடுப்புல வச்சிருதென். நீ தலையப் பிச்சிகிட்டு தெருத்தெருவா பிச்சைக்காரிக் கெணக்கா அலைய வைக்கிதென்."

இப்ராஹிம் சாயபின் பொஞ்சாதிக்காரி கதீஜா மட்டும் ஆயிசாவுக்குச் சார்பாக பொன்னாபரணத்துடன் வார்த்தைக் கட்டி நின்றிருந்தாலும், மற்ற துலுக்கக் குடிப் பொம்பளைகள் ஒன்று சேர்ந்து ஆயிசாவைச் சமாதானப் படுத்துவதிலே அக்கறைக் காட்டினார்கள்.

"வுடு கழுதைய. நாய்ங்க கொரச்சா சூரியன் உதிக்கப் போவுது? அவளுவ பாட்லக் கொரச்சிக்கிட்டுப் போறாளுவ"

பொன்னாபரணத்துக்கும் ஆத்திரம் அடங்கியிருக்கவில்லை. கொதிக்கும் உலையின் நுரைக் கொப்புளங்களைப் போல சூடு தனியாமல் அவளின் உதடுகள் வார்த்தைகளை உதிர்த்துக் கொட்டின. " என்னப் பேச்சுப் பேசுதாப் பாரென், எடுவட்டச் செருக்கி" என்பதே அவள் இறுதியில் உதிர்த்துக் கொட்டிய வார்த்தைகளாய் இருந்தன. பொன்னாம்மாவும் மற்ற சில பொம்பளைகளும் தண்ணீர்க்கோரி நிறைத்திருந்த சிலாகிப்பில் துவளத்தில் இடம் தந்துவிட்டு குடங்களைத் தூக்கி இடுப்புகளில் வைத்துக்கொண்டு நடையைக் கட்டினார்கள். விடுபட்ட இடத்தைப் பொன்னாபரணம் பிடித்துக் கொண்டாள். இன்னொரு பட்டை இருந்தால் ராணியையும் துவளத்தில் சரிந்து நீரிரைக்கச் செய்யலாம் என்றிருந்தது அவளுக்கு.

துலுக்கக்குடிப் பொம்பளைகளின் குடங்களும் நிறைந்திருக்க வேண்டும். கயிறுகளைச் சுருட்டி பட்டைக்குள் திணித்துக் கொண்டு, குடங்களைத் தூக்கி இடுப்பில் தாங்கிக்கொண்டு, கடுகு வெடிப்பாய் வார்த்தைகளைச் சிதறிவிட்டுப் போயினர். "இரு. எம்புருசன் கிட்டச் சொல்லி ஒன்னய என்னச் செய்யறன் பாரு" என்று இறுதியில் நின்றுபோன ஆயிசா பொன்னாபரணத்தின் முகம் பார்த்துத் துடுக்காய் எச்சரித்திருந்தாள். "ஆமா, கிழிப்பான் உம்புருசன்." என்று பொன்னாபரணமும் பதிலுக்குச் சொல்லிக்கொண்டாள்.

பல நாட்களாகவே விரிசல் கண்டிருந்த இருசாதிப் பொம்பளை களுக்கு இடையிலானக் குமைச்சல் இன்று பெரிதாய் வெடித்துச் சிதறிப் போயிருந்தது. பகல்நேரப் பொழுதில் ஆளரவமற்ற அனாதை யாகத்தான் கிடந்தது கிணறு. அப்போதெல்லாம் துலுக்கக்குடிப் பொம்பளைகள் சிரமமில்லாமல் வந்து நின்று கிணற்றில் நீரிரைத்துக்கொண்டு போய்விடலாம். அடுப்பு மூட்டியதுபோல சூரியன் ஆங்காரமாய் கொளுந்துவிட்டு எரியும் பகல்பொழுதில் துலுக்கக்குடிப் பொம்பளைகளுக்கு வெளியில் வர மனம் பேதலித்தது. வாழைத்தண்டாய் பளீரிட்ட தங்களின் வெள்ளைத்தோல்கள், சூரியத் தகிப்பில் எரிந்துச் சாம்பலாகிவிடும் என்று அவர்கள்

கவலைப்பட்டார்கள். பேதியிலப் போற வெயில், சன்னமாகவா இழைத்துக் கொண்டிருக்கிறது! பூமியையே சுட்டெரிக்கும் கோபத்தில் தணல் கங்குகளை வாரி இறைத்துக்கொண்டிருக்கிறது. நிழலிலிருந்தே சுகம் கண்டு விட்டிருந்தன, துலுக்கக்குடிப் பொம்பளைகளின் சிவந்தத் தேகங்கள். வெயில் மயங்கிய மாலைப் பொழுதில் சேரிச்சனங்களுக்கு இடைஞ்சலாக வந்து நின்று துவளத்தில் இடம்பிடித்துக் கொள்வதில்தான் அவர்களுக்கு இயல்பான சந்தோசமிருந்தது. சேரிப்பொம்பளைகள் எப்போது வேலைசோலிகளுக்குப் போய்விட்டு, எப்போது வீட்டுக்கு வந்து, எப்போது தண்ணீர்க் கோரி குடங்களை நிறைத்துக்கொண்டு, எப்போது அடுப்பில் ஏற்றினால் அவர்களுக்கென்ன!

எப்போதும் கலவரம் பண்ணியே நியாயத்தை நிலைநாட்ட வேண்டியதிருந்தது, சேரிப்பொம்பளைகளுக்கு. போன மாதத்தில் ஒருநாள் கதீஜா தன் ஓலைப்பட்டைக் கிழிந்துவிட்டது என்று பராதி சொல்லிவிட்டுத் தகரப் போணியைக் கயிறுகட்டிக் கிணற்றுக்குள் இறக்கியபோதும் இதே பொன்னாபரணம்தான் அவளோடு மல்லுக்கு நின்றிருந்தாள். தகரப் போணியை ஊற்றுக் கிடங்கிற்குள் இறக்கியதால், சேரிப் பொம்பளைகள் சிரமப்பட்டு கிடங்கிற்குள் இறக்கியிருந்த ஓலைப்பட்டைகளில் போணி மோதிக் கிழித்துவிட்டதைக் கண்டாள்.பொன்னாபரணத்துக்குக் குலைநடுங்கிக்கொண்டு வந்தது. இதுநாள் வரை அக்கிசியாய் பேணிக்கொண்டு வந்திருந்த அவளின் ஓலைப்பட்டையும் மத்தியில் கீறல் விழுந்து வாய்ப் பிளந்திருந்ததுத் தெரிந்தது.

“ரொம்பப் பணமிருக்கிதத் திமிர கெணத்துலவந்து காட்டு தாளுவளோ? இனிமே எவளாவது தகரப்போணியக் கொண்டுவந்து கெணத்துக்குள்ள எறக்குனா, அவளுவ கை இருக்காது” பொன்னா பரணம் பொத்தாம் பொதுவாய் எச்சரித்த பிறகு மறுநாள் மறுபேச்சுப் பேசாமல் ஓலைப்பட்டையைப் புதுசாய் வாங்கிக்கொண்டு வந்து கிணற்றுக்குள் இறக்கினாள் கதீஜா. ஒரு மாதத்திற்குப் பிறகு மீண்டும் இப்போது அடாவடியாய் தலை தூக்கியிருந்தது அவர்களுக்கு இடையிலானப் பகைமூட்டம்.

பக்கத்துத் தெருக்காரர்களாக இருந்ததால் அகஸ்மாத்தாய் எதிர்ப் பட்ட போதெல்லாம் சாடைமாடையாகப் பேசி தங்கள் விரோதத்தை விருத்திப் பண்ணிக் கொண்டிருந்தார்கள். இரு தெருக்காரர்களும் சாயந்தரம் கிணற்றில் நீரிரைக்க வந்த சமயங்களில் நேரிடையாகவே குற்றம் சுமத்தி ஒருவருக்கொருவர் முறைப்புக்காட்டி நின்றனர். இரு தரப்பிலும் சமாதானப்படுத்தி விடுவதற்கென்றே சில சாத்வீகமான ஆத்மாக்கள் இருந்ததால் சலசலப்புடன் சண்டை நிறைவு பெற்றுக் கொண்டது.

தினமும் அவர்களின் சச்சரவுகளைப் பார்த்துச் சங்கடப்பட்டு தன் பூனைக் கண்களிலிருந்து பொலபொலவென நீர்வடிய மங்குணி யாகக் கிடந்திருந்தது, கிணற்றின் அடியாழத்தில் பதுங்கியிருந்த நீர்ஊற்று.

5

அடிக்கிணற்றின் மத்தியப் பகுதியில் இடம்பிடித்து சின்னக் குடையைப்போலவட்ட வடிவத்தில் நீர் கிடந்தது.துவளத்தில் நின்று தலைகுனிந்துப் பார்த்தபோது கிணற்றின் மத்தியில் கண்ணாடியைப் பதித்து வைத்தது போல பாளமாய் மின்னியது. துவளத்தைச் சுற்றிச் சரிந்து நின்றுகொண்டிருந்த பொம்பளைகள் சுதாரிப்புடன் இறக்கிய மஞ்சள்நிற ஓலைப்பட்டைகள், அந்தக் கண்ணாடியில் முகம் பார்த்துக் கொண்டிருந்தது போல காட்சி தந்தன. கொஞ்சமாகவே நீர் ஊறிக் கொண்டிருந்தது. கிணற்றுக்குள் பறந்த தூசித் தும்பட்டைகள் 'கண்ணாடி' யின் பக்கவாட்டுகளில் உறைகள் பதித்திருந்தது போலத் துலங்கின. பட்டைகளில் சிரங்கு அளவே தண்ணீர் ஏறி இடம்பிடிக்க, அதைச் சிந்தாமல் சிதறாமல் பொன்னம்போல மேலே தூக்கிக் குடங்களை நிறைத்துக் கொண்டிருந்தார்கள்.

பாதிக் குடத்தை நிரப்புவதற்குள் பொன்னாபரணத்தின் அடிவயிறு தீப்பிடித்துக் கொண்டதுபோல காந்தல் எடுக்கத் துவங்கியது. இது நித்தமும் பட்டுக்கொண்டிருக்கிற அவஸ்தைதான் என்பதை மறுகலாய் நினைத்து, மனசை ரொம்பவும் நோகடித்துக்கொள்ளாமல், மீண்டும் மீண்டும் பட்டையைக் கிணற்றுக்குள் இறக்கி பதற்றப்படாமல் நீரிரைத்துக் கொண்டிருந்தாள். குடம் நிறைந்ததும் அதைத் தூக்கிச் செல்லும் அவசரத்தில் துவளத்தையொட்டி ராணி கால்கடுக்க நின்றிருந்தாள். செழுமாய் வீட்டுக்குச் சென்று வீட்டு மூலையில் கொட்டி வைத்துவிட்டு வந்திருந்த பீச்சமுள் பூக்களைச் சீராகக் கோர்த்தெடுக்க வேண்டும் என்பதே அவளின் அவசரத்திற்கு காரணமாய் இருந்தது.

பொன்னாபரணத்தைப்போலவே மற்றப் பொம்பளைகளும் பதற்றப் படாமல் பக்குவமாய் பட்டைகளைக் குழிக்குள் நகர்த்தி நிதானமாக நீர்கோரிக் கொண்டிருந்தார்கள்.

"என்னிக்குத்தான் இந்தக் கெணத்துக்குத் தூரெடுத்து செழிப்பா தண்ணியக் கண்ணுலக் காட்டப்போறானுவளோ பஞ்சாயத்துக் காரனுவ?"

"அவனுவளும் என்னச் செய்வானுவெ? மழயும் அந்த லச்சணத் துலதான பெய்யாமக் கெடக்குது?"

"ஏங், நூலாபீஸ்லக் கெடக்குத கெணத்துலயும், கோங்கமார்த்

தெருக்கெணத்துலயும் நல்லாத்தான தண்ணி வந்துகிட்டிருக்கு. அங்கன எல்லாம் பஞ்சாயத்துக்காரனுவ வந்தா தூரெடுத்துக் குடுத்திருக்கானுவ? தோட்டந்துரவுகள்ல எல்லாம் தண்ணி நெறைக் கெணறாகத்தானக் கெடக்கு. நம்மத்தெருக் கெணறுக்கு மட்டும் என்ன நோக்காடோ, அடித்தூரு வத்திப்போய்க் கெடக்கு”

“இனிம நம்ம தெருக்காரங்கள்லாம் ஒருநா காட்டுச் சோலிய எல்லாம் மொடக்கிட்டு கெணத்துல எறங்கித் தூரெடுத்தாத்தான் வாமடைத் தெறக்குமின்னு நெனைக்கிதென்.”

“ஆமா, நம்ம தெருக்காரங்கள்லாம் எறங்கி தூரெடுத்துக் கொண்டு வருவோம்...அப்பவும் துலுக்கக்குடிப் பொம்பளைக வந்து நின்னு அதிகாரம் பண்ணுவாளுவெ. நாமளும் பல்ல இளிச்சிக்கிட்டுத்தா நிக்கப் போறோம்”.

பொம்பளைகளின் நொம்பலப்பட்ட வார்த்தைகளைக் கேட்டு மனசுத் தாள முடியாமல் பொழுதும் கருத்துக்கொண்டு வந்தது. எதிரேயிருந்த துலுக்கக்குடி வீடுகளின் வாசல்களில் வெள்ளோட்டமாய் வெளிச்சம் பரவி நின்றிருந்ததை, கிணற்றிலிருந்து பட்டையில் நீர்கோரி நிமிர்ந்துநின்ற பொன்னாபரணம் பார்த்துக்கொண்டாள். அவளுக்குப் பொச்சாப்பாய் இருந்தது. அவர்களுக்கென்ன. கருக்கலானதும் விளக்குப்போட்டுக் கொள்ள வேண்டியது. பசியெடுத்தும் பருக்கைகளை வயிறுமுட்டத் தின்று கொள்ள வேண்டியது. இரவு வந்ததும் விளக்குகளை அணைத்துவிட்டு ‘அல்லாவே’ என்று அழைத்துக்கொண்டு தூங்கிக்கொள்ள வேண்டியது என்று அலட்சியமாக நினைத்தாள்.அவர்களுக்கென்ன, காட்டுச் சோலிகளுக்குப் போக வேண்டுமா? கால்கடுக்க நின்று பாடுபட வேண்டுமா? கஞ்சித்தண்ணி வைத்துக் குடிக்கக் கஷ்டப்படவேண்டுமா? கொடுத்துவைத்த மவராசிகள் என்று குத்தலாக நினைத்து ஆதங்கப்பட்டுக் கொண்டாள். கிழக்குப் பக்கமிருந்த அம்மன்கோயில் அகஸ்மாத்தாய் இப்போது அவளின் கண்களில் விழுந்தது. மேலே கூரைகூடப் போட்டுக்கொள்ள முடியாத இயலாமையில் மண்சுவர்களை வேலியாய்க் கொண்டு வெறிச்சோடி நின்றிருந்தது அம்மன் கோயில். உள்ளே அம்மன் சிலை என்று பேருக்கு சிமெண்டு மேடையில் ஒரு குத்துக்கல் மட்டும் நட்டம நிமிர்த்தி வைக்கப்பட்டிருந்தது. அதன் நெற்றியில் சந்தனம் குங்குமமும், கல்லுக்கு உடுப்பாய் கண்ணைப் பறிக்கும் சிவப்பு நிறத்தில் சின்னப் பட்டுத்துணியும் இறுக்கமாய்ப் போர்த்திக் கட்டப்பட்டிருந்தது. சுவர் அடைப்புக்கு இன்னும் கதவுகூடப் போட்டிருக்கவில்லை. சாலையில் நின்று பார்த்தால் கருங்கல்லுக்கு இடுப்பைச் சுற்றி சிவப்புப் பெயிண்டு அடித்து விட்டிருந்தது போல விகற்பமாகத் தெரிந்தது. ஒவ்வொரு வருடமும் சித்திரை

கடைசியில் கொடை விழாவை ஏற்றுக்கொண்டிருந்தது அம்மன். பெரிசாக இல்லை என்றாலும் செவ்வாய்க்கிழமை இரவு மட்டும் தப்பட்டை தாளத்துடன் சேவற்கோழியைப் பலி கொடுத்துக்கொண்டு கொண்டாட்டத்தை நிறுத்திக்கொண்டார்கள் சேரிச்சனங்கள்.

அவர்களால் முடிந்தது அவ்வளவுதான். ஒரு காலத்தில் துடியாய் இருந்திருந்ததாம் அம்மன். இப்போது இஸ்மாயில் சாயபு செய்வினை மந்திரம் வைத்து அதன் ஆட்டத்தை அடக்கித் தன்வசம் வைத்துக்கொண்டிருப்பதாக பூசாரித் தாத்தா சொல்லிக்கொண்டிருந்தார். இஸ்மாயில் சாயபுக்குச் செய்வினைச் சூழ்ச்சிகள், மருந்து மாயம் வைத்து ஆட்களைச் சாய்த்துத் தள்ளுவது, கைவந்த கலையாக இருந்தது. அப்படித்தான் தெருவில் எல்லோரும் சொல்லிக் கொண்டார்கள். தன்னுடைய செய்வினைத் தந்திரங்களுக்குத் துணை போவதற்காக அநேகத் தெருக்காடுகளில் சூட்டிப்பாயிருந்த அம்மன், சாமிகளை எல்லாம் தகடுகள் வைத்துத் தன்வயப் படுத்திக்கொண்டான். தொலைந்து போன பொருட்களைக் கண்டுபிடிப்பதற்கும், வஞ்சித்து மிரட்டிய எதிரிகளின் கை கால்களை முடக்கி ஒடுக்குவதற்கும் அவனைத் தேடி நடையிலும், கார்களிலும் பெருவாரியான சனங்கள் வந்து போனார்கள். நல்ல வருமானத்தில் கொழித்தான் அவன்.

ஆளுங்கட்சியின் வட்டாரச் செயலாளர் பதவி வேறு, அவனின் தோரணையைப் பிரபலப்படுத்திக் கொண்டிருந்தது. அவனின் 'காக்கா' தான் இப்ராஹிம்சாயபு. இப்ராஹிம்சாயபு தன் வீட்டுக்கு முன்னே பலசரக்குக் கடையொன்று வைத்து அதன்மூலம் வாடிக்கையாளர்களின் பெரும்பாலும் சேரிச்சனங்களே அவனின் பிரதான வாடிக்கையாளர்களாக இருந்தனர். காசுகளை அநியாயமாய் கரந்து கொண்டிருந்தான். சேரிச் சனங்களில் பெருவாரியானவர்கள் அவனின் கடையில்தான் பற்றுவைத்து சாமான்களை வாங்கிக் கொண்டிருந்தார்கள். எப்போதும் அவர்கள் கையில் காசுகள் தகைந்திருக்கும் என்பதில்லை. அன்றாடம் பாடுபார்த்து வாங்கிய கூலியில் முழுவதையும் அவனின் கடைக்குக் கொண்டுபோய் கொட்டிவிட்டு பற்றாக்குறைத் தட்டுப்படும் சமயங்களில் பற்று வைத்துக்கொண்டார்கள். நோட்டில் தனித்தனியாக ஒவ்வொருக்கு மானப் பற்றுக் கடனைப் பரபரப்பாக எழுதிவைத்துக் கொண்டான் அவன். அவர்கள் தம் கடன்களை அடைத்துவிட்டுக் கைகளைத் துடைத்துவிட்டு வந்த பின்பும், மறுநாள் அவர்களின் பக்கங்களில் அநியாயமாய் புதுக்கடன் ஏறியிருக்கும். அவனுடன் மல்லுக்கு நின்று மனம் சடைந்து போனார்கள் சேரிச்சனங்கள். ஆனாலும் அவர்கள் தான் தவறிழைத்து விட்டதாகக் கடைசியில் சமாதானக்கொடி தூக்கியாக வேண்டியதிருந்தது. அவனிடம் வல்லடியாய் முறியடித்துக்

கொண்டு போனால் நாளை மக்கியாநாள் ஆத்திர அவசரத்திற்கென்று அவன் கடைக்குப் போய்நின்று கடனுக்குச் சாமான்கள் வாங்க முடியாதிருந்தது. முதல்நாள் சண்டையை மனதில் இருத்திக்கொண்டு முணுக்முணுக்கென்று கோபப்பட்டு விரட்டினான். நாண்டுகொண்டு நின்று சாகிற மாதிரி நாக்குத் துடிக்க ஏசிக்கொட்டுவான். எந்த விதமானப் பம்மாத்துக்கள் வைத்தாலும் அவற்றையெல்லாம் காது கொடுத்துக் கேட்டுவிடாமல் சாமான்கள் தர நிசாரமாய் மறுத்து விடுவான். அந்தச் சீண்டறத்துக்குப் பயந்துதான் அவனிடம் நைந்து கொண்டு போக வேண்டியிருந்தது.

துலுக்கக்குடியில் ஏகதேசம் எல்லோரும் வசதி வாய்ப்புகளுடனே வாசம் செய்துகொண்டிருந்தார்கள். ஒவ்வொரு வீட்டிலும் யாராவது ஒருவர் வெளிநாட்டில் பணம் சம்பாதித்துக்கொண்டிருந்தார். வெள்ளைநிறம் மினுங்கும் கான்கரீட் வீடுகளும், வேதனை இல்லாத அவர்களின் விமரிசையான வாழ்க்கையும் அவர்களை மேட்டுக்குடிகளாகப் பெருமைப்படுத்திக் கொண்டிருந்தன. அவர்களிலும் ஒன்றிரண்டு பேர்கள் சேரிச்சனங்களைப் போல கூலி வேலைகளில் காலம் கழித்துக் கொண்டிருந்தார்கள். ஊரைவிட்டு மேற்கில் அஞ்சுமைல் தூரத்திலிருந்த அனுமான் மலைக்குச் சென்று பெருஞ்சுமையாய் விறகு வெட்டிக்கொண்டு வந்து உணவு விடுதிகளில் விற்றுப் பணம்வாங்கி சீவனத்தை ஓட்டிக்கொண்டிருந்தார்கள். ஆனால் அவர்களுக்கும் தாங்கள் மேட்டிமைச் சாதியென்ற பெருமை தலை தூக்கி நின்றிருந்ததுதான் உண்மை.

தெருஅம்மன் கோயிலுக்கு எதிர்பக்கம் கிழக்கு மேற்காக நீண்டிருந்த சுமார் இருபது சொச்சம் வீடுகளைக் கொண்டிருந்த துலுக்கக்குடியின் மத்தியில் கூம்பை நீட்டிக்கொண்டு கம்பீரமாய் மசூதி நின்றிருந்தது. வெள்ளிக்கிழமைகளில் தவறாமல் ஒலித்த பாங்கு சத்தத்தில் தெருமுழுவதும் உற்சாகத்தில் கிளர்ந்து நின்றிருந்தததுு. ரம்லான் நாட்களில் நோன்புக் கஞ்சி வாங்கிக் கடிக்க சேரிக் குழந்தைகள் தங்கள் கைகளில் தட்டுக்களுடனும் கோப்பைகளுடனும் மசூதியின்முன் அணிவகுத்து நின்றார்கள். அதுதவிர வேறு எந்த வடிவத்திலும் துலுக்கக்குடிக்கும் சேரித்தெருவுக்கும் தொடர்பு இருந்ததில்லை. எதிர்ப்பட்ட துலுக்கர்கள்—அவர்கள் குஞ்சான் பிடித்து மோளத் தெரிந்திராத சிறுவர்களாயிருந்தாலும்—அனைவரையும் சேரிச் சனங்கள் 'மொதலாளி' போட்டு அழைத்துக் கொள்வதில் துலுக்கர்களின் கவுரவம் முடிசூட்டிக் கொண்டதும் உண்டு.

ஆனாலும் நேரம்காலமில்லாமல் சேரிச் கிணற்றிற்கு வந்து நின்று துலுக்கக்குடிப் பொம்பளைகள் சேரிச்சனங்களுக்கு இடைஞ்சலாய் தண்ணீர் கோரிக் கொண்டிருப்பதில் நியாயம் எங்கே இருக்கிறது

என்பதை மட்டும் பொன்னாபரணத்தால் நினைத்துப் பார்க்காமல் இருக்க முடியவில்லை. எத்தனை வசதிகள் இருந்தும் தத்தம் வீட்டுக்குள் ஆழ்துளைப் பம்புகளோ, கிணறுகளோ தோண்டிக் கொள்ளாமல் மெனக்கெட்டு சேரிக்கிணற்றுக்கு வந்து நின்று அவர்கள் சிரமப்பட்டு தண்ணீர்க்கோரிக் கொண்டிருந்ததன் காரணம் அவளுக்கு விளங்கிக்கொள்ள முடியாத புதிராகத் தோன்றியது. அடிகுழாய் வைத்துக் கொள்வதில் அக்கறை இல்லையா? அல்லது அதிக பணம் செலவாகும் என்ற கஞ்சத்தனமா? வினயமாக யோசித்துப் பார்த்தாள்.

கிணற்றைச் சுற்றி 'கும்'மென்று இருள்பரவி நின்றிருந்தது. சிலபேர் தண்ணீர் நிறைத்துக்கொண்ட திருப்தியில் குடங்களைத் தூக்கி இடுப்பில் வைத்துக்கொண்டு போய்விட, சிலபேர் குடங்களும் ஓலைப்பட்டைகளுமாய் வந்து நின்று துவளத்தில் வயிறுகளைச் சரித்துக் கொண்டனர். கிணற்றுக்குள்ளும் இருள் அப்பிக்கிடந்தது. உத்தேசமாய் நீர்க்கிடங்கை அனுமானித்துக்கொண்டு பட்டைகளை இறக்கினார்கள். பொன்னாபரணத்தைப்போல, குழிநீரில் பட்டைகளை அங்குமிங்கும் அசைத்துக்கொடுத்து நீர் ஏறியிருக்கிறதா என்பதைப் பரிசோதித்துக் கொண்டனர். "சனியன், பாழாப்போற இருட்டுல பட்டையில தண்ணி ஏறிடுச்சா இல்லியான்னுகூடத் தெரிய மாட்டமிங்கு" என்று உள்தொண்டையில் பிசிறலாய் முணகிக் கொண்டாள் பொன்னாபரணம். அலுக்காமல் குலுக்காமல் பட்டையை மெதுவாகத் தூக்கிப் பார்த்தாள். அது தன் இயல்பானக் கனத்தைவிட சற்று தூக்கலாகத் தெரிந்ததும், 'பட்டைக்குள் நீரேறிக்கொண்டது' என்ற தீர்மானத்தில் நிதானமாகப் பட்டையை மேலிழுத்துக் கொண்டாள். குடத்திற்குள் தண்ணீரை ஊற்ற கழுத்தைத் திருப்பிய போதுதான் தன் அருகில் பகடைத்தெரு மல்லிகா நிற்பதைக் கண்டுகொண்டு அதிர்ச்சி அடைந்தாள்.

"இப்ப ஒங்கத்தெரு ஆட்களும் இங்கன தண்ணியெடுக்க வர ஆரம்பிச்சாச்சா? நூலாபீஸ் காலனிக் கொழாய்லப் போயிநின்னு தண்ணிப் பிடிச்சிக்கிற வேண்டியதான?"

மல்லிகாவுக்கு முகத்தில் அறைப்பட்டது போலிருந்தது. மனசு கலங்கி உடல் சிலிர்த்துக்கொள்ளத் துவங்கியது. ஆனாலும் சமாளித்துக்கொள்ள வேண்டும் என்ற தற்காப்பு உணர்வும் சமயோசிதமாய் அவளுக்குள் எழுந்து நின்றது. அசடு வழிந்தது போல மொண்ணையாக சிரித்துக் கொண்டாள். "எங்க தெருவுலயிருந்து எல்லாரும் வரலம்மா. நா மட்டுந்தான் வந்திருக்கென்". மழுப்பலாகப் பதில் சொன்னாள் மல்லிகா.

மல்லிகாவுக்குச் சித்து உடம்பு. சின்னக் குச்சியைப் போல கால்களையும் கைகளையும் கொண்டிருந்த குமருப் பருவம்.

பூப்போட்ட பாவாடையும், வெளிறிய இளம்மஞ்சளில் தாவணியும் அணிந்திருந்தாள். பாவாடையும் தாவணியும் பலநாட்கள் வெளுப்புக் காணாதிருந்த வெறுமையில் அழுக்காகத் தெரிந்தன. காட்டுச் சோலிகளைப் பார்த்திருந்த களைப்பில் முகம் சோம்பிக்கிடந்திருந்தது. முன்னேபின்னே பழக்கம் இல்லாத ஆள்மாதிரி பொன்னாபரணம் முகத்திலறைந்தது போலக் கேட்டிருந்த வார்த்தைகளில் கண்களில் கலவரம் மண்டி நின்றிருந்தது மல்லிகாவுக்கு.

பொன்னாபரணம் தன் இடக்குப்பேச்சை விட்டுவிடுவதாயில்லை. "அதான், மொதல்ல நீ வருவெ. அப்பொறந்தானெ ஒந்தெருக்காரிய ஒவ்வொருத்தரா வருவாளுவ. ஏங், நூலாபீஸ் காலனியிலவுள்ள பம்பு என்னாச்சி? அங்கதான ஒங்கத் தெருக்காரிய எல்லாம் கூட்டமா நின்றுத் தண்ணி பிடிப்பிய?"

நூலாபீஸ் கட்டிடத்திலிருந்து நாலெட்டுத் தூரத்தில் நூலாபீஸ் காலனி இருந்தது. நூலாபீஸில் நூல் நூற்பவர்களுக்காகவும் கைவினைப் பொருட்கள் செய்பவர்களுக்காகவும் குடும்பத்தோடு குடியிருக்கக் கட்டித் தரப்பட்ட குட்டைகுட்டையான வீடுகளைத் கொண்டிருந்தது காலனித்தெரு. தெருவின் கிழக்கு அற்றத்தில் நடுநாயகமான இடத்தில் ஆழ்துளைக் குழாய்போட்டு அடிப்பம்பு வைத்துத் தந்திருந்தது நிர்வாகம். நூலாபீஸ் காலனிவாசிகளின் தண்ணீர் சவுகரியத்திற்காக தயார்பண்ணிக் கொடுக்கப்பட்டிருந்தது அது. நூலாபீஸ் காலனிக்கு வடக்குப் பக்கம் ஊராட்சிமன்றம் கட்டித் தந்திருந்த கமுக்கமான காலனி வீடுகளில் அருந்ததியினர் குடியிருந்தனர். மொத்தம் பதினாறு சொச்சம் வீடுகள். ஒவ்வொரு வீட்டிலிருந்தும் கட்டாயம் ஒருவர் ஊராட்சி மன்றத்தில் துப்புரவுத் தொழிலாளியாகப் பணிசெய்து கொண்டிருந்தனர். வேலைவெட்டி இல்லாமல் வீட்டில் வெறுமனே கிடந்திருந்த இளவட்டங்களும் பெரிசுகளும் சேரிச்சனங்களோடு சேர்ந்து காடுகரைகளுக்குக் கூலி வேலைகளுக்குப் போய்க்கொண்டிருந்தனர். அவர்களில் தண்ணீர்த் தேவையை நூலாபீஸ் காலனி அடிபம்பு நிவர்த்தி செய்து கொடுத்தது. அங்கே அறிபறியாய் கூட்டம் பிதுங்கி வழியும் சமயங்களில் சேரிக்கிணற்றுக்கு ஓடிவந்து தண்ணீர் இறைத்துக் கொண்டு போயினர். என்னதான் முகமறிந்துப் பழகியவர்கள் என்றாலும் சிலநேரங்களில் சேரிப் பொம்பளைகள், அற்ப சொற்பமாய் கிணற்றுக்கு வந்து நிற்கும் பகடைத் தெருப்பொம்பளைகளை, தெருவில் புதுசாய் கண்ட மனிதர்களை 'வள்'ளென விழுந்து குரைக்கும் நாய்களைப்போல எரிந்து விழுவதை நினைத்து மனம் வெதும்பிப் போகிறது அவர்களுக்கு.

"நூலாபீஸ்காலனி அடிப் பம்புல கூட்டமா இருக்கு. ஒலவைக்கத் தண்ணி இல்ல. அதாங், அவசரமா இங்கன ஓடியாந்தென். அதுக்கு

ஏங் இப்பிடி ஆள் மொவம் தெரியாத மனுசரக் கெணக்கக் கோவப் படுதிய?..."

மல்லிகாவும் பொன்னாபரணத்துடன் பலநாட்கள் நாராயணன் பிள்ளைத் தோட்டக்காடுகளுக்குக் கூலி வேலைகளுக்குப் போயிருந்தாள். பொன்னாபரணம் சேரித்தெருவில் போதுமான எண்ணிக்கையில் ஆள் தகையாதிருந்தபோது மல்லிகாவைக் கூட்டிக்கொண்டு போய் வேலைசெய்யச் சொல்லி கூலிவாங்கித் தந்தாள். அப்போதெல்லாம் எவ்வளவு நைச்சியமாகப் பேசுவாள் பொன்னாபரணம்! தண்ணீரில்லாத கஷ்டம் அவளின் தரத்தைக் குறைத்துவிட்டதா என்று யோசனைப் பண்ணிப் பார்த்தாள் மல்லிகா.

"கோவப்படல தாயி ஒங்கிட்ட. எனக்கு விதிச்ச விதிய நெனச்சித்தான் வெப்புராளப்படுதென்" மல்லிகாவுக்கு மட்டும் கேட்கிற தொனியில் மிருதுவாகச் சொல்லிவிட்டு மீண்டும் பட்டையைத் தூக்கிக் கிணற்றுக்குள் போட்டாள் பொன்னாபரணம். அந்தரத்தில் தொங்கியப் பட்டையை மெதுமெதுவாகக் கயிற்றை இறக்கிக் குழிநீரில் மிதக்க வைத்தாள்.

ஒரு குடம் நிறைத்திருந்தாள் பொன்னாபரணம். அருகில் நின்றிருந்த ராணியிடம் விசனமாக, "தூக்கிட்டுப் போயென் சிலுப் பட்ட. விதி மறந்தவ கெணக்க பராக்கப் பாத்துட்டு நிக்க" என்று குரல் உயர்த்தி உத்தரவு போட்டாள்."

"என்னியத்தான் ஏசுவிய நெறையட்டுமேன்னுதானே பாத்துக் கிட்டு நின்னென்". பலம் கூட்டி குடத்தை எடுத்து இடுப்பில் வைத்துக் கொண்டாள் ராணி. ஈர நசுநசுப்போடிருந்த குடத்தின் வெளிப்பக்கம் சில்லென்று குளிரைத் தந்தது. தன் பாவாடை, தாவணியை ஈரம் நனைத்து நாறடித்து விடக்கூடாதே என்ற எச்சரிக்கை உணர்வில் சுதாரித்துக் கொண்டு மெதுவாக அடியெடுத்து வைத்து நடந்து போனாள்.

தெருவிளக்கு மூடாக்குப் போட்டது மாதிரி மங்கலாக ஒளிர்ந்து கொண்டிருந்தது. ராணியின் வீட்டுக்குச் சற்று மேற்கில்தான் கம்பம் நாட்டி அதன் உச்சியில் குமிழ்விளக்கைப் பொருத்தியிருந்தனர். பிள்ளைகள் இன்னும் கூச்சல்போட்டு விளையாடிக் கொண்டிருந்தனர். இன்னும் அவர்களின் விளையாட்டு நிறுத்தமில்லாமல் தொடர்ந்து கொண்டிருக்கும் என்பதை அவள் அறியாதவள் அல்ல. இரவில் சாப்பிடுகிற நேரத்தில் வயிற்றுப் பசியோடு வீடுகளுக்கு ஓடிப் போவார்கள். வயிற்றுக்குக் கொட்டிவிட்டு 'எம்பிறப்பே' என்று வீடுகளில் முடங்கிக்கொள்வார்கள்.

நீர் அலம்பாமல் குடத்தை வீட்டுக்குள் கொண்டுபோய் வைத்தாள். மண்குடம் என்பதால் ஈரம் பட்டு இன்னும் கனம் கூடியிருந்தது. வல்லடியாய் சுமந்துகொண்டு வந்து இறக்குவதற்குள் பெரும்பாடு படவேண்டியிருந்தது. எருமைமாடு மாதிரிக் கனத்திருந்தது குடம். மற்றொரு குடம் கிணற்றில் இருந்தது. அம்மா அதற்குள் நீரிரைத்து நிரப்புவதற்குள் பெரும்பொழுது ஆகிவிடும். அதற்குள் வீட்டைத் தூத்துத் துப்புரவுப்படுத்திவிட்டு காடாவிளக்கை ஏற்றிவைக்க வேண்டும் என்பது அவளின் சொரணையில் தட்டியது. மெல்லிய கறுப்பு இழைகளை வீட்டுக்குள் விரித்திருந்தது இருள். அம்மா வந்து பார்க்கும்போது வீடு இருளடைந்து கிடந்தால் அடி பின்னிவிடுவாள் என்று அகஸ்மாத்தாய் நினைவுக்கு வந்து உறுத்தியது. எல்லா வேலைகளும் முடிந்தபிறகு நிதானமாய் உட்கார்ந்து பூக்களைக் கோர்த்துக்கொள்ளலாம் என்று முடிவு பண்ணிக் கொண்டாள். மங்கலான இருள்விரிப்பில் வீட்டின் மூலையில் கொட்டி வைக்கப்பட்டிருந்த பூக்கள் நிறம் மாறிக் கிடந்தன.

மீண்டும் ராணி கிணற்றடிக்குச் சென்றபோது அம்மா மற்றொரு குடத்தை நிரப்பி முடித்திருந்தாள்.

6

கருவாட்டுக் குழம்பு நுரைவிட்டுக் கொதித்துக் கொண்டிருந்தது. அதன் தீர்க்கமான மசாலா வாசனை வீடு முழுவதும் நிறைந்து மணந்தது. ஓலைவீட்டின் ஈசான மூலையில் மூன்று கற்களை எதிரும் புதிருமாக நிறுத்திவைத்து அடுப்பாக்கியிருந்தார்கள். வடக்கு மூலையில் திண்ணமாய் வெளிறிய நிறத்தில் பெரிய குதிர் ஒன்று நின்றிருந்தது. அதன் அடிவயிறு வெறுமையாய்க் கிடந்திருந்ததை, அடிப்பகுதியில் திறந்து கிடந்திருந்த பெரிய துவாரம் சொல்லிற்று. அறுவடைக்காலத்தில் மட்டும் அதன் வயிறு 'விண்'ணென்று நிறைந்திருக்கும்.

அய்யாவும், அம்மாவும் நாராயணன் பிள்ளையின் வயற்காடுகளில் அறுத்துக் கதிரடித்துக் கூலியாய்க் கிடைக்கும் நெல்லில் அது சாத்தியப்படும். நாராயணன் பிள்ளையின் வயலிலிருந்து களத்து நெல்லாகவும் ஒரு மூட்டை கிடைக்கும். அய்யாவும்., அம்மாவும் அவரின் தோட்டத் துரவுகளில் பதிவாய் வேலைகள் பார்த்ததற்குரிய கூலி அது. அதுபோக அவரின் வீட்டுத் தொழுவத்தில் அம்மா சாணியள்ளிக் கூட்டியதற்கும் ஒரு மூட்டை நெல் கிடைத்தது. குதிர் நிறைந்து நெல் மிஞ்சிவிடும் தருணங்களில் பக்கத்தில் வைத்திருக்கும் பானைகளில் கொட்டி அடைத்தார்கள். அறுப்படிப்பு முடிந்து காட்டுச்சோலிகளுக்குப் போகிற நாட்களில் நெல்லை மண்பானையில் வைத்து அவித்து, காயப்போட்டு, உரலில் போட்டுக் குத்தியெடுத்து அரிசியாக்கிச் சாப்பிட்டார்கள். சம்பா நெல் என்றால் அதன் தவிடு சிவப்பு ரத்தமாய் கண்ணைப் பறிக்கும். கொஞ்சம் கருப்புக்கட்டியை உடைத்து அதில் குழைத்துச் சாப்பிட்டால் உள்நாக்குத் தித்திக்கிற வரைக்கும் இனிப்பாகவும் ருசியாகவும் இருக்கும். ஒரு நேரத்துப் பசியை அந்தத் தவிடே போக்கிவிடும். சம்பா அரிசியைக் கொதிக்க வைத்து வடித்தெடுத்த வடித் தண்ணீரின் ருசியும் அலாதியானது. வயிறுமுட்டக் குடித்துக் கொண்ட பிறகு தேகத்துக்கு ஒரு தெம்பு ஏற்பட்டிருந்தது போலத் தோன்றியது. அந்தக் காலமெல்லாம் மலையேறிப் போய்விட்டிருந்ததாக ராணி சடவுப்பட்டுக் கொண்டாள். இப்போது சோளக்காடியும் ஊற்றுத் தண்ணீரும் என்றே காலம் புரண்டு கிடக்கிறது. குதிருக்குப் பக்கத்தில் ஒதுக்கி வைத்திருந்த கறுத்த மண்பானையில் வெளிறிய சுண்ணாம்பு நிறத்தில் சோளக்காடி கிடந்திருந்தது. பானைக்குள் கட்டியாய் இறுகிக் கிடக்கும் சோளக்காடியைப் பாளம்பாளமாய் தோண்டி எடுத்து பாத்திரத்தில் வைத்துக்கொண்டு அதன் மத்தியில் ஆழமாய்

பண்ணைத் தோண்டி அதற்குள் சூடாய் கருவாட்டுக் குழம்பை ஊற்றி விரவித் தின்றால் அதன் சுவையில் நாக்கு ஆறாய் எச்சிலை வடித்தது.

முற்றத்தில் கிடந்திருந்த உரலில் அம்மாவோடு சேர்ந்து உலக்கைப் போட்டுக் கொண்டிருந்த ராணியின் நாசிக்குள் குழம்பு வாசனை சுகந்தமாய் புகுந்தது. தேகம் விரிந்து கொடுத்ததுபோல புத்துணர்ச்சியான சுகம் அவளுக்கு. உரல் வாய்க்குள் சோளத்தைக் கொட்டி அம்மாதான் உலக்கைப்போட ஆரம்பித்திருந்தாள். அவளுக்குக் கைசோர்ந்த பிற்பாடு ராணி கைமாற்றிக் கொண்டாள். 'நங்குநங்கு' என்று அழுத்தமாய் போட்டெடுத்த உலக்கையின் வளவளப்பான மேல்பரப்பைக் கெட்டியாகப் பிடித்துக்கொள்ள வேண்டும். கொஞ்சம் பிசகினாலும் உலக்கை நழுவி உரல்மேல் விழுந்துவிடும். உரல் மூடி மகுடித்து சோளங்கள் எல்லாம் கொட்டிச் சிதறிவிடும். எக்குத்தப்பாய் வழுக்கிய உலக்கை பலமுறை சடக்கென்று கீழேவிழுந்து பாதங்களைப் பதம் பாத்திருக்கிறது. அம்மா பெருமூச்செடுத்துப் போட்டுக்கொண்டிருக்கும் குத்தலில் ராணியின் மனம் சங்கடத்தில் உழன்றது. பகல்முழுவதும் வேனல் வெயிலில் கால்நோக நின்று களைப் பறித்துவிட்டு வந்து, வந்த வேகத்தில் தாகமெடுத்துத் தண்ணீர் கிடைக்காமல் திண்ணையில் உட்கார்ந்திருந்து நொம்பலப்பட்டு, ரொம்ப தாமசத்திற்குப் பிறகு தண்ணீர் குடித்துவிட்டு, தலைச்சிறையாய் பட்டையைத் தூக்கிக் கொண்டு கிணற்றுக்கு வந்து, வயிறு வலிக்க துவளத்தில் சரிந்து கிடந்து கைவலிக்க நீரிறைத்துக் குடங்களை நிரப்பியிருந்தாள். அதன் தொடுபிடியாய் செத்தமும் ஓய்வு கொள்ளாமல் காலைச் சாப்பாட்டுக்கான காடிக்கு சோளத்தை உரலில் போட்டு 'நங்கு நங்கு' வென்று சிரமப்பட்டு குத்திக் கொண்டிருக்கிறாள். ஒரு ஏழை மனுசிக்கு எவ்வளவு வேலைகள். எப்படி இவளால் இவ்வளவு வேலைகளையும் சடைக்காமல் செய்யமுடிகிறது என்று ஆச்சரியமாக நினைத்துப்பார்த்தாள் ராணி. அம்மாவின் கையிலிருந்த உலக்கையை அவள் கைமாற்றி வாங்கிக்கொண்ட போது, அம்மா மாதிரி அத்தனை அழுத்தமாயும் சீராகவும் குத்தியெடுக்க முடியவில்லை என்பதையும் நிதர்சனமாக உணர்ந்து கொண்டாள். "செழமா குத்தி எடு. பசி வாணாள வாங்குது". அவளை உன்னிப்பாய் கவனித்து விரட்டினாள் அம்மா.

சோளமாவு குறுமணலாகப் பொடிந்திருந்தது. அம்மா தன் பக்கத்தில் வைத்திருந்த சின்ன மண்பானைக்குள் மாவை அள்ளிப் போட்டு அதற்குள் நிதானமாய் நீருற்றிக் கலக்கினாள். கொஞ்சம் அரிசிக் கஞ்சியின் புளிச்ச நீராகாரம் சேர்த்துக் கலக்கி வைத்தால் சோளமாவு காலையில் நன்றாகப் புளித்து நுரைகக்கி நிற்கும். காடி

வைத்துச் சூடாகக் குடிக்கவும் ருசி தட்டும். அரிசிக் கஞ்சிக்கு எங்கே போவது என்று நினைப்போடியது ராணிக்கு. அரிசி பருக்கைகளைக் கண்ணால் பார்த்தே ஒரு வருடத்திற்கு மேலாகி யிருந்தது. அரிசி விக்கிற விலையில் காசு கொடுத்து வாங்கிக் கொள்ளவும் முடியாதிருந்தது. சோளமே குறைந்த விலைக்குக் கிடைத்தது. ஒரு வேளை இடித்துக் கரைத்து வைத்துக் காய்த்துக் கொண்டால் மூன்று வேளைக்கும் போதுமானதாக இருந்தது. இரண்டு மூன்றுபடிச் சோளத்தை மொத்தமாக வாங்கி வைத்துக்கொண்டால் நாலைந்து நாட்களுக்கு தீவனத்தை இழுத்துக்கொண்டு வந்துவிட முடிந்தது. அய்யாவும் அம்மாவும் பாடுபார்த்து வாங்கிய கூலியில் சோளக் காடியே உசிதமாகத் தோன்றியது. அந்தத் தெருவில் எல்லா வீடுகளின் நிலைமையும் இதுபோலத்தான் இருந்ததை மருட்சியாக நினைத்துப் பார்த்துக்கொண்டாள் ராணி.

நீருற்றிக் கரைத்த சோளமாவை வீட்டுக்குள் கொண்டுபோய் வைத்தாள் அம்மா. அதை இனி காலையில் உலையேற்றித்தான் அடுப்பில் வேகவைக்க வேண்டும். சுடச்சுட வெந்து புரளும் காடியில் இரண்டு அகப்பைகள் ஊற்றிக் குடித்துவிட்டுப் போனால் வேலைச் செய்கிற உடம்புக்கு வெதுவெதுப்பாக இருக்கும். சவத்த, என்னதான் வயிறுமுட்டக் குடித்துக் கொண்டாலும் இரண்டு தடவை ஒண்ணுக்கிருந்ததும் வயிறு ‘பொக்’ கென்று வற்றி விடுகிறது. நித்தமும் சோளக்காடியைக் குடித்துக் கொண்டிருப்பதால் கைகளிலும் கால்களிலும் மூடுமூடாய் உளைச்சல் எடுக்கிறது. சோளத்தை விட்டால் தீவனத்துக்கு வேறப் பொவுலு இல்லை என்பது நிரூபணமாகத் தோன்றியது ராணிக்கு. சும்மா வீட்டில் கிடந்து சாணியள்ளிப் போட்டுக் கொண்டிருக்கிற தனக்கும் கால் உளைச்சல் கை உளைச்சல் என்றால், அதைக் குடித்துவிட்டுக் காட்டு வேலைகள் பார்க்கும் அய்யாவுக்கும் அம்மாவுக்கும் எவ்வளவு கஷ்டமாயிருக்கும் என்றும் வேசடையுடன் நினைத்துப்பார்த்தாள். அவர்களுக்கு ஆள் துணையாய் அவளும் காட்டுச் சோலிகளுக்குப் போக ஆசைப்பட்டிருந்தாள். அம்மாவைப் போல தனக்கும் மூணுரூபாய் துட்டு கூலியாகக் கிடைத்தால் வீட்டில் அலப்பரவில்லாமல் அரிசிச் சோறு பொங்கி தின்று கொள்ளமுடியுமே என்ற நைப்பாசையிருந்தது அவளுக்கு. அம்மாதான் அவளை, ‘கூறுகெட்டக் கழுத ஒனக்குக் கருசடையாய் நின்று வேலபாக்கத் தெரியாது’ என்று முகத்தில் அடித்தது மாதிரிச் சொல்லி நிராகரித்துவிட்டிருந்தாள். சாணி பொறுக்கி உரக் கழியை நிரப்புவதும், தண்ணீர் எடுத்து வைப்பதுமே அவளின் தீர்மானிக்கப் பட்ட வேலைகளாகப் போயிருந்தன.

“ராணி.... ஏய்.... அங்கன என்னத்தப் பாத்துக்கிட்டு நிக்க? கொளம்பு வெந்துட்டு. தம்பியையும் தங்கச்சியையும் கூப்புடு. வயித்துக்குக் கொட்டிக் கிடட்டும்”.

அடுப்பிலிருந்து தீய்ந்த சுள்ளி விறகுகளை வெளியெடுத்துத் தரையில் தட்டி அணைத்துக் கொண்டிருந்த பொன்னாபரணம் அதட்டலாக சத்தம் போட்டாள். கருவாடுகள் முறுகலாய் வெந்து வாசனையைப் பரப்பிக் கொண்டிருந்தன. மண்சட்டியில் குழம்பு வைத்தாலே அதற்கென்று தனிமணம் இருக்கத்தான் செய்கிறது. அடிவயிற்றில் பசியைக் கிளறிவிட்டு உள்நாக்கில் எச்சிலை ஊற வைக்கிறது. தெருவுக்கு வந்து நின்று சிறுவர்களின் விளையாட்டை வேடிக்கைப் பாத்துக் கொண்டிருந்தாள் ராணி. அவளும் சிறுவயசில் கிளியந்தட்டு விளையாட்டில் சூரப்புலியாகத்தான் இருந்தாள். எந்தக் கொம்பனாலும் அல்லது கொம்பியாலும் அவளை மறித்து நிறுத்தி விட முடியாது. மின்னல் வெட்டுக்களாய் ஒரு கட்டத்திலிருந்து மறுகட்டத்திற்கு பாவாடையைத் தெறக்கச் சுருட்டிக் கொண்டு தாவிப் பறப்பாள். தாவணி அணிந்த பிறகு அவளை யார் விளையாட்டில் சேர்த்துக் கொள்கிறார்கள்.

அவளையும் பசி வறுத்தெடுத்துக் கொண்டிருந்தது இப்போது. விளையாட்டு ரசனையில் பசியை செத்த நேரம் மறந்துபோய் நின்றிருந்தாள். அம்மா நியாபகப்படுத்தியதும் மீண்டும் அகோந்திரமாய் பற்றிக்கொண்டது பசி. தம்பியையும் தங்கச்சியையும் சத்தம் போட்டு அழைத்தாள். விளையாட்டுக் கிறுக்கில் அவளின் அழைப்பை உதாசீனப்படுத்திக் கொண்ட அவர்கள், அவளின் தொடர்ச்சியான நச்சரிப்புக்குப் பிறகு, செல்லமாய் சிணுங்கிக் கொண்டு வந்து சேர்ந்தனர்.

“ஏங் நாங்க வெள்ளாடிட்டு வாறோமே”

“அம்ம கூப்பிடுதால்ல? வரல்லன்னா அடி வுழும். மருவாதியா வூட்டுக்கு வந்திருங்க”

“வெவ்வவ்வே லூசுக் கழுத”

அய்யா இன்னும் வந்திருக்கவில்லை. அவர் தாமசமாக வருகிறார் என்றால் வயிறுமுட்ட சாராயம் அடித்து விட்டுத்தான் வருவார் என்பதை அனுபவப்பூர்வமாக உணர்ந்திருந்தாள் அவள். அய்யா வீட்டுக்கு வந்து சேரவும், காடியும் குழம்பும் தயாராக இருக்க வேண்டும். அதிலும் கருவாட்டுக் குழம்பு என்றால் ரொம்பவும் சந்தோசப்படுவார்.

எல்லோரும் வயிற்றுக்குத் தின்றுவிட்டு அச்சலாத்தியாய் ஓய்ந்து உட்கார்ந்திருந்த போதுதான் அய்யா ஆத்தலாய் வந்து சேர்ந்தார்.

மிதமான குடி மப்பில் இருந்தார். அதனால் அவசியமில்லாமல் அம்மாவோடு பேசிக் கொள்ளவில்லை. கூலியின் மிச்சப் பணத்தை மடியிலிருந்து எடுத்து அம்மாவிடம் தந்தார். மடிச்சுருட்டலில் பீடிக்கட்டும் அமுங்கிக் கிடந்திருந்தது. பணத்தாளை வெளியே எடுத்தபோது விரல் நழுவி பீடிக்கட்டு கீழே விழுந்தது. அய்யாவுக்குப் பீடிக்கட்டு அவசியம்—அம்மாவுக்குப் பொடிமட்டையைப்போல. அம்மா தனக்கு வேண்டிய பொடிமட்டைகளை இரண்டோ மூன்றோ மொத்தமாக வாங்கிப் பண்டுவம் பண்ணி வைத்துக் கொண்டாள். பொடிக்காக அடிக்கடி இப்ராஹிம் சாயபுக் கடைக்குப் போய் வெட்கப்பட்டு நின்று வாங்கிக்கொள்ள முடியாது. பரிகாசமாய் சிரித்துக் கொள்வான் இப்ராஹிம்சாயபு. அப்போது கடையில் நின்றிருக்கும் மற்ற சனங்களும் அவளை ஏளனமாகப் பாத்துக்கொள்வார்கள். அம்மாவுக்கு அரிச்சலாகத் தோன்றும். ஆனாலும் மனதில் தைரியத்தை வரவழைத்துக் கொண்டு அவர்களை முறைத்துக் கொண்டு நிற்பாள். பொடியின் முக்கியம் பற்றி அவர்களுக்கு ஒன்றும் தெரியாது என்று சமாதானப்பட்டுக் கொள்வாள். வயிற்றுக்குக் கஞ்சியில்லை என்றால் கூட நாள்கணக்கில் குலைப்பட்டினியாய் கிடந்துவிடலாம். வாயின் நமநமப்புக்குச் சரிக் கட்ட பொடி இல்லையென்றால் அவளால் கொஞ்ச நேரம்கூட தாக்குப்பிடிக்க முடியாமல் போய் அந்தரக்கொந்தரவாக வந்தாள். அம்மாவைப் போலவே அய்யாவுக்கும் பீடி இல்லையென்றால் பொசமுட்டிக்கொண்டு வந்தது போல இருந்தது.

சில்லரைப் பணத்தை எண்ணிப் பார்த்த அம்மாவின் முகத்தில் காற்றடித்த களம்மாதிரி கலவரம் முண்டி நின்றது. “இப்பிடி தொட்டுக்காத் தொடச்சிக்காங்கித கெணக்கா கூலிக்காசக் கொண்டு வந்து தந்தா வூட்டுச் செலவ எப்பிடிப் பாக்குதது? இதையேன் கொண்டுவந்து எங்கையில தரணும்? இதையும் சேத்துக் குடிச்சிக்கிற வேண்டியதான? சம்பளத்துல பேர்பாதிய சாராயக் கடையிலக் கொண்டுபோய் குடுத்துட்டு வந்தா, நாமளும் புள்ளக்குட்டியளும் மண்ணள்ளியா திங்கமுடியும்?”

திண்ணையில் மிதப்பாக உட்கார்ந்திருந்தார் அய்யா. போதையில் கண்கள் கிறங்கிப் போயிருந்தன. அவரின் உதடுகளிலிருந்து வெளிவந்த வார்த்தைகளில் அலட்சியமும் அதிகாரமும் கலந்து தெறித்தன. “நீ என்ன பொம்பள? அலுத்துக் சடஞ்சி வந்திருக்க மனுசன வாயாலயே சவச்சித் துப்புத? என்னிக்காவது ஒருநாளு செத்தம் போலக் குடிச்சிட்டு வர்றென்.. அதுக்கு ஏன் இந்த நெல நிக்குத?”

“அது என்ன குடி? மானங்கெட்ட குடி. நாமப்படுதத் தரித்திரத்தப் பாத்துமா ஒனக்குப் புத்தி வர மாட்டேங்கு?”

அம்மாவின் வார்த்தைகள் தழுதழுப்போடு வெளிப்பட்டிருந்தன.

கண்களில் நீர்க்கசிந்து நின்றிருந்ததை முந்தானையால் துடைத்து விட்டுக்கொண்டாள். அடுத்து அவள் முந்தானை, நாசிகளை அழுத்திக் கொடுத்தது.

அய்யாவுக்கு மனம் இறங்கியிருக்கவேண்டும். முகத்தில் கடுப்பின் தீவிரம் குறைந்து மொண்ணையாகச் சுருங்கி தாழ்ந்து கொண்டது. “பொன்னு. அப்பிடிச் சொல்லாத. நமக்கும் நல்லகாலம் வரும். இப்பிடியே எந்நாளும் இருந்திர மாட்டொம்.”

“ஆமா, சொல்லிக்கிட்டே இருக்கவேண்டியதுதான். அரும் பாடுப்பட்டு சம்பாதிச்சக் கூலியில பாதிய சாராயக் கடையிலக் கொண்டுபோய் குடுத்திட்டா, நமக்கு நல்லகாலம் வந்துரும். நீரும் பொசக்கெட்டத்தனமாப் பேசுதீரே” கோபமும் குத்தலுமாக சத்தம் போட்டுக்கொண்ட அம்மா, தன் கையிலிருந்த கும்பாவையும் அதற்குள் பாளம்பாளமாய் சோளக்காடி கிடந்திருந்தது. சின்னக் கிண்ணத்தையும்—அதன் விளிம்புத் ததும்ப கருவாட்டுக் குழம்பு நின்றிருந்தது—அய்யாவின் பக்கத்தில் கொண்டுபோய் வைத்தாள்.

ஏற்கனவே சோளக்காடியை வயிறுமுட்டக் குடித்திருந்த சின்னத் துரையும் மணிமேகலையும் திண்ணையின் மேற்கு அற்றத்தில் அழுக்குத் துணிகளை விரித்து அதன்மேல் சடங்களாக சரிந்து கிடந்து தூங்கிக் கொண்டிருந்தனர். ரொம்ப நாட்களுக்கு முன் சாணிக்கரைத்து மெழுகியிருந்தத் திண்ணையில் ஊசிமுனைகளாய் சாணித்தூள்கள் மேலெழும்பி அவர்களின் தேகங்களை இம்சைப் படுத்திக்கொண்டிருந்தன. அழுந்தச் சொரிந்து விட்டுக்கொண்டே தூக்கச் சடவில் புரண்டு நெளிந்து கொடுத்தனர். பொன்னாபரணத்துக்கும் ஆளை அமுக்கித் தள்ளுகிற அசதி இருந்தது. தன் புருசக்காரனின் வரவுக்காகவே இவ்வளவு நேரமும் தூக்கத்தைக் கையில் பிடித்துக்கொண்டு உட்கார்ந்திருந்தாள். ராணிக்கு பூக்கட்டும் வேலைக் கிடந்தது.

சோளக்காடிக்கு மத்தியில் வட்டமாய் ‘பண்ணைப்’ பிடித்துக் கொண்ட பிச்சையா, குழம்பை எடுத்து பண்ணைக்குள் கவிழ்த்துக் கொண்டான். சோளக்காடியைப் பிட்டுப்பிட்டாய் பிய்த்தெடுத்து குழம்பில் முக்கியெடுத்து வாய்க்குள் போட்டுக் கொண்டான். ரொம்பவும் தித்திப்பாக இருந்தது. காலையிலே அடுப்பில் வைத்துக் கிண்டிக்கொடுத்து இறக்கி வைத்துவிட்டுப் போயிருந்தாள் காடியை. இப்போதைக்கு அதன் கொளகொளப்பு குறைந்து கல்லாக இறுகிப் போயிருந்தது. வாய்க்குள் எடுத்துப் போடுவதற்குப் பக்குவமாக வந்திருந்தது அது.

ராணிக்கு நடுவீட்டில்தான் படுக்கை. பூச்சமுள் பூக்களை ஆத்தலாகயிருந்து கோர்த்துவிட்டு நிதானமாக தலை சாய்த்துக் கொள்

வதற்குத் தோதாகப் போயிருந்தது. அய்யா சோளக்காடியைச் சப்புக் கொட்டித் தின்னத் தொடங்கியப் பித்தடியிலே அவள் வீட்டுக்குள் நுழைந்திருந்தாள். அய்யா அசைப்போட்டு தின்று முடிப்பதற்கு அரைமணி நேரமாவது பிடிக்கும் என்பது அவளுக்குத் தெரிந்திருந்தது. அதற்குள் பூக்களைக் கோர்த்து முடித்துவிடவேண்டும் என்று தீர்மானித்திருந்தாள். காடாவிளக்கைத் தரையில் எடுத்துவைத்து அதன் பளபளக்கும் வெளிச்சத்துக்கு முன்னே நட்சத்திரங்களாய் மின்னிய பூக்களைப் படர்த்தி வைத்தாள்.

ஊசியில் தொங்கிய நூலில் பூக்கள் வரிசை கட்டிக்கொண்டன. சீராக அவற்றைக் கோர்த்து முடிக்கிறவரை அய்யா தின்று முடிக்காதிருந்ததுத் தெரிந்தது. ராணிக்குக் கிறக்கமாக இருந்தது. கண்களைக் கட்டிக்கொண்டு வந்தது. தொடுத்திருந்தப் பூச்சரத்தைச் சின்ன அழுக்குத் துணியில்—அது அம்மாவின் கிழிந்தப் பாவாடைத் துணியின் சிறுபகுதியாக இருந்தது—சுருட்டிமடக்கி மாடக்குழியின் ஓரத்தில் ஒதுக்கிவைத்தாள். ஒரு ஆளின் தலை நுழைகிற அகலத்தில் வெட்டாவீதியாய்க் கிடந்தது மாடக்குழி. காடாவிளக்கை ஒரு ஓரத்தில் வைத்துக்கொண்டதால் பூச்சரத்தை மறு ஓரத்தில் வைப்பதற்கு வசதியாகப் போயிருந்தது. அசையில் கிடந்திருந்த அம்மாவின் அழுக்குச்சேலையை நிதானமாய் கையிலெடுத்துக் கொண்டாள். காடாவிளக்கின் தீட்சண்யமான ஒளி அவளின் கண்களைப் பறித்தது. வெளிச்சத்தில் தூங்கிக்கொள்வது அவளுக்குப் பழக்கமாயில்லை. யாரோ ஒருவர் அவள் ஆழ்ந்துத் தூங்குவதைத் தன் ஆந்தைக் கண்களால் வெறித்துப் பார்த்துக் கொண்டிருப்பதைப் போல உறுத்தும் அவளுக்கு. வெளிச்சத்தில் கொசுக் சனியன்கள் வேறு கும்மாளம் போட்டுக் கொண்டு வந்து தேகத்தைக் குத்திக்கிளறும். மேற்குப்பக்கச் சுவரையொட்டி துணியை விரித்துக்கொண்ட வேகத்தில் காடாவிளக்கின் ஒளிநாக்கை ஊதி முடக்கினாள். வீட்டுக்குள் ‘கும்’மென இருள் பரவி நின்றது. துணி விரித்திருந்த இடத்தை உத்தேசித்து உட்கார்ந்து அதன்மேல் தன் உடலைச் சரித்துக் கொண்டாள். தலைக்கு அணையாய் அவளின் வலதுகை விரல்கள் விரிந்து கொடுத்தன. மூடியக் கண்களுக்குள் தூக்கம் விழித்துக் கொள்ளத் துவங்கியது. அதன் பரவசமானப் பார்வையில் அவளின் தேகமெங்கும் புத்துணர்ச்சியுடன் கிளர்ச்சிக்கொண்டது. மிதப்பதைப் போல உணர்ந்தாள் அவள். கூரைக்குமேலே சிலுசிலுவென எசலிப்புக் காட்டிக்கொண்டிருந்த மேக்காற்று நூலிழைகளாய் கூரைக்குள் நுழைந்து வீட்டுக்குள் இறங்கிப் பரவியது. காற்றின் செல்லமானத் தடவல்கள் குழந்தையின் பிஞ்சுக் கரங்களை அவளுக்கு நியாபகப்படுத்திக் கொண்டிருந்தது. சாணித் தூள்களின் உபத்திரவம் இல்லாமலில்லை. ஆழ்ந்து தூங்கும்போது அவற்றின் உபத்திரவமெல்லாம் சாதாரண உறுத்தல்தான்.

பிச்சையா தன் வயிற்றுக்குக் கொட்டி முடித்திருந்ததும், அவன் தின்று முடித்திருந்த பாத்திரங்களை மேலோட்டமாகக் கழுவிவிட்டு உள்வீட்டுக்குள் கொண்டு வைக்க வந்திருந்த பொன்னாபரணத்துக்கு இடம்தேட சிரமமாகத்தான் இருந்தது. "கழுத அதுக்குள்ள வெளக்க அணச்சிட்டாளே" என்று உதட்டுக்குள் பொருமிக் கொண்டு, பழக்கப்பட்டுப் போயிருந்த இடத்தை இருட்டில் துழாவிப்போய் அடைந்தாள். அடுப்புக்குப் பக்கத்தில் வைத்திருந்த குடத்தருகே பாத்திரங்களை வைத்துவிட்டு வெளியேறினாள். கருவாட்டுக் குழம்புக்கு அநியாயமாய் தாகம் எடுத்தது. வாசலின் உட்புறத்தில் ஒதுக்கிவைத்திருந்த மண்குடத்தைச் சரித்து நீர் கோரிக்கொள்ளும் எத்தனத்தில் அதன் பக்கத்தில் வைத்திருந்த தம்ளர் அல்லது சொம்பைத் தேடினாள். சட்டென்று அவள் மனசைக் கவலைப் பற்றிக் கொண்டது. அரக்கப்பரக்கப் பாத்திரங்களைத் தேடியெடுக்க முயற்சிக்கையில் குடத்தில் தட்டுப்பட்டு எசகுபிசகாய் அது சரிந்து விட்டால் தண்ணீர் முழுவதும் கவிழ்ந்து நாசமாகிப்போய்விடுமே என்று கருக்கடையாய் நினைக்கத்தோன்றியது. தன் வயிறு தேய கிணற்றுத் துவளத்தில் சரிந்து கிடந்து எவ்வளவுச் சிரமப்பட்டு தண்ணீர் இறைத்திருந்தாள் அவள்! சவம், புள்ளையார் பிடிக்கப்போயி குரங்கைப் பிடித்துக்கொண்ட கதையாகிவிடக்கூடாதே என்று கலவரமாக இருந்தது அவளுக்கு.

காய்ந்துபோன தொண்டையை எச்சில் ஊறவைத்து ஈரப் படுத்திக் கொண்டு மீண்டும் கதவைச் சாத்திவிட்டு வெளியேறினாள். மேற்குச் சுவரோரம் பிள்ளைகள் இருவரும் ஒண்டிக்கிடந்த திண்ணையிலும் சன்னமாய் இருள் பரவிக்கிடந்தது. முற்றத்தில் விழுந்து தெறித்திருந்தத் தெருவிளக்கின் ஒளிச்சிதறலில், திண்ணையில் படுத்திருந்தவர்களைச் சுற்றிமெல்லிசாய்வெளிச்சமும் பரவிக்கிடந்தது. குடை போல கூரையைச் சரித்து இறக்கியிருந்தார்கள். மேற்கிலிருந்த கட்டையான மண்சுவரின் நடுமுதுகில் கவக்கம்புகள் நாட்டி அவற்றிலிருந்து கூடாரம்போல இறக்கியிருந்த கூரையின் தயவால் அபயாஸ்தமாய் திண்ணையில் முடங்கிக்கொள்ள முடிந்தது. கூரைக் கீற்றுக்களில் எலிக் கறம்பலாய் இரைந்து கொண்டு வீசிய மேக்காற்றில், திண்ணையில் சிலாகிப்பாய் தூக்கம் வந்ததை அவள் அனுபவப்பூர்வமாய் உணர்ந்திருந்தாள்.

பிச்சையா திண்ணையின் கிழக்கு விளிப்போரம் துண்டை விரித்து உட்கார்ந்திருந்தான். அவனின் கரும் உதட்டில் பீடிக்கங்கு சிவப்பாய் கனன்று மின்னியது. இருட்டில் மினுங்கும் விளக்குச் சுடராய் தீக்கங்கு தெரிந்தது. அவனின் போதைப் படர்ந்த கண்கள் முற்றத்தையே முறைத்துக் கொண்டிருப்பதுபோல கவிழ்ந்திருந்தன. 'என்ன ரோசனையில் இறுகிப்போய் உக்காந்திருக்காரோ மனுசன்?' என்று விநயமில்லாமல் நினைத்துக்கொண்டாள் அவள். பீடிப்

புகையை நிதானமாக உறிந்து முடித்துக்கொண்ட பிறகுதான் அவன் திண்ணையில் உடம்பை நெளித்துப் படுத்துக்கொள்வான் என்பது அவளுக்குத் தெரிந்திருந்தது. அவனுக்கும் பிள்ளைகளுக்கும் இடையில் வெறுமையாக விட்டிருந்த திண்ணையின் மத்திப் பகுதியை அவள் மெதுமெதுவாய் தடவிப் பார்த்துவந்து உட்காந்து கொண்டாள். அவளும் உடனே படுத்துக்கொள்வதில்லை. மடியில் செருகி வைத்திருந்தப் பொடி மட்டையைச் சந்தடியில்லாமல் வெளியே எடுத்தாள். மட்டையை விரித்து பொடித்தூளுக்குள் விரல்களை நுழைத்து இரண்டு இணுக்குகள் நுள்ளியெடுத்து அரணையில் தேய்த்துக் கொண்டாள். மூளைக்குச் ‘சுள்’ளென்று உறைப்பு ஏற, உடம்பை உற்சாகப்படுத்திக் கொண்டதுபோல கிளுகிளுப்புக் கிளர்ந்தது.

“எனக்கும் செத்தம் பொடிக் குடு. கருவாட்டுக் கொழும்புத் தின்ன வாயி நமநமன்னுகிட்டு வருது” பீடியைக் குடித்துமுடித்திருந்த பிச்சையா அவளின் செய்கையைக் கண்டதும் மனசு கிறங்கிப் பொடிகேட்டான். இப்போது கொஞ்ச நாட்களாகவே பொன்னாபரணத்தைப்போல அவனும் பொடிப்போடும் பழக்கத்துக்கு ஆளாகியிருந்தான். அதுவும் இரவில் படுத்துத் தூங்கப்போகிற சமயத்தில் அவனுக்கு அது கட்டாயத் தேவையாக இருந்தது. அவளைப் பார்த்தே பழகிக்கொண்ட பழக்கம் அது.

அவளுக்குக் கடுப்பாக வந்தது. தேகத்தைச் சுவரோடு சரித்துக் கொண்டே “ஏய்யா, நீருதான் பீடிய சுண்டி இழுத்துக்கிட்டிருந்தீரே! அது போதாதாக்கும்? பொடிவேற போட்டுக்கணுமாக்கும்? ஏந்தான் எங் உசிர வாங்குதீரோ?” என்று மிதமான கோபத்தில் அவனை முறைத்துப் பார்த்தாள்.

“சரிசரி கிராக்கிப் பண்ணாத. பொடியப் பல்லுக்குள்ளத் திணிச் சாத்தான் மனுசனுக்குத் தூக்கம் வருது. செத்தம் குடு” முகத்தில் அசடு வழிந்திருக்கவேண்டும் அவனுக்கு. இருளின் திரைமறைப்பில் அது தெரிந்திருக்கவில்லை. குரலின் குழைவிலிருந்துதான் அதைப் புரிந்துகொள்ள வேண்டியதிருந்தது.

பொன்னாபரணத்துக்குத் தெரியும், பொடி தரவில்லையென்றால் நெடுநேரமாய் கரைச்சல் பண்ணிக்கொண்டிருப்பான் மனுசன் என்று. தூங்கவிடாமல் நொறநாட்டியம் பண்ணிக்கொண்டிருப்பான். எரிச்சலுடன் மடியைக் தளர்த்தி விசுக்கென்று பொடிமட்டையை எடுத்து அவனிடம் போட்டாள். “அறிவுகெட்ட மனுசனப் பாரு. பொம்பளக் கெணக்கா பொடிப் போட்டுக்கிட்டு”

இரவு தன் சுயமான போக்கை வழக்கம் போல ஆழ்ந்த மௌனத்தில் செலுத்திக் கொண்டிருந்தது. சுற்றிலும் ஆள் அரவமில்லாமல்,

நாய்களின் அதிரும்படியான குரைப்புகள் இல்லாமல், கடலில் மிதந்துவரும் கப்பலைப்போல—பலமுறை திரைப்படங்களில் பாத்திருக்கிறாள் அவள்—நகர்ந்து கொண்டிருந்தது.

திடுமென தன்மேல் பிச்சையா வந்து உட்கார்ந்து கொண்டதும், அவனின் கனத்தால் தன் வயிறு அழுத்தப்பட்டு மூச்சுத்திணறுவதைப் பதற்றத்துடன் உணர்ந்துகொண்டாள் பொன்னாபரணம். பொறி கலங்கிப் போயிற்று அவளுக்கு. அவனை உருட்டித்தள்ள பலம்கூட்டி முயற்சித்தாள். அவளை ஒரு இம்மிகூட நெளியவிடாமல் அவள்மேல் சந்திப்பிள்ளையார் மாதிரி திடமாய் உட்கார்ந்திருந்தான் அவன். அவளுக்கு ஆற்றாமையாக இருந்தது. கோபம் கோபமாக வந்தது.

“சீச்சீ என்னய்யா நீ? புள்ளைங்கப் பாத்தா என்ன நெனைப்பாவெ? அவுங்களப் பக்கத்துலப் போட்டுக்கிட்டே இப்பிடிக் கூத்துப் பண்ணுதீரே? அறிவுகெட்ட மனுசா. எந்திரி மொதல்ல” அவனுக்கு மட்டுமே கேட்கிற தொனியில மெதுவாக எரிந்து விழுந்தாள். அவனின் வாயிலிருந்து வெளியேறிக் கொண்டிருந்த சாராய நெடியில் அவளுக்கு ஓங்கரிப்பு வருவதுபோலத்தோன்றியது.

அவன் முரண்டுப் பிடித்தான். “என்ன நீ? என்னிக்காவது ஒருநா வாரேன். ரொம்பத்தான் கோவப்படுதியே?” அவன் எழுந்து விடவில்லை. பலிக்கும் மட்டும் பார்த்துவிடுவது என்ற தீர்மானத்தில் அவளை உடும்புப் பிடியாய் பிடித்து அழுத்தினான்.

“என்ன அக்குருமம் பிடிச்சவனாயிருக்க? பவ முழுவதும் காடு கரைகள்லக்கெடந்து நொம்பலப்படுதததுக் காணாதுன்னு இப்போ நீ வேற வந்து ஒக்காந்து எங் உசிர வாங்குதியே. என்னால முடியாது. நீ எவ்ளவ்தான் தரிகிணத்தாம் போட்டாலும் நா ஒத்துக்கமாட்டென். மொதல்ல எந்திரி நீ. அலுத்துச் சடஞ்ச மனுசிய நிம்மதியா தூங்கவுடு. நால்லாருப்பெ”

“ஏய் இன்னிக்கு மட்டுந்தானெ?”

“அந்த எரவாடே வேண்டாம். மொதல்ல,.. கழுவதுக்குத் தண்ணி இருக்கா? அத ரோசிச்சுப் பாத்தியா நீ? காலக் கெழப்பிக்கிட்டு வந்துட்டெ”

தன்னுடைய பாச்சா அவளிடம் பலிக்காது என்பது உறுதியானது பிச்சையாவுக்கு. மனசு நொம்பலப்பட்டுப் போனது. இறுதியாக அவள் உதிர்ந்திருந்த ‘கழுவதுக்குத் தண்ணி இருக்கா?’ என்ற நிதர்சனமான வார்த்தைகளின் உக்கிரத்தில் முகம் வாடிப் போனான். தண்ணீர் செழிப்பில்லாத காலங்களில் பொஞ்சாதியுடன் படுத்து எழுந்திருப்பது கூட சிரமமானக் காரியமாகத் தோன்றியது. அவளின் முறையிடலிலும் நியாயமிருந்ததை உணர்ந்துகொண்டான். தண்ணீர்

இல்லை என்றால் சந்தோசக்கேடுதான்.

தெருக்கிணற்றின் வறட்சியையும் அவனின் சந்தோசத்தின் வஞ்சனையையும் ஒருசேர நினைத்து ஒப்புமைப்படுத்திக்கொண்டு மீண்டும் திண்ணையின் விளிம்பிற்கு வந்து உட்கார்ந்தவனின் கைவிரல்கள் தலைமாட்டில் ஒதுக்கிவைத்திருந்த பீடிக்கட்டையும் தீப்பெட்டியையும் தடவி எடுத்தன. சிறிது நேரம் அவனைப் பார்த்து பொருமலாய் வைதுக்கொண்டு புரண்டுப்படுத்த பொன்னா பரணத்தின் வார்த்தைகளைச் சஞ்சலத்துடன் உள்வாங்கிக் கொண்டவன், உதட்டில் பொருத்திக்கொண்ட பீடியின் புகைவழியே அவற்றை வெளியேற்றத் துவங்கினான். "தவிச்ச வாய்க்குத் தண்ணிக் கெடைக்க மாட்டேங்குது. மனுசி தட்டோலப் பட்டுக்கிட்டு வாரா. இவனுக்குப் பொண்டாட்டியோட வந்துப் படுக்கதுதான் பெரிசாப் போச்சு" என்று அவனுக்குக் கேட்கிற மாதிரி புலம்பிக்கொண்டே கவிழ்ந்துப் படுத்தவளைத் திரும்பிப்பார்த்து ஏக்கத்துடன் பெருமூச்சு விட்டுக் கொண்டான் பிச்சையா.

7

ரொம்ப நாட்களாயிற்று, வானத்திலிருந்து மழை பூமியில் விழுந்து. ஏழெட்டு வருடங்களாவது இருக்க வேண்டும். என்னவோ அவ்வப்போது நியாபகத்துக்குக் காட்டிக்கொண்டதுபோல 'கிணுக் கிணுக்' கென்று பெய்து ஓய்ந்து விட்டுப்போயிருந்தாலும் சொல்லிக் கொள்ளும்படியாக 'சோர்ர்'ரென்று நின்று பெய்திருக்கவில்லை. மழை பெய்திருந்த அந்த சொற்ப நாட்களில் தெருக் கிணற்றின் அடிமட்டத்தில் பரவலாகப் பெருகிக் கிடக்கும் நீர், மழை வெறித்த இரண்டொரு நாட்களில் பழையபடியே ஊற்றுக்குள் சுருங்கி சொற்பமாகவே காட்சி தந்தது. சேரிச்சனங்கள் குடித் தண்ணீருக்குப் பெரும்பாடுபட்டுக் கொண்டிருந்தனர். மேற்கே அண்ணாநகரில் ஊராட்சியிலிருந்து ஆழ்துளை தோண்டி குழாய் வைத்துக் கொடுத்திருந்ததில் செழிப்பாகத் தண்ணீர் கிடைக்கிறது என்று கேள்விப்பட்டு குடங்களையும் சட்டிகளையும் தூக்கிக்கொண்டு ஓடினார்கள். அங்கே அவர்களின் தெருக்காரர்களுக்கு மட்டுமே போதுமானத் தண்ணீர் கிடைத்துக் கொண்டிருந்ததால் ஏமாற்றமடைந்து வெறுமையுடன் வீடு திரும்பினார்கள். வேறுவழியில்லாமல் மீண்டும் தங்கள் தெருக்கிணற்றுச் சுவரில் வயிற்றைச் சரித்து நூறடி நீளத்திலிருந்த கயிற்றை இறக்கியே நீரிறைத்துக் கொள்ள வேண்டியதாயிற்று அவர்களுக்கு. ஆத்திர, அவசரத்திற்கென்று கிணற்றுக்கு வந்தால் ஒருமணிக் கூறோ, ஒன்றரை மணிக்கூறோ கால்கடுக்க நின்று நீரிறைத்து குடங்களை நிரப்ப முடிந்தது. சேரிச் சனங்களுக்கே தெருக்கிணற்றுத் தண்ணீர் 'தொட்டுக்கோ தொடச்சிக்கோ' என்பது மாதிரி கிடைத்துக்கொண்டிருந்ததைப் பங்குப் போட்டுக்கொள்ள துலுக்கக்குடிப் பொம்பளைகளும் எதிரிடையாய் வந்து நின்று நீரிறைத்தது தான் கொடுமையிலும் கொடுமையாகத் தோன்றியது. ஆய்சாவுடனான பொன்னாபரணத்தின் தகராறுக்குப் பிறகு வம்படியாகவே மீண்டும் மீண்டும் துலுக்கக்குடிப் பொம்பளைகள் வந்து நின்று நீரிறைத்துக் கொண்டிருந்தார்கள்.அவர்களுக்கும் வேறு வழியில்லாமல் இருந்தது வேறுவிசயம். ஆனால் அதற்கான மாற்று வழியை அவர்கள் தேடிக்கொள்ள வசதி வாய்ப்புகளிருந்தும் கடைப்பிடிக்காமல் உடும்புப் பிடியாய் நின்றிருந்ததுதான் குசும்பு என்பது. காடுகரைகளில் கிடந்து வாணாளைத் தொலைத்துவிட்டு வந்த சேரிப்பொம்பளைகள் தண்ணீருக்காக தெருக்கிணற்றுக்கு வந்து நாண்டுகொண்டு நிற்க வேண்டியதிருந்தது.

சாயந்தரம், கிழக்கேயிருந்து இடுப்பில் குடத்தோடு அலங்கமலங்க

வந்து கொண்டிருந்த பொன்னம்மாவை தெருக்கிணற்றைச் சுற்றி நின்றிருந்த பொம்பளைகள் எல்லோரும் வெட்டவெறிக்கப் பார்த்தனர். பொன்னம்மாவோடு சேரித்தெரு செல்லக்கிளியும், பாலம்மாவும் சேர்ந்துகொண்டு வந்தனர். மூவரின் இடுப்புக்களிலும் வெற்றுக்குடங்கள். ஒவ்வொருவரின் உதடுகளும் யாரையோ அனாயாசமாய் சபித்துக் கொண்டிருந்தன.

பொன்னம்மாவின் தடித்தத் தேகத்தில் அதிர்வுகள் படர்ந்து கிடந்தது தெரிந்தது. "நாறா முண்டைங்க. என்னவோ அவிய அப்பன் வூட்டுக் கெணறு கெணக்கா கிட்டவுட மாட்டங்காளுவெ. தவிச்ச வாய்க்குத் தண்ணி தராத பொம்பளைங்க எல்லாம் என்ன மனுசிய? மேச்சாதிக்காரவியளாம். சேரிச்சனங்க அவிய கெணத்துலப் போயி தண்ணியெடுத்தா ஒட்டிக்கிருமாம். என்னத்த ஒட்டிகிருமோ தெரியல, அவுசாரிய". தெருக்கிணற்றுக்குக்கூட வராமல் வீஞ்சிக்கொண்டு நேராக வீட்டுக்குச் சென்றாள் பொன்னம்மா. செல்லக்கிளியும் பாலம்மாவும் கிணற்றுக்கு வந்துநின்றனர்.

பொன்னாபரணம் பொருதித்தாளாமல் பாலம்மாவிடம் கேட்டாள். "என்ன சங்கிதி? பொன்னம்மாக்கா கடுங்கோவத்துலப் போய்க்கிட்டிருக்காவெ?"

வெற்றுக்குடத்தைக் கிணற்றடியில் இறக்கி வைத்துக்கொண்ட பாலம்மா, யாராவது நீரிறைத்து முடித்துவிட்டார்களா என்ற அக்கிசியில் ஒவ்வொருவர் குடத்தையும் மேலோட்டமாகப் பார்வையிட்டுக் கொண்டாள். குடத்தை நிரப்பியவளிடமிருந்து பட்டையை வாங்கிக் கொண்டு தன் குடத்துக்கு நீரிறைத்து நிரப்பிக்கொள்ளும் எண்ணமிருந்தது அவளுக்கு. அவளுடையப் பட்டை நேற்றே கிழிந்து ஒழுக்குவிட்டுக் கொண்டிருந்தது. செல்லக் கிளியின் கையில் ஏற்கனவே பட்டை இருந்தது. பட்டையுடன்தான் கிழக்கு நோக்கிப் போயிருந்தாள் அவள். பாலம்மாவிடம் பொன்னா பரணம் கேட்டிருந்த கேள்விக்கு செல்லக்கிளி பதில் சொல்ல விரும்பினாள். பொன்னாபரணம் அவளுக்கு மதினிமுறை வேண்டும்.

"அந்தக் கூத்த ஏன் கேக்குதிய மயினி? 'புள்ளமார்த்தெருக் கெணறு ரோட்டோரத்துலத்தான கெடக்கு... அதுலதான் எல்லா சாதிச்சனங்களும் தண்ணி எடுக்காவளே, நாமளும் போயிநின்னு எடுத்தா என்ன' ன்னு பெருமிசமா நெனச்சி நாங்கப் போனோம். 'சேரிப் பொம்பளைங்கள்ளாம் இங்கத் தண்ணீயெடுக்க வரப்புடாது'ன்னு அவளுவ எல்லாரும் வரிஞ்சி கட்டிக்கிட்டு சண்டைக்கு வந்திட்டாளுவெ".

"அப்போ அந்தக் கெணத்துலத் தண்ணி எடுக்குத

மத்தவியல்லாம்?"

"அவிய எல்லாம் மேப்பொறந்தாளுவளாம்".

"அதுக்காவ அவியக்கிட்ட பொன்னம்மாக்கா சண்டப் போட்டாளா?"

"தண்ணி எடுக்கக் கூடாதுன்னா அப்பிடியே வந்திருப்பமே. பொன்னம்மா மயினியோட கொடத்தப் புடுங்கித் தூரல்லா வீசிப் புட்டாளுவெ. நல்ல வேள, அது செப்புக்கொடமின்னால ஒடையாம தப்பிச்சிக்கிட்டு. அதான் பொன்னம்மா மயினி அவியள மானாங் கண்ணியா ஏசிப்புட்டு வந்தா?"

கிணற்றைச் சுற்றி நின்று கொண்டிருந்த சேரிப்பொம்பளைகள் எல்லோரும் தங்கள் முகங்களைத் தூக்கி நிறுத்திக் கலவரத்துடன் கேட்டுக்கொண்டிருந்தனர். ஒருத்தி சொன்னாள் வேதனையுடன்: 'அதான் தெரிஞ்ச கதயாச்சிதே' அப்பொறம் ஏங் அங்கப்போயி நின்னு முட்டிக்கிட்டு வருவானென்?'

பொன்னாபரணத்துக்குப் பொசுக்கென்று விசனம் வந்தது. "ஏங்? கெணத்லயிருந்து தண்ணியெடுத்தா அவளுவமேல சாதி ஒட்டிக்கிருமாக்கும்?" எதிரே நின்றிருந்த துலுக்கக்குடிப் பொம்பளை களைச் சாடையாகப் பார்த்தபடி முகத்தைத் திருப்பிக் கொண்டு நிமிர்த்தினாள். "சரி, சரி. அவளுவ கெணத்துத் தண்ணிய அவளுவளே கட்டி அழட்டும். நம்ம கெணத்துலத் தூரெடுத்தா நெறயத் தண்ணி வரும். பஞ்சாயத்துப் போடுக்காரனுவளுக்கும் சேரிக் கெணறுன்னா எளப்பமாத்தான் இருக்கு. இதுக்கு என்னிக்குத்தான் விடிவுகாலம் வருமுன்னு தெரியல".

●

மறுநாள் விடியக்காலத்தில் கிணற்றைப் பார்வையிட கருத்த ஜீப் ஒன்றில் வெள்ளையும் சொள்ளையுமாக பேண்ட் சட்டை அணிந்திருந்த கொழுத்த ஆம்பளைகள் ஐந்துபேர்கள் வந்து இறங்கினர். சேரிப்பொம்பளைகள், ஆம்பளைகள், சிறுசுகள் உட்பட பெருங் கூட்டமே திரண்டு வந்து அதிசயமாய் நின்றுபார்த்தனர். ஒருவர் கிணற்றுச் சுவரை டேப்பால் அளந்தார். சுவரின் உச்சியிலிருந்து அடிமட்டம் வரைக்கும் டேப்பைக் கீழாகத் தொங்கவிட்டும் சுவரின் அடிமட்டத்தின் ஒருமுனையில் டேப்பைக் கிடத்தி மறுமுனைவரைக்கும் நீளவாக்கில் இழுத்தும், மாறிமாறிப் பண்ணிக் கொண்டிருந்தார். ஒவ்வொரு முறையும் தன் கையில் வைத்திருந்த டைரியில் சுவரின் உயரம் மற்றும் சுற்றளவைக் குறித்துவைத்துக் கொண்டார். கிணற்றைச் சுற்றிலும் பொம்பளைகளின் கூட்டம் நிறைந்திருந்தது. அளவெடுப்பதற்கு வசதியாக சுவரைவிட்டு நகன்று

கொண்டார்கள் அவர்கள். ஒருத்தியின் பட்டையை வாங்கி அதில் கட்டப்பட்டிருந்த கயிற்றின் நீளத்தைத் தொடர்ச்சியாக டேப்பினால் அளவெடுத்துக் கொண்டார். " என்னய்யா பண்ணப்போறிய?" என்று பூசாரித்தாத்தா அடக்கமாகக் கேட்டுவைத்தார்.

"கெணத்த இன்னும் ஆழப்படுத்தப் போறொம் பெரியவர" டேப் வைத்திருந்தவர் மரியாதையுடன் பதில் சொன்னார்.

"சீக்கிரமா ஆழப்படுத்துங்கய்யா. குடிக்கக்கூட தண்ணியில்லாம நாங்க செரமப் பட்டிக்கிட்ருக்கோம்."

கிணற்றைவிட்டுச் சற்று தூரமாய் நின்றிருந்த இரண்டு வெள்ளைசொள்ளை மனிதர்கள் ரொம்பவும் தீவிரமான யோசனையில் ஒருவரோடு ஒருவர் விவாதித்துக் கொண்டிருந்தார்கள். அவர்களில் ஒருவர் சட்டென்று விரைந்து வந்து கிணற்றை நெருங்கிச் சுவரில் சரிந்து உள்ளே கூர்மையாய் பார்வையிட்டார். "இவ்ளவ் ஆழமா?" என்று தனக்குத்தானே சொல்லி ஆச்சரியப்பட்டுக் கொண்டு கிணற்றிலிருந்து நகன்றுபோனார். சற்றைக்கெல்லாம் எல்லோரும் ஜீப்புக்குள் மடமடவென்று ஏறிக்கொண்டதும் அது டுர்ர்ரென்று இரைந்து கொண்டே பின்னுக்கு வந்துத் திரும்பி மீண்டும் வந்தவழியே சர்ரென்று போனது.

"எப்பிடியோ இந்தக் கெணத்துக்கு மோச்சம் கெடச்சா சரி" பிச்சையா தன் அருகில் நின்றிருந்த பூசாரித் தாத்தாவிடம் வெள்ளந்தியாய் சொல்லி சிரித்துக் கொண்டான்.

"கவருமெண்டு வேலத் தெரியாதா? இன்னிக்குத்தான வந்துப் பார்த்துட்டுப் போறானுவெ? இனி எந்தவருசம் வந்து வேல செய்யப் போறானுவன்னுப் பாப்பொமெ" பூசாரித் தாத்தா எதிர் மறையாய் சொல்லி சடவுப்பட்டுக் கொண்டார்.

எதையும் அனுபவப்பூர்வமாக அறிந்து கொண்டவற்றிலிருந்து தனக்கான வார்த்தைகளை வெளிவிடுவார் அவர். எழுபது வருட கால கடினமான வாழ்க்கை அவருக்குள் சிலாகிப்பைக் தவிர்த்து விரக்தியையே விதைத்திருந்தது. அவரின் நாற்பது வயதிலே தன் பொஞ்சாதியைப் பறிகொடுத்திருந்தார். அன்றிலிருந்து தனிக்கட்டை வாசம்தான் அவருக்கு. தன் சந்ததி வித்தாயிருந்த ஒற்றைக்கொரு மகனின் குடும்ப நிழலில் தஞ்சமிருந்தே அந்திமக் காலத்தை அடிபிடியில்லாமல் ஓட்டிக் கொண்டிருந்தார். தெரு அம்மனின் கோயில் பூசாரி என்பதால் தெருவில் அவருக்குத் தனி மரியாதையும் மவுசும் இருந்தன. அம்மனை இஸ்மாயில் சாயபு செய்வினை வைத்து மடக்கிக் கொண்டுவிட்டான் என்று ஒவலைக் கிளம்பியதற்குப் பிற்பாடான காலத்தில் அம்மனுக்குப் பூசை பண்ணும் காரியங்களை நாளாவட்டத்தில் குறைத்திருந்தார். கார்த்திகை மாதத்தில்

மட்டும் தெருக்காரர்களின் நச்சரிப்பின்பேரில் அந்தி கருத்ததும் கோயிலுக்குள் நுழைந்து விளக்கேற்றி வந்தார். மற்றபடி அம்மனுக்குக் கொடைவிழாக் கொடுப்பது பற்றியெல்லாம் அவருக்கு அக்கறை இல்லாமலிருந்தது.

"அம்மனே அடக்கப்பட்டப் பொறவு கொடைவிழாக் கூத்தெல்லாம் என்ன மயித்துக்கு?" என்பதே அவரின் வியாக்கியானமாகவும் இருந்தது. தெருக்கிணற்றில் தண்ணீர் வற்றிப் போயிருந்தத் தரித்திரம் வேறு கொடைவிழாவைப் பற்றி சிந்திக்க விடாமல் சேரிச்சனங்களைக் குழப்படி பண்ணிக்கொண்டிருந்தது. தண்ணீர்ச் செழிப்போடு சனங்கள் சந்தோசமாக இருந்தால்தானே கொடைவிழாக் கொடுப்பதிலும் கொண்டாட்டம் இருக்கும் என்று பூசாரித்தாத்தா விசனப்படுவார். குண்டி கழுவவே சனங்கள் தண்ணீர்க் கிடைக்காமல் அல்லாடிக்கொண்டிருக்கும் போது அம்மன் சிலையைக் குளிப்பாட்டவும் உருவம் சாப்பிடுகிற சாமியாடிகளின் தலைகளில் நீராபிசேகம் செய்யவும் நீர் கிடைக்காமல் திணற வேண்டியதிருக்கும்.

ஜீப்பில் வந்துப் போனவர்களை நினைத்து தெருக்காரர்கள் சிலாகித்துப் பேசிக்கொண்டார்கள். தெருக்காரர்களின் சந்தோசத்தைத் தான் கெடுக்கவேண்டாம் என்ற அக்கறையில் தானும் சந்தோசப் படுவதாகப் பாவனைச் செய்து கொண்டார் தாத்தா. எல்லாம் தன் இறுதி காலத்திற்குள் முடிந்தேற வேண்டும் என்பது அவரின் விருப்பமாக இருந்தது. இஸ்மாயில்சாயபின் கட்டிலிருந்து அம்மன் விடுபட வேண்டும். தெருச்சனங்கள் செழிப்படைந்து அம்மனுக்கு வருடந்தோறும் கொடைவிழா நடத்த வேண்டும். தெருக்கிணற்றில் சுவரின் விளிம்புமுட்ட நீர்நிறைந்து நின்று சனங்கள் நொம்பலப்படாமல் கோரி நிறைத்துப் பரிமாறிக்கொள்ளவேண்டும். விவரம் தெரிந்த நாட்களிலிருந்து இப்போது ஐந்தாறு வருடங்களாவே தெருக்கிணறு இப்படி நீர்வற்றிக்கிடப்பதையும் நெருடலாக நினைத்துப் பார்த்தார். மேல்மட்டத்தில் தண்ணீர் நிறைந்துநின்று, காற்றில் சளம்பிக் கொண்டிருந்ததை இப்போது கேட்பதுபோல உணர்ந்தார். அலப்பரவு இல்லாமல் கிணற்றிலிருந்து நீரெடுத்துப் புழங்கினார்கள் சனங்கள். குடிப்பதற்கும் குளிப்பதற்கும் சிரமம் இருந்ததில்லை அப்போது. அவையெல்லாம் பழங்கனவாக நிழலாடிக் கொண்டிருந்தது.

●

எல்லோரும் சாயந்தரம் வேலைசோலிகள் முடித்து கரையேறி வீட்டுக்கு வந்த பிறகுதான் அந்தச் செய்தி அவர்களின் காதுகளைச் சுட்டது.

“காலம்பற நல்லாதானப் பேசிக்கிட்டிருந்தாரு. ஜீப்புல வந்து ஏறங்கினவங்ககிட்ட எவ்ளவ் கிருமமாப் பேசிக்கிட்ருந்தாரு. சாயந்தரத் துக்குள்ள என்ன கருமாந்தரம் ஆவிப்போச்சி அவருக்கு?”

சடவாய் திண்ணையில் வந்து உட்கார்ந்திருந்த பொன்னா பரணத்திடம் ஓட்டமும் நடையுமாய் ஓடிவந்து பொன்னம்மா சொன்னதைக் கேட்டதும் ரொம்பவும் சங்கடப்பட்டுக் கொண்டாள் அவள்.

“மதியம் செத்தம் போல காடியக் கரைச்சி குடிச்சிட்டு கட்டில்ல சாஞ்சவர்தானாம். அவரோடப் பேரப்புள்ளய பாத்திருக்காவெ. வேல சோலிக்குப் போயிருந்த மருமவா சாயந்தரம் வீட்டுக்கு வந்ததும் எழுப்பியிருக்கா.. எந்திரிக்கவே இல்லியாம். சம்சயப்பட்டு அவரோட நாசியிலக் கைவைச்சிப் பாக்கவும்தான் சங்கிதி புரிஞ் சிருக்கு”

“யாருக்கும் தொந்தரவு கொடுக்காம மனுசன் செவனேன்னு கண்ண மூடிட்டாரு. கெடப்புல வுழுந்தா பீய எடு, மோத்திரம் எடுன்னு இப்ப யாரு செய்தா? அலப்பரவு இல்லாத சாவு. நல்ல மனுசனுக்குத் தான் நல்ல சாவும் கெடைச்சிருக்கு.” பொன்னாபரணத்தின் வீட்டுக்குமுன் நின்றிருந்த செல்லக்கிளி தன் மனத்தில் படிந்திருந்த துக்கத்தை மறைத்துக் கொண்டு அவரின் சாவுப் பற்றிய பெருமையை மட்டும் வெளிக் காட்டினாள்.

பொன்னாபரணத்தின் வீட்டுக்கு எதிர்வரிசையில் இரண்டு வீடுகள் தள்ளி மேற்காக இருந்தது, பூசாரித் தாத்தாவின் வீடு. பனை ஓலைகளால் கூரை வேய்ந்த கூடாரம் போன்றிருந்தது. நடுவீட்டுக்குள் பாய்விரித்து அவரை மல்லாக்கக் கிடத்தியிருந்தார்கள். கண்களில் சந்தனக் கரைசலும், வாயில் துணியாலும் கட்டியிருந்தார்கள். வாயிலிருந்து ரத்தம் வடிந்து கொண்டிருப்பதாகப் பேச்சு இருந்தது. தெருச்சனங்கள் அனைவரும் தத்தம் இரவுச் சாப்பாட்டை மறந்துவிட்டு எழவு வீட்டில் குமைந்து கிடந்தார்கள். ‘ஒரு நல்ல மனுசன், சாவைக் கண்டிருக்கிறார். சாப்பாடு என்ன வேண்டிக் கிடக்கிறது’ என்பதே அவர்களின் தீவிரமான துக்கத்துக்குக் காரணமாயிருந்தது. தெருவிளக்கு ஒளிரத் துவங்கியிருந்தது. அந்த வெளிச்சத்தின் உபயத்தால் ஒருவர் முகம்பார்த்து மற்றவர் பேசிக்கொள்ள முடிந்தது. தாத்தாவின் மகனிடம் உறவினர்களின் முகவரிகளைக் கேட்டுத் தெரிந்து கொண்டு அயலூர்களுக்குத்துஷ்டி சொல்ல இளவட்டங்களை அனுப்பினார்கள். சின்னஞ்சிறுசுகளுக்கு எழவு வீடென்றாலும் சந்தோசமாக இருக்கிறது. தங்கள் வழக்கப்படி தெருவிளக்குக் கீழ் கும்மாளம்போட்டு விளையாடிக்கொண்டிருந்தனர். சின்னத்துரையும் மணிமேகலையும் விளையாட்டில் கலந்திருந்தனர். ராணிக்குத் தான் மடிநிறையப் பறித்துக்கொண்டு வந்திருந்தப் பூச்சிமுள் பூக்களைக்

கோர்த்தெடுப்பதில்தான் அக்கறை இருந்தது. சாணி பொறுக்கிவிட்டு வந்த பிறகு தான்மட்டும் கிணற்றுக்குச் சென்று ஒரு குடத்தில் மட்டும் நீர் நிறைத்துக்கொண்டு வந்து வீட்டுக்குள் வைத்திருந்தாள். அதுபோதும் என்று அம்மா சொல்லியிருந்ததில் ஏக சந்தோசம் அவளுக்கு. செழமாய் பூக்ககளைக் கோர்த்து முடித்துத் தலையில் வைத்துக்கொண்டு எழவு வீட்டில் போய் நிற்கவேண்டும் என்பதே அவளின் இப்போதைய விருப்பமாயிருந்தது. காடாவிளக்கின் வெளிச்சத்தில் அவளின் கைகள் பரபரத்துக் கொண்டிருந்தன.

அந்தத் தெருவில் எந்தக் கிழடு மண்டையைப் போட்டாலும் செல்லம்மாள்புரத்திலிருந்து கணேசனைத்தான் மேளத்துடன் கூட்டிக்கொண்டு வந்தார்கள். இப்போது தண்ணீர் செழிப்பில்லாமல் வறட்சியாகக் கிடந்திருந்ததால் தாத்தாவின் மகனுக்குக் கொட்டுப்போட்டுக்கொள்ள வேண்டும் என்பதில் விருப்பமில்லாமல் இருந்தது. பாடை கட்டுவதற்கு மட்டும் அவர்களின் தெருவுக்குத் துணிவெளுக்க வந்து கொண்டிருக்கும் கந்தசாமிக்குச் சொல்லிவிட்டிருந்தார்கள்.

மறுநாள் வெள்ளனங்காட்டியே கம்புத் தடிகளுடனும் அலங்காரத் துணிகளுடனும் வந்து சேர்ந்தார் கந்தசாமி. வயதான ஆசாமிதான். எழவு வீட்டுக்குப் பாடை கட்டுவதில் சம்பளமாகப் பணம் கிடைக்கிறது அவருக்கு. தெரு வெளுப்பாளி என்பதால் கட்டாயம் பாடை கட்டுவதற்கு அவரை அழைத்துக்கொள்ள வேண்டும் என்ற கட்டு இருந்தது அவர்களிடம். தொழிலாளியின் பிழைப்பில் மண்ணள்ளிப் போடக்கூடாது என்ற கரிசனையால் ஏற்படுத்திக்கொண்ட கட்டு அது.

மதியத்திற்குள் பாடை தயாரானது. பல ஊர்களிலிருந்தும் வந்திருந்த சனங்களால் தெருவே அடைத்துக்கொண்டிருந்தது போல கூட்டம் முண்டியது. தாத்தாவை முற்றத்தில் எடுத்துவைத்து நீருற்றிக் குளிப்பாட்ட வேண்டும். நீர்மாலைக்குப்போய் சொக்காரன் பிள்ளைகள் குடங்களில் கொண்டுவரும் நீரால்தான் அந்தக் காரியத்தை நிறைவேற்ற வேண்டும். உள்ளூரிலேதான் சொக்காரன்பிள்ளைகள் ஈடுதடியன்களாய் இருந்தார்கள். நான்கு பேர்களும் தத்தம் கையில் குடத்தை எடுத்துக்கொண்டார்கள். மத்தியானச் சூரியன் சுள்ளெனக் காய்த்துக்கொண்டிருந்தது. வெயில் சூட்டையும் பொருட்படுத்தாமல் வெற்றுக் கால்களுடன் கிணற்றை நோக்கிப் போனார்கள். அவர்களுக்குப் பின்னால் தெருக்கார்களும் உறவினரும் திரட்சித் திரட்சியாய் போய்க் கொண்டிருந்தார்கள்.

வழக்கம்போல கிணற்றில் செரங்கு அளவே நீர் ஊறிக் கிடந்திருந்தது. அதையும் ஓரிரு பொம்பளைகள் துவளத்தில் சரிந்துகிடந்து பட்டைகளைப் போட்டுக் கோரியெடுக்க முனைப்புக்

காட்டிக் கொண்டிருந்தது தெரிந்தது. தெருவில் எழவு வீடாய் இருந்தாலும், தன் வீட்டில் வள்ளிசாய் தண்ணீரில்லாமல் போனால், வல்லடியாய் கிணற்றுக்குத்தான் குடங்களையும் பட்டைகளையும் தூக்கிக்கொண்டு வரவேண்டியதிருக்கிறது.

எழவு வீட்டுக்காரர்கள் கிணற்றை நெருங்கியதும், பொம்பளைகள் தத்தம் பட்டைகளைச் சுருட்டிக்கொண்டும், அரைகுறையாய் நிறைத்திருந்த குடங்களைத் தூக்கி நகட்டி வைத்துக்கொண்டும் தூரமாய் வந்து ஒதுங்கி நின்றனர்.

கிணற்றை எட்டிப் பார்த்தான் பிச்சையா. தலை கிர்ரென்று சுற்றுவதுபோலத் தோன்றியது. கண்கள் கூச்சம் எடுத்தன. ஒரு சின்னக் குழியில் சரிகைத்தாளை ஒட்டி வைத்ததுபோல சொற்பமாய் நீர் தெரிந்தது. “குண்டிக் கழுவக்கூட இந்த தண்ணிப் பத்தாதே.. இதுல எப்பிடி சொக்காரன்மார்ப் புள்ளைங்களக் குளிப்பாட்டிட்டு கொடத்துலயும் தண்ணி எடுத்துட்டுப் போறது?”

பிச்சையாவின் கையில்தான் சம்பிரதாயச் சடங்கிற்குரிய சாமான்கள் இருந்தன. மாவிலைகள், சொம்புகள், பழங்கள், சந்தனம், குங்குமம், திருநீறு என்று அத்தனையையும் ஒரு அழுக்குப் பைக்குள் போட்டு பிடித்துக் கொண்டிருந்தான். சொக்காரன் பிள்ளைகள் குளித்து முடித்தவுடன் அவர்களைக் கிழக்குப் பார்த்து நிற்கவைத்து அவர்கள் முன்னால் படையலிடவேண்டும். தரையில் இலையைப் படர்த்தி வைத்து அதில் தேங்காய், வாழைப்பழம், ஊதுவத்தி, நீர் நிறைந்த இருசெம்புகள் சகிதம் கிடத்தி சாமி கும்பிட்டபின், சொக்காரன் பிள்ளைகளின் கைகளில், தோள்களில், வயிற்றில், நெற்றியில் என்று திருநீறுப் பட்டைகளைச் சாத்திவிட வேண்டும். ஒவ்வொருவரின் கழுத்திலும் நூலைத் திரித்துப் போட்டு இடுப்பில் தவழவிட்டு முடிச்சுப்போடவேண்டும். பூசாரித் தாத்தா இருந்த காலத்தில் இதுபோன்ற காரியங்களை அவர்தான் எசகுபிசகில்லாமல் சிரத்தையுடன் செய்து முடிப்பார். பிச்சையாவுக்கு அதன் செய்முறையைப் பற்றியெல்லாம் தெளிவான சிந்தனை இல்லையென்றாலும்,‘எனக்குத் தெரிஞ்சத செய்யுறம்பா‘ என்று சாக்குப்போக்குச் சொல்லிக்கொண்டு வந்திருந்தான்.

“எப்பா. இந்தக் கெணத்துலயிருந்து தண்ணி கோரியெடுத்து யாரையும் குளிப்பாட்ட முடியாது. கெழவி சமஞ்ச கததான். பேசாம ஒருபட்டத் தண்ணியக் கோரியெடுத்து சொக்காரன்மாருப் புள்ளைங்கத் தலையிலத் தெளிச்சி விட்டுக்குவொம். எப்பிடியோ தண்ணி தலையிலப் பட்டா போதும், கங்கையிலக் குளிச்சி எழுந்தாப்புலத் தான்”

பிச்சையாவின் ஆலோசனையைப் பக்கத்தில் நின்றிருந்த

செல்லக்கிளியின் புருசக்காரன் சிரஞ்சீவியும் ஆமோதித்துக் குரல் கொடுத்தான். “ஆமாப்பா அதான் சரி. எல்லோரும் தேங்காய ஒடச்சா நாம செரட்டையையாவது ஒடைக்கணும்ல? அப்பிடியே செஞ்சிக்கிருவொம்”

“அப்பிடீன்னா தாத்தாவக் குளிப்பாட்ட கொடத்துல தண்ணிக் கொண்டு போறதுக்கு ..?” சலசலத்துக் கொண்டிருந்த கூட்டத்திலிருந்து திண்ணமாய் ஒரு குரல் கேட்டது.

பிச்சையாவுக்கு ஒரு ரோசனை தோன்றியது. “அதுக்கென்ன? அந்தா நம்மப் பொம்பளைங்க அரகொறயா நெறச்சு வச்சிருக்காவல்ல, அத எடுத்து ஊத்தி நம்மக் கொடங்கள நெறச்சிக்கிட வேண்டியதான். வேற என்ன செய்றது?”

குடங்களின் பக்கத்தில் ஒதுங்கி ஓரமாய் நின்றிருந்த பொம்பளைகள் பேந்தப்பேந்த வெறித்தார்கள். ஆயினும் சூழலின் நெருக்கடி அவர்களுக்கும் புரிபடாமல் இல்லை. சட்டென்று ஒருத்தி தீர்மானமான முடிவுக்கு வந்தவளாய் தன் குடத்தைக் கையிலெடுத்துக் கொண்டு பிச்சையாவின் அருகில் வந்து நின்று, “அதுக்கென்ன, ஒரு நல்ல மனுசரக் குளுப்பாட்டத்தானெ?” என்று சாந்தமாய் சொல்லிக்கொண்டே அவர்களின் குடம் ஒன்றின் மேல் தன் குடத்தைப் பொருத்தி வைத்து நீரைக் கவிழ்த்தாள். ‘கொள கொள’வென சத்தமிட்டவாறு கீழிறங்கிய நீரால் தரையிலிருந்த வெற்றுக் குடம் நிறைந்து கொண்டது. மற்றப் பொம்பளைகளின் மனசும் இறங்கியிருந்தது. அவர்களும் தாக்காட்டம் இல்லாமல் தங்கள் குடங்களைத் தூக்கிவந்து ஊற்றினார்கள்.

“சாவு எழவுக்குக் கூட இந்தக் கெணத்த நம்ப முடியாத அளவுக்குப் போயிற்றே.” ரொம்பவும் சடைத்துக்கொண்ட பிச்சையா மேற்கொண்டு நடத்த வேண்டிய சடங்கிற்காக தரையில் வாழை இலையை விரிக்கத் துவங்கினான். அவனின் தலை உச்சியில் நின்று சூரியன் குதியாளம் போட்டுக் கொண்டிருந்தது.

8

"ஏ ராணி,.?

"ம்.. "

"ராணி? "

"என்னம்மா?"

"அடச்சீ எந்திரி கழுத"

"'இவ்ளவ் வெள்ளனயேவா? "

"ஒனக்குத்தான் இன்னமும் விடியல போலுக்கு? சனங்கள்லாம் எந்திரிச்சி காட்டுச் சோலியளுக்குப் போய்க்கிட்ருக்கு"

"இன்னும் வெளிச்சம் வரலியேம்மா"

"வரும் வரும். வாரியலத் தூக்கிக்கிட்டு வந்து குண்டியில நாலு சாத்துச் சாத்தினா வெளிச்சம் வரும். எந்திரின்னா?"

"என்னம்மா நீ?" செல்லமாய் சிணுங்கிக்கொண்டே எழுந்து உட்கார்ந்தாள் ராணி. இரவில் ஆழ்ந்துத் தூங்கியிருந்ததன் அறிகுறிகளாய் அவளின் கடைவாயில் ஒழுகிக் காய்ந்துபோயிருந்த எச்சில் வடுக்கள் துல்லியமாய்த தெரிந்தன. வாயின் இருபக்கமும் நீண்ட பற்கள் ஈட்டிகளாய்த் துருத்திக் கொண்டிருந்தன. கண் இடுக்குகளில் பசைப்போல பீளைத் துணுக்குகள் ஒட்டிக்கொண்டிருந்தன.

" என்னம்மா நொண்ணம்மான்னுகிட்டு. இன்னிக்கு நாராயணம் புள்ளக் காட்ல கடல எடுக்கது தெரியாதா கழுத ஒனக்கு? கொண்டு வந்துப் போட்டா மட்டும் வாய் வலிக்காமத் திம்பல்லெ? நானும் ஒங்கய்யாவும் அங்கதான் போறொம். தெருக்காட்ல எல்லாரும் போயாச்சி. ஒங்கய்யா அப்பமே போயச்சி. நாந்தான் தாமசம். இன்னிக்குப் பாத்து மாடுவளுக்குப் பேதியெடுத்துட்டுது. தொழுவத்துல சாணியா பீச்சித் தள்ளிருக்கு. நாங்க எந்திரிச்சி ரெண்டு மணிக்கூறு ஆவுது. ஒனக்கு இப்ப எந்திரிக்க வலி எடுக்கு என்ன..?"

கையில் ஒரு நார்ப் பெட்டியைத் தூக்கிப் பிடித்துக்கொண்டு அறிபறியாய் நின்றிருந்தாள் பொன்னாபரணம். பிச்சையா கங்குல் முங்கலிலே எழுந்து தெருச்சனங்களில் பெருவாரியானவர்களை அழைத்துக்கொண்டு நாராயணன்பிள்ளையின் தோட்டத்துக்குப் போயிருந்தான். பொன்னாபரணத்தால் அவனோடு கச்சைக் கட்டிக்கொண்டு போக முடியாதிருந்தது. அவனோடு படுக்கையை

உதறிவிட்டு எழுந்தவள், முகத்தைக் கழுவிக்கொண்டு வாய்க்குள் சிறிது பொடித்தூளையும் திணித்துக்கொண்டு நாராயணன்பிள்ளை வீட்டுக்கு நாயாக ஓட வேண்டியதிருந்தது. சாணி சகதிகளோடு தொழுவத்தில் குமைந்து கிடந்த மாடுகளுக்கும் பண்டுவம் பார்த்து முடித்த கையோடு வீட்டுக்கு ஓடிவந்து அடுப்பில் உலையேற்றிக் காடியை வேகவைத்து இறக்க வேண்டியதிருந்தது. ராணியை நம்பி அடுப்பு வேலையை ஒப்படைத்து விட்டுப் போக முடியாது. கூறுகெட்ட கழுதை. வேக்காட்டின் முழுத்தன்மை தெரியாமல் காடி பாதி வெந்ததும் வேலை முடிந்ததென்று வெரசல் வெரசலாய் இறக்கிவைத்து விடுவாள். சாயந்தரம் வந்து அவளிடம் மல்லுக்கு நிற்க முடியாது என்பதால் விடியறதுக்கு முன்னமே எழுந்து எல்லா வேலைகளையும் தன் கைப்படச் செய்து முடித்திருந்தாள் பொன்னாபரணம். நாராயணன் பிள்ளை தோட்டத்தில் இன்று கடலை எடுப்பாய் இருந்தது. கடலையை எவ்வளவுக்கு ஆய்ந்தெடுக் கிறார்களோ, அதைக் கணக்குவைத்து கொத்துத் தருவார்கள். ரொம்பவும் சீக்கிரமாய் போனால் நிறையக் கடலைகளை ஆய்ந்தெடுக்கலாம் என்பது எல்லோருடைய அனுபவமாயிருந்தது. அதைப் பற்றியெல்லாம் இந்தக் கூறுகெட்டக் கழுதைக்குப் புரிகிறதா என்று ராணியின்மேல் ஆத்திரமாக வந்தது.

"இன்னும் செரியா விடியலேம்மா"

மீண்டும் செல்லமாய் சிணுங்க ஆரம்பித்தாள் ராணி. அவளைப் படுக்கையை விட்டு எழுப்ப வேண்டுமென்றால் பெரும்பாடுபட வேண்டியதிருக்கும் என்பதை பலமுறை அனுபவப்பூர்வமாய் உணர்ந்திருந்தாள் பொன்னாபரணம். இப்போது தன் பொறுமையை அவள் சோதித்துக் கொண்டிருப்பதாக நினைத்து விசனப்பட்டாள். சட்டென்று அவள் முதுகில் ஒரு அறை கொடுத்தாள். "விடிஞ்சிட்டு லூசு. எங்கிட்ட அடிவாங்கிச் செத்திராத. சீக்கிரம் எந்திரிக்கியா என்ன?"

தடபுடலென்று உடம்பைச் சுருட்டிக்கொண்டு எழுந்து உட்கார்ந்தாள் ராணி. முதுகில் விழுந்த அடி அவளின் மூளையைத் தாக்கியிருக்க வேண்டும்.

"நா .. என்ன செய்யணும்?"

"காடியக் காச்சி எறக்கி வச்சிருக்கென். தம்பியும் தங்கச்சியும் எந்திரிச்சதும் ஆளாளுக்குக் கொஞ்சம் ஊத்திக்குடு. சாணிப் பொறுக்கி முடிஞ்சதும் கொடத்துல தண்ணியெடுத்து வய்யி"

"ரெண்டு கொடத்துலயுமா?"

"ஆமா. மதியம் கெணத்துல கூட்டமில்லாமத்தான இருக்கும்.

அப்பம் போயி எடுத்துப்பாரு. சாயந்தரம் வரும்போ கொடத்துல தண்ணியில்ல, ஒன்னய வெள்ளாவி வச்சிப்புடுவென் பாத்துக்க".

திண்ணையில் சின்னத்துரையும் மணிமேகலையும் அதலகுதலமாய் கிடந்து தூங்கிக்கொண்டிருந்தார்கள். சூரிய வெளிச்சம் முற்றத்தில் விழுந்து திண்ணையில் வெக்கை அடிக்கும்போதுதான் அவர்களுக்கு சொரணைத் தட்டி முழிப்பு வரும். பகல் முழுதும் பள்ளிக்கூடத்திலும் சாயந்தரம் தெருப் புழுதியிலும் ஓடிச்சாடி விளையாடிக் கொண்டு வந்திருந்த அசதியில்தான் அவர்கள் அப்படி அசந்து தூங்குகிறார்கள் என்று அர்த்தப்படுத்திக் கொண்டாள் பொன்னாபரணம்.

கதவைத் திறந்தமேனிக்கே விட்டுவிட்டுப் போயிருந்தாள். காலையிலே எழுந்து காட்டுக்குப் போயிருந்த புருசக்காரன் கொலைப் பட்டினியாய் நிற்பான் என்பது நியாபகத்துக்கு வந்திருந்தது. அவனுக்காகவே தூக்குப்போணியில் சுடுகாடியை ஊற்றிப் பெட்டிக்குள் வைத்திருந்தாள். தொட்டுக்கொண்டு கடிக்க சுள்ளென்று உறைக்கும் இரண்டு மிளகாய்களையும் போட்டிருந்தாள். நாராயணன் பிள்ளையின் தோட்டம் என்பதால் வேலைக் காரர்களைக் கண்காணிக்கும் பொறுப்பு பிச்சையாவுக்கு இருந்தது. வெள்ளனங் காட்டியே அவன் தோட்டத்துக்குப் போயிருந்ததால் தாமசமாக வரும் பொன்னாபரணத்துக்காக தனியே கடலைப் பாத்திகளைப் பிரித்து ஒதுக்கிப் போட்டிருப்பான். முடிந்தால் கணிசமான செடிகளைப் பிடுங்கி எடுத்து காய்களை ஆய்ந்து குவித்தும் வைத்திருப்பான். ஒரு மரக்கால் கடலை ஆய்ந்தால் ஒரு படிக் கடலையைக் கூலியாகக் கொடுப்பார்கள். கணிசமாகக் கடலை கிடைத்தால் பெரிசுகளுக்கும் சிறுசுகளுக்கும் நெடுநாள் வைத்துத் தின்பதற்குத் தோதாக இருக்கும்.

ராணிக்கு மீண்டும் படுத்துக்கொள்ளும் எண்ணமில்லை. கதவுத் திறந்து கிடந்தது. அவள் தூங்குவதைச் சாக்காக வைத்து யாராவது வீட்டுக்குள் நுழைந்து பானைக்குள் போட்டு வைத்திருந்த சோள மணிகளை அள்ளி விட்டுப் போய்விட்டால் அம்மாவிடம் அனாவசியமாக அடிவாங்க வேண்டியதிருக்கும். சோர்வு முறித்து எழுந்து நின்றாள். இரவிலே தலையில் செருகி வைத்திருந்த பூச்சரம் வாடி வதங்கி நிறம் மங்கிப்போயிருந்தது. இன்று மாடுகளுக்குப் பின்னே சாணிப் பொறுக்கிக்கொண்டு போகும்போது நிறைய பூக்களைப் பறித்துக்கொண்டு வரவேண்டும் என்று அவள் மனதிற்குள்ளே தீர்மானகரமான திட்டம் உருவானது. பல்விளக்கி, முகம் கழுவி, கண்மைத் தீட்டி, நெற்றியில் குங்குமப் பொட்டை அழுத்தமாய் ஊன்றிவைத்து, துவைப்பு இல்லை என்றாலும் கொஞ்சம் பகட்டாயிருந்தப் பாவாடையையும் தாவணியையும் அசையிலிருந்து எடுத்துச் சீராக அணிந்துகொண்டு, தம்பியையும்

தங்கச்சியையும் உசுப்பி எழுப்பத் திண்ணைக்கு வந்தாள். நன்றாக விடிந்திருந்தது. சூரியக் கதிர்கள் குத்தீட்டிகளாய் முற்றத்தைப் பெயர்த்துக் கொண்டிருந்தன. அவளைப் போலவே அவர்களும் முழித்து எழுவதற்கு மிகவும் சிரமப்பட்டார்கள். அவர்களை அதட்டி உருட்டி சாதாரண நிலைமைக்குக் கொண்டு வருவதற்குள் ராணிக்கு அழுகை வந்துவிடும்போலத் தோன்றியது. "போடி லூசு" என்று அவளை அனாயாசமாக ஏசிக்கொண்டே இருவரும் சன்னஞ்சன்னமாய் எழுந்து நின்றார்கள். "என்னைய லூசுன்னா பொறவு ஒங்களையும் நா லூசும்பென்" என்று பதிலுக்கு ராணியும் அவர்களை எச்சரிக்கை செய்து கொண்டாள். அவர்களுக்கு அடுப்புச் சாம்பலை அள்ளிக்கொடுத்து பல் துலக்க வைத்து, பாத்திரங்களில் காடி ஊற்றிக்கொடுத்து, அதை அவர்கள் குடித்த பின் பள்ளிக்கூடத்திற்குப் புறப்படுவதற்குத் தோதாய் சுவரோரம் சாய்த்து வைத்திருந்த பைக்கட்டுகளை எடுத்துத் தந்தபோது சூரியன் கிழக்கு முகத்தில் நெற்றிக்கு ஏறியிருந்தான். அவளும் வயிற்றுக்குக் கொட்டிக்கொண்டாள். இதமான சூட்டில் காடி இனித்ததுபோலத் தோன்றியது.

மாடுகள் சரம்சரமாக மேய்ச்சலுக்குத் திரண்டு போயின. சாலையின் மத்தியிலும் ஓரங்களிலும் நழுக்கிவிட்டுப்போன சாணிக்குத் தப்பலை அரிச்சலில்லாமல் அள்ளியெடுத்து கூடையை நிரப்பிக் கொண்டாள். ஓடைமேட்டில் நட்சத்திரங்களாய் சிமிட்டிய பூக்கள் அவளின் கண்களைப் பறித்தன. அவற்றை மெதுவாக உருவியெடுத்து தன் தாவணிமடிப்புக்குள் போட்டுக் கொண்டாள். மடிநிறைய பூக்கள் சேர்ந்துகொண்டது போலிருந்தது.

மதியம் கிணற்றடியில் கூட்டமில்லாமல் இருந்தது. சேரித்தெருக் காரர்கள் எல்லோரும் காட்டுக்குப் போயிருந்தார்கள். சாயந்தரம் ஆனதும்தான் சாரைசாரையாக கிணற்றுக்கு வந்து நிற்பார்கள்.

இரண்டு மண்குடங்களையும் தூக்கிக்கொண்டு கிணற்றடிக்கு வந்திருந்தாள் ராணி. அவளின் ஆகாத காலமோ என்னவோ, ஒரு மண்குடத்தில் நீர்நிறைத்துத் தூக்கி இடுப்பில் வைத்தபோது அது பிடிமானம் கொள்ளாமல் பொசுக்கென்று இடுப்பைவிட்டு நழுவி கிணற்றின் அருகே 'தொப்'பென்று விழுந்து நொறுங்கிப் போனது. அடுத்து என்னச் செய்வது என்பது புரியாமல் திகைத்துக் குலை நடுங்கிப் போனாள். அம்மா வந்து கேட்டால் என்னப் பொவுலைச் சொல்வது என்பதை நினைத்துக் குமைந்தாள். மற்றொரு குடத்தில் நீர் நிறைத்துக் கொள்ளும் உணர்வில்லாமல் போயிற்று. அதை அப்படியே கிணற்றடியில் விட்டுவிட்டு வீட்டுக்கு வந்து திண்ணையில் குப்புற அடித்துப் படுத்துக்கொண்டு அழுதாள். அம்மாவைப் பற்றிய பயமே அவளின் தேகமெங்கும் அதிர்வாய் பரவி நின்றது. சாயந்தரம்

தம்பியும், தங்கச்சியும் பள்ளிக்கூடம் விட்டு வந்தப் பிறகுதான் சோர்வுடன் எழுந்து சாணிக்கூடையைத் தூக்கிக்கொண்டு மீண்டும் ஓடைக்குப் புறப்பட்டாள். சாணியோடும் பூக்களோடும் வீட்டுக்கு வந்தபிறகே ஒரு குடம் கிணற்றடியில் கிடந்திருந்தது நியாபகத்துக்கு வந்து உறுத்தியது. அரக்கப்பரக்கக் கிணற்றடிக்கு ஓடிப்போய் குடத்தில் நீர்நிறைத்து முடிப்பதற்குள் ஒருவாடு நேரமாகிப் போனது. இன்னும் துலுக்கக்குடிப்பொம்பளைகள் யாரும் கிணற்றுக்கு வந்திருக்கவில்லை. அதுவே அவள் அலப்பரவு இல்லாமல் நீர் இறைத்துக் கொண்டதற்கு சாதகமாகப் போயிருந்தது.

கருக்கல் முற்றிய பிறகே அம்மாவும் அய்யாவும் வீட்டுக்கு வந்தார்கள். கடலைகள் நிறைந்திருந்தப் பெட்டியைத் திண்ணையில் வைத்திருந்தாள் அம்மா. மதியம் நிகழ்ந்துபோன குடம் உடைப்பைப் பற்றி மெதுமெதுவாய் அம்மாவிடம் ஒப்புவித்தாள் ராணி. சிணுங்கலும் கண்ணீருமான வார்த்தைகள் சிதறி சிதறி வந்து விழுந்தன. அம்மாவுக்குக் குலைப் பதற்றமாய் ஆகியிருக்கவேண்டும். வெட்ட வெறுக்க ராணியை இழுத்து நிறுத்தி அவள் முதுகில் படுபாதகமாய் இரண்டு மூன்று சாத்துகள்விட்டாள் அம்மா. “லூசு முண்ட. கொடத்தக் கூட ஒழுங்கா தூக்கிட்டுவரத் தெரியல. சோறத்தான திங்குத? கறிய ஏன் வளத்திருக்க? சீவிச் சிங்காரிச்சி சிலுப்பத் தெரியுதுல்ல? சொல்லிட்டுப்போற வேலய ஏன் கருக்கடையா செய்யத் தெரியல? நீயெல்லாம் எதுக்குத்தான் உசிரோட லாந்திக்கிட்டு அலையுதியோ?” அம்மாவுக்கும் அழுகை வந்திருந்தது. குரல் கரகரத்து ஒலித்தது. “ஆவுதொணைக்கின்னு ரெண்டு கொடந்தான் இருந்திச்சி. அதுல ஒண்ணையும் ஒடச்சிப்புட்ட. இனி ஒன் மண்டய ஒடச்சித்தான் தண்ணிக் கோரணும். ஏந்தான் என்னிய இப்பிடிப் பாடாப்படுத்துதியோ?”

“சரி சவத்த வுடு. ஒடச்சாச்சி.. இனி அவள அடிச்சதும் கொடம் வந்துரப் போவுதாக்கும்? நம்மப் புள்ளயோட லச்சணந்தான் நமக்குத் தெரியுமே.. கிறுக்குப்புடிச்ச கழுத”

எல்லாவற்றையும் விழிப்பிதுங்க வெறித்துப் பார்த்துக்கொண்டிருந்த பிச்சையா இப்போதுதான் நிதானமாய் வாய் திறந்திருந்தான். தேகம் அச்சலாத்தியாய் இருந்தது அவனுக்கு. வெள்ளனங்காட்டியே எழுந்து காட்டுக்குப்போய் கடலை ஆய்ந்தெடுத்திருந்ததன் அசதி ஆளை அசத்திக்கொண்டு வந்தது.

அழுதுகொண்டே வீட்டுக்குள் நுழைந்த ராணி மூலையில் போய் முடங்கிக்கொண்டாள். காடா விளக்கைப் பற்ற வைக்காதிருந்ததால் வீட்டுக்குள் இருட்டு அடர்த்தியாய் நின்றிருந்தது. பானையில் கிடந்திருந்த காடியை எல்லோருக்கும் ஊற்றிக் கொடுத்து தானும் குடித்துக்கொண்டாள் பொன்னாபரணம். ராணிக்கு வலி

குறைந்திருக்கவில்லை. "காடி வேண்டாம்" என்று நிசாரமாய் மறுத்திருந்தாள். படுத்திருந்த இடத்தைவிட்டு ஒரு இம்மிகூட நகன்று கொள்ளாமல் கிடந்திருந்தாள். அவள் அப்படித்தான் என்பது எல்லோருக்கும் தெரிந்திருந்தது. என்றைக்காவது அம்மாவோ அய்யாவோ ஆத்திரப்பட்டு அவளை ஏசிவிட்டால் கூட வயிற்றுக்குக் கொட்டிக்கொள்ளாமல் குலைப்பட்டினியாய் கிடந்துவிடுவாள். சாமம் வரைக்குத்தான் அவளின் விரதம் என்பதையும் அவர்கள் அறிந்திருந்தார்கள். ஊரே மயானக்காடாய் ஆழ்ந்து அசந்து தூங்கிக்கொண்டிருக்கும் போது பூனைபோல எழுந்து போய் சட்டியை உருட்டி காடியைப் போட்டுக் குடித்துக் கொண்டிருப்பாள். அரவம் தட்டி முழித்துக் கொள்ளும் அம்மாவோ அய்யாவோ மொண்ணைச் சிரிப்பை உதட்டுக்குள் அமுக்கிக்கொண்டு மீண்டும் தன் பாட்டுக்குத் தூங்கி விடுவார்கள்.

நடுச்சாமம் ஆகியிருந்தது. ராணி மெதுவாகப் படுக்கையை விட்டு எழுந்தாள். எல்லோரும் அசந்து தூங்கிக் கொண்டிருந்ததைத் துல்லியமாக உணர்ந்து கொண்டாள். மாடக்குழியின் அருகில் சென்று தீக்குச்சிக் கிழித்து காடாவிளக்கைப் பற்றவைத்துக் கொண்டாள். திண்ணமாய் எரிந்த தீநாக்கு, அடர்த்தியாய் படர்ந்திருந்த இருள்மூட்டத்தை மொத்தமாய் விழுங்கிவிட்டிருந்தது. எதுப்பில் தட்டுப்பட்ட கும்பாவைக் கையில் எடுத்துக்கொண்டு பானையருகே வந்தாள். மூடியைத் திறந்து இரண்டு துண்டு பாளங்களைப் பெயர்த்தெடுத்து கும்பாவில் போட்டு நீரூற்றிக்கொண்டாள். அதை நன்றாகக் கரைத்துக் கொடுத்து, கும்பாவை அன்னாந்துத் தூக்கி, சரம்சரமாய் வாய்க்குள் கவிழ்த்துக்கொண்டபோது குளுகுளுவெனக் காடி தொண்டைக்குள் இறங்கியது. இதுவரைக்கும் பசியின் தகிதகிப்பில் காளவாசலாய் கனன்று கொண்டிருந்த வயிற்றுக்குள் நீர்ப் பாய்ந்து விட்டதுபோல குளுகுளுத்தது. வயிற்றை நிரப்பிக் கொண்டபின் கும்பாவைக் கழுவி எடுத்து அதன் பழைய இடத்திலே கொண்டுபோய் வைத்தாள். பூக்கள் அவளின் நியாபகத்தைச் சுட்டன. அந்திக் கருக்கலிலே பறித்து வைத்திருந்த பூச்சமுள் பூக்கள், அம்மா அவளுக்கு அளித்திருந்த தண்டனையால் தொடுக்கப்படாமல் சுவரோரம் கிடந்திருந்தன. எத்தனை ஆசையுடன் அவள் பறித்துக்கொண்டு வந்திருந்த பூக்கள் அவை! எத்தனை அழகோடு சாயந்தரம் அவளின் கண்களை வசீகரம் செய்திருந்தன! அவற்றை வெறுமனே காயவிட்டுவிட அவளுக்கு விருப்பமில்லை. காடா விளக்கைக் கீழே இறக்கி வைத்தாள். அதன் பகட்டான வெளிச்சத்தில் பூக்களைப் படர்த்தி வைத்து அவற்றிலிருந்து ஒவ்வொன்றாக எடுத்து நூலில் இறக்கினாள். அவளின் சிந்தனையெல்லாம் அம்மா தன்னை அடித்து விட்டிருந்தது பற்றியே கவலைப்பட்டுக் கொண்டிருந்தது. "கை நழுவித்தானெ

குடம் கீழவுழுந்து ஒடஞ்சிப்போச்சி! அதுக்கு ஏன் அம்மா அப்பிடி அடிக்கணுமாம்?" என தனக்குத்தானே கேள்வி கேட்டு உருக்கமாய் அழுதுகொண்டாள். "நா இல்லன்னா வேற யாரு வந்து சாணியள்ளிச் சேப்பாவெ?" என்றெல்லாம் அவளுக்கு யோசிக்கத் தோன்றியது. வீட்டுக்குக் கிழக்குப்பக்கம் வெட்டாவீதியாய் தோண்டிப் போட்டிருந்த உரக்குழியில் தன் உபகாரத்தால்தானே பெரிய அம்பாரமாய் சாணி சேர்க்க முடிந்திருக்கிறது என்பதும் அவளின் பெருமிசமான நினைப்பாயிருந்தது. மாசத்திற்கொருமுறை அவற்றை அம்பது ரூபாய்க்கு விற்கும்போது எவ்வளவு சந்தோசப்படுகிறாள் அம்மா. அவளின் வெள்ளந்தியான மனத்திரையில் பல கேள்விகள் அம்புகளாய் பாய்ந்து கிழித்துக் கொண்டிருந்தாலும், கைவிரல்கள் பூக்களைக் கோர்ப்பதிலே கவனமாக ஈடுபட்டிருந்தன. குத்துக்காலிட்டு உட்கார்ந்திருந்தவளின் தாவணிமுனையைக் காடாவிளக்கின் கூர் நாக்கு ருசியோடு சுவைத்துக்கொண்டிருந்ததை அப்போது 'பாவிமட்டை' அறிந்திருக்கவில்லை.

சற்றைக்கெல்லாம் தீநாக்கு தாவணியை ஏணியாகப் பாவித்து மளமளவென மேல்நோக்கி ஏறத்துவங்கியது. முதுகுப்பக்கம் சுளீர் எனச் சுட்டப்போதுதான் விபரீதத்தை உணர்ந்தாள். "அய்யோ அம்மா தீ..தீ..தீ" என்று பதற்றமாய் கதறிக்கொண்டே பம்பரமாய் சுற்றிக் கொண்டிருந்தாள். தாவணியில் பற்றிய தீயைக் கசக்கி எறியவும் அவளுக்கு அறிவு வந்திருக்கவில்லை. அல்லது, தாவணியைக் களைந்துத் தூரே வீசி எறியவும் அவளுக்கு அக்கறை ஏற்பட்டிருக்கவில்லை. திடுமெனப் பற்றிக்கொண்ட தீ அவளின் குறை அறிவையும் நிர்மூலப்படுத்தியிருந்தது. பண்டுப் பாத்திரங்கள், பானைகள், பூச்சமுள் பூக்களின் மத்தியில் நெருப்பு வளையமாய் சுற்றிக்கொண்டு வந்தாள். தொண்டைக் கிழிய கூப்பாடுப்போட்டதுதான் மிச்சம். 'கூறுகெட்டக் கழுதை'க்குத் தீயை அணைத்துக்கொள்ளும் அறிவு போதாமையாக இருந்தது. அய்யாவும் அம்மாவும் ஆழ்ந்த தூக்கத்திலிருந்ததால் அவள் போட்ட சத்தத்தின் சிறு பிசிறுகூட அவர்களின் காதுகளைத் தொட்டிருக்கவில்லை.

இப்போதுதான் கனவில் யாரோ நின்று கதறுவதுபோல சொரணைத் தட்டியது பொன்னாபரணத்துக்கு. மூளைக்குள் முள் குத்தியதுபோல திண்ணமான வலித் தோன்றியது. கூடவே, சேலைத்துணி தீயில் கருகும் தீய்ந்த வாசனையும் அவளின் நாசிகளை நிமிண்டியது. பதற்றத்தில் எழுந்தாள் பொன்னாபரணம். வீட்டுக்குள் நின்று தான் பெற்ற மகள் வங்கொலையாய் கூச்சலிட்டுக் கொண்டிருந்ததைப் புரிந்துகொண்டு நிலைத்தடுமாறிப்போனாள். "அய்யோ பாதரவே அடிப் பாதவத்தி என்ன வேலைப் பண்ணிட்ட?" என நெஞ்சிலடித்துக் கதறிக் கொண்டே வாசலுக்கு ஓடிவந்தாள். மனைவியின் கதறல்கேட்டு

புருசக்காரனும் பொறிகலங்கி எழுந்துகொண்டான். குதிங்காலால் தரையை நசுக்கிக்கொண்டு வாசலை நோக்கிப் பாய்ந்தோடினான். “ராணீ.. ராணீ.. கதவத் தெற.. கதவத் தெறம்மா” என்று இருவரும் மாறிமாறி வாய்கிழிய சத்தம் போட்டார்கள். பலம்கொண்ட மட்டும் கதவைத் தட்டிக்கொடுத்தார்கள். உள்கொண்டிப் போட்டிருந்தாள் ராணி. வழக்கமாகப் போட்டுக் கொள்வதுதான். கொண்டியை நகட்டிக் கதவைத் திறந்துவிடுவதற்குக் கூறு இல்லாமல் போயிருந்தது அவளுக்கு. பிச்சையாவுக்கு ஆவேசம் வந்தது. ஆங்காரமாய் காலைத் தூக்கி கதவுக்கு மிதிக்கொடுத்தான். பழைய காலத்துப் பாடாதிக் கதவு. மிதியைத் தாங்கமுடியாமல் கொண்டிக் கழன்று மட்டமல்லாக்க விழுந்தது கதவு.

“அடியே எம் பொண்ணு..” என்று தலையில் அடித்துக்கொண்டே தாவிப் பாய்ந்தாள் பொன்னாபரணம். நிலைகுலைந்து தரையில் கிடந்திருந்தாள் ராணி. தாவணியைப் பற்றியிருந்த தீ சன்னஞ் சன்னமாய் கீழிறங்கி பாவாடையையும் பாதியளவில் கருக்கிக் கொண்டிருந்தது. அவளைத் தொட்டுத் தூக்கிக்கொள்ளமுடியாத கோரமான நிலைமை. இடுப்புக்குமேல் தேகம் வெந்துப் போயிருந்தது. இடுப்புக்குக் கீழ் பாவாடையில் தீ நின்று எரிந்து கொண்டிருந்தது. சாக்குகள் இருந்தால் கூட அப்படியே அவள்மேல் போட்டுமூடித் தீயை அணைத்து விடலாம் என்று தோன்றியது. உடுமாத்துக்குக்கூட உருப்படியானத் துணிகள் கிடையாது, சாக்குகளுக்கு எங்கேபோய் நிற்பது என்று குமைச்சலாகத் தோன்றியது பொன்னாபரணத்துக்கு. சட்டென்று தன்மேல் கட்டியிருந்த சேலையை அவசரம் அவசரமாய் உருவியெடுத்து ராணியின் பாவாடையில் போட்டு அமுக்கினாள் பொன்னாபரணம். அதுதான் சந்தோசமென்று சேலையையும் சுட்டெரிக்கத் துவங்கியது தீ.

அவளின் கைகள் சுட்டதுதான் மிச்சம். முடிச்சறுந்து நின்றிருந்த பிச்சையாவைப் பார்த்தாள் அவள். “கொடத்துல தண்ணியிருக்கானுப் பாரும். செழுமா தூக்கிட்டு வாரும். எம்புள்ள அவிஞ்சே செத்துருவாப்பொலுக்கே” என்று பரிதவித்துக்கொண்டே அவனுக்கு உத்தரவுப் போட்டாள். சற்றைக்கெல்லாம் குடங்களை உருட்டிப் பார்த்துவிட்டு பதற்றத்துடன் அவளிடம் ஓடிவந்தான் பிச்சையா. “கொடத்துலத் தண்ணி இல்லையே” என்று குலைப்பதறச் சொன்னான். சாயந்தரம் ஒரு குடத்தை உடைத்திருந்த ராணி, மற்றொரு குடத்தில் மட்டுமே நீர் நிறைத்து வைத்திருந்தாள். அதுவும் இரவுப் புழக்கத்துக்குச் சரியாகப் போயிருந்ததால் குடம் வெற்றாகக் கிடந்திருந்தது. “அடப்பாவியா. ஆத்திர அவசரத்துக்குப் போயி தண்ணி எடுத்துட்டு வர மாதிரியா கெணறு கெடக்கு? போரும். பாலம்மா வூட்லயாவதுத் தண்ணியிருக்கான்னுப் பார்த்துத் தூக்கிட்டு வாரும்.

தண்ணிக்கொண்டு வர்றதுக்குள்ள எம்மொவா கரிக்கட்டையா ஆவிருவாப்பொலுக்கே. இந்தக் கொடுமைய எங்கப்போயிச் சொல்லி முட்டிக்கிட்டு அழுவென்?"

பாலம்மாவைத் தட்டி எழுப்பி தண்ணீர் கேட்டான் பிச்சையா. அவளும் திடுக்கிட்டு எழுந்து வந்து, "எங்கொடத்துலயும் தண்ணி வல்லிசாய் இல்லியே" என்று நடுக்கமாய் பதில் சொன்னாள். அந்த மேனிக்குத் தலையை வாரிக் கட்டிக்கொண்டு பொன்னாபரணத்தை நோக்கி ஓடிவந்தாள்." "சாக்கு ஏதாச்சம் இருந்தா எடுத்துப்போட்டு அமுக்கலாமே" என்று பொன்னாபரணத்தை அவசரப்படுத்தினாள். "சம்சாரி வூடுன்னா சாக்கு இருக்கும். நம்ம வூட்ல அது எப்படி இருக்கும்.?" என்று பரிதவித்தாள் பொன்னாபரணம். தான் உள்பாவாடையும் ரவிக்கையும் மட்டும் அணிந்து கொண்டிருப்பதை வெளிப்படுத்த வெட்கப்பட்டுப் போயிருந்ததாள். பாலம்மாதான் குடுகுடுவென்று தன் வீட்டுக்கு ஓடிப்போய் தன்னுடைய சேலையை எடுத்துக்கொண்டு வந்து தந்தாள்.

தன் கையில் இரண்டு குடங்களைத் தூக்கிக்கொண்டு ஓடிவந்தான் பிச்சையா. குடங்களில் நீர் நிறைந்து கிடந்திருந்தது. 'வேகுவேகு' என்று ஓடி வந்திருந்ததில் அவனுக்கு 'கிறுக்குப்புறுக்கு' என்று மூச்சு வாங்கியது. அவன் பின்னால் செல்லக்கிளி மற்றும் பொன்னம்மாவும் குடும்பத்தோடு ஓடி வந்திருந்தனர். இருவரின் வீடுகளிலிருந்தும் தான் ஒவ்வொரு குடமாய் நீர் கிடைத்திருந்தது அவனுக்கு. ஓரே பாய்ச்சலில் ஓடிச்சென்று குடத்து நீரைக் கொடகொடவென்று ராணியின் மேல் சரித்தான் பிச்சையா. நீரை உள்வாங்கிக்கொண்ட தேகம் கொப்புளமாய் தடிப்புக்கொண்டது. தீ அணைந்துபோனது. ராணியின் முகம், கை, கால்கள், வயிற்றில் என்று ஏகத்துக்கும் கொப்புளங்கள் கிளர்ந்து நின்றன. ராணி மயக்கம் அடைந்திருந்தாள். "அடப் பாவத்தி.. எந்தலயிலெ மண்ணள்ளிப் போட்டுட்டுப் போயிருவெப் போலுக்கே" என்று தன் தலையில் தப்பிக்கொண்டு நெட்டோலை விட்டு அழுதாள் பொன்னாபரணம். பிச்சையா இடிந்துபோய் நின்றிருந்தான். ராணியைத் தொட்டுத் தூக்குவதற்குக் கூட முடியாமல் அவளின் தேகம் முழுவதும் தீக்காயங்களாய் தெரிந்தன. தெருச்சனங்கள் எல்லோரும் வந்திருந்தனர். ஒவ்வொருவரும் தத்தம் உயிர்ப் பிசகி ஓடிக்கொண்டிருப்பதுபோல மனமொடிந்துப் போயிருந்தனர். ஓரிரு பொம்பளைகள் பொன்னாபரணத்தின் கைகளைக் கெட்டியாகப் பிடித்துக்கொண்டிருந்தனர். மறுக்கடி தாளாமல் அவள் தன் மகள்மேலே விழுந்துவிடக்கூடாது என்ற முன்னெச்சரிக்கையாக நின்றிருந்தனர். பிச்சையாவுக்குப் பக்கத்தில் நின்றிருந்த ஆம்பளைகள், "ச்சே சூதுவாது அறியாதப் புள்ளைல்லா? அவளுக்கா இப்படியொரு சாக்காலம் வரணும்?" என்று அவனுக்கு

ஆறுதல் சொல்லும் பாவனையில் முணுமுணுத்துக்கொண்டனர். சின்னத்துரைக்கும் மணிமேகலைக்கும் இப்போதுதான் விழிப்புத் தட்டியிருந்ததுபோல. என்ன நடக்கிறது என்கிற அதிர்ச்சியான யோசனையுடன் வீட்டுக்குள் நுழைந்தவர்கள் அக்காவின் பரிதாப நிலையப் பார்த்ததும், "அக்கா அக்கா.." என்று கதறிக்கொண்டே அவர்களின் அம்மாவைக் கட்டிப்பிடித்து அழுதனர்.

"எப்பிடி இப்பிடி ஆயிருச்சு?" சோகத்தில் கரைந்து கொண்டிருந்த பொன்னாபரணத்திடம் பொன்னம்மா மறுகலாய் கேட்டாள். பொன்னம்மாவுக்குப் பிள்ளைக் கொள்ளிப் பாக்கியம் இல்லா திருந்ததால் ராணியை எப்போதும் செல்லமாகவே நடத்திக் கொண்டிருந்தாள். எப்போதாவது அவளுக்குக் கண்மை டப்பி வாங்கித் தரவும், ரிப்பன் வாங்கித் தரவும், வளையல்கள் வாங்கித் தரவுமாக தன் பிரியத்தை வெளிப்படுத்திக் கொண்டிருந்தாள். ராணியை 'லூசு' என்று பொன்னம்மா ஒருபோதும் திட்டியதில்லை.

"ஒண்ணும் நடக்கலியேக்கா. எதுக்குத்தான் இப்பிடி நடந்துக் கிட்டாளோ தெரியலியே" என்று தன் ஆற்றாமையை வெளிப்படுத்த முடியாமல் உள்தொண்டையில் பதிலிறுத்துக் கொண்டாள் பொன்னாபரணம். " என்னிக்காவது நடக்காததுதானா இன்னிக்கு நடந்துச்சி? மண்கொடத்த ஒடச்சிப் புட்டாளேன்னு ரெண்டு சாத்துச் சாத்திப்புட்டென். என்னிக்காவது நடக்காததா அது? அதுக்காவ இப்பிடிப் பண்ணியிருப்பாள்னு எனக்கு நம்ப முடியலேக்கா" மீண்டும் கேவிக்கேவி அழுதாள் பொன்னாபரணம். " எஞ்செல்லம் இப்பிடி வங்கொலையா சாவாள்னு நா நெனைக்கலியே"

ராணியிடமிருந்து சன்னமாய் முனகல் வெளிப்பட்டது இப்போது. எல்லோரும் ஆவலாகவும் அதிர்ச்சியுடனும் அவளை உன்னிப்பாய் பார்த்தனர். பொன்னாபரணம் ராணியின் அருகில்சென்று அமர்ந்து கொண்டு, "ஏம்மா ராணி. என்னம்மா? ஏம்மா இப்பிடிப் பண்ண? ஒனக்கு என்னக் கொறம்மா வச்சென் நான்?" என்று சத்தம்போட்டுக் கேட்டு அழத் துவங்கினாள்.

ராணியால் பேசமுடியவில்லை. எல்லோரையும் பறங்கப் பறங்க வெறித்துப் பார்த்தாள். வேதனையைத் தாக்குப்பிடிக்க முடியாமல் அவள் உதடுகள், "எம்மா... எப்பா..." என்று முணங்கிக்கொண்டன.

"ஆசுபத்திரிக்குக் கொண்டுட்டுப் போவலாமா அண்ணே?" தன் பக்கத்தில் நின்றிருந்த பாலம்மாவின் புருசன் கண்ணையாவிடம் ஆலோசனைக் கேட்டான் பிச்சையா. ராணிக்கு இன்னும் உயிர்க் கிடப்பதால் அவளைப் பிழைக்க வைத்துவிடலாம் என்ற நம்பிக்கை இருந்தது அவனுக்கு.கண்ணையா நிதானமாகத் தலையை ஆட்டினான். "ஆசுபத்திரிக்குக் கொண்டுட்டுபோனாலும் தாக்குப்

பிடிக்காதுப்பா. போலீசுவேற ஏகப்பட்டக் கொடச்சல் கொடைவான். பாரு.. வயிறுகியிறெல்லாம் நல்லா எரிஞ்சிப்போச்சி. பேசாம அவள வூட்டுல வச்சியே பாடுப் பாருங்க”

சரியாக இரண்டு நாட்கள் தாக்குப்பிடித்துக்கொண்டு வந்தாள் ராணி. இரண்டு நாட்களும் முட்களுக்குமேல் நின்றிருந்தது போலத்தான் பிச்சையாவும் பொன்னாபரணமும் தவித்துக் கொண்டிருந்தார்கள். அடுப்பில் சோளக்காடி காய்ப்பில்லை. பசியைப் பற்றி பெரிசுகளுக்குக் கருக்கடை இல்லாமல் போயிருந்தது. சின்னத்துரைக்கும் மணிமேகலைக்கும் பக்கத்து வீடுகளிலிருந்து காடியும் துவையலும் வந்து கொண்டிருந்தன.

இரண்டு நாட்களும் நடுவீட்டில் வாழை இலைகளை விரித்து அதன்மேல் ராணியைக் கிடத்தியிருந்தார்கள். நாராயணன்பிள்ளைத் தோட்டத்திலிருந்து வாழையிலைகளை வெட்டிக்கொண்டு வந்து மூலையில் குவித்திருந்தான் பிச்சையா. அடிக்கடி இலைவிரிப்புகளை மாற்றிக்கொள்ள வேண்டியதிருந்தது. செத்த நேரத்தில் சீழ்வடிந்து இலைகள் நாற்றமெடுக்கத் துவங்கின. ஒவ்வொரு முறையும் இலைகளை மாற்றி ராணியைப் படுக்க வைத்தபோது அவள்கூப்பாடு போட்டுக் கத்தினாள். மற்ற சமயங்களில் வேதனையான முனகல் சத்தம் அவளிடமிருந்து வெளிப்பட்டுக் கொண்டிருந்தது. வலியைப் போக்குவதற்காக குப்புசாமி வைத்தியர் தந்திருந்த எண்ணெய் தைலத்தை அவளின் தேகமெங்கும் தேய்த்துவிட்டுக் கொண்டனர். ஆரம்பத்தில் குறைந்ததுபோலத் தோன்றிய வலி அவகாசமானதும் அகோரந்திரயாய் பிடுங்கித் தொலைத்தது. தெருச்சனங்கள் எல்லோரும் அடிக்கடி வந்து பார்த்து விட்டுப் போயினர். சில நேரங்களில் பொன்னம்மாவோ, சில நேரங்களில் செல்லக்கிளியோ கும்பாக்களில் காடியைக் கொண்டுவந்து தந்து பிச்சையாவையும் பொன்னாபரணத்தையும் பசியாற்றிவிட்டுப்போயினர். மூன்றாவது நாள் விடியற்காலையில் ராணியின் உயிர் பிரிந்தது. இரண்டு நாட்களுக்குப் பிச்சையாவுக்கும், பொன்னாபரணத்துக்கும் தூக்கமும் நிம்மதியும் பழியாய்ப் போயிருந்ததுதான் மிச்சம். தங்கள் அருமந்தப் புத்திரியின் உயிரை மீட்க முடியாமல் நிலைகுலைந்து போயிருந்தார்கள்.

சுற்று வட்டாரங்களிலிருந்த சாதிச்சனங்களுக்கெல்லாம் துட்டி சொல்லிவிடாமல் தெருக்காரர்கள் மட்டுமே நின்று ராணியைக் கமுக்கமாகப் புதைத்து விட்டு வந்தார்கள். மதியத்திற்குள் அடக்கம் முடிந்து விட்டிருந்தது. இடுகாட்டுக்குப் பக்கத்திலிருந்த இருளாண்டிக் கோனான் தோட்டக்கிணற்றில் இறங்கிக் குளித்துவிட்டு வந்தபோது சிரஞ்சீவி சொன்னான். “பூசாரி மாமா செத்த மறுவாரமே ராணிப்புள்ளையையும் சாவக் கொடுத்தாச்சி.

துலுக்கப் பொம்பளைங்க சொல்லிக்குடுத்து இஸ்மாயில் சாயபு ஏதாச்சும் மருந்து மாயம் வச்சிருப்பானோ என்னவோ?”

கண்ணையன் ஈரவேட்டியைத் தன் முதுகுக்குப் பின்னே விரித்துப் பிடித்துக்கொண்டு வந்தான். அவன் இடுப்பில் ஒட்டிக்கிடந்த ஈர டவுசர் தொளதொளவென்று ஆடிக்கொண்டிருந்தது. “இஸ்மாயில் சாயபு மருந்து மாயம் வச்சி ஒரு மயித்தையும் புடுங்க முடியாது மாப்ள. அவனுக்கு வருமான்ம் வருத வழியப் பாத்துச் செய்வின வப்பான்.. நமக்குச் செய்வின வச்சி என்ன லாபம் அவனுக்கு? இது நமக்குத் தரித்திரகாலமுன்னு சொல்லுவே. கொடத்துலத் தண்ணி இருந்திருந்தா ஒடனே கோரி ஊத்தித் தீய அணைச்சிருக்க முடியுமில்ல? பாவம் தண்ணியில்லாத கொடுமைக்கு ஒரு பொட்டப்புள்ளய பறிகொடுத்துட்டோம். பூசாரி பெரியப்பா எறந்த அன்னிக்கும் நீர்மாலக் கொண்டுப்போவ தண்ணியில்லாம.. எல்லாம் நம்ம தரித்திரந்தான்.”

“பஞ்சாயத்துப் போடுலருந்து எவனுவளாமோ ஜீப்புல வந்து எறங்கிப் பாத்துட்டுப் போனானுவெ. அப்பொறம் ஒரு பயலுவளோட அணக்கத்தையும் காணல. எல்லாம் பாவ்லாதானா?”

“பூசாரி பெரியப்பா சொன்னாருல்ல, ‘கவருமெண்ட்டுக்காரன் வேலத் தெரியாதா’ன்னுட்டு. நம்ம எல்லாத்தயும் சாவக் குடுத்தப் பொறவுதான் வருவானுவளோ என்னவோ? அவனுவ என்னிக்கு வந்து கெணத்தத் தோண்டி, என்னிக்கு நாம தண்ணிக் கஷ்டத்திலருந்து விடுபடப் போறோமோ?”

“ஏம் மச்சான்... இப்பிடியே நாம சும்மா இருந்தா ஒரு பயலும் வந்து கெணத்தத் தோண்ட மாட்டானுவெ. தெருக்காரங்கல்லாம் சேந்து பஞ்சாயத்து ஆபீசுக்கு முன்னாலப் போயி நிப்பொம். அப்பத்தான் அவனுவ ஒரு வழிக்கு வருவானுவெ.”

“பாப்பொம் பாப்பொம். அவனுவ வந்து பாத்துட்டுப் போயி ஒருவாரந்தானெ ஆயிருக்கு? செத்தம் பொறுத்துப் பாப்பொம்.”

9

அன்று காலையில் சம்மட்டி, கடப்பாறை, கொத்தான், சுத்தியல், சாந்துச்சட்டிகள் சகிதம் ஆண்களும் பெண்களு மாய் பத்துப் பதினோரு பேர்கள் வந்து கிணற்றை ஆக்கிர மித்தார்கள். கிணற்றின் கிழக்குப் பக்கத் துவளத்தையொட்டி வெளியே சற்று இடைவெளி விட்டு இரண்டு பனங்கம்புகளைக் கம்பங்களாய் நட்டனர். கம்பங்களின் உச்சியில் கவட்டைப்போல பிளவு கண்டிருந்தது. இரு கவட்டைகளையும் நேராக இணைக்கிற மாதிரி ஒரு தடிக்கம்பைப் பொருத்திக்கட்டி, கம்பின் மத்தியில் சக்கரம் போலச் சுழலும் கப்பியைக் கட்டினார்கள். கப்பியின் நடுப் பள்ளத்தில் வடக் கயிற்றைச் செருகினார்கள். கிணற்றில் அடியாழம் வரை இறங்கிப்போனது கயிறு. வெளிக் கயிற்றில் கணிசமாய் நீளம்விட்டு அதன் முனையை ஒரு நுகத்தடியின் மத்தியில் இறுக்கிக் கட்டினர். நுகத்தடியின் இரு பக்கங்களுக்கும் பக்கத்துக்கு ஒருவராகக் கூலியாட்களை நிறுத்திக் கனவட்டம் இழுக்க விடுவார்கள் என்பதைச் சின்னத்துரைப் புரிந்துகொண்டான்.மேலக்காடுகளில் கிணற்றுவேலைகள் நடந்ததைப் பலமுறைப் பார்த்திருந்தான் அவன். தன் சேக்காளிப் பட்டாளங்களுடன் சேர்ந்து ஓணான் பிடிக்கவோ, நுங்குகள் திருடித் தின்னவோ போயிருந்தபோது கிணற்று வேலைகள் நடந்த தோட்டங்களைக் கடந்துதான் போக வேண்டியதிருந்தது அவனுக்கு.

பள்ளிக்கூடத்துக்குப் போவதை மறந்துவிட்டு, கிணற்றுக்கு வேலைச்செய்ய வந்தவர்களைக் கவனிப்பதிலே குதூகலமாய் நின்றிருந்தனர் சிறுவர்கள். பெரிசுகளில் சிலரும் தங்கள் காலை வேலை அவசரத்திலும் கிணற்றுக்கு வந்து நின்று ஒரு கண் பார்த்துவிட்டுப்போனார்கள். “இப்பதான் பஞ்சாயத்துப் போடுக்காரனுவளுக்குக் கண்ணுத் தெரிஞ்சிருக்குப்பொலுக்கு” என்று பரிகாசம் இழையோடும் வார்த்தைகளை அநாயசமாய் உதிர்த்துவிட்டுப் போயினர் ஒருசிலர்.

வெள்ளை வேட்டி, வெள்ளைச் சட்டை அணிந்து தாட்டியமாய் நின்றிருந்த ஒருவரிடம் பவ்யமாய் வந்து நின்ற கருத்தப் பேண்டும் வெள்ளைச் சட்டையும் அணிந்திருந்த ஒல்லியான மனிதர், எதையோ விவரித்துச் சொல்லிவிட்டு நகன்றுபோனார். ஒல்லி மனிதரை ஏற்றிக்கொண்ட ஜீப் உடனே உறுமிக்கொண்டு போனது.

தலையில் சுமந்துகொண்டு வந்திருந்த வடக்கயிற்று ஏணியைக்

கிணற்றின் மேற்குப் பக்கச் சுவரையொட்டி கிணற்றுக்குள் இறக்கினான், அழுக்குச் சட்டையும் வேட்டியுமாக நின்றிருந்த இளவட்டம் ஒருவன். ஏணியின் உச்சியில் தடித்தக் கயிற்றொன்றைக் கட்டி கிணற்றுக்கு வெளியே நின்றிருந்த உடைமர மூட்டில் அதன் மறுமுனையைக் கட்டினான். சற்றைக்கெல்லாம் சம்மட்டி, சுத்தியல், கடப்பாறை இத்யாதிகளுடன் ஏணி வழியே வரிசையாய் வேலைக்காரர்கள் இறங்கினார்கள். ஏணியை இழுத்துக் கட்டியிருந்த இளவட்டம் இறுதியில் இறங்கிக்கொண்டான். மூன்று பொம்பளைகள் வெளியே நின்றிருந்தார்கள். வேலையில் ஈடுபடும் ஆயத்தத்தில் தங்கள் மேலுக்கு அழுக்கடைந்த ஆம்பளைச் சட்டைகளைப் போட்டுக் கொண்டிருந்தனர்.

“எலெய்... எலெய்... ஏன்லெ கெணத்தச் சுத்தி நிக்குதிய? மருவாதியா பள்ளிக்கொடத்துக்குப் போயிருங்க. இல்லன்னா ஒவ்வொருத்தனையாத் தூக்கி உள்ளப் போட்ருவென் பாத்துக்குங்க” தாட்டியமாய் நின்றிருந்த வெள்ளைவேட்டி மனிதர் சிறுவர்களைப் பார்த்து எளப்பமாய் சிரித்து எச்சரித்துக் கொண்டார். சிறுவர்களுக்கும் பயம்வந்து தொற்றிக்கொண்டது. மனிதரைப் பார்த்தால் சொன்னபடி செய்துவிடக் கூடியவராகத் தோன்றியது. பள்ளிக்கூடத்துக்குப் போனாலாவது மதியம் அரிசிக் கஞ்சியோ கோதுமைக் கஞ்சியோ கிடைக்கும். வீட்டிலிருந்தால் மதியம் சோளாக் காடியைத்தான் குடிக்க வேண்டும். சாயந்தரம் வந்து கிணற்றைப் பார்த்துக் கொள்ளலாம் என்ற முடிவுக்கு வந்தச் சிறுவர்கள் சன்னஞ்சன்னமாய் கலைந்து போனார்கள்.

சின்னத்துரையும் மணிமேகலையும் தங்கள் புத்தகப்பைகளைத் தூக்கிக்கொள்ள வீட்டுக்குப் போனார்கள். வீடு வெறிச்சென்று கிடப்பது போலத் தோன்றியது. அக்கா இருந்தால் ஏதாவது அலப்பரவு பண்ணிக் கொண்டிருப்பாள். சண்டையும் சச்சரவுமாக அவளுடன் மல்லுக்கு நின்றிருந்தாலும், அக்கா என்கிற உறவில் ஒரு அசாத்தியமான சந்தோசம் இருந்ததை அவளில்லாதிருந்த இந்தப் பொழுதில் உணர முடிந்தது அவர்களுக்கு. அவள் இல்லாமலிருக்கிற வீடு எந்தவித கலகலப்பும் இல்லாமல் செடிக்குள் விழுந்த நுங்குச் சீவலாய் கமுக்கமாகக் கிடப்பது போலத் தோன்றியது.

●

ராணி இறந்துபோய் ஒருமாத காலம் முடிந்திருந்தது. அத்தனைச் சுளுவில் மறந்துவிடக் கூடியதாக இல்லை அவளின் மரணம். சாதாரணச் சாவு என்றால் கூட மனசைத் தேற்றிக்கொண்டு‘ நமக்கு விதிச்ச விதி இவ்வளவுதான்’ என்று அடங்கிக் கொள்ளலாம். எவ்வளவுத் துள்ளத் துடிக்க நெருப்பில் எரிந்து மாண்டு போயிருந்தாள் அவள்! வீட்டிலிருந்தால் வீடே சலங்கைக் கட்டிக்கொண்டது போல

எத்தனைக் கலகலப்பாக இருக்கும். பாதவத்தி, திடுதிப்பென்று இப்படியொரு முடிவை எடுத்துவிட்டாளே என்றிருந்தது பொன்னா பரணத்துக்கு.

சற்று முன்புதான் தோட்டக்காட்டு வேலை முடிந்து வீட்டுக்கு வந்திருந்தாள். மிளகாய் செடிகளுக்குத் தோண்டித் துருவி களைக் கொத்திக் கொடுத்திருந்ததில் அவளின் தோள்பட்டைகள் இரண்டும் புண்ணாய் காந்திக் கொண்டிருந்தன. முறித்துப்போட்டதுபோல முதுகு வலித்தது. இந்த வேதனைகளைச் சுமந்துகொண்டும் இன்னும் வீட்டுக்காரியங்களைப் பார்க்க வேண்டியிருந்ததை நினைத்து வெப்புராளமாய் முண்டியது அவளுக்கு. ராணி இருந்திருந்தால் கிணற்றில் தண்ணீர் எடுத்துத் தரவும், உரலில் சோளத்தைப்போட்டு இடித்துத் தரவும் ஒத்தாசை செய்வாள். இப்போது தான்தான் எல்லாவற்றையும் வரிந்துகட்டிச் செய்யவேண்டியதிருக்கிறது என்பதை வேதனையுடன் நினைத்துப் பார்த்தாள் பொன்னாபரணம். அவளுக்கு ஆயாசமாக இருந்தது. தவிச்ச வாய்க்குத் தண்ணீர் தருவதற்குக் கூட வீட்டில் ஓர் ஆளில்லாமல் போய்விட்டதான வெறுமை தோன்றியது. வழக்கமாய் அவள் வேலைசோலி முடிந்து வீட்டுக்கு வந்தவுடன் அவளிடம் துள்ளிக்குதித்துக் கும்மாளம்போட்டு ஓடிவந்து நிற்கும் சின்னத்துரையும் மணிமேகலையும் இன்று இன்னும் அவளிடம் வந்து நிற்காததை நினைத்தும் சஞ்சலப்பட்டுக் கொண்டாள். அவர்கள் புழுதி பறக்க தெருவில் மானாங்கண்ணியாய் ஓடிப்பிடித்து விளையாடிக் கொண்டிருக்கும் காட்சியை இன்று காணாதிருந்ததில் பெருத்த ஏமாற்றமாய் இருந்தது. எல்லோரும் கிணற்றடியில் நின்று வேடிக்கைப் பார்த்துக்கொண்டிக்கிறார்களோ என்று சமயோசிதமாய் யோசிக்கத் தோன்றியது. காலையில் கடப்பாரைகளும் சம்மட்டிகளுமாய் கொண்டு வந்து கிணற்றில் இறங்கியவர்கள் நினைவுக்கு வந்தார்கள். மாலை மயங்குகிற இந்நேரம் வரையிலுமா அவர்கள் வேலைச் செய்து கொண்டிருப்பார்கள் என்று ஆச்சரியத்துடன் நினைத்துப் பார்த்தாள்.

தெருவில் நின்று அதிரடியாக ஓர் ஆண்குரல் முழங்குவதை அதிர்ச்சியுடன் அவள் கேட்டாள்.

“எல்லோரும் தூரமாப்போயி நின்னுக்குங்க. வெடிப்போடப் போறாங்க. கல்லுத் தெறிச்சிவந்து வுழுந்திரும். சீக்கிரம் ஓடிப் போயிருங்க”

எச்சரிக்கைப் படுத்தியவன், கிணற்று வேலைக்கு வந்தவர்களில் ஒருத்தனாக இருக்கவேண்டும். அந்தத் தெருவில் உள்ளவர்களின் குரல்போல அதுத் தெரியவில்லை. “இது வேறச் சனியனா?” என்று அதறப்பதறச் சொல்லிக்கொண்டே தெருவுக்கு வந்து நின்றாள் பொன்னாபரணம். தன் அருமைப் பிள்ளைகள் எந்தத் திக்கில்

போய் நிற்கிறார்கள் என அலங்கமலங்கத் தேடத்தொடங்கியது அவள் மனம். தெருவில் நின்றவாறே, "எலேய், சின்னத்தொர... மணிமேவல," என்று அடிவயிற்றிலிருந்து மூச்செடுத்துக் கூப்பிட்டாள். "எரப்பாளி நாய்ங்க... சனியம்போல எங்கனப்போயித் தொலஞ் சிதுவோ தெரியலியே".

கட்டுப்படுத்த முடியாமல் தன்னிச்சையாகப் புலம்பிக்கொண்டாள். அவளால் பொறுமையாக நின்றுகொண்டிருக்க முடியவில்லை. கலக்கத்துடன் தெருவின் கிழக்கு அற்றம்நோக்கி விரைந்து வந்தாள். கிணற்றருகே, ஒரு சுடுகுஞ்சியையும் காணவில்லை. அவளுக்குப் "பகீர்" என்றிருந்தது. தெருவில் சனநடமாட்டமும் அறவே ஒழிந்திருந்தது. பக்கத்து வீடுகளில் உள்ளவர்கள் வீடுகளை அடைத்து விட்டு வெளியேறியிருந்தது தெரிந்தது. எல்லோரும் அடித்துப்பிடித்து வெளியேறி தெருவுக்கு மேற்குப் பக்கம் ஒதுங்கியிருக்க வேண்டும் என்று தோன்றியது. கிணற்று வேலைக்கு வந்தவர்களுமா தெருவுக்கு மேற்கே ஓடியிருக்க முடியும் என்று குழப்பத்துடன் நினைத்துப் பார்த்தாள். பெரிய கூடாரம் போல கிளைகள் படர்த்தி நிற்கும் கோயில் மரத்தடியில் அவர்கள் ஒளிந்து கொண்டிருக்கலாம் என்று நினைப்போடியது அவளுக்கு. கிணற்றிலிருந்து சொற்ப தூரத்திலே வேப்பமரம் நின்றிருந்ததால், வெடிக்கும்போது சிதறித் தெறிக்கும் கற்கள் அங்கேபோய் விழுந்துவிடாதா என்று கவலைப்பட்டாள். 'நம்ம வூட்டு நண்டுகளும் கோயில் மரத்தடிக்குப் போய்தான் பதுங்கிக் கொண்டிருப்பார்களோ?' என்ற சந்தேகத்துடன் நடையை வடக்கு நோக்கி வெரசலாக எடுத்துப் போட்டாள். சாலையில் புழுதியைப் பரத்திக் கொண்டு மாடுகள் அறிபறியாய் போய்க் கொண்டிருந்தன. சமயோசிதமாய் அவளுக்கு ராணியின் நினைப்பு வந்து தொலைத்தது, அவள் உயிரோடு இருந்திருந்தால் இந்நேரம் மாடுகளுக்குப் பின்னால் மாச்சல் பார்க்காமல் அலைந்து திரிந்து கூடைகூடையாய் சாணியள்ளிக் கொண்டுவந்து போட்டு உரக்குழியை நிறைத்திருப்பாள். ஒரு மாசத்தில் குழிநிறைய சாணி குவிந்து கிடக்கும். அவளிருந்த வரையில் நாள் செலவுக்கு ஏற்பட்ட பற்றாக்குறையைச் சாணிவிற்ற காசுகளே சரிப் பண்ணிக் கொண்டிருந்தன. அவள் இல்லாமல் இந்த மாசம் 'உன்னைப்பிடி என்னைப்பிடி' என்ற கணக்கில் வீட்டுச் செலவுக்குச் சிரமப்பட வேண்டியதிருக்கிறது.

கோயிலை நெருங்கியிருந்தாள் அவள். அவளைக் கண்டதும், மரத்தின் மறைவில் ஒதுங்கி நின்றிருந்த ஓர் இளவட்டம் அவசரம் அவசரமாய் ஓடிவந்து அகோந்திரமாய் சத்தம் போட்டான். " ஏம்மா. ... கொஞ்சமும் அறிவிருக்கா? கெணத்துல வெடி வச்சிருக்கின்னு சொன்னமில்லியா? சீக்கிரம் வாங்கம்மா இந்தப் பக்கம். அப்பவே வெடி வச்சாச்சு. சீக்கிரம்"

மரத்திற்கு மறைவில் பெரிசுகளும் குஞ்சுக்குளுமான்களுமாய் கூட்டம் நிறைந்து நின்றிருந்ததுத் தெரிந்தது. "எம் புள்ளைங்களும் இங்கனயா நிக்கிதுவ?" வெரசலாய் ஓடிவந்து ஒதுங்கி நின்று பார்வையிட்டாள். 'டாமால்' என்ற முழக்கத்துடன் பெருஞ் சீற்றமாய் வெடித்துச் சிதறியப் பாராங்கல்லின் சிறிய, திண்ணமான துண்டொன்று நிசாரமாய் பறந்துவந்து பொன்னாபரணத்தின் வலதுகால் பாதத்தின்மேல் விழுந்தது."யம்மா" என்று அலறிக்கொண்டே தரையில் மல்லாக்கச் சரிந்து விழுந்தாள். மரத்திற்கு மறைவில் ஒதுங்கி நின்றிருந்தவர்கள் எல்லோரும் குலைப்பதற ஓடிவந்து பொன்னாபரணத்தைத் தூக்கி நிறுத்தினார்கள். சின்னத்துரையும் மணிமேகலையும் அவர்களுடன்தான் நின்றிருந்தனர். அம்மா அரற்றலோடு எழுந்து நின்றதைக்கண்டு அவர்கள் அனாயாசமாய் வாய்விட்டுக் கதறினார்கள். துலுக்கக்குடிக்கும் பொன்னாபரணத்தின் அலறல் சத்தம் துல்லியமாய்க் கேட்டிருந்தது. ஒவ்வொரு வீட்டுக்கு முன்னும் பொம்பளைகளும் ஆம்பளைகளுமாய் திரண்டுவந்து நின்று விகற்பமாய் பார்த்துக் கொண்டிருந்தனர்.

பொன்னாபரணத்தால் கால்கொண்டு நிற்க முடியவில்லை. பாதத்திற்குமேல் சதை நைந்து ரத்தம் சொட்டிக் கொண்டிருந்தது. பாத எலும்புகள் சேதாரப்பட்டிருக்கவேண்டும். விண்விண்ணென்று தெறிப்பெடுத்துக் கொண்டிருந்தன. கூலிக்காரப் பெண்ணொருத்தி பொன்னாபரணத்தின் விலாவை இறுக்கிப் பிடித்துக்கொண்டு அவளை நடக்கவைக்க முயற்சித்தாள். நிற்கக்கூட முடியாதபோது, நடப்பது எப்படிக்கூடி முடியும்? பாதம் தரையில் பட்டதும் உச்சிமூளையில் சம்மட்டியால் அடித்ததுபோல வலித்தது. அவளைச் சேதாரப் படுத்தியிருந்த கல் சற்று தூரத்தில் விழுந்து கிடந்தது. நல்ல திண்ணமான கல்தான் . அதன் ஒரு முனையில் ரத்தச் சிராய்ப்புகள் தெரிந்தன.

தெருக்காரர்களுக்கு விசயம் பரவியிருந்தது. திமுதிமுவெனக் கோயிலை நோக்கி ஓடி வந்தார்கள்.

பொன்னம்மாவுக்குப் பொருதித் தாளவில்லை. பொன்னா பரணத்தைக் கைத்தாங்கலாய் ஏந்திக்கொண்டு கூப்பாடு போடத் துவங்கினாள். "அட பாவிமட்ட. ஒனக்குத்தானா அடிக்கடி வந்து விடியணும்?" சட்டென்று அவளின் பார்வை தன் பக்கத்தில் நின்றிருந்த வேலையாட்கள் மீதுத் தாவியது. "என்னய்யா கெணத்து வேலப் பாக்குதிய? ஆளுவ வரதுகூடத் தெரியாம வெடி வச்சிக்கிட்டு?"

அழுக்குச்சட்டை இளவட்டம் சற்று முறைப்பாகவே பதில் சொன்னான். " எல்லார்ட்டயும் எச்சரிக்கைப் படுத்திக்கிட்டுத்தான் வெடி வச்சோம். இந்த அம்மாதான் அதக் காதுலப் போட்டுக்காம வந்திருந்தாங்க. எங்கமேல ஒரு தப்பும் இல்ல"

நூலிழையாய் இருள்கட்டத் துவங்கியது. சாலையில் போன மாடுகளும் மனிதர்களும் சீக்கிரமாக இருட்டப்போகிற அவசத்தை மனசுகளில் ஏந்தி நடையில் வேகம் கூட்டத் துவங்கியிருந்தனர். இப்போதுதான் பிச்சையா ஓடிவந்தான். நாராயணன்பிள்ளையின் வீட்டிற்குப்போய் இன்றைய வரப்புவெட்டுக்குக் கூலி வாங்கிக் கொண்டு வந்திருந்தான். பொன்னாபரணத்தின் களையெடுப்புக் கூலியை நாளைக்குத் தருவதாகத் தவணை போட்டிருந்தான் நாரயாணன்பிள்ளை. நூறு ரூபாய்க்குச் சில்லரை இல்லை என்பது அவனின் சாக்குப்போக்காய் இருந்தது.

பொன்னாபரணத்தைத் தூக்கி தன் தோளில் போட்டுக் கொண்டான் பிச்சையா. அவளின் கனம் தந்த அழுத்தத்தில் நடையைக் சீராக எடுத்துவைக்க முடியாமல் ‘ அவக்தொவக்‘ கென்று ஓட்டம் போட்டான். இந்நேரம் அரசாங்க மருத்துவமனைக்குக் கொண்டுபோக முடியாது. குட்டி மருத்துவமனைதான். மதியம் ஒரு மணிக்கெல்லாம் கதவைச் “சிக்” கெனச் சாத்தி அடைத்து விட்டிருப்பார்கள். பிச்சையாவின் ஓட்டம் குப்புசாமி வைத்தியர் வீட்டை நோக்கிச் சென்றது. அவன் பின்னால் கண்ணையாவும் சிரஞ்சீவியும் ஆள்துணைக்குச் சென்றிருந்தார்கள்.

குப்புசாமி வைத்தியரின் வீடு, பெரியகோயிலுக்குப் பின்புறம் இருந்தது. ஓட்டுச் சாய்ப்பும், உள்ளே சிமெண்டுத் தளமுமாக நடுத்தரமான வசதியைக் கொண்டிருந்தது. பிள்ளைமார்கள் நிறைந்து கிடக்கும் தெரு அது. அவர் மட்டுமே ஆசாரியாகப் போயிருந்தார். தெருவில் பகட்டாய் வெளிச்சம் பரவிக் கிடந்தது. தன் பொஞ் சாதியைக் கொண்டுபோய் வைத்தியர் வீட்டின் வெளித்திண்ணையில் உட்கார வைத்தான் பிச்சையா. அவனின் தொடர்ச்சியான அழைப்புக்குப் பிறகு வைத்தியரும் அவரின் பொஞ்சாதிக்காரியும் சாவதானமாக வெளியே வந்து பார்த்தார்கள். பொன்னாபரணத்தின் பாத எலும்புகளை அழுத்திப் பரிசோதித்துவிட்டு அவை மிகவும் சேதாரப்பட்டிருப்பதாகச் சொன்னார் வைத்தியர். சுகப்படுத்த செத்த நாட்கள் பிடிக்கும் என்பது அவரின் வாக்குமூலமாக இருந்தது. தற்சமயத்துக்குக் கைவசம் வைத்திருந்த பச்சைநிறத் தைலத்தையும் வெள்ளை நிறத்தில் பசைப் போன்றிருந்ததையும் புட்டிகளில் அடைத்துக் கொடுத்தார். தினமும் ரெண்டு வேளைகள் தைலத்தைப் பாதத்தில் தேய்த்துவிட்டுக் கொள்ளவும், அது காய்ந்தப் பிறகு வெந்நீரால் கழுவிவிட்டுக் கொள்ளவும் கட்டளைப் பிறப்பித்தார். வெள்ளைப் பசையைக் குன்றிமணி அளவில் உருட்டியெடுத்து இரவில் படுக்கைக்குப் போகும்போது வாயில் போட்டுக்கொள்ளச் சொன்னார். சீக்கிரம் குணமாவதற்குரிய மருந்தைத் தான் தயாரித்து பிறகு அளிப்பதாகவும், அதற்குப் பணம் கொஞ்சம் தேவைப்படும்

என்றும் அவனிடம் நிலைமையை விளக்கினார். இரண்டொரு நாளில் அதற்கான பணத்தைப் புரட்டிவிட்டு வந்து வாங்கிக்கொள்வதாக உறுதியளித்தான் பிச்சையா. தற்போது கூலிக் காசாய் தன்மடியில் வைத்திருந்தப் பணத்தை அவரிடம் தந்துவிட்டு பொன்னாபரணத்தை மீண்டும் தன் தோளில் தூக்கிப்போட்டுக்கொண்டு நடந்தான்.

அவளைத் தன்வீட்டுத் திண்ணையில் இறக்கி வைத்துவிட்டுச் சோம்பறையாக நின்றவனுக்கு எல்லாமே சூனியமாகத் தோன்றியது. பட்ட காலிலே படுவதும் கெட்ட குடியே கெடுவதும் இதுபோலத்தான் என்று ஆதங்கத்துடன் நினைத்துப் பார்த்தான். ராணியின் மரணவாசம் இன்னும் முற்றிலுமாக மறையாமல் குடிகொண்டிருந்த வீட்டில் தன் மனைவிக்கு ஏற்பட்டிருந்த விபத்தின் கோரம் அவனை நிலைகுலைய வைத்துவிட்டிருந்தது. அவற்றிலிருந்து தான் எப்படி மீண்டுவரப் போகிறோம் என்றும் வருத்தத்துடன் யோசித்துப் பார்த்தான். நடக்க முடியாமல் முடமாகிவிட்ட நிலைமைதான் பொன்னாபரணத்துக்கு. அவளின் கை கால்களை நம்பியே வீட்டில் அவனும் குழந்தைகளும் பசியாற்றிக் கொண்டிருந்தார்கள். இனி அவளால் திடமாக வேலைகள் செய்துவிட முடியாதென்பதால் யார் வந்துதான் தங்களின் தேவைக்காக சேவை செய்வார்கள் என்றும் சங்கடத்துடன் நினைத்துப் பார்த்தான்.

வீட்டிற்குள் விளக்கு ஏற்றி வைக்காமல் இருளடைந்துகிடந்தது. முற்றத்தில் விழுந்து தெறித்திருந்தத் தெருவிளக்கின் உபயத்தால் திண்ணையில் மங்கலாக வெளிச்சம் பிதுங்கி வழிந்தது. ராணி இருந்திருந்தால் கருக்கல் தட்டுவதற்குள்ளே காடாவிளக்கை ஏற்றி வைத்து வீட்டுக்குள் பராதியாய் வெளிச்சத்தைப் பரப்பியிருப்பாள். அநியாயமான அவள் சாவில் ஆடிப்போயிருந்தான் அவன். இப்போது பொன்னாபரணத்துக்கு நேர்ந்திருந்த விபத்தில் தன் புத்தி பிசகிவிடுமோ என்றுகூடப் பேதலிக்கத் துவங்கினான்.

“ரொம்பவும் ரோசனைப் பண்ணாதண்ணே. நாங்கள்லாம் எதுக் கிருக்கொம்? மயினி எந்திச்சிக் கெதியா நடந்து வருத வரைக்கும் கூடமாட நாங்க ஒத்தாசப் பண்ணுவொம். கவலப்படாத.” அவனின் சோகம் கவிந்த முகத்தையே கூர்ந்து கவனித்துக் கொண்டிருந்த செல்லக்கிளி ஆறுதலாகச் சொன்னாள். இருள் விரவி நின்றிருந்த மறைவில் நின்று தன் ஈரம் பொதிந்த விழிகளை ரகசியமாக துடைத்துவிட்டுக்கொண்டான் பிச்சையா. எல்லாம் போனது போலத் தோன்றியது அவனுக்கு. வாழ்க்கையின் நம்பிக்கைக்கு ஆதாரமாயிருந்த பொன்னாபரணத்தின் முடக்கத்தால் எல்லாம் வெறுமைதட்டிப் போயிற்று. செல்லக்கிளி மட்டுமல்லதான், பக்கத்தில் நின்றிருந்திருந்த பாலம்மா, கண்ணையா, சிரஞ்சீவியும் கூடத்தான் அவனை நைச்சியமாகப் பேசி சமாதானப்படுத்த

முயற்சித்துக் கொண்டிருந்தனர். இறுதியில் மனசைத் தேற்றிக் கொண்டான் அவன். அவனும் நிலைகுலைந்து போய்விட்டால் அவனின் கால்நிழலை நம்பி வாழும் இரண்டு குழந்தைகளின் கதி என்னவாகும் என்பதை நீக்குப்போக்காய் நினைத்துப் பார்த்தான்.

துப்பியக் காறலுக்கு மண்ணள்ளிப் போடக்கூடத் தெரிந்திராத சின்னக் குழந்தைகள். அனுபவத்தின் முதல்படியைக்கூட இன்னும் முழுவதுமாகத் தாண்டியிருக்காத மதலைகள். அவர்களுக்குக் கஞ்சிக் காய்த்துக் கொடுத்து கரைச்சேர்ப்பது எப்படி என்ற குழப்பத்தில் இப்போது மலைத்துப்போய் நின்றான் பிச்சையா. இனி தன் ஒத்தைக்கொரு கூலிப்பணத்தில் என்னத்தை எல்லாம் செய்துவிட முடியுமென்று கவலையுடன் நினைக்கத் தோன்றியது அவனுக்கு.

பொன்னம்மா தான் சிறுவாடாய் சேர்த்து வைத்திருந்தப் பணத்தை மறுநாள் காலையிலே பிச்சையாவிடம் கொண்டுவந்து தந்தாள். பிள்ளை கொள்ளி இல்லாதவள் அவள். அவனின் இரு பிள்ளைகளும் வாட்டமில்லாமல் வளர்ந்துகொள்ள வேண்டும் என்ற மென்மையான தாய்ப்பாசம் அவளுக்கு. அவள் சேமிப்பில் அம்பது ரூபாய் சொச்சம் தேறியிருந்தது. ரொம்பவும் சிரமப்பட்டு அவளிடமிருந்து பணம் வாங்கிக்கொண்டான் பிச்சையா.

"என்ன கொளுந்தன், பணத்த வாங்கிக்க ரோசனப்பண்ணுத? ஒரு ஆத்திர அவசரத்துக்கு ஒதவாதப் பணம் என்ன மயித்துக்கு? தங்கச்சிய நல்லாப் பாரு கொளுந்தன். அவா சொவமாவி நாலுப் பொம்பளைய கெணக்க நல்லா வந்து காசு சம்பாரிச்சப் பொறவு திருப்பித் தந்தா போதும். மனச உட்டுராத. ராசாக் குட்டிங்க மாதிரி ரெண்டு புள்ளைங்க இருக்கு" அவனின் மருட்சியான வெறிப்புக்குச் சமாதானம் சொல்லி சாந்தப்படுத்தினாள் பொன்னம்மா.

குப்புசாமி வைத்தியர் புதிதாகச் செய்து தருவதாகச் சொல்லியிருந்த மருந்துக்குப் பொன்னம்மா தந்திருந்த பணம் கைகொடுத்தது.

பொன்னாபரணத்தின் பாத எலும்புகள் அழுந்த களிம்பைத் தேய்த்துவிட்டான். அவளின் பெருங்கால் நகம்வரை சிதைந்து போயிருந்தது. இம்மியளவுகூடத் தரையில் ஊன்றிக்கொள்ள முடியாமல் மூளைக்குள் கிர்ரென்று வலி ஏறியது.

அவள் நீக்குப்போக்காய் நடப்பதற்கு ஏத்தலாய் அவளின் மார்பு உயரத்துக்கு வாதாமடக்கிக் கம்பை வெட்டிவந்துத் தந்தான். அதன் கவட்டைப் போன்ற பகுதியை அக்குளில் பொருத்திக்கொண்டு கம்பைத் தரையில் ஊன்றித் துள்ளித்துள்ளி நடந்தாள் அவள். எத்தனை நாட்களுக்குத்தான் இப்படி ரோதனைப்பட வேண்டுமோ என்றிருந்தது அவளுக்கு. பாதத்தில் கிளர்ந்து நின்ற வலியின் உக்கிரம் அவளின் தேகம் முழுவதையும் நடுக்கம் கொள்ள வைத்தது. பாலம்மாவும்

செல்லக்கிளியும் ஆளுக்கொரு குடம் தண்ணீர் நிறைத்துக்கொண்டு வந்து பிச்சையாவின் வீட்டுக்குள் வைத்தனர். இரவு வந்ததும் உரலில் சோளத்தைக் கொட்டி 'மாங்குமாங்கு' என்று இடித்துக் கரைத்துக்கொடுத்தனர். அவர்களுக்கு ஒத்தாசையாய் தன்னால் ஏண்ட சோலிகளைப் பார்த்துக் கொடுத்தாள் பொன்னாபரணம்.

பிச்சையா தினமும் நாராயணன்பிள்ளைத் தோட்டத்துக்கு வேலைக்குப் போய்க்கொண்டிருந்தான். அற்பசொற்பமாய் அவனின் தோட்டத்தில் வேலையில்லாதபோது மற்ற சம்சாரிகளின் வயல்களில் கால்பதித்து வேலை செய்தான். பொன்னாபரணத்துக்கு நாராயணன் பிள்ளையின் வீட்டுத் தொழுவத்திற்குப் போய் சாணியள்ளிப் போட முடியாதிருந்ததுதான் பெருங்கவலையாக உறுத்தியது. அதனால் அறுப்படிப்பு அன்றைக்கு நாராயணன்பிள்ளையிடமிருந்து ஒரு மூட்டை நெல் கிடைப்பது அநியாயமாய் விடுபட்டுப் போய்விடும் என்று தோன்றியது. தற்சமயத்துக்குக் கீழத்தெரு ராசம்மாவைச் சாணியள்ளிப்போடும் வேலைக்கு அமர்த்தியிருப்பதாகக் கேள்விப் பட்டிருந்தாள் பொன்னாபரணம். வயக்காட்டுச் சோலிகளுக்கும் அவளைத்தான் வசப்படுத்தியிருந்தார்களாம். என்றைக்குத்தான் தான் பூரணமாகத் குணமடைந்து மற்றவர்களைப்போல காட்டு வேலைக்குப் போகப் போகிறேனோ என்று அச்சலாத்தியாய் நினைத்துப் பார்த்தாள் பொன்னாபரணம். வீட்டு வேலைகளைக் கூட கருக்கடையாய் செய்ய முடியாதிருந்ததில் மனம் சிதிலப்பட்டாள். அவளின் யோகத்துக்கு இப்போது தெருக்கிணற்றில் ஓராள் உயர்த்துக்குத் தண்ணீர் நிறைந்து நின்றிருந்தது. தான் சுகப்பட்ட பிறகு சிரமமில்லாமல் நீர்கோரிக் கொள்ளலாம் என்ற சந்தோசமான நினைப்பே அவளின் தற்போதைய ஆறுதலாகத் தோன்றியது.

கிணற்று வேலைகளை முடிக்க ஒருவாரம் எடுத்திருந்தார்கள். ஒருவாரத்திலே தண்ணீர் ஓங்கரித்து வெளிச்சாடி இருந்ததில் தெருக்காரர்களுக்கு ஏக சந்தோசம். ஒரு சிலநாட்களில் பொன்னா பரணமும் தன் ஒற்றைக்கையில் மண்குடத்தைக் தூக்கிக் கொண்டு கிந்திக்கிந்தி நடந்துபோய் தண்ணீர்க் கோரத் துவங்கியிருந்தாள். கிணற்றையொட்டி குடத்தை வைத்துவிட்டு சுவருக்குமேல் வயிறு அழுந்திக் கிடந்து பட்டையில் நீரிரைத்துக் குடத்தை நிறைத்தாள். ஒரு குடமே இப்போது அவளின் உடைமையாய் இருந்தது. மற்றொரு குடத்தை ராணி உடைத்துவிட்டதிலிருந்து வேறொரு குடம்வாங்கக் கொடுப்பினை இல்லாமல் போயிருந்தது. பொன்னம்மாவோ அல்லது பாலம்மாவோ தங்கள் குடங்களோடு சேர்த்துத் தூக்கிக்கொண்டு அவளின் வீட்டில் போய் வைத்துக் கொண்டனர். "செவனேன்னு ஒங்கால வச்சிக்கிட்டு வூட்லக் கெடயேன். நாங்க ஒனக்குத் தண்ணி எடுத்துத் தரமாட்டமா?" என்பதே அவர்களின் சடவாக இருந்தது.

அந்தச் சடவில் பரிவும் பாசமும் இழையோடியதைப் பொன்னா பரணத்தால் அழுத்தமாய் உணர்ந்துகொள்ள முடிந்தது.

இப்போதெல்லாம் பிச்சையா தண்ணி போட்டுக்கொண்டு வருவதில்லை. காலாகாலத்தில் சீக்கிரமே வீட்டுக்கு வந்து விடுகிறான். தன் பொஞ்சாதிக்காரிக்கு வேண்டிய பணிவிடையைச் செய்துவிட்டு அடுப்பைப் பற்ற வைக்கத் துவங்கினான். அவளின் பாதத்தில் பூசி விடப்பட்டிருந்த களிம்பின் பொறுக்குகளைக் கழுவியெடுக்க நகச்சூட்டில் வெண்ணீர்போட்டு இறக்க வேண்டியதிருந்தது. இறக்கிய வெண்ணீரால் பாதத்தை அழுத்தமாய்க் கழுவிவிட்டு களிம்பைத் தடவிவிட்டான். சில சமயங்களில் அந்த வேலைகளிலும் அவனுக்கு ஒத்தாசை பண்ண பாலம்மாவும் பொன்னம்மாவும் ஓடிவந்தார்கள். “என்ன கொளுந்தன் நீ? இத எங்கிட்ட சொன்னா செய்யமாட்டனா?” என்பதே பொன்னம்மாவின் வஞ்சனையற்ற வார்த்தைகளாய் இருந்தன. மெல்லிய சிரிப்பாணியோடு முகத்தில் அசடுவழிய நகன்று கொண்டான் பிச்சையா.

பொன்னாபரணத்துக்குத் துக்கமாகவும் இருந்தது, சந்தோசமாகவும் இருந்தது. தன் இயலாமையை நினைத்து வெருவிப் போயிருந்ததால் துக்கமும், ஆசாபாசமாய் தன் உறவுக்காரர்கள் ஓடிவந்து தனக்குப் பணிவிடை செய்துகொண்டிருந்ததால் சந்தோசமும் என எதிரும் புதிருமான மனநிலையில் அல்லாடிக் கொண்டிருந்தாள் அவள்.

10

தெருக்கிணற்றிலிருந்து வஞ்சனை இல்லாமல் தண்ணீர் கிடைத்துக் கொண்டிருந்தது. முந்தைய நாட்களைப் போல வயிறுகள் தேய துவளத்தில் சரிந்து கிடந்து தண்ணீர் கோரவேண்டியதில்லை. 'நான் முந்தி, நீ முந்தி' யென்று ஒரு சின்ன நீர்க்கிடங்கில் பட்டைகளை முண்டியடித்துப்போட்டுக் கொள்ளும் உபத்திரவம் இருந்திருக்கவில்லை. வந்தோமா, தண்ணீர் எடுத்தோமா, நடையைக் கட்டினோமா என்று அலப்பரவில்லாமல் தெருப்பொம்பளைகள் நீரெடுத்துக் கொண்டு போயினர். பஞ் சாயத்து போர்டு புண்ணியவான்கள், அலுத்துச் சடையாமல் ஒருவாரம் தொடர்ச்சியாய் நின்று வேலை பார்த்து கிணற்றை ஆழப்படுத்தியிருந்தார்கள். சொற்பமாய் தண்ணீர் வந்து கொண்டிருந்த ஊற்றின் வாமடையை வெடிவைத்துத் தகர்த்து அகலப்படுத்தியிருந்தார்கள். வாமடைக்குள் பதுங்கிக்கிடந்த நீர் உடைப்பெடுத்து அருவியாய் பெருக்கெடுத்து பாய்ந்து வந்தது. ஓராள் உயரத்துக்கு அடிமட்டத்திலிருந்து எழுந்துநின்ற தண்ணீருக்குள் பட்டையைப் போட்டதும் 'பசக்'கென்று அது கவடித்துத் தண்ணீரைநிறைத்துக்கொண்டது. விசுக்கென்று ஒரே மூச்சில் பட்டையை மேலிழுத்துக் குடத்தைச் சீக்கிரத்தில் நிறைத்துக்கொண்டார்கள்

கிணற்று வேலையினால் சேரித் தெருச் சனங்களுக்குத்தான் பாதிப்பு அதிகமாயிருந்தது. மதியம் கரையேறுகிற சாப்பாட்டு நேரத்தில் கிணற்றுக்குள் வெடிவைத்துவிட்டு மேலே வந்தார்கள். பிறகு, அன்று சாயந்தரமும் வேலைகளை முடித்துவிட்டு அவர்கள் வீட்டுக்குக் கிளம்புகிற ஆயத்தத்தில் கிணற்றுக்குள் வெடிவைத்தார்கள். மதிய நேரத்தில் வெடிவைத்தபோது யாருக்கும் அதிக சிரமமில்லாமல் இருந்தது. பெரிசுகள் எல்லோரும் காடுகரைகளுக்கு வேலை சோலிகளுக்கும், பிள்ளைகள் எல்லோரும் பள்ளிக்கூடத்துக்கும் போய் விட்டிருந்ததால் தெருவில் அணக்கமில்லாதிருந்தது. ஒரு சில கிழடுகளும் பொன்னாபரணமும் மட்டுமே கதியேயென்று வீட்டில் முடங்கிக்கிடந்தார்கள். வெடிமுழங்கும் சமயத்திற்கு முன்பு வீட்டின் மஞ்சாங்கரை ஒதுக்கத்துக்கு நகன்று வந்து சுவர்மறைவில் பதுங்கிக்கொண்டனர்.

'டமார்' என முழங்கித் தெறித்த வெடியின் உதறலில் தடிமனான கற்கள் கூடப் பறந்துவந்து அவர்களின் வீட்டு முற்றங்களில் விழுந்திருந்தன. பொன்னாபரணத்தின் வீடு, கிணற்றிலிருந்து கூப்பிடும்

தூரத்தில் இருந்தது. கற்கள் சிதறிவந்து விழுவதற்குச் சாதகமாகப் போயிருந்தது. கிணற்றை ஒட்டியிருந்த சில குடிசைகளுக்குமேல் தெறித்துவிழுந்த கற்கள் கூரைகளைப் பிய்த்துக்கொண்டு நடுவீட்டுக்குள்ளும் விழுந்தன. எக்குத்தப்பாய் மண்பானைகளில் கற்கள் விழுந்ததும் அவை உடைபடும் சத்தம், கோபத்தில் பற்களை நறநறவென்று கடித்ததுபோன்ற ஓசையைத் தந்தது. சாயந்தரம் காட்டுவேலை முடிந்து வீட்டுக்கு வந்த சேரிப்பொம்பளைகள் கிணற்று வேலைப் பார்த்தவர்களுடன் சண்டைக்கட்டி நின்றார்கள். ‘கஞ்சி வச்சிக் குடிக்கித பானையக்கூட கல்லத் தூக்கிப்போட்டு ஒடச்சிட்டியளே பாவியளா...’ என்று கதி கட்டிக் கொண்டு சத்தம் போட்டார்கள். கிணற்று வேலைப் பார்த்தவர்களுக்கு இரக்கம் இல்லாமலில்லை. வெடி வைப்பதற்கு முன்னால் தெருவுக்கு வந்து நின்று எச்சரிக்கைப்படுத்திக் கொண்டார்கள். உயிருள்ள மனிதர்கள் எல்லோரும் ஓடி ஒளிந்து தற்காத்துக்கொண்டார்கள். சட்டிப் பானைகளுக்கெல்லாம் உயிரா இருக்கிறது? சிதறி விழுந்த கற்களைத் தாங்கி நிறுத்தும் சக்தி, இற்றுச் சிதைந்துபோய்க்கிடந்த ஓலைக் கூரைகளுக்கும் இல்லாமலிருந்தது. கூரைகளுக்குள்மேல் கற்கள் விழுமே என்று யோசித்தால் கிணற்றுக்குள் வெடிவைக்க முடியாது என்று தோன்றியது. வெடிவைத்துத் தகர்க்கவில்லையென்றால் வாமடை உடைபடாது. வாமடை உடையவில்லை என்றால் நீர்ப்பெருக்கு அதிகப்படாது. ‘ஒங்களுக்குத் தண்ணி வேணுமா? சட்டிப் பானைகள் வேணுமா?’ என்பதே கிணற்று வேலைப் பார்த்தவர்களின் கிண்டலான கேள்விகளாய் இருந்தன. நல்ல வேளை, பொன்னாபரணத்துக்கு நேர்ந்திருந்ததுபோல அந்தத் தெருவில் வேறு யாருக்கும் மோசமான விபத்து நிகழ்ந்திருக்கவில்லை என்பதே அப்போதைக்குரிய உத்தமமான காரியமாக இருந்தது,

சேரித்தெருக் கிணற்றில் தண்ணீர் பெருக்கெடுத்து நின்றதன் யோகபாகமோ அல்லது ஆகாத காலமோ என்னவோ, சுற்றியிருந்த மற்ற சாதிக்காரர்களின் தெருக்கிணறுகளில் நீர்மட்டம் குறைந்து போயிருந்தது. தரைக் குளிர மழைப்பெய்து எத்தனை வருடங்கள் ஆகின்றன. அவர்களின் தெருக்கிணறுகளுக்கும் வேலைப் பார்க்க வேண்டியதிருக்கிறதோ என்னவோ! நாளாவட்டத்தில், சர்வோதய காலனிப் பொம்பளைகளும், ஆசாரிமார்ப் பொம்பளைகளும் பதுங்கிப் பதுங்கிச் சேரித்தெருக் கிணற்றுக்குத் தண்ணீர் எடுக்க வேண்டி வந்ததுதான் வேடிக்கை! ஒதுக்கமாய் துலுக்கக்குடிப் பொம்பளைகள் நின்று நீரிறைத்த வடக்குச் சுவரோரம் இடம்பிடித்துக்கொண்டார்கள் அவர்கள். சேரித் தெருப் பொம்பளைகளை அலங்கமலங்க வெறித்துப் பார்த்தார்கள். ‘குண்டிக் காய்ந்தால் குதிரையும் புல்லைத்தின்னும்’ என்கிற சொலவடை சமயோசிதமாய் பொன்னம்மாவின் நினைவுக்கு வந்தது. நமுட்டுச் சிரிப்பை உதட்டுக்குள் அமுக்கிக்

கொண்டாள். இதுதான் பரிகாசம் பண்ணச் சரியான நேரமெனக் கணித்து பக்கத்தில் நின்றிருந்த செல்லக்கிளியின் குண்டிச் சதையில் நறுக்கெனக் கிள்ளி விட்டு, அவள் வலி தாளாமல் முகத்தைக் சுண்ட வைத்துக்கொண்டு பின் திரும்பி முறைத்துப் பார்க்கவும், பக்கத்தில் நின்றிருந்த பொன்னம்மாவின் கண்சாடையைக் கவனித்தவளாய் எதிர்பக்கம் பார்த்தாள்—கெக்கலிப்பு விட்டுச் சிரித்தும் கொண்டாள் பொன்னம்மா.

செல்லக்கிளிக்குச் சுதியேற்றி விட்டது போலிருந்தது. பட்டையைக் கிணற்றுக்குள் இறக்கிவிட்டுக் கொண்டே, தலையை மேலே தூக்கியவாறு“ அவளுவளுக்கு என்ன கவல? கெணத்து வேல நடக்கும்போது காயம்பட்டதும் கண்ணீர் விட்டதும் பறையனுவளும், பறையம்மாரு பொஞ்சாதியளும்தான? இவளுவளுக்கு எங்கன வலிக்கு? பவுட்டா வந்து நின்னுட்டுத் தண்ணி எடுத்துட்டுப் போயிருவாளுவ. நம்மளால என்னச் செய்ய முடியும்? கேட்டா கவுருமென்ட்டு கெணறும்பாளுவெ” என்று அவர்களுக்குக் கேட்கிற தொனியில் எக்காளமாய் பேசினாள். செல்லக்கிளியின் வார்த்தைகளைப் பற்றியொன்றும் அவர்களுக்குப் பெரிதாக வருத்தமிருப்பதாகத் தெரியவில்லை. தங்களுக்குள் அரட்டையடித்துக்கொண்டும் குசலம் விசாரித்துக்கொண்டும் கொண்டாட்டமாய் நின்றிருந்தனர்.

பிள்ளைமார்த்தெருப் பொம்பளைகள் இரண்டுபேர் இடுப்பில் குடத்தோடு நடையை நழுக்கிநழுக்கிப் போட்டுக்கொண்டு வந்து துலுக்கக்குடிப் பொம்பளைகளின் பக்கம் துடுக்காகப் போய் நின்றதை பொன்னம்மா பார்த்துக்கொண்டாள். அவளுக்கு ஆத்திரம் பீறிட்டுக்கொண்டு வந்தது. வேண்டுமென்றே தொண்டையைச் சத்தம் கூட்டிச் செருமிக்கொண்டாள். “ஏது... வெள்ளாளக்குடி நாச்சியாருமாரெல்லாம் சேரிக்கெணத்துக்கு வந்து நிக்குத மாதிரித் தெரியுது. சேரிக் கெணத்துல தண்ணி எடுத்துக் குடிச்சா அவியளுக்குக் கக்கல் கிக்கல் வந்துராதாக்கும்?“

நாச்சியாரம்மா என்று பொன்னம்மாவால் நக்கலாக அழைக்கப் பட்ட நடுவயசுக்காரப் பொம்பளை பூசணிக்காய்போல் வைத்திருந்த தன் முகத்தைப் புடலங்காயாய் சிறுத்துக்கொண்டு அசடுவழியப் பதில் சொன்னாள். “என்னச் செய்ய. காலக்கொடும. இங்கயும் வந்து எங்களுக்குத் தண்ணியெடுக்க வேண்டியதிருக்கு. கவருமெண்டு ஒங்கப் பக்கந்தான் இருக்குங்குத எடுப்புலப் பேசுத. ஒங்கத் தெருக் கெணத்தத் தோண்டுனப் பஞ்சாயத்துப் போடுக்காரனுவ, எங்கத் தெருக் கெணத்த எட்டிகூடப் பாக்கமாட்டேங்குதானே?”

“பாப்பானுவ. பாக்காம எங்கப் போயிருவானுவ? எங்கக்கெணத்துல தூரு மட்டுந்தான எடுத்திருக்கானுவ. உங்களுக்குப் புதுக் கெணத்தயே தோண்டிக் குடுப்பானுவ. எதுக்குப் பாவ்லா வைக்குதிய? ஒங்கக்

கிட்டத்தானெ பெரியபெரிய ஆளுவள்லாம் இருக்கானுவ. பஞ்சாயத்துப் பிரசென்ட்டெல்லாம் ஒங்க சாதிக்காரருதானெ. நாங்க ஏப்ப சாப்ப."

சேரித்தெருப் பொம்பளைகள் 'கலகல' வென்று சிரித்துக் கொண்டார்கள். எதிர்தரப்பில் நின்றிருந்தவர்களின் முகங்கள் இறுகிக்கிடந்தன. பொன்னம்மாவுக்கு 'இதுபோதும்' என்றிருந்தது. பிள்ளைமார்த் தெருக்கிணற்றுக்கு தானும் பாலம்மாவும் செல்லக் கிளியும் அவசரமாய் தண்ணீர் இறைக்கப் போய் நின்றிருந்தபோது இந்த நாச்சியாரம்மா என்கிற பொம்பளைதான் நெட்டுக்கு நின்றிருந்தாள் என்பதை வன்மமாய் நினைத்துப்பார்த்தாள். பொன்னம்மாவின் செப்புக் குடத்தைக் கொஞ்சமும் மனிதத் தன்மை இல்லாமல் தூரமாய் விட்டு எறிந்திருந்தது இந்த நாச்சியாரம்மாதான். கொள்ளையில் போகிறவள். இப்போது மட்டும் எந்த முகத்தை வைத்துக்கொண்டு சேரித்தெருக் கிணற்றுக்கு நீரெடுக்க வந்திருக்கிறாளாம் என்று விசனமாக நினைப்போடியது அவளுக்கு. சர்வோதயக் காலனித் தெருக் குழாயிலும் தண்ணீர் பற்றாக்குறையாகிப் போனது துரதிர்ஷ்டந்தான் என்று தோன்றியது. தன் பக்கத்தில் அரவமேயில்லாமல் பகடைத்தெருப் பெண்கள் இருவரும் கையில் குடத்தோடு வந்து நின்றிருந்ததைத் தற்செயலாகப் பார்த்துக்கொண்டாள் பொன்னம்மா.

"அட, மல்லிகாவா? நூலாபீஸ் காலனிக் குழாய் என்னாச்சு? எல்லாரும் அடிச்சிப்புடிச்சி சாம்பாக்கமார்த் தெருக் கெணத்துக்கு வந்திருக்கிய?"

"அதுல கொஞ்சமா தண்ணி வருதும்மா"

"கொஞ்சமான்னா? சின்னப்புள்ளைங்க ஒண்ணுக்கு இருக்கத மாதிரியா?"

மல்லிகாவுக்குச் சிரிப்பு வந்தது. பொன்னம்மாவுடன் சேர்ந்து பாலம்மா, செல்லக்கிளியும் விகற்பமில்லாமல் சிரித்துக் கொண்டனர்.

மீண்டும் மல்லிகாவிடமே அனுசரணையாய்ப் பேச்சுக்கொடுத்தாள் பொன்னம்மா. "நீயேன் ஓரத்துலயே ஒதுங்கி நிக்க? வா, உள்ள வந்து நின்னு தண்ணிக் கோரிக்க. இப்ப எல்லாரும் ஒண்ணாமண்ணா ஆயாச்சி"

பொம்பளைகளிடமிருந்து விநயமாக சிரிப்பலைப் பொங்கி வழிந்தது. 'ஓ' வென்று உச்சத்தில் பொங்கி எழுந்த 'அலை' சன்னஞ் சன்னமாய்ச் சுருதி குறைந்து மௌனமாகிக் கொண்டது. தன்னைச் சாக்காக வைத்து எதிர்ப்பக்கம் நின்றிருந்த துலுக்கக்குடி மற்றும்

வெள்ளாளக் குடிப் பொம்பளைகளைப் பொன்னம்மா பரிகாசம் பண்ணிப் பேசுகிறாள் என்பது மல்லிகாவுக்கு மேலோட்டமாய் புரிந்தது. அவளும் தன் முகத்தில் அசடு வழியச் சிரித்து மழுப்பிக் கொண்டாள்.

சேரிப்பொம்பளைகளுடன் சேர்ந்துதான் மல்லிகாவும் காடுகரைகளுக்கு வேலைசோலிகளுக்குப் போய்க்கொண்டிருந்தாள். பொன்னா பரணம் நல்ல கதியாக இருந்திருந்த காலங்களில் நாராயணன் பிள்ளையின் தோட்டக் காடுகளுக்கு மல்லிகாவைத்தான் பதிவாக வேலைக்குக் கூப்பிட்டுகொண்டு போனாள். அகாலமாய் அவள் முடமாகிப் போனதிலிருந்து மல்லிகா மற்றப் பொம்பளைகளுடன் வேலைக்குப் போகத் துவங்கினாள். மல்லிகாவின் அய்யா சிவனாண்டி ஊராட்சியில் துப்புரவுப் பணி செய்துகொண்டிருந்தார். அவளின் அம்மாக்காரி பேச்சியம்மாள் காட்டுச் சோலிகளுக்குப் போவதில்லை. கண்ணில் அகப்படுகிற ஊர்ப்பட்ட சாணிகளைப் பொறுக்கிக்கொண்டு அலைந்தாள். ரொம்பவும் சதைப்பிடிப்பான தேகம் அவளுக்கு. குனிந்து நிமிர்ந்து காட்டுச்சோலிகள் செய்வதற்கு தேகம் இடந்தரவில்லை. மூன்று பிள்ளைகளைப் பெற்றெடுத்திருந்த சடவில் கப்பப்பையை மாற்றிப்போட்டுக் கொண்டதில் இடுப்பு வலியும் முதுகுவலியும் கடுத்த சோலிகளைச் செய்யவிடாமல் தடுத்திருந்தன. மல்லிகாதான் மூத்தவள். சமைந்து ஆறேழு வருடங்களைச் சரமாரியாய் விழுங்கிக்கொண்டிருந்தாள் அவள். அவளுக்கு அடுத்தவன் செல்வராசு. சின்னத்துரையுடன் எட்டாம் வகுப்புக்குப் போய்க்கொண்டிருந்தான். கடைசிப் பயல் முத்துராமன். ரெண்டாம் வகுப்பிலே படிப்புக்கு முழுக்குப் போட்டுவிட்டு தறுதலையாய் ஊர்சுற்றிக்கொண்டிருந்தான். கடைசிப் பயல் என்பதால் வீட்டில் செல்லம் அதிகமாயிருந்தது அவனுக்கு. அவன் பள்ளிக்கூடத்துக்குப் போகாமலிருந்ததைப் பெரிதாக எடுத்துக்கொள்ளவில்லை அவர்கள். மல்லிகாவின் தினக்கூலியிலும் அய்யாவின் மாதச் சம்பளத்திலும் குடும்பம் வயிற்றுக்கு வஞ்சம் வைக்காமல் நிதானமாக சீவித்துக் கொண்டிருந்தது. மல்லிகாவின் தொடுபிடியான கூலிவேலையில் வீட்டுச் செலவு தொய்வில்லாமல் ஓடிக் கொண்டிருந்தது. அவளிடம் வாயடிப்பு இருந்தது போலவே வேலைகளில் சுறுசுறுப்பும் இருந்தது. ரொம்பவும் கருக்கடையான பெண் என்று சேரிப்பொம்பளைகள் சிலாகித்துக் கொண்டார்கள். பொன்னம்மாவின் சாடைமாடையானப் பரிகாசத்துக்கு மல்லிகாவால் பதில் சொல்லாமல் தாக்காட்டிக்கொள்ள முடியவில்லை இப்போது.

"ஏம்மா? ஒண்ணாமண்ணா ஆனா என்ன? நாங்க எதுலக் கொறஞ்சி போயிருக்கொம்?"

“ஒன்னயக் கொறஞ்சிப் போயிருக்கன்னு சொல்லல தாயே. நாங்கதான் கொறஞ்சிப் போயிருக்கம்”

“அதுல என்ன, ஒரு இணுக்குவச்சிப் பேசுதிய? சக்கிலியக் குடில கறிவெட்டும்போ பாக்கணுமே ஒங்க சங்கதியை எல்லாம். எங்களக்கூட கிருமமா கறிவச்சித் திங்கவுடாம கறி வாங்குததுக்கு ஒங்கத்தெரு ஆளுங்க தூக்குச்சட்டியோட வந்து நிக்குத நீங்க பார்த்ததில்லியா? பொறவாட்டி என்ன, நீங்க ஒசத்தி, நாங்கக் கொறச்சலுன்னுகிட்டு?”

“நீயேன் எல்லாத்தயும் விரிச்சிக் காட்டுதெ? நானும் அதத்தான சொல்லிக்கிட்டிருக்கென்”

மல்லிகாவின் வியாக்கியானத்துக்குப் பொன்னம்மாவால் மறுப்புச் சொல்ல முடியாததாக இருந்தது. அது அவ்வப்போது நடக்கிற சங்கதிதான் என்பதை அவள் அனுபவப்பூர்வமாகத் தெரிந்திருந்தாள். பாவம் பகடைகள், காசு கொடுத்து கறிவாங்கி சமைத்துச் சாப்பிடும் அளவுக்கு முடியாமல் பணபலம் குறைந்திருந்தார்கள். வெள்ளாளக் குடியிலோ, எடக்குடியிலோ மாடுகள் செத்துப்போனால் மட்டுமே மாமிசம் சாப்பிட்டுக்கொள்ள அவர்களுக்குச் சந்தர்ப்பம் வாய்த்தது. நாலைந்து பகடைகள் சேர்ந்து மாட்டை நுகத்தடியில் கட்டித் தொங்கவிட்டுக் கொண்டு தூக்கி வந்தார்கள். அவர்களின் தெருவுக்குக் கிழக்கே பாதாளமாய் கிடந்திருந்த பள்ளத்தில் கிடத்தி பக்குவமாய் அறுத்தெடுத்தார்கள். நாய்களும் காக்கைகளும் பெருவாரியாய் கூடி நின்று கரைச்சல் பண்ணியதற்கு இடையில் சேரித்தெரு ஆம்பளைகளில் சிலரும், சிறுவர்களில் சிலரும் கைகளில் தூக்குப்போணிகளுடன் கறிவாங்க வந்துநின்றனர். கூறுக்கு இவ்வளவு பணம் என்ற கணக்கில் காசைத் தந்துவிட்டு கறியை வீட்டிற்குக் கொண்டுவந்து சமைத்து கைமணக்க வாய்மணக்க ருசித்துச் சாப்பிட்டார்கள். பழைய சோளக்காடிக்கு இறைச்சிக் குழம்பு கனகச்சிதமாய் பொருந்தும். சேரித் தெருக்காரர்களும் கறிக்கு அலந்துபோய் கிடப்பவர்கள்தான். வாரத்திற்கொருமுறை தன் ஓட்டைச் சைக்கிளில் பன்றிக்கறியைக் கூறுபோட்டுக் கட்டி ஏற்றிக்கொண்டு வரும் ராமலிங்கபுரம் சுப்பையா, யானைவிலை குதிரைவிலை சொன்னார். யாரால் அவ்வளவுப் பணம் தந்து கறிவாங்கிச் சாப்பிட்டு விடமுடியும்? செத்தமாட்டுக் கறியே குறைந்த விலையில் குதிர்ந்து விடுகிறது. பொன்னம்மாவும் ஓரிரு முறைகள் கறிக்காக தூக்குச்சட்டியோடுபோய் கந்தூங்கிக்கொண்டு நின்றிருந்தாள். சமயோசிதமாய் இப்போது அதை நினைத்துப்பார்த்தாள். மல்லிகாவின் குற்றச்சாட்டில் தானும் காயப்பட்டதாக உணர்ந்து தலை கவிழ்ந்து கொண்டாள்.

பொன்னம்மாவும் செல்லக்கிளியும் நீரிரைத்து முடித்திருந்தனர். குடத்தைத் தூக்கி இடுப்பில் தாங்கிப் பிடித்துக்கொண்டு இடத்தை

வெறுமையாக்கி விட்டுப் போயினர். மல்லிகாவுடன் வந்திருந்தவளும் தன் இடத்தை நிரப்பியிருந்தாள். மல்லிகாவின் குடம் இன்னும் நிறைந்திருக்கவில்லை. 'நாறுன பொழைப்புப் பொழச்சாலும் பெருமைக்கு மட்டும் கொறச்சலிலை. மேல மினுக்கடி, உள்ள புழுக்கடிங்கித கததான்" தன் அருகில் நின்றிருந்தவளிடம் மல்லிகா பரிகாசமாய்ச் சொல்லி சிரித்துக்கொண்டாள். தூரமாய் நின்றிருந்த பாலம்மாவின் காதுகளில் மல்லிகாவின் வார்த்தைகள் வந்து விழுந்திருக்க நியாயமில்லை. மல்லிகா மீண்டும் தன் ஆத்தாமையை வெளிப்படுத்திக் கொண்டாள்.

"பின்ன? இவிய எதுலதான் நம்மளவுட கூடுதலான நிலைமையில இருக்குதாங்களாம்? ஒரு தீபாவளி, பொங்கல்ன்னா மேப்பொறந் தானுவ வூடுகளுக்கு நம்ம ஆளுங்கள மாதிரியே சட்டியையும் பொட்டியையும் தூக்கிக்கிட்டுப் போயிருதாவெ. நம்மளக் கெணக்கா இவுங்களுக்கும் எச்சிக்கலப் பொழப்புதானெ? அப்படியும வறட்டுப் பெரும."

மல்லிகாவால் அந்த நிகழ்ச்சியை மறக்க முடியவில்லை. போன வருசம் தீபாவளியன்று நடந்தது அது. அவளின் அம்மாக்காரி சிரிப்பும் கும்மாளமுமாய் சொல்லியிருந்தாள். தீபாவளி விடியலில் பேச்சியம்மா தன் கைகளில் ஒரு நார்ப்பெட்டியையும் தூக்குப் போணியையும் தூக்கிக்கொண்டு வெள்ளாளக் குடிக்குப் போயிருந்தாள். எதிர்ப்பில் சம்முகம்பிள்ளை நைய்னா வீடிருந்தது. முற்றத்தில் பல வண்ணத்தில் போட்டிருந்தப் பெரிய கோலங்களும் கரிமருந்து பூசிய துண்டுதுண்டுக் காகிதக் கிழிசல்களும் பூக்களாக சிதறிக் கிடந்தன.

"யம்மோ. மொதலாளியம்மோ, தீவாளிப் பலவாரம் போடுங்க. பகடத்தெரு பேச்சியம்மா வந்திருக்கென்."

நீண்டநேரக் கூவலுக்குப்பின், சாவதானமாய் வாசலுக்கு வந்துநின்ற சம்முகம்பிள்ளை நைய்னாவின் பொஞ்சாதிக்காரி தன் சித்துடம்பு மினுமினுக்கப் புத்தாடையில் பளபளத்தாள். அவள் கைவிரல்களின் பிடிப்பில் இரண்டொரு பலகாரங்கள் எண்ணெய் மினுங்க ஒட்டிக்கொண்டிருந்தன. அவற்றைப் பெட்டியை நீட்டி சந்தோசம் தெறிக்க வாங்கிக்கொண்ட பேச்சியம்மா, "சோறு, கொழம்பு ஏதாச்சும் இருந்தா குடுங்களேம்மா" என்று கெரவலாய்க்கேட்டு அசடு வழிந்தாள்.

"சோத்தயும் கொழம்பையும் ஒங்கிட்டக் குடுத்துட்டு நாங்கப் பட்டினிக் கெடக்கவா? நல்லாத்தான் கேக்குதியே"

"மிச்சம் மீதி இருந்தா"

“மிச்சமும் இல்ல, மீதியும் இல்ல. நடையக் கட்டு”

“சரிம்மா”

தெருவில் வண்ணம்வண்ணமாய் தாட்களின் சிதறல்கள் தெறித்துக்கிடந்தன. கூடவே கரிமருந்தின் உறுத்தலான நெடி நாசிகளை அரித்துக் கொண்டிருந்தது. திடீர்திடீரென்று தெருவில் முக்குத் திருப்பத்திலிருந்தும் தூரத்திலிருந்தும் காதுகளைக் கிழிக்கிற மாதிரி வெடிமுழக்கம் கேட்டுக்கொண்டிருந்தது. புத்தாடைப் பவுசில் எதிர்ப்பட்ட சிறிசு பெரிசுகளின் முகங்களில் வயிறுபுடைக்கத் தின்று கொழுத்திருந்ததன் மிதப்புத் தெரிந்தது. அடுத்தத் தெருவின் முச்சந்தியில் செல்லக்கிளியை அவள் சந்திக்க நேர்ந்ததுதான் துரதிர்ஷ்டம். அவளும் தன் கையில் சின்ன நார்ப்பெட்டியையும் வேலைக்குக் கஞ்சி கொண்டு போகிற தூக்குப்போணியையும் வைத்திருந்தாள். நார்ப்பெட்டிக்குள் நாலைந்து பலகாரங்கள் கிடந்து சுடுவெயிலில் பல்லிளித்துக் கொண்டிருந்ததை பேச்சியம்மா பார்க்கத் தவறவில்லை. பேச்சியம்மாவை எதிர்கொண்ட அதிர்ச்சியில் செல்லக்கிளிக்கு முகம் வியர்த்துப்போனது. மனசு ‘கபகப’ வென எரிந்தது. “வாடியம்மா வா. நாப் போறத் தெருவுலத்தான் நீயும் வரணுமாக்கும்? வேற தெருப் பாத்து வரக்கூடாதாக்கும்? உருப்பட்டாப்புலத்தான்”

பேச்சியம்மாவுக்குத் திகைப்பாக இருந்தது. என்ன பதில் சொல்வது என்பது தெரியாமல் குழப்பமாக வந்தது. ‘என்னவோ, இந்தத் தெருவை இவள் பட்டாப் போட்டு வாங்கிக் கொண்டதுபோல உரிமை பாராட்டுகிறாளே’ என்று நினைத்துக் கோபப்படத் தோன்றியது. விசனத்துடன் முகத்தைத் திருப்பி வைத்துக்கொண்டாள் பேச்சியம்மா. தான் அழுவதா, சிரிப்பதா எனக் குமைச்சல் கொண்டாள். அவளின் வாய் குறுகுறுத்துக்கொண்டு வந்தது. “நீங்க என்னம்மா? இந்தத் தெருவுலத்தான் நீங்க வருவியேன்னு நா கெனவாக் கண்டென்? எந்தத்தெரு நமக்கு வசதிப்படுதோ அங்கெல்லாம் போய்க்கிட வேண்டியதுதான்,”

பொடிநடையாய் நடந்து வந்து கொண்டிருந்தவர்கள் ‘பொசுக்’ கென்று நடையை வேகப்படுத்திவிட்டுக்கொண்டு கணேசன்பிள்ளை நைய்னாவின் வீட்டுக்கு முன்வந்து நின்றார்கள். புத்தாடை அணிந்திருந்த சிறுவன் தெருவில் குத்துவெடியை நட்டம நிறுத்தி வைத்து அதன் திரியில் ஊதுவத்தியின் நெருப்பு முனையால் பற்ற வைத்தான். செழமாய் தூரவந்து நின்றுகொண்டான்.

வெடிகள் என்றால் பேச்சியம்மாவுக்குக் கொள்ளைப் பயம். ஓரமாய் நகர்ந்துபோய் சுவரோடு பல்லியைப்போல ஒட்டிக்கொண்டாள்.

“யம்மோவ்! பகடத்தெரு பேச்சியம்மா வந்திருக்கென். கொஞ்சம்

பலகாரமிருந்தா போடுங்க”

“யம்மோவ் சாம்பாக்கமார்த்தெரு செல்லக்கிளி வந்திருக்கென் .. தீவாளிப் பலகாரங்க இருந்தாப் போடுங்க”

நிகுநிகு உடையிலிருந்த பொம்பளை வெளியே வந்தாள். அவள்முகம் ஏற்கனவே கடுப்பாகி சிவந்து போயிருந்ததை இருவரும் ஒரே நேரத்தில் பார்த்தனர். அவள் அவர்கள்மேல் கோபப்பட்டாள். “ஒரு வீட்டுக்கு ஒரே நேரத்தில எத்தனைபேர் வருவீங்க?” என்று கேட்டு எரிச்சல் அடைந்தாள். “ நாங்கப் போட்ட பலகாரத்த எங்கள சாப்புட வுடமாட்டிங்கப் பொலுக்கு. பலகாரமும் கிலகாரமும்? கெடையாது. போங்க போங்க.” வந்ததுபோலவே விருட்டென்று தன்முகத்தை உள்பக்கம் நோக்கித் திருப்பிக்கொண்டு போனாள் அவள்.

“நல்ல பொம்பள நீ. எனக்கு வுழுறப் பலவாரத்த நீ கெடுத் துட்டியே” பேச்சியம்மாவை விசனத்துடன் பார்த்து செல்லக்கிளி சிடுசிடுத்தாள்.

பேச்சியம்மாவுக்குக் குடல் கொந்தளித்தது. வெறுப்புடன் செல்லக் கிளியை விறைத்துக்கொண்டு பார்த்தாள். “அதுசரி. எனக்கு வுழ வேண்டியப் பலவாரத்த நீங்கக் கெடுத்ததுமில்லாம கிண்ணாரம் வேறு பேசுதியளா? ஏன் எங்க வயித்துல அடிக்குதிய? நாங்களும் உங்கள மாதிரி மனுசவியதானெ?”

“ஒனக்குப் பேசத் தெரியல. ஏறுக்குமாறாப் பேசுத. பேசாம ஒஞ்சோலியப் பாத்துக்கிட்டுப் போயிரு,”

பேச்சியம்மாவுக்கு மேற்கொண்டு பேச இஷ்டமில்லாமலிருந்தது. அவளுக்கு எரிச்சல் முண்டி நின்றாலும் உதட்டுக்குமேல் மெல்லியச் சிதறலாய் சிரிப்பாணியும் பரவியது. என்னப் பொம்பளை இவள். ஒரு எச்சில் பலகாரத்துக்கு இப்படி வம்படியாய் வாய் தர்க்கம் பண்ணுகிறாளே என்று செல்லக்கிளியை நினைத்து மனசுக்குள் நொந்துகொண்டாள். அவர்களைப் போலவே வேறுசில சேரிப் பொம்பளைகளும் பகடைத்தெருப் பொம்பளைகளும் தெருவில் பெட்டிச் சட்டியோடு அலைந்ததைத் தன் பார்வைக்குத் துலங்கிய தலைகளை வைத்துக் கணக்குப் பண்ணிக்கொண்டாள் பேச்சியம்மா.

வீட்டுக்கு வந்து மல்லிகாவிடம் சொன்னபோது அவள் பேச்சியம் மாவைக் கட்டிக்கொண்டு குலுங்கக் குலுங்கச் சிரித்தாள்.

11

ஓரிரண்டு மாதங்களில் பொன்னாபரணத்தின் காயம் ஆறிவிட்டிருந்தது. கெதியாக நடக்கும் முயற்சியில் கால்களைத் திடமாக எடுத்துவைத்தாள். உள் எலும்புகள் ‘சரக்’கென்று முள் கத்தியதுபோல வலிக்கத்தான் செய்தன. ஆனாலும் முன்னைவிட இப்போது எவ்வளவோ தேவலைபோலத்தோன்றியது. அதுவே கதியென்று வீட்டில் முடங்கிக்கொள்ளவும் அவளுக்கு எண்ணமில்லை. எத்தனை நாட்களுக்குத்தான் எதிர்த்த வீட்டுப் பொன்னம்மா அக்காவும் பாலம்மாவும் அவர்களின் வீட்டுச் சோலிகளை விட்டுவிட்டு வந்து தன் வீட்டில் பாடுபார்த்துக் கொடுப்பார்கள் என்று தோன்றியது. பையப் பையக் கிந்திக்கிந்தி நடந்துகொண்டே அடுப்படி வேலைகளைக் கவனிக்க ஆரம்பித்தாள். கவட்டைக் கம்பு இல்லாமலே இப்போது அவளால் உறுதியாக நின்றுகொள்ளவும் நடந்து கொள்ளவும் முடிந்தது. கிணற்றிலிருந்து நீர் சுமந்து கொண்டு வருவதுதான் ரொம்பவும் சிரமமாக இருந்தது. பொன்னம்மா அக்காவும் செல்லக்கிளியும் ஓடிவந்து கூடமாட ஒத்தாசைப்பண்ணிக் கொண்டார்கள். பிச்சையாவின் ஓராள் கூலியிலே வீட்டில் நாலு சீவன்களின் காலம் கழிந்து கொண்டிருந்ததில் அவளுக்கு ஏக வருத்தம். என்னைக்குத்தான் தனது காயம் முழுவதும் குணமாகி காட்டுச் சோலிகளுக்குக் கருக்கடையாய் போய்விடப் போகிறோமோ என்று பெருவாரியாய் நினைத்துக் கவலைப்பட்டுக் கொண்டாள்.

காட்டுச் சோலிகளும் இப்போது சன்னமாய் குறைந்து போயிருந்ததை அவள் அறிந்திருந்தாள். நாட்டில் மழைத்தண்ணீர் செழிப்பாகப் பெய்யாமல் கஞ்சத்தனம் காட்டியிருந்ததால், காடுகளில் எப்படிச் செழும்பரப் பயிர்வைத்து வளர்த்தெடுக்க முடியும் என்று கரிசனையாய் யோசிக்கத் தோன்றியது அவளுக்கு. சம்சாரிகளில் அநேகம் பேர் தலையில் முக்காடுப் போட்டுக்கொண்டு வானத்தை வெறிப்போடு பார்த்துக்கொண்டு அலைந்தனர். வானத்தில் வெண்பஞ்சுப் பொதிகளாய் சிதறிநின்ற மேகக் கூட்டங்கள் ஒன்று சேர்ந்து கருத்தரிக்காமல், பிணைத்துக்கொண்ட நாய்களைப் போல அங்கொன்றும் இங்கொன்றுமாய் முகம் திரும்பி நின்றிருந்தன. சூரியனுக்கு ஏகக்கொண்டாட்டம். பூமியைச் சுட்டெரிப்பதற்குத் தடையேதும் இல்லாதிருந்ததால் அதன் உச்சபட்ச வேகத்தை உக்கிரமாய் கூட்டிக்கொண்டு தகித்தது.

சேரித்தெருச் சனங்களுக்கு இப்போது மேற்குத்தொடர்ச்சி மலையே

அபாய ரட்சகியாகத் தெரிந்திருந்தது. அவர்களின் தெருவிலிருந்து மேற்கில் ஆறுகிலோ மீட்டர் தூரத்திலிருந்தது மலை. தெருவில் நின்று பார்த்தால் பெரிய கூடையைத் தூக்கி அவர்களை மூட வந்தது போல ரொம்பவும் உயரமாய் தெரிந்தது. மலையின் அடிவாரத்திலிருந்து கிழக்கு நோக்கி விளைநிலங்களும் தோட்டக்காடுகளும் பரசலாக விரிந்து கிடந்திருந்தன. அவற்றில் அநேகம் தற்சமயம். நீரின்றிக் காய்ந்து கிடந்ததால் மலையே அவர்களின் தவிப்புக்கு ஆறுதல் அளிக்கும் தாய்மடியாகத் தோன்றியது. ஆம்பளைகளும் பொம்பளைகளும் தங்கள் கக்கத்தில் சும்மாட்டுத் துணிகளைக் கமுக்கமாய் அமுக்கிக்கொண்டு காலைக் கங்குல்முங்கலிலே எழுந்து மலைலைய நோக்கி நடைவிட்டனர். நாள் முழுதும் நின்று புல்வெட்டவும், கருக்கலானதும் அவற்றைச் சுமந்து கொண்டு கடைத்தெருவுக்கு வந்து கூவி விற்கவுமே போதும் போதும் என்றானது. மாடு கன்றுகளுக்குத் தீவனமாய் சேரிச்சனங்கள் கொண்டுவந்து இறக்கியிருந்த புல் கட்டுகளை விலைப்பேசி வாங்கிக்கொண்டு போனார்கள், மேப்பொறந்தான்களின் அடியாக்கமார்கள். நிறையப்பேர் புல்கட்டுக்களைக் கொண்டுவந்து இறக்கியிருந்ததால் அவற்றின் விலை மலினப்பட்டுப் போயிருந்தது.

பிச்சையாவும் ஐந்தாறு நாட்களாய் மலைக்குப் புல்வெட்டப் போய்க் கொண்டிருந்தான். புல்கட்டை கடைத்தெருவிற்குக் கொண்டுபோய் விற்றுவிட்டு வருவதற்குள் இரவு வெகுநேரம் ஆகி விடுகிறது. அவன் விற்று வாங்கிய பணத்துக்கு மக்காச்சோளம் மாவையோ அல்லது சாமியரிசியையோதான் ஒருகிலோ வாங்கிக் கொள்ள முடிகிறது. மீதப்படும் சில்லரைகளில் அவனின் சுகத்துக்கு ஒருகட்டுப் பீடியையும், பொன்னாபரணத்தின் சுகத்துக்கு ஒரு பொடித் தடையையும் மறக்காமல் வாங்கிக் கொண்டான். அவன் கொண்டு வந்து தந்த தானியத்தைப் பார்த்த பிறகே உலைகூட்டி அடுப்பைப் பற்றவைத்தாள் பொன்னாபரணம். மக்காச்சோளம் மாவு என்றால், நன்றாக நுரைவிட்டுக் கொதித்த உலையில் நிதானமாக அதைக் கொட்டி வேகவைத்துக் கிண்டிக்கொடுத்தால், சந்தனத்தை அரைத்து சட்டி நிறைய வைத்ததுபோல மாவு வெந்து சட்டியின் நடுப்பாகம் வரை கொளகொளத்து நின்றிருக்கும். அதைத் தோண்டியெடுத்து கட்டிக் கட்டியாய் பாத்திரத்தில் வைத்து, ஒரு வத்தலையோ வெங்காயத்தையோ நறுக்கெனக் கடித்துக்கொண்டு, வெந்திருந்த மாவைப் பிட்டுப்பிட்டாய் எடுத்து வாய்க்குள் போட்டு அலப்பரையில்லாமல் தின்று கொள்ளலாம். சாமியரிசி என்றால் அதன் உறுத்துலான வாசம் குடலைப் புரட்டி வெளித்தள்ளி விடும். கொதிக்கும் வெந்நீரில் சாமியரிசியைப் போட்டுக் கிண்டினால் ஈரக் குறுமணலாய் வெள்ளை நிறத்தில் பொரிப்பொரியாய் சட்டியை நிறைத்து நிற்கும். பாத்திரத்தில் அள்ளி வைப்பதற்குள்ளே அதன்

புழுங்கிய வாசனை நாசியை நிமிட்டும். அலட்டிக் கொள்ளாமல் அதைத் தின்ன வேண்டுமானால் ஒரு கருவாடோ அல்லது கருப்புக்கட்டித் துண்டோ இருந்தால் தேவலை என்று தோன்றும்.

அந்தச் சனியன்களுக்கு எல்லாம் இப்போது எங்கே போவது என்று நொந்து கொண்டார்கள். வெந்தப் பிறகு இறக்கி பாத்திரத்தில் பங்குவைத்துப் பிரித்துத் தருவதற்குள் அவர்களின் அருமந்தப் பிள்ளைகள் சின்னத்துரையும் மணிமேகலையும் ஒருகண் ஆழ்ந்து தூங்கிப் போகிறார்கள். அவர்களின் குண்டியில் அடித்து எழவைத்து வாய்க்குள் திணிப்பதற்குள் நடுச்சாமம் ஆகிவிடுகிறது. அதற்குப் பிறகேதான் தன் சடைந்த கட்டையை திண்ணையில் சரித்தான் பிச்சையா. நாளைக் காலம்பறவே எழுந்து மலைக்கு ஓடவேண்டியதை நினைத்ததும் கண்ணயர்ந்து, தூக்கம் கவிந்து கொள்ளும். அந்தத் தெருவில் அநேகம் பேருடையப் பிழைப்பு மேற்கிலிருந்த மலையை நம்பித்தான் இருந்தது. எடக்குடியிலிருந்து கிளம்பிய மாடுகள் அந்த மலைக்குப் போய்த்தான் ஆகாரம் எடுத்தன. காலையில் சூரியன் மேலேறி வந்ததும் பொலபொலவென தங்கள் மாட்டுக் கூட்டங்களை மந்தையிலிருந்து எழுப்பிக்கொண்டு போனார்கள். சூரியன் மயங்கிச் சரிந்த மாலைக் கருக்கலில் மாடுகளை மலையைவிட்டுக் கீழிறக்கி வரிசைக் கிரமாக மந்தைக்குப் பத்திக்கொண்டு வந்தார்கள். ராணியின் உருவம் இப்போது அகஸ்மாத்தாய் பொன்னாபரணத்தின் கண்களில் வந்து நின்றது. மாடுகள் திரண்டுவரும் அணக்கத்தையும் அவை போடும் கதறலையும் கேட்டாலே கையில் கூடையுடன் ஓடைக்குப் போய் நின்றுவிடுவாள் அவள். தேகம் சளைக்காமல் சாணிக் குவியல்களைப் பொறுக்கியெடுத்து கூடையை நிரப்பிக்கொண்டுதான் வீட்டுக்குத் திரும்புவாள். அவளிருந்தவரையில் கைச்செலவுக்கு அலப்பரவு இல்லாமல் காசுகள் கிடைத்துக் கொண்டிருந்தன பொன்னாபரணத்துக்கு. மாதத்திற்கு ஒருமுறை இரண்டு வண்டிகள் நிறைய சாணிக் குவியலை ஏற்றிக்கொண்டவர்கள் வஞ்சனையில்லாமல் அவற்றிற்கான கிரயத்தைத் தந்துவிட்டுப்போனார்கள். இப்போது பிச்சையா தனியொரு மனிதனாய் கஷ்டப்பட்டு கொண்டுவரும் பணத்தில்தான் வீட்டுக் காரியங்களையும் பார்த்துக்கொண்டு, கைச்செலவையும் சரிக்கட்ட வேண்டியதாய் இருந்தது.

"யாது.... போறப் போக்கப் பாத்தா மழத்தண்ணி இல்லாம நாடே அழிஞ்சிரும் பொலுக்கே"

"அதுசரி. புண்ணியவானுங்க ஆட்சிக்கு வந்ததும் மழையும் நின்னுபோச்சி, மக்காச் சோளத்தையும் தின்ன வேண்டியதாயிருச்சி. நாசமுத்துப் போவனுவ. என்ன நெனப்புலதான் நாட்டப் புடிச்சானுவளோ"

அடுப்பிலிருந்து சட்டியை இறக்கி தன் அருகில் வைத்துக்

கொண்டாள் பொன்னாபரணம். சட்டியின் உலைமூடியைத் திறந்துவைத்ததும் உள்ளுக்குள் முண்டி நின்றிருந்த ஆவி மூட்டமாய் வெளியேறிக் கொண்டது. மக்காச்சோளக் கஞ்சியின் நெருடலான வாசம் அவளின் நாசியை அரித்தது. புகைமூட்டமெல்லாம் வெளியேறிய பிறகுதான் அவற்றைப் பாளம்பாளமாய் பாத்திரத்தில் எடுத்து வைத்துப் பிட்டுப்பிட்டுத் தின்னவேண்டும். அவளுக்கு வலது பக்கம் குத்துக்காலிட்டு உட்கார்ந்திருந்த பிச்சையாவின் உதட்டில் பீடியொன்று நின்று நிதானமாகப் புகையைக் கக்கிக் கொண்டிருந்தது. மாடத்தில் எரிந்து கொண்டிருந்த காடாவிளக்கின் திண்ணமான ஒளிக் கீற்றின் சிதறல் அட்சர சுத்தமாய் பொன்னாபரணத்தின் முகத்தில் விழுந்து அதை வதங்கலாய் காட்டிக் கொண்டிருந்தது. அவனுக்கு மக்காச்சோள மாவின் வெந்த வாசனைக் குடலைத்தான் புரட்டியது. பசியென்று ஒன்று இருக்கிறதே. புல்கட்டை விற்றுவந்த நடையில் கடைத்தெரு ஓட்டலில் நின்று ஒரு கிளாஸ் காப்பித் தண்ணீர் வாங்கிக் குடித்துவிட்டு அப்போதைய பசித்தீயைச் சன்னமாய் அணைத்திருந்தான். எவ்வளவு பொழுதுக்குக் காப்பித் தண்ணீர் தன் பேய்ப் பசியைத் தாக்காட்டி வைத்துக்கொண்டிருக்கும் என்று தோன்றியது. அடுப்பில் வேகவைத்து இறக்கி வைப்பதற்குள் ஆளையே சுட்டுப் பொசுக்குவது போல் பசி அகோந்திரமாய் கொளுந்துவிட்டு எரிந்தது.

தமிழ்நாட்டில் புதியகட்சி ஆட்சிக்கு வந்து மூன்று வருடங்களே ஆகியிருந்தன.புதியவர்கள் ஆட்சிக்கு வந்த காலத்திலிருந்தே வறட்சி தாண்டவமாடத் துவங்கியிருந்தது. மழை இல்லை. அரிசிக்குக் கடும் தட்டுப்பாடு. சனங்களின் பிழைப்புக்குப் போக்கிடம் இல்லாமல் பொசமுட்டிக்கொண்டு வந்தனர். விடலைகளும் இளவட்டங்களும் புதிய கட்சி ஆட்சிக்கு வரப் பெரும்முயற்சி எடுத்திருந்தார்கள். பிச்சையா போன்ற நடுத்தர வயசுக்காரர்களுக்கு நம்பிக்கையில்லாமல் இருந்தது. அவர்களின் அவநம்பிக்கையை ருசுப்படுத்தும் சாத்தியத்தில் வறட்சி மேலோங்கி நின்றிருந்ததால் எல்லோரையும் போல அவனும் புதிதாய் ஆட்சிக்கு வந்தவர்களை மனவேதனையோடு கரித்துக்கொட்டத் துவங்கினான். எந்தக் காலத்தில் மக்காச்சோள மாவையும் சாமியரிசியையும் அவித்துக்கொட்டி வயிற்றை நிரப்பிக் கொண்டது? எந்தக் காலத்தில் குடித் தண்ணீருக்குக்கூட கஷ்டப்பட்டு தொண்டைகளைக் காய வைத்துக் கொண்டிருந்தது? எல்லாம் புதிய புண்ணியவான்கள் ஆட்சி கட்டிலில் ஏறிய அதிர்ஷ்டம் என்று பொருமிக் கொண்டார்கள், அவனைப் போன்ற ஏழை பாளைகள்.

குழந்தைகளுக்கும் மக்காச்சோள மாவு மனசை நெருடாமல் இல்லை. நாட்டுச் சோளத்தைப் போல அவ்வளவு நறுவிசாய் இல்லை

மக்காச்சோள மாவு. கால்வயிற்றுக்குத் தின்று கொண்டாலும் காலையிலே வயிறு கடாமுடாவென்று இரைந்துகொண்டு கால்வாழியே வெளிக்குப் போய் விடுகிறது. சிறுசுகளிலிருந்து பெரிசுகள் வரைக்கும் இதுவே கதையாக இருந்தது. வேறு வழியில்லாமல் கருமமே என்றுதான் அதைப் பசியடங்கத் தின்றுகொள்ள வேண்டிய திருந்தது.

12

சேரித்தெருக் கிணறு முன்னைப் போலவே வற்றி விடத் துவங்கியிருந்தது. மழைத்தண்ணீர் இல்லையென்றால் பூமிக்குள்ளிருந்து நீர் சுரப்பதும் சிக்கலான விசயம்தானே என்று நினைத்துக் கொண்டார்கள். ஊரிலுள்ள அநேகத் தெருக்கிணறுகளிலும் இதே பாடாகத்தான் இருந்தது. மேக்குடிக் சனங்கள் எல்லோரும் குடங்களைத் தூக்கிக்கொண்டு தெருத்தெருவாய் அலைந்தார்கள். சேரித்தெருக் கிணற்றிலும் ஒன்றிரண்டு பேர்கள் வந்துநின்று நீரிறைக்கத் தலைப்பட்டார்கள். பழையபடியே கிணற்றுத் துவளத்தில் வயிறுகள் தேய சரிந்து கிடந்து, நீளக்கயிற்றில் பட்டைகளை இறக்க வேண்டியதாயிற்று. பொன்னாபரணத்துக்குக் கால்கள் தேறியிருந்தன. காயம் ஆறி முழுவதுமாகக் குணம் அடைந்திருந்தது. மண்குடமும் பட்டையுமாக அந்தி கருத்த நேரத்தில் கிணற்றில் இடம்பிடிக்க ஆரம்பித்தாள். புருசக்காரனோடு மேற்கு மலைக்கு எழுந்து சென்று புல்லைக் கட்டிக்கொண்டு வந்து கடைத்தெருவில் வைத்து விற்றாள். காடுகரைகளில் நீர் வறண்டுப்போயிருந்ததால் நாராயணன் பிள்ளையின் தோட்டத்துப் பதிவு வேலைகளை அறவே மறந்துகொள்ள வேண்டியதாகப் போயிற்று. அவர்கள் இருவரும் சம்பாதித்ததால் மக்காச்சோள மாவுக்கு அனுசரணையாய் புல்கட்டுக்களை விற்றுவிட்டு வரும் வழியில் ரெண்டு ரூபாய்க்கு சாளைக் கருவாடுகளை வாங்கிக்கொள்ள முடிந்தது. கருவாடுகளைச் சுட்டு ஓர் இணுக்குக் கடித்துக்கொண்டால் அதன் கவிச்சை வாசனையில் மக்காச்சோளம் மாவுக்கஞ்சி நொம்பலப்படாமல் தொண்டைக்குள் இறங்கிக் கொள்கிறது. அவகாசமிருக்கிற சில நாள் இரவுகளில், கருவாட்டைக் கழுவி குழம்பு வைத்துச் சாப்பிட்டார்கள். குழம்பின் வாசனையில் மக்காச்சோளம் மாவின் அரிச்சலான நெடி அமிழ்ந்து போகிறது.

அன்று சீக்கிரமே வீட்டுக்கு வந்திருந்தார்கள். மலையில் ஒதுக்கமான இடத்தைப் தேடிப்பிடித்து புல்லறுத்துக்கொண்டு வந்து விற்றிருந்தார்கள். மற்றவர்கள் யாரும் அந்த இடத்தைக் காணாமல் போயிருந்ததால் புற்கள் உயரமாக தளிர்விட்டுச் செழித்து நின்றிருந்தன. செழமாய் அவற்றை அறுத்து கட்டுக்களாகக் கட்டிக்கொண்டு வந்திருந்ததால் கடைத்தெருவில் சீக்கிரமே விற்றுவிட முடிந்திருந்தது. இன்றைக்காவது பிள்ளைகள் தூங்கிவிடுவதற்கு முன்பு அவர்களுக்குக் கஞ்சி வைத்துத் தந்துவிட வேண்டும் என்பது

அவர்களின் குறிக்கோளாய் இருந்தது.

அம்மியில் பொன்னாபரணம் மசாலா அரைத்துக்கொண்டிருக்க, பக்கத்தில் குத்துக்காலிட்டு அமர்ந்திருந்த பிச்சையா அடுப்புக்குத் தீப்போட்டுக் கொண்டிருந்தான். சுள்ளி விறகுகளின் 'பட்பட்' டென்ற வெடிப்பு ஓசையில் அடுப்புக்குள் தீ நின்று கொளுந்துவிட்டு எரிந்துகொண்டிருந்தது.

"இந்தத் தடக்க நம்ம நாராயணம்புள்ள நைய்னா பஞ்சாயத்துப் பிரசெண்டுக்கு நிக்கறானாமே? ஆச யார வுட்டுச்சி? ம்"

"யாரு சொன்னா? "

"கடத்தெருவுல மேக்குடிக்காரங்கப் பேசிக்கிட்டாவெ "

"அப்பிடியா? ம், அவனுக்கென்ன? பணம் இருக்கு. மந்திரிக்குக் கூட நிப்பான். அவன் பிரசெண்டா வந்தப் பொறவாவது நம்மக் கஷ்டம் கொறயுதான்னு பாப்பொம்"

"பணக்காரனுவ ஏழை பாழைங்களப் பத்தி எங்கனக்கூடி ரோசிக்கப் போறானுவ? செயிச்சதும் மயில்வாகனத்துல ஏறிப்போயி ஒக்காந்துக்கிருவானுவ. நமக்கென்ன ஆவிரப்போவுது? நாம ஓழச்சித்தான நம்ம வயித்த நெரப்பணும்".

"அதுக்கில்ல. நாம பதிவா வேலசோலி பாத்த மொதலாளியாச்சுதே. பஞ்சாயத்துப் பிரசெண்டா ஆவிட்டா, நம்மப் பய பெரிய படிப்புப் படிச்சி முடிச்சதும் ஒரு வேல வாங்கித்தர ஒத்தாசப் பண்ண மாட்டானான்னு நெனைக்கிதேன்."

"அத அன்னைக்கில்லா பாக்கணும். இப்பதான அவன் எட்டாங்கிளாஸ் படிக்கிதான். இன்னும் எவ்ளவ் படிக்க வேண்டியதிருக்கு. காலேசு கீலேசுன்னுப் போனாத்தான் இந்தக் காலத்துல கவருமெண்டு உத்தியோகம் கெடைக்கும் தெரியுமா?"

"அதையெல்லாம் படிச்சப் பொறவுதான் அவன்கிட்ட ஒத்தாசக் கேக்கணுமின்னு சொல்லுதன்"

"மண்டைக்கு லெக்கில்லாமப் பேசாதேரும். நம்மப் பையன் காலேசுப் படிச்சி முடிக்கிதவரைக்கும் அவன் என்ன பிரசெண்டாவே இருந்திருவானா? அடுத்தத் தடக்க வேற யாரும் வந்துட்டா?"

மசாலா அரைத்து முடித்திருந்தாள் பொன்னாபரணம். தன் வலதுகை சுட்டுவிரலால் அம்மியிலிருந்து வழித்தெடுத்த மசாலாவை ஒரு கவளமாய் உருட்டிப் பாத்திரத்தில் வைத்துக் கொண்டாள். அவளின் தடாலடிப் பதில்களால் மனம் உடைந்துப் போயிருந்த பிச்சையா மேற்கொண்டு வார்த்தை எதையும் உதிர்க்காமல்

தன்பாட்டுக்குச் சுள்ளிகளை அடுப்புக்குள் இடைவெளிப் பார்த்துத் தள்ளிக் கொடுத்துக் கொண்டிருந்தான்.

முற்றத்தில் விழுந்திருந்த தெருவிளக்கின் ஒளிச் சிதறலில் சின்னத்துரையும் மணிமேகலையும் திண்ணையில் கிடந்து எதையோ பற்றிக் கதையளந்து கொண்டிருந்தது தெரிந்தது. அவர்களின் வார்த்தைச் சுவாரஸ்யத்தைப் பசியின் வெப்பம் கருகவைத்துக் கொண்டிருந்ததும் புரிந்தது. மதியம் பள்ளிக்கூடத்தில் சோறுவாங்கிச் சாப்பிட்டிருந்தது. அரிசிவிலை அதிகமென்பதால் கோதுமையில் சோறுவைத்து தட்டில் கொட்டித் தந்திருந்தார்கள். தண்ணீரும் பருக்கைகளுமாய் 'கொள கொள' வென்றிருந்தது கோதுமைச்சோறு. கையில் கோரி உறிஞ்சிக் குடிக்க வேண்டியதிருந்தது. வயிற்றுக்குள் ரொம்பநேரத்துக்குத் தாக்குப் பிடிக்க முடியாமல் ஓரிரு மணிகள் ஆனதும் பசி தீயாய்க் காந்தியது. அம்மா வேகவைத்து இறக்கித் தருகிறவரை பச்சைத் தண்ணீரை ஊற்றிக் குடித்தே பசிப் போக்கிக்கொள்ளவேண்டும் அவர்கள். இப்போது பச்சைத் தண்ணீருக்கும் பற்றாக்குறை ஏற்பட்டிருந்ததால் அதையும் அளவோடுதான் கோரிக் குடித்துக்கொள்ள வேண்டியதிருந்தது.

கிணற்றிலிருந்து தண்ணீர் எடுக்கும் பொறுப்பை இப்போது மணிமேகலையின் தலையில் சுமத்தியிருந்தார்கள். சாயந்தரம் பள்ளிக்கூடம் விட்டு வந்ததும் கிணற்றுக்குச் சென்று பட்டையைப் போட்டு நீரிரைத்துக் குடத்தை நிரப்பி வைக்கும் காரியத்தை மணிமேகலை செய்துகொண்டிருந்தாள். எப்போதும் சின்னப்பிள்ளை இல்லை அவள். ஆறாம் வகுப்புக்குப் போய்க்கொண்டிருந்தாள். பதினோரு வயதில் பம்பரமாய் வளையம் வந்தாள். அவளுக்குக் கூடமாட ஒத்தாசையாய் சின்னத்துரை கிணற்றுக்குச் சென்று பட்டையைக் கைமாற்றிக் கொண்டான். 'அவக்தவக்'கென்று குடத்தை இடுப்பில் தூக்கி வைத்துக்கொண்டு வீட்டுக்குள் சேர்ப்பதற்குள் ரொம்பவும் சிரமப்பட்டுப் போனாள் மணிமேகலை.

"எல சின்னத்தொர, மணிமேகல. ரெண்டுபேரும் வாங்க. சாப்புட்டுட்டுப் போயி கட்டைய சாத்துங்க".

அம்மாவின் அழைப்பு வந்ததும் இருவரும் தடபுடலென்று எழுந்து ஓடிப்போனார்கள். பிச்சையாவும் தன்பங்கு மக்காச்சோளம் மாவுக்கஞ்சியை வாங்கி வெரசலாய் தின்று கொண்டிருந்தான். கணிசமாய் கொத்தமல்லியையும் சுள்ளென்று உறைக்கிற மாதிரி வத்தலையும் சேர்த்து அரைத்துப் புளி கலக்கி வைத்திருந்ததில் கருவாட்டுக் குழம்பு ஏகமாய் மணத்தது. சாளைக் கருவாட்டின் சதைத் துண்டுகள் வாயில் போட்டதும் ஐஸ்கட்டியாய் கரைந்து ருசித்தன. மூவரும் தின்று முடித்தப் பின்தான் பொன்னாபரணம் உணவெடுத்துக்கொள்ளத் துவங்கினாள். அவள் கைக் கழுவிக்

கொண்டபோது தெருவில் மனித அணக்கம் அறவே இல்லாமல் போயிருந்தது. இரண்டொரு நாய்களின் குறைப்புச் சத்தம் மட்டும் மறுகி மறுகிக் கேட்டுக்கொண்டிருந்தது.

திண்ணையில் வந்து முடங்கிக் கொண்டார்கள். இடம் பிடித்துக் கொள்வதில் சிறுசுகள் இரண்டுக்கும் போட்டி வந்தது. சுவர்ப் பக்கமாய் தனக்கு இடம் வேண்டும் என்று முரண்டு பிடித்தாள் மணி மேகலை. சின்னத்துரை ஏற்கனவே அதில் இடம்பிடித்துப் படுத்துக் கொண்டிருந்தான். பொன்னாபரணம் சின்னத்துரையை அதட்டிச் சத்தம் போட்டாள். “ஒன்னயவிட எட்டுக்குத்து எளயவாதானலெ அவா? அவளுக்குச் சொவத்துப் பக்கத்துல எடங் குடுத்துட்டு கெழக்கவந்துப் படாமிலெ“ என்றாள்.

“ஆமா“ என்று சிணுங்கிக்கொண்டே மனசில்லாமல் அம்மாவின் அருகில் வந்துப் படுத்துக் கொண்டான் சின்னத்துரை. ”நீ எப்பவும் அவளுக்குத்தான் ஏண்டுப் பேசுவெ”

“வாயப் பொத்திக்கிட்டுப் படு. ஒந்தங்கச்சி தானெல அவெ?”

சின்னத்துரை அமைதியாகிக் கொண்டான். அம்மாவின் நெருக்கத்தில் உரசிக்கொண்டு படுத்திருந்ததால் அவளின் தேகத் திலிருந்து கிளர்ந்து கொண்டிருந்த இதமான சூடு தந்தக் கதகதப்பில் உடனே கண்கள் சொருகிக்கொண்டன அவனுக்கு.

பொன்னாபரணத்துக்கு அச்சலாத்தியாய் இருந்தது. தானும் உடனே கட்டையைச் சரித்துக் கொள்வதுதான் உசிதமென்று அவசரப்பட்டாள். மடியில் செருகியிருந்தப் பொடிமட்டையை இதமாக உருவியெடுத்து அதைத் திறந்து ஒரு இணுக்குப் பொடித் தூளைக் கிள்ளி அரணைக்குக் கீழே அழுத்தித் தேய்த்துவிட்டாள். மூளைக்குச் ‘சுளீர்’ என ஒரு வலி பரவியதுபோலத் தோன்றியது. தேகமெங்கும் புது ரத்தம் பாய்ந்ததுபோல உற்சாகம் பெருக்கெடுத்தது. திண்ணையின் விளிம்போரம் உட்கார்ந்து பீடிப் புகைத்துக் கொண்டிருந்த பிச்சையாவிடம் கேட்டாள். “பொடி வேண்ணா செழமா வாங்கிப் போட்டுக்காரும். நா தூங்குனப்பொறவு எழுப்பி மனுசியத் தொந்தரவுப் படுத்தக்கூடாது ஆமா.”

அடிவரை கருகியிருந்த பீடியை தணலோடு தூரே தூக்கி எறிந்தான் பிச்சையா. “பொடி மட்டுந்தான் இன்னிக்குக் கெடைக்குமா? வேற ஒண்ணும் கெடைக்காதா?”

“வேற ஒண்ணுமின்னா?”

“எத்தன நாளாச்சு?”

“நீரு ஒரு ஆளு. புள்ள இல்லாத வூட்ல கெழவன் துள்ளிப்

பாய்ஞ்ச கதையா. இங்க பொழைப்பே நாறிக்கெடக்கு. குடிக்கத் தண்ணிக் கெடைக்காமயும் வயித்துக்குச் சோறு கெடைக்காமயும் லோல்பட்டுக்கிட்டு கெடக்கு. இந்த லச்சணத்துல ஒமக்கு ஆச வேற வருதாக்கும்?"

"அதுக்காவ என்ன செய்ய முடியும்?"

"நீரு ஒண்ணும் செய்ய வேண்டாம். சூத்தப் பொத்திக்கிட்டுப் படும். கழுவக்கூட செழிப்பாத் தண்ணிக் கெடையாது. வெள்ளனங்காட்டியே எந்திச்சி மலைக்குப் போவணும். செழமா தலைய சரித்தாத்தான், செழமா எந்திரிக்க முடியும். புதுசா கண்ணாளம் முடிஞ்ச மாப்ளக் கெணக்கா துள்ளுதேரே. நல்லாயிருக்கு"

"ஆமா. எப்பவும் இப்பிடித்தான் தாக்காட்டிக்கிட்டே இருப்பெ. நா ஒரு ஆப்ளங்கித அக்கிசிகூட ஒனக்குக் கெடையாது."

"இப்ப என்ன? ஒமக்குக் கட்டாயம் வேணும். வாரும். ஆனா ஒண்ணு. காலம்பற எந்திச்சி நா மலைக்கு வரமாட்டெடன். என்னால வரமுடியாது. ஒடம்பு புண்ணா நொம்பலப்பட்டுக் கெடக்கு. அதுல வேற நீரும் வந்து புண்ணாக்கணும்னா வாரும்."

"நீ மலைக்கு வரலன்னா நா ஒரு ஆளு புல்லு கட்டிக்கிட்டு வந்து வித்தா, கொறச்சலால்லா பணம் கெடைக்கும். அதவச்சி என்னத்தையெல்லாம் வாங்கிப் பொங்கித் திங்க?"

"தெரியுதுல்லா? அப்பொறம் என்ன? சும்மாக் கெடயுமே."

13

ஊராட்சிமன்றத் தேர்தலில் நாராயணன்பிள்ளை தலைவராக வெற்றிப் பெற்றிருந்தான். அமோகமான ஓட்டுக்கள் பெற்று எதிர்த்து நின்றிருந்த உடையப்பப் பிள்ளையை டெபாசிட் இழக்க வைத்திருந்தான். மேட்டுக் குடிச் சனங்களின் ஆதரவு மட்டுமில்லாமல் சாம்பாக்கமார் மற்றும் பகடைகளின் ஆதரவும் அவனுக்கு இருந்தன. எல்லோரிடமும் நல்லமனிதன் என்று அவன் பேரெடுத்திருந்ததால் வெற்றிபெற சுளுவாகப் போயிற்று. அவனின் தாத்தாக் காலத்திலிருந்தே 'பண்ணையார் குடும்பம்' என்ற பெருமையுடன் வாழ்ந்திருந்தனர். ஊரில் பெருவாரியான நிலங்கள் அவர்களின் பரம்பரைச் சொத்துக்களாக இருந்தன. அவற்றில் பல இடங்களை பல நல்ல காரியங்களுக்கு இனாமாகக் கொடுத்திருந்தார்கள். அரசுப் பள்ளிக்கூடம் கட்ட, காவல் நிலையம் கட்ட, பஞ்சாயத்துக் கட்டிடம் கட்டவும் அவர்கள் தந்திருந்த இலவச நிலங்கள்தான். கீழ்பட்ட சாதிச்சனங்களின் பெருமதிப்புக்கும் உரியவர்களாக இருந்தார்கள் அவர்கள். நாராயணன்பிள்ளையின் மேலும் அந்த மதிப்புத் தங்கியிருந்தது. அவன் தேர்தலில் நிற்கிறான் என்றதும் சாம்பாக்கமார்த் தெருவின் இளவட்டங்கள், பகடைத்தெரு இளவட்டங்கள் எல்லோரும் ஓட்டுச்சேகரிக்கும் காரியத்தில் மும்முரமாய் இறங்கியிருந்தார்கள். இதுவரை பஞ்சாயத்துத் தலைவராயிருந்த உடையப்பப் பிள்ளையினால் ஊருக்கு ஒரு நன்மையும் நடந்திருக்கவில்லை என்பதே அவர்களின் உழைப்புக்கும், உடையப்பப் பிள்ளையின் தோல்விக்கும் காரணமாயிருந்தது. நாராயணன் பிள்ளையால் ஊரின் தண்ணீர்க் கஷ்டம் சீக்கிரமாய் ஒழியும் என்ற நம்பிக்கை இருந்தது சேரிச்சனங்களுக்கு.

நாராயணன் பிள்ளையின் வீட்டு வேலைகளையும் தோட்டத்து வேலைகளையும் பிச்சையாவும் பொன்னாபரணமும் கறாராக நிறுத்திக்கொண்டிருந்தது வறட்சியை முன்னிட்டுத்தான். இடையில் பொன்னாபரணத்தின் கால்கள் முடமாகிப் போயிருந்ததும் ஒரு பிரதானக் காரணம். அவனின் தோட்டந்துரவுகளில் நீர்ப் பற்றாக்குறை இருந்ததால் பிச்சையா போன்ற கூலியாட்கள் மலையை நம்பித்தான் ஓடவேண்டியதிருந்தது. நாராயணன் பிள்ளையின் வெற்றிக்காக தங்கள் அருமந்தப் புத்திரன் சின்னத்துரையும் பசங்களோடு பசங்களாக சேர்ந்து ஓட்டுச்சேகரிப்பில் மும்முரமாக ஈடுபட்டிருந்ததை நினைத்து பிச்சையாவும் பொன்னாபரணமும் பெருமையும் சந்தோசமும்

பட்டுக் கொண்டார்கள். கை நிறையத் துண்டறிக்கைகளை வைத்துக்கொண்டு தெருக்காரர்களிடம் விநியோகித்தான் அவன். சிறுவர்களோடு சேர்ந்து வெள்ளைச் சுவர்களில் தேர்தல் விளம்பரம் எழுதினான். "போடுங்கம்மா ஓட்டு உருளைச் சின்னத்தைப் பார்த்து" என்று தன் சேக்காளிப் பட்டாளங்களுடன் தெருவழியே கூவிக்கொண்டு அலைந்தான். நாராயணன் பிள்ளை ஆளுங்கட்சியின் சார்பாளனாக இருந்திருந்தாலும், ஏழை பாழைகளின் கட்சிப் பாகுபாடற்ற ஓட்டுக்களால் அமோக வரவேற்பில் வெற்றிக்கொடி நாட்டியிருந்தான் என்பதுதான் ஆச்சரியமான விசயமாயிருந்தது. எல்லாம் அவனின் குடும்பப் பெருமையால் கிடைத்திருந்த வாக்குகள் என்றே ஊரார் பேசிக்கொண்டனர். சனங்களிடம் நல்லபெயர் வாங்கியிருந்ததன் நன்றிக்கடன்.

சின்னத்துரை ஒன்பதாம் வகுப்புக்கு வந்திருந்தான். எட்டாம் வகுப்புவரை அவனின் தெருவுக்குக் கிழக்கே ஒருகிலோ மீட்டர் தூரத்திலிருந்த தனியார் பள்ளிக்கூடத்தில் எழுத்து வாசம். ஒன்பதாம் வகுப்பிலிருந்து அரசுப் பள்ளியில் சேர்க்கை. சாம்பாக்கமார்த் தெருவுக்குப் பக்கத்திலிருந்தது அரசு உயர்நிலைப்பள்ளிக்கூடம். ஒன்பதாம் வகுப்பிலிருந்து பதினோராம் வகுப்புவரை அதில் அடங்கியிருந்தன. வயிற்றுப் பாட்டுக்கு அய்யாவும் அம்மாவும் பெரும் கஷ்டப்பட்டாலும் படிப்பில் மட்டும் அவன் வறட்சியைக் காட்டாமல் முன்னுக்கு வந்து கொண்டிருந்தான். வகுப்பில் முதல் மதிப்பெண் பெறும் மாணவன் என்கிற பெருமையும் உற்சாகமும் அவனுக்கு இருந்தன. பகடைத் தெரு மல்லிகாவின் தம்பி செல்வராசும் அவனும் ஒரே வகுப்பில் ஒரே பெஞ்சில் அமர்ந்திருந்தார்கள். பக்கத்துத் தெருக்காரர்கள் என்கிற அந்நியோன்யம் அவர்களுக்குள் நட்பாக இழையோடிக்கொண்டிருந்தது. பள்ளிக்கூடம் விட்ட சாயந்தர வேளைகளில் செல்வராசு சின்னத்துரையின் வீட்டுக்கு வந்து பாடு பேசிக்கொண்டிருப்பதும், சின்னத்துரை செல்வராசின் வீட்டுக்குப்போய் பாடு பேசிக் கொண்டிருப்பதும் சகஜமாக நடந்து கொண்டிருந்தது. செல்வராசும் படிப்பிலொன்றும் சோடை போனவனாக இல்லை. தர வரிசையில் ஐந்தாவது அல்லது ஆறாவது இடத்தில் வந்து கொண்டிருந்தான்.

அன்று பள்ளிக்கூடத்துக்கு செல்வராசு வந்திருக்கவில்லை. காரணம் தெரியாமலிருந்தது சின்னத்துரைக்கு. நேற்றுச் சாயந்தரம் கூட தன் வீட்டுக்கு வந்தமர்ந்து நன்றாகப் பேசிக்கொண்டிருந்தவனாயிற்றே என்று நினைப்போடியது. திடீரென்று அவனுக்கு என்னவாயிற்று?

சாயந்தரம் பள்ளிக்கூடம் விட்டு வீட்டுக்கு வந்ததும் புத்தகப் பையை திண்ணையில் போட்டுவிட்டு நேராக செல்வராசின் வீட்டுக்குப் போனான் சின்னத்துரை. தீப்பெட்டியைப் போல

செவ்வக வடிவத்தில் கமுக்கமாய் கட்டப்பட்டிருந்த காலனி வீடு. ஒரு மனையில் இரண்டிரண்டு வீடுகளாய் கட்டப்பட்டு மொத்தம் பதினாறு சொச்சம் வீடுகள் இருந்தன. செல்வராசின் வீடு கிழக்கு அற்றத்தில் இருந்தது. அதற்கு கிழக்கே கிடந்திருந்த வெட்டாவெளிக் குழிகளுக்குள் கிடத்தித்தான் பகடைத்தெருக்காரர்கள் செத்தமாட்டை அறுத்துப் பகிர்ந்துக் கொடுத்துக்கொண்டிருந்ததை பலமுறைப் பார்த்திருந்தான். அதற்குச் சாட்சியாய், காய்ந்து வெள்ளருக்காய் மினுங்கிய மாட்டு எலும்புத் துண்டுகள் பெரிசுப் பெரிசாய் செல்வராசின் வீட்டுக்குப் பக்கவாட்டில் சிதறிக் கிடந்திருந்தன.

அனல் குறையாமல் காற்று அலையடித்து வீசிக் கொண்டிருந்தது. சாயந்தரம் என்று சொல்வதற்குத் தகுதியில்லாமல் மேற்கே இறங்கி நின்றிருந்த சூரியன் இன்னும் வெப்பத்தைத்தான் பெருமூச்சாக விட்டுக்கொண்டிருந்தது. செல்வராசின் வீட்டு முற்றம் தீயாகச் சுட்டது. அங்கு நின்று தலைச்சாய்த்து தெற்கு நோக்கிப் பார்த்தான். சர்வோதயக் காலனிக்காகப் பொருத்தப்பட்டிருந்த அடிக் குழாயில் பத்துப் பதினோரு பொம்பளைகள் கைகளில் குடங்களோடு நின்று கொண்டிருந்ததுத் தெரிந்தது. அடிகுழாயிலிருந்து எழுந்துவரும் ‘டொக்டொக்’ ஓசை, பக்கத்திலிருந்த குழிகளுக்குள் இறங்கிநின்று எலும்புக்காகக் குரைத்துக் கொண்டிருந்த நாய்களின் சத்தத்தை அமுக்கிவிட்டுக் கேட்டது.

வீட்டின் கதவு ஒருக்களித்துத் திறந்து கிடந்தது. கதவுக்கு எதிரேயிருந்த திண்ணையில் வெற்றிலைச் சுருக்குப் பையும் ஒரு வாரியலும் கிடந்தன. மண்பூச்சில் சாணி மெழுகப்பட்டு வற்றலாய் காய்ந்து கிடந்தது தெருத்திண்ணை. அந்த வீட்டில் செல்வராசின் அம்மாதான் வெற்றிலைப் போடுவாள் என்பது சமயோசிதமாய் நியாபகத்துக்கு வந்தது சின்னத்துரைக்கு. பேச்சியம்மா வீட்டுக்குள் இருக்கலாம் என்பதை சாட்சிப்பூர்வமாக முடிவு பண்ணிக்கொண்டான். வழக்கமாக திண்ணையில் உட்கார்ந்து விளையாடிக்கொண்டிருக்கும் செல்வராசின் தம்பி முத்துராமனை இப்போது காணமுடியாதிருந்ததில் அவனுக்கு வெறுமையாய்த் தோன்றியது. தெருச் சேக்காளிகளுடன் சேர்ந்து எங்கேயாவது விளையாடப்போயிருக்கலாம் என்று சாத்தியமாக அனுமானித்துக்கொண்டான். செல்வராசின் அய்யா சிவனாண்டி துப்புரவுத் தொழிலை முடித்துவிட்டு வருவதற்கு இன்னும் நேரமிருக்கிறது. அந்திச் சாயுற நேரத்தில் ஆடி அசைந்து அச்சலாத்தியாய் வருவார். எப்போதும் சின்னத்துரையைக் கண்டதும் மல்லிகைப் பூவைப்போல பற்கள் தெரியச் சிரித்துக்கொண்டு வரவேற்கிற செல்வராசின் அக்கா மல்லிகா இன்றைக்கு எங்கே போயிருப்பாள் என்று சின்னத்துரை ஆவலாய் தேடத் துவங்கினான். மழையில்லாமல்

காடுகரைகள் எல்லாம் காய்ந்து கிடந்ததால் காட்டுச் சோலிக்குப் போகாமல் பல நாட்கள் வீட்டிலேதான் முடங்கிக் கிடக்கிறாள் அவள். நீர் செழிப்பாயிருந்த காலங்களில் தன் அம்மாவோடு சேர்ந்து நாராயணன்பிள்ளையின் தோட்டக்காடுகளுக்குக் களைவாரியும் கஞ்சிப் போணியுமாக தன் குமருப் பெண்ணுக்குரிய துறுதுறுப்பில் வேலைசோலிகளுக்குப் போய்க்கொண்டிருந்ததை பல நாட்கள் பார்த்திருந்தது நியாபகத்துக்கு வந்தது அவனுக்கு. அய்யாவும் அம்மாவும் சேரித் தெருக்காரர்களுடன் சேர்ந்து மலைக்குப் புல் எடுக்கப் போய்க் கொண்டிருக்கிறார்கள். மல்லிகாவால் அவ்வளவு தூரம் கஷ்டப்பட்டு நடந்துபோய் மலையேறித் திரும்பிவிட முடியாது என்று தோன்றியது.

கதவை நெகிழ்வாய் திறந்துகொண்டு உள்ளே போனான். முன்னறையில், இரு சன்னல்களையும் இணைத்து கயிறுகட்டித் தொங்கவிடப்பட்டிருந்த அசையில் மாட்டுக்கறித் துண்டங்கள் 'கும்' மென்று ஒரு வாசனையைக் கிளர்த்திக் கொண்டிருந்தன. காய்ந்து இறுகி, கறுத்த அட்டைகளைப்போல கயிற்றில் தொங்கின மாட்டுக்கறித் துண்டங்கள். மேப்பொறந்தான்களின் வீடுகளில் செத்துப்போன மாடுகளைத் தூக்கிவந்து அறுத்துப் பகிர்ந்தெடுத்துக்கொண்டு, ஒவ்வொருக்கும் மீதப்படும் கறியைத் துண்டங்களாக்கி உப்புச்சேர்த்து கயிற்றில் தொங்கவிட்டுக் காயவைத்துக்கொள்கிறார்கள். காய்ந்தப் பிறகு அவற்றில் சிலவற்றை எடுத்து நறுக்கி மசாலாப்போட்டு குழம்பு வைத்துக்கொண்டால், கைவசமிருக்கும் சோளக்காடியையோ அல்லது எப்போதாவது தகையும் சோற்றுப் பருக்கைகளையோ ரொம்பவும் கனகச்சிதமாய் நாக்கில் எச்சில்ஊற தொண்டைக்குள் இறக்கிக்கொள்ள முடிகிறது. சில நேரங்களில் துண்டங்களைச் சுட்டு கஞ்சிக்கு இதமாய் கடித்துக் கொண்டார்கள். சின்னத்துரையிடம் எப்போதாவது பரிகாசம் காட்டி விளையாடிய மல்லிகா, சுட்ட மாட்டுக்கறித் துண்டை அழிச்சாட்டியமாய் அவனின் வாய்க்குள் திணித்து 'அக்குருமம்' பண்ணியிருக்கிறாள். சின்னத்துரைக்கு அந்தச் சுவை பிடித்ததில்லை. 'தூதூ' என்று அருவருப்புடன் துப்பிக்கொண்டே வெளியே ஓடிவந்து ஓங்கரித்திருக்கிறான். அவன் அப்படித் துப்பி ஓங்கரிக்க வேண்டும் என்பதே அவளின் விருப்பமாயிருந்தது. கைகளைத் தட்டி கும்மரிப்புக் கொட்டுவாள் அவள். அவளின் அய்யாவும் அம்மாவும் அவளைச் சத்தம்போட்டுத் திட்டுவார்கள். அவள் அதைச் சட்டை செய்வதில்லை. மீண்டும் எப்போதாவது அவளின் சேட்டைகள் தொடர்ந்தன. அது பற்றி சின்னத்துரையும் பெரிதாக அலட்டிக்கொண்டதில்லை. அவள்மேல் கோபப்படுவதற்கு அவனுக்கு இஷ்டமில்லாமல் இருந்தது. தன் வீட்டுக்கு அவன் ஓரிரு நாட்கள் தொடர்ச்சியாய் வராத சமயங்களில், வீட்டில் வறுத்துப் பொரியாக்கி வைத்திருந்த சோளத்தைப் பத்திரப்படுத்தி

வைத்து, அவன் திடுதிப்பென்று வந்து நின்று காட்சி தருகிற நேரத்தில் அவனிடம் 'லபக்'கென்று எடுத்துத் தந்தாள் மல்லிகா. தன்மேல் அவள் பிரியமாக இருக்கிறாள் என்பது புரிந்திருந்தது அவனுக்கு. அடிக்கடி அவனைத் தன்னருகில் நெருக்கமாகக் கூட்டி வைத்துக்கொண்டு சினிமாப் பாட்டுப் பாடச்சொல்லிக் கேட்டாள். எம்ஜியார் படப் பாடல்கள் என்றால் அவளுக்குக் கொள்ளைப் பிரியம். சின்னத்துரைக்கும் அப்படித்தான். அடி வயிற்றிலிருந்து மூச்சிழுத்துத் தொண்டையைத் திறந்து ராகம் கூட்டிப் பாடுவான் சின்னத்துரை. எம்.ஜி.யாரே நேரில் வந்து நின்று அவளை நெஞ்சோடு சேர்த்து அணைத்துக்கொண்ட மாதிரி நெகிழ்ந்துபோய் உட்கார்ந்திருப்பாள் அவள். அடிக்கடி அவனின் கையைப் பிடித்து நிறுத்தி, கன்னத்தில் கிள்ளிவிட்டுக்கொண்டாள். அவன் வலித்துச் சத்தம் போட்டுத் துடிப்பதைப் பார்த்துச் சிரித்தாள். அந்தச் சிரிப்பினில் கபடம் இருக்காது. குறும்புத்தனமே கோலோச்சி நிற்கும். உலைந்துகிடக்கும் அவனின் தலை மயிர்களை அருகே இழுத்து கம்புச் சீப்பால் அழுத்தமாக வாரிவிட்டு அழகுப் பார்ப்பாள்.

முன்னறையைக் கடந்து பின் வாசலுக்குப் போனான். ஓலைக்கீற்றுக் கூரைக்குக் கீழே கிழக்குப் பக்கம் அடுப்பாங்கரையும் மேற்குப்பக்கம் சாணிப்பூசி மெழுகிக் காய்ந்த மண்திண்ணையும் கிடந்திருந்தன. அடுப்பில் ஏற்றியிருந்த கருத்த மண்சட்டியில் எதுவோ நுரைகள் கக்க சத்தமிட்டு வெந்து கொண்டிருந்தது. மேசை அடுப்பாயிருந்ததால் நின்றமேனிக்கே மல்லிகா சுள்ளி விறகுகளை முறித்து ஒவ்வொன்றாய் அடுப்புக்குள் திணித்துக் கொண்டிருந்தது தெரிந்தது. எரிந்து முடிந்து அடுப்பைவிட்டு வெளியே வந்துகிடந்த தீக்கங்குகளைச் சுள்ளி விறகாலே அண்டக்கொடுத்து மீண்டும் அடுப்புக்குள் தள்ளிக்கொண்டிருந்தாள். திண்ணையில் விரித்திருந்த அழுக்குப் பாயில் செல்வராசு படுத்திருந்தான். அவனின் நெற்றிமேட்டில் வெங்காயத்தை அரைத்துப் பற்றுப் போட்டிருந்தார்கள். இன்னும் அவனுக்குச் சுகமாகியிருக்கவில்லை போல. கண்களை மூடிய நிலையிலே 'முணு முணு' வென உளத்திக் கொண்டிருந்தான். அவனின் கால்மாட்டில் தன் தாட்டியமான தேகம் சரிய அமர்ந்திருந்து கவலையுடன் அவனுடன் பேசிக்கொண்டிருந்தாள் அவனின் அம்மா.

"இப்பிடியே வச்சிக்கிட்டிருந்தா எப்படிலெ? எந்திரிச்சி வா. ஆசுபத்திரிக்குப் போவொம்"

சின்னத்துரை அவர்களை நெருங்கியிருந்தான். "ஏங், என்னாச்சி?" ரொம்பவும் பதற்றத்துடன் கேட்டுக்கொண்டே செல்வராசின் அருகில் வந்து அமர்ந்தான்.

பேச்சியம்மா சின்னத்துரையை நிமிர்ந்து பார்த்தாள். அவனும்

பேச்சியம்மாவை ஆதங்கத்துடன் பார்த்துக்கொண்டான். முகம் பேதலித்துக் கிடந்தது அவளுக்கு. கண்களில் நீர் கட்டி மினுங்கியது. கரகரப்பான வார்த்தைகளே அவளின் உதடுகளிலிருந்து வெளிவந்து விழுந்தன.

“எல்லாம் ஒங்கத் தெருவுக்கு வந்து ஒங்கக்கிட்டப் பேசிக் கிட்டிருந்ததுதான் இவனுக்கு வெனையாப் போச்சி ”

“ஏங்? எதுக்கு? அவன் வழக்கமா எங்கிட்ட வந்துப் பேசிக்கிட்டுத் தானெ வாரான்”

“அவன் ஒங்கவூட்டுச் சொவர்மேல ஏறி உக்காந்துப் பேசிக் கிட்டிருந்தானாம். நீங்க கீழ நின்னுக்கிட்டிருந்தியளாம்”

“ஆமா அதுக்கென்ன ?”

“ அத ஒங்க வூட்டுக்கு எதுத்த வூட்டுப் பெரிசு குறியாப் பாத்துக்கிட்டு இருந்திருக்கு”

“யாரு? சிரஞ்சீவி மாமாவா?”

“ஆமா அவுருதானாம்.”

“அவருக்கென்ன வந்திச்சி?”

“ஒங்கக்கிட்டப் பேசி முடிச்சிட்டு இவென் நடந்துவரும்போ அவரு இவன வழிமறிச்சி, ‘ஏம்ல, ஒரு சக்கிலியப் பயலுக்கு தரையில நின்னுப் பேசுனா ஆவாதோ?”ன்னுக் கேட்டிருக்காரு. இவனும் வெள்ளந்தியாய், ‘ஏன் சொவாமேல ஒக்காந்துப் பேசினா என்ன?’ ன்னு கேட்டு வெலகி வந்திருக்கான். அவருக்கு வெளம் வந்து இவனப் புடிச்சி நிறுத்தி கன்னத்துல பளார் பளார்னு அறஞ்சிப்புட்டாரு. அந்தமேனிக்கு வந்துப் படுத்தவன்தான். ராவெல்லாம் ஒரே காய்ச்சல். ‘ஆசுபத்திரிக்கு வாலன்னுக் கூப்புட்டாலும் வர மாட்டங்கான்’. துக்கம் தாளாமல் முகத்தைத் தொங்கவிட்டுக் கொண்டாள் பேச்சியம்மா. “ஒரு பச்சப் பயல இப்படி துள்ளத்துடிக்க அடிச்சிருக்காரே, என்ன மனுசன் அவுரு? இவன் செத்துப் போயிட்டாமின்னா என்னச் செய்வாராம்? அவுருக்குக் கையிலக் குட்டம் பத்த.”

“அய்யய்யோ இவ்ளவ் நடந்திருக்கா? எனக்குத்தெரியாதே” சின்னத்துரை பரிதவித்தான். செல்வராசின் உதப்பலான முகத்தை வாஞ்சையோடு கூர்ந்து வெறித்தான். “சொவர்ல ஏறியிருந்து பேசுனா அவருக்கென்னக் கொறஞ்சிப்போச்சாம்? பொறுப்பத்த மனுசன். அவுரு என்னமோ பெரிய மேப்பொறந்தான் கெணக்க நெனைப்பு”

“ஒங்ககிட்ட சொல்லக் கூடாதின்னுட்டுதான் அந்தாலயே

வூட்டுக்கு வந்துட்டான். ஒங்களுக்குத் தெரிஞ்சா நீங்க வருத்தப் படுவியேன்னு சொன்னான். செவிட்டுல அறஞ்சதுல காது கிர்ருன்னு எறஞ்சிருக்கு. ராவெல்லாம் வெரையலும் காச்சலும் வந்து துடிச்சிக் கிட்டுக் கெடந்தான். கடையில ரெண்டு மாத்திர வாங்கிக் குடுத்தொம். இப்பவும் சன்னமா காச்சல் அடிச்சிக்கிட்டுத்தான் இருக்கு. ஆசுபத்திரிக்குக் கூப்புட்டா 'வரமாட்டேன்'னு அடம் புடிக்கான். இவன என்னச் செய்றதுன்னு எங்களுக்கும் புரியல" பேச்சியம்மாவின் குரல் கரகரப்புடன் அடங்கியது. கண்களில் நீர் முட்டிக்கொண்டு நின்றிருந்தது. சின்னத்துரையை நேருக்கு நேர் பார்ப்பதற்கு மனமில்லாமல் செல்வராசைப் பார்த்துக்கொண்டே தன் மனவேதனையை மறுகலாக ஒப்புவித்திருந்தாள்.

"சே, இன்னும் மண்டைக்கனத்த மனுசனுவ ஊர்ல நெறயப்பேரு இருக்கானுவப் பொலுக்கு. அதான் மழத்தண்ணி கிருமமா பெய்ய மாட்டேங்கு" சிரஞ்சீவியின் அகம்பாவமானச் செயலின் நினைப்பே சின்னத்துரையின் சிந்தனை முழுவதையும் பலமாக ஆக்கிரமித்திருந்தது. அவருக்கு எதுக்கு அத்தனைச் சாதிப்பெருமை என்று வேதனையுடன் நினைத்துப் பார்த்தான். சாம்பாக்கமார்களை மட்டும் மேச்சாதிக்காரப் பயல்கள் பட்டுக்கம்பளம் விரித்து வரவேற்றுப் பெருமைப்படுத்துகிறார்களோ என்று பரிகாசமாக எண்ணமோடியது. அவனுக்கு விசனமே அகோந்திரமாய் முண்டியது. கருசடையுடன் செல்வராசைப் பார்த்தான். அவனிடம் மன்னிப்புக் கேட்கவேண்டும் போலத் தோன்றியது. ஆனாலும் தன்னைப்பற்றி அவன் நன்கு அறிவான் என்பதை உணர்ந்து தனக்குத்தானே சமாதானம் அடைந்துகொண்டான் சின்னத்துரை.

"காச்சல் சரியாவ வேண்டாமா? எந்திரிச்சி ஆசுபத்திரிக்குப் போயென். அந்தத் திமிர்ப் பிடிச்சவரு செஞ்சதப் பெரிசா எடுத்துக்காத. அந்த ஜென்மங்க எல்லாம் சீக்கிரம் திருந்தாது,"

மல்லிகா அருகில் வந்திருந்தாள். இதுவரை அடுப்பு வெக்கையில் அவிந்துகொண்டு நின்றிருந்ததால் அவளின் முகம் பொட்டுப்பொட்டுக்களாய் வேர்வைத் துளிகளை சிரமப்பட்டு சுமந்து கொண்டிருந்தது. அவளின் சிவந்த முகத்தில் வெள்ளைச் சரிகையால் புள்ளிகள் இட்டதுபோல அவை அழகாய் மின்னின. அவளின் நாசிக்குக் கீழ் சன்னமாய் சிலிர்த்து நின்றிருந்தப் பூனை மயிர்களில் இளமையின் வசீகரம் தூக்கலாய் துலங்கியது. "நீ சொல்லுப்பா. நாங்க யாரு சொன்னாலும் கேக்க மாட்டெங்கான், ஆசுபத்திரிக்கு வரமாட்டேன்னு எசலிப்புப் பண்ணிக்கிட்டுக் கெடக்கான்".

அன்றிரவே சிரஞ்சீவியின் வீட்டுக்குப் போய் சண்டைப்போட்டுக் கொண்டான் சின்னத்துரை. அப்போதுதான் சந்தையில்

புல்கட்டுகளை விற்றுவிட்டு சிரஞ்சீவியும் செல்லக்கிளியும் சடவாக வந்து திண்ணையில் அமர்ந்திருந்தார்கள்.

“ஏம் மாமா, அந்த செல்வராசுப் பயல காதுல அறஞ்சிய?”

“அத மெனக்கெட்டு ஒங்கிட்ட வந்து சொல்லிட்டானாக்கும்?”

“நாந்தான் அவனப்போயி பாத்தென். அப்பொறந்தான் எனக்குத் தெரியும்”

“நம்மத் தெருவுல அவனுவள எல்லாம் அதிகாரம் பண்ணவுடக் கூடாது. இதே மாதிரி மேப்பொறந்தானுவ வூட்டுச் சொவர்ல நாம ஒக்காந்து தோரணையா பேசிக்கிட்டிருக்க முடியுமா? சொல்லு”

“அதுக்காவ? நம்மள மாதிரி பாவப்பட்டவியதானெ அவியளும்? நம்மத்தான் அவியக்கிட்ட எல்லாத்தயும் வாங்கித் திங்கமே. சாதியில மட்டும் ஒசத்திப் பாத்தா ஆவுமா?”

“அவனுவகிட்ட வாங்கித் தின்னுட்டா, அவனுவளும் நாமளும் ஒண்ணா? நம்மளவுட கொறஞ்ச சாதிப் பயலுவதானெ அவனுவ?” சிரஞ்சீவியின் வார்த்தைகளில் கோபமும் குதர்க்கமும் நிரம்பியிருந்தன. பேச்சின் வெப்பத்தைத் தணிக்கும் எத்தனத்தில் தன் மடியிலிருந்து பீடி ஒன்றை உருவியெடுத்து உதட்டில் வைத்துப்பொருத்திக் கொண்டார். அவரின் கருத்த முகத்தில் அசட்டுத்தனமான கவுரவத்தின் மாய ஒளி பிரகாசமிட்டுக் கொண்டிருந்ததுத் தெரிந்தது. இவரையெல்லாம் விவாதம் செய்வதன் மூலம் திருத்திவிட முடியாது என்பது தெளிவாகப் புரிந்தது சின்னத்துரைக்கு ‘போயா, நீயும் உன் சாதிப் பெருமையும்’ என்று முகத்தில் அடித்தது மாதிரிப் பேசினால்தான் இவர் வழிக்கு வருவார் என்று தோன்றியது. தற்சமயம் இவரை அப்படி எதிர்த்துப் பேசுவது தனக்கு உவப்பான செய்கையல்ல என்பதையும் உணர்ந்துகொண்டான் அவன். அம்மா கால்நொடிந்து முடங்கிக்கிடந்த காலத்தில் இவரும் இவர் மனைவியும்தான் எவ்வளவோ ஒத்தாசைப் பண்ணித் தேற்றிவிட்டிருந்தார்கள். அந்த நன்றிக்காகவாவது இவரிடம் கோபப்படாமல் நகன்று விடுவது நாகரிகம் என்று நினைத்துக்கொண்டான் சின்னத்துரை.

14

மழை முதலில் தூறலாகத்தான் விழத் துவங்கியிருந்தது. நேரமாக ஆக ஊர்க்காடுகள் அதிர்ந்து குலுங்குகிற மாதிரி விளமெடுத்துப் பெய்தது. காலையிலே துவங்கிவிட்டிருந்தது மழை. திசைகள் எல்லாம் இறுகிக் கறுத்து இரவுப் போல காட்சி தந்தது.

ரொம்பவும் ஆச்சரியப்பட்டுப் போனார்கள் சனங்கள். இரவில் மேகங்கள் கருக்கொண்டிருந்ததற்கான சிறு சமிக்ஞையைகூட அவர்கள் அறிந்திருக்கவில்லை. வழக்கம்போல புல் பொறுக்கி விற்று விட்டு வந்து, சமைத்து சாப்பிட்டு, 'அக்காடா' வென்று தலை சாய்த்துக் கொண்டிருந்தனர். காலம்பறவே எழுந்து மலைக்குப் போகிற உத்தேசத்துடன் அவர்களின் உறக்கம் நிலை கொண்டிருந்தது. காலைக் கங்குல் முங்கலில் ஓலைக் கூரைகளில் விழுந்த தூறல்களின் மெல்லிய சத்தம் 'தட்தட்' டென்று கேட்ட பிறகு தான் தேகத்தை உதறிக்கொண்டு எழுந்தனர்.

பொன்னாபரணத்துக்கு அதிர்ச்சியாக இருந்தது. "என்ன அலுசியமா இருக்கு? திடுதிடுப்புன்னு தூறலும் மழையுமா சணக்காடாம் பொணாக்காடாமின்னுப் பெஞ்சி தொலைக்கு? இன்னிக்கு மலைக்குப் போன மாதிரிதான். வயித்துல ஈரத்துணியக் கட்டிக்கிட்டுத்தான் படுத்தாவணும்".

திண்ணையை விட்டு எழுந்து வெளியே வந்துநின்று வானத்தை நோட்டமிட முயற்சித்தாள். அவளால் முடியாமல் போயிற்று. வெள்ளிக் கம்பிகளை மேலிருந்து அடர்த்தியாய் இறக்கிய மழை, திண்ணையின் விளிம்போரம் வேலி போட்டது மாதிரி வீறாப்பாய் பெய்து கொண்டிருந்தது.

பிச்சையா இப்போதுதான் எழுந்து உட்கார்ந்தான். அவனுக்குத் தூவானம் அடித்திருந்தது. திண்ணை விளிம்பையொட்டி விரித்திருந்த படுக்கைத் துணியில் ஈரம் படர்ந்து குளிரைத் தந்து கொண்டிருந்தது. "சேச்சே. சவுத்துப்பய மழ. கச்சக் கட்டிக்கிட்டு ஏங் இந்த அடி அடிக்கு?" எரிச்சலுடன் முகத்தை இறுக்கிக்கொண்டு மழைக் கம்பிகளைக் குறிக்கோளில்லாமல் எண்ணிக்கொண்டிருந்தான்.

பொன்னாபரணத்துக்குப் பொச்சாப்பாய் வந்தது. பிச்சையாவின் அலட்சியமான வார்த்தைகளைக் கேட்ட மாத்திரத்தில் அவன்மேல் ஆத்திரப்படத் தோன்றியது. அவனைப் படுவேகமாக

சடைத்துக்கொண்டாள். "மழத் தண்ணி இல்லாமத்தான இம்புட்டு நாளும் கஷ்டப் பட்டொம். குடிக்கக்கூட தண்ணிக் கெடைக்காம ஊர்க்கெணத்துல போயி நாண்டுக்கிட்டு நிக்கொம். நல்ல கஞ்சி வச்சிக் குடிப்பின இல்ல. காடுகரைகள்ல வெளச்சல் இல்ல. மழப் பெய்யட்டுமே. மழப் பெஞ்சாலும் ஏசுதீரு, மழப் பெய்யாட்டாலும் ஏசுதீரு. நெரந்தரப் புத்தி கெடையாதா ஒமக்கு?"

"இந்தக் கொள்ளையில போற மழையிலே நாம மலைக்குப் போவமுடியுமான்னு ரோசிச்சிப் பாத்தியா? மலைக்குப்போயி புல்லுவெட்டி வந்து விக்காம நாமளும் புள்ளையளும் மண்ணள்ளியா திம்பொம்?"

"ஒருநாளூ ரெண்டுநாளூப் பாடாத்தான இருக்கும். சாயபு கடையில கடனுக்கு வாங்கித் தின்னுக்கிட முடியாதாக்கும்?"

"ஆமா, அவன்கிட்டப் போயி நின்னவொடனயே மாறாம மறுக்காம ஒடனே அள்ளித் தந்துரப் போறான்? அவன் கள்ளக் கணக்கு எழுதி வைக்காமின்னே இப்ப அவன்கிட்ட கடனுக்கு வாங்கதில்லியே"

"என்ன செய்ய? ஊரு ஒலகத்துலவுள்ள மத்தவியப் போலத்தானெ நமக்கும். நம்ம வயிறு கழியணும்னா அவன்கிட்டப் போயி நின்னுப் பல்ல இளிச்சிக்கிட்டு, அவன் பண்ணுத அக்குருமத்த எல்லாம் தாங்கிக் கிட்டுத்தான் ஆவணும். நீரு சும்மாக்கெடயும். நாம்போயி வாங்கிக்கிருதென்."

"எப்பிடியும் நாசமாப் போ" தலைமாட்டில் ஒதுக்கி வைத்திருந்தப் பீடிக் கட்டைக் கையில் எடுத்துக்கொண்டான். தீப்பெட்டியில் சன்னமாய் ஈரம் படர்ந்திருந்தது. துணி விரிப்பை விட்டு அது சற்று தூரத்தில் விலகிக் கிடந்திருந்ததால் அதில் ஈரம்பட சாத்தியமாயிற்று என்று தோன்றியது. இரண்டு மூன்று முறைகள் பிரயத்தனப்பட்டு தீக்குச்சிகளைக் கிழித்துக் கொண்டான். வல்லாத்தல்லையாய் கொஞ்சநேர முயற்சிக்குப்பின் தீப்பற்றிக்கொண்டது. உதட்டில் பொருத்தி வைத்திருந்தப் பீடிமுனையில் தீ வைத்துவிட்டு உறிந்து இழுத்தான். வெப்பக் கனலுடன் தொண்டைக்குள் இறங்கிய புகைக் கீற்றுகள் அவனின் தேகத்தைச் சூடாக்கிவிட்டு நாசிகள் வழியே சக்கைப் பிசிறுகளாய் வெளிப் பாய்ந்துவந்தது சிதறின. பீடிக்கட்டை வருத்தத்துடன் தடவிப் பார்த்தான். பீடிகள் குறைந்து, கட்டு மெலிந்து போயிருந்தது. இந்தக் கொடும்மழையில் இறங்கிச் சாயபுக் கடைக்கு நடந்துபோய் பீடிக்கட்டு வாங்கிக்கொண்டு வருவதொன்றும் அத்தனைச் சுளுவான காரியமாகத் தோன்றவில்லை அவனுக்கு.

முற்றத்தில் குளம் கட்டத் துவங்கியது. யாரோ விட்டிருந்த சாபம் பலித்ததுபோல மழை விசனமெடுத்துப் பெய்துகொண்டிருந்தது.

இதற்கு முன்னும் அவ்வப்போது மழைப் பெய்திருக்கத்தான் செய்தது. ஆனால் அவை ஏதோ சனங்களின் நியாபகத்துக்குக் காட்சி தந்ததைப்போல 'சிணுக்' கெனப் பெய்துவிட்டு சிலுப்பிக்கொண்டு மறைந்து விட்டிருந்தது. வாய்க்கும் கைக்கும் பற்றாத மழைகளாக இருந்தன அவை. பூமியைக் கூட அழுத்தமாக நனைத்துவிடாமல் பாசாங்குசெய்து பெய்துவிட்டு ஓய்ந்திருந்தன. இன்று பெய்யும் மழை நிச்சயமாக நெடுநேரம் நின்று நிலைகொண்டு விட்டுத்தான் போகும் என்று தோன்றியது.

"யம்மோ கூற ஒழுவுது" மேற்கு அற்றத்தில் சுவரையொட்டிப் படுத்திருந்த மணிமேகலை முழிப்புத் தட்டி சத்தம் போட்டு ஆவலாதி யாய்ச் சொன்னாள். பழைய கூரை. கீற்றுக்கள் வேய்ந்து நாலைந்து வருடங்கள் நடந்தேறியிருந்தன. பனை ஓலைகள் பத்துப் பன்னிரெண்டு வருடங்களுக்குப் பாதகமில்லாமல் கெட்டியாக இறுகிக்கிடக்கும். அவற்றின் விலை அதிகமென்பதால் தென்னங்கீற்றுகள் வாங்கிக் கூரையை முடைந்திருந்தார்கள். இரண்டு வருடங்களுக்கு மேல் தாக்குப் பிடித்துக்கொண்டு வந்திருந்ததே பெரிய விசயமாகத் தோன்றியது.

"ஒழுவிச்சின்னா செத்தம் தள்ளிப் படேங் கழுத. நா ஓடிவந்து மழயத் தாங்கிப் பிடிக்கவா முடியும்?" பொன்னாபரணம் கடுப்பாகி எரிந்து விழுந்தாள். சின்னத்துரை சற்று முன்னாடியே கண்விழித்துக் கொட்டக் கொட்ட மழையைப் பார்த்துக் கொண்டிருந்தான். மணிமேகலைக்கு இன்னும் உறக்கம் முழுவதுமாய் கலைந்திருக்க வில்லை.

"பொட்டக்கழுதைக்கு இன்னும் தூக்கம் வாழுது. ஆப்ளப்பயலப் பாரு. அப்பவே எழுந்து அப்புராணியா ஒக்காந்திருக்கான். ஏ மணிமேகலை. எந்திரிப் புள்ள." பொன்னாபரணம் சத்தம் போட்டாள்.

உடம்பைத் திருக்கிக்கொண்டு சடவாக எழுந்து உட்கார்ந்தாள் மணிமேகலை. "ஏம்மா என்னியத் தூங்கவுட மாட்டெங்க?"

சிணுங்கிக்கொண்டே கண்களைக் கசக்கினாள்.

"ஒனக்குக் காடாத்து வைக்கப் போறான்ல, அதுக்குத்தான். எந்திரி கழுத"

ரொம்பவும் கதிகட்டிப் பெய்துகொண்டிருந்தது மழை. அடைத்தக் கதவுகளைத் திறந்துகொள்ள முடியாதபடிக்கு 'அக்குருமம்' பண்ணிக்கொண்டிருந்தது. சற்றைக்கெல்லாம் தெருவில் மளமளவென்று காட்டுத் தண்ணீர் வெள்ளமாய் பெருக்கெடுத்து ஓடத் துவங்கியது. பொடிமட்டையை எடுத்து விரித்து விரல் நுழைத்து

ஒரு இணுக்கு நுள்ளி பற்களுக்குக் கீழ் தேய்த்து விட்டுக்கொண்டாள் பொன்னாபரணம். சில்லிட்டு நடுங்கியத் தேகத்துக்கு ஒத்தடம் தந்தது மாதிரி பொடித்தூளின் காரம் உறைத்தது. வாய்க்குள்ளிருந்து மூளைக்குப் பரவிய உற்சாகம், தேகத்தில் படர்ந்து கதகதப்பைத் தந்தது. “ஏய்யா, தெருக்கெணறு நெரம்பியிருக்காது?” ஆவலுடன் பிச்சையாவிடம் கேட்டுக்கொண்டு அரக்கப்பரக்க அவன் முகத்தைப் பார்த்தாள். தெருக்கிணறு நிரம்பிவிட வேண்டும் என்பதே அவளின் உள் மன வேட்கையாக இருந்தது. தவித்த வாய்க்குத் தண்ணீர் கோர முடியாமல் அல்லோலப்பட வேண்டியதாயிருக்கிறது. கிணற்றுத் துவளத்தில் மணிக்கணக்காய் சரிந்து கிடந்து நீரிறைத்தே அவளின் அடிவயிறு காய்ப்புகள் விழுந்துப் போயிருந்ததை நியாபகப்படுத்தி நெருடலாய் தடவிப் பார்த்துக்கொண்டாள்.

பிச்சையாவின் மனசிலும் இப்போது மகிழ்ச்சி குடியேறி இருந்தது. வார்த்தைகளில் உற்சாகம் கூடிக்கொண்டது. சிலாத்தாக நிமிர்ந்து உட்கார்ந்து கொண்டான். “கெணறு மட்டுமா நெறையப் போவுது?” பாரு. கொளங் குட்டையெல்லாம் நெறம்பி தோட்டந்துரவு எல்லாம் செழிப்பாவப் போகுது. மாரியம்மாவுக்கு இப்போதாவது மக்க மனுசர்மேல ஈவு எரக்கம் வந்திருக்கே”

மழைப்பெய்த சந்தோசத்தைக் கொண்டாடும் ஆர்வத்தாலோ என்னவோ வானத்தில் திடீர்திடீரென வெடி முழக்கங்களாய் இடிகள் அதிர்ந்தன. வெளிச்ச அலங்காரமாய் மின்னல் வெட்டுகள் அதிவேகத்தில் பளிச்சிட்டுத் தெறித்தன. ‘வெடி முழக்கங்களுக்கு’ அச்சரவுப்பட்டு குழந்தைகள் இருவரும் தத்தம் காதுகளைக் கைகொண்டு இறுக்கமாய் பொத்திக்கொண்டனர். முற்றத்தில் தேங்கிக்கிடந்த நீரில் மின்னல்கள் பளீர் பளீரெனப் பாய்ந்து படர்ந்ததைக் காணச் சகிக்காமல் பெரிசுகள் இருவரும் அவ்வப்போது கண்களை மூடிமூடித் திறந்து பார்த்தனர். வீட்டுக்குள்ளும் மழை ஒழுகிக் குட்டையாய் தண்ணீர் தேங்கிக்கிடக்கலாமோ என்று யோசித்துப் பார்த்துக் கவலைப்படத் துவங்கினார்கள். கூரையின் பக்கவாட்டில் சிறுசிறு ஓட்டைகள் விழுந்திருந்தன. பலமான காற்று தூசிகளையும் தும்புகளையும் அந்த ஓட்டைகள் வழியே வீட்டுக்குள் கொட்டியிருந்தது. இந்தப் பேய் மழைக்கும் ஓட்டைகள் தாக்குப்பிடிக்குமா என்ன? “அடுப்பு,வெறவெல்லாம் நனஞ்சிப் போயிருக்கும். ஒல வைக்கது இன்னிக்குக் கஷ்டந்தான்” பொன்னாபரணம் அவனுக்குக் கேட்கிற மாதிரி தனக்குள்ளாகப் புலம்பிக் கொண்டாள்.

அவர்களின் நெடுநேரக் கவலைக்கு இரக்கப்பட்டோ என்னவோ, மழை மெதுவாகத் தாளம்போடத் துவங்கியது. பாய்ச்சலின் வேகம் குறைந்து சொட்டுச்சொட்டாய் நீர்விட்டுக்கொண்டது.

இந்தச் சாக்கில் எழுந்துபோய் அவசரமாய் வீட்டைத் திறந்தாள் பொன்னாபரணம். அரசல்புரசலாய் நனைந்துகிடந்தச்சுள்ளிகளை கொத்தாய் அள்ளியெடுத்து ஈரம் படாதிருந்த வீட்டின் மேற்குச் சுவரோரம் கொண்டுபோய் ஒதுக்கி வைத்தாள். நடுவீட்டில் குளம் கட்டித்தான் நின்றிருந்தது. புருசக்காரனை வெரசலாய் உள்ளே கூப்பிட்டாள். அவன் கையில் ஒரு பித்தளைப் பாத்திரத்தைத் தந்து 'குளத்து' நீரைக் கோரிக்கோரி வாசலுக்கு வெளியே கொண்டுபோய் ஊற்றச் சொன்னாள். கருமமே கண்ணாக சிரமப்படாமல் செயல்படத்துவங்கினான் அவன். தன் கையிலும் ஒரு பாத்திரத்தை எடுத்துக்கொண்டாள். சிறிது அவகாசத்தில் வீட்டுக்குள்ளிருந்து நீர் முழுவதும் வெளியேற்றப்பட்டிருந்தது. மீண்டும் இடி முழக்கத்தோடு வானம் நீரைக்கொட்டத்துவங்கியது. அவர்கள் உடைந்துபோனார்கள். "சவத்துப்பெய மழ, திரும்பவும் வலுக்கும் பொலுக்கே" என்று இருவரும் மாறிமாறி புலம்பிக் கொண்டு மீண்டும் திண்ணைக்கு வந்து திகைப்போடு உட்கார்ந்து கொண்டார்கள்.

இப்போது விட்டுவிட்டுப் பெய்தது மழை. சாயந்தரமானதும் அதற்கும் சடவு வந்திருக்க வேண்டும். கொஞ்சநேரம் ஓய்வெடுத்துக் கொள்ளும் முனைப்பில் தன் உக்கிரமானப் பாய்ச்சலைப் படிப்படியாக குறைத்துக் கொண்டது.

சாம்பாக்கமார்த் தெருச்சனங்களுக்கு இன்று மலையேறப் போக முடியாமல் இருந்ததில் ஏகமாய் வருத்தம் முண்டியது. காலையிலிருந்து சாயந்தரம் வரைக்கும் நின்ற நிலையிலே நின்று அலுக்காமல் சடைக்காமல் பெரும்போக்காய் பெய்துத்தொலைத்திருந்தது மழை. மலையேற முடியாமல் பெரிசுகள் முடங்கிக் கிடந்ததைப் போலவே பள்ளிக் கூடத்துக்குப் போக முடியாமல் சிறுசுகள் சிரமப்பட்டு வீட்டுக்குள் கிடந்தனர். மதிய நேர உணவுக்கு இன்று பொவுலற்றுப் போயிருந்ததில் அவர்கள் கொலைப் பட்டினியாய் பரிதவிக்க வேண்டியதாயிற்று.

மழை வெறித்திருந்த அவகாசத்தில் சாம்பாக்கமார்த் தெருப் பொம்பளைகளில் பெருவாரியானவர்கள் சாயபுக் கடைக்குப்போய் கடன் சொல்லிக்கொண்டு நின்றனர்.

"இன்னிக்கு வேலசோலிக்குப் போவமுடியல மொதலாளி. ஒருபடி சோளம் குடுங்க. நாள மக்கியநாளு பாக்கியக் குடுத்திருதென்"

"மக்காச்சோளம் மாவு காப்படி ரெண்டு ரூவா. வாங்கிக் கிருதியா ?"

"காப்படி ரெண்டு ரூவாயா? நேத்து வரைக்கும் எட்டணா வச்சித்தான வித்திய ?"

“அது நேத்து. இன்னிக்கு வெல ஏறிப்போச்சி. இஷ்டமிருந்தா வாங்கு, இல்லன்னா நடயக் கட்டு. கடத்துக்கு வாங்கறதும் காணாம, காப்படி எட்டணா நொட்டணான்னு கிராக்கிப்பண்ணிக்கிட்டு”

“சரி மொதலாளி, குடுங்க. புள்ளையப் பட்டினியாக் கெடக்குதுவ. நோட்டுல எழுதிக்குங்க தந்திருதென்”

“நீ தரலன்னா யாரு வுடப்போறா?”

சேரித்தெருச் சனங்களில் பெருவாரியானவர்கள் அன்றைய இரவுப் பாட்டை இப்ராஹிம்சாயபுக் கடையில் வாங்கிய சாமான்களைக் கொண்டே அரைகுறையாய் கழித்துக் கொண்டார்கள். அன்றைய இரவிலிருந்தே மழையும் நொண்டியடிக்கத் துவங்கியிருந்தது. காலையில் மேம்போக்காய் தூறிக்கொண்டது. ஒரு நாள் மழையில் குளம் குட்டைகள் எல்லாம் நிரம்பி, காடு கரைகள் எல்லாம் ஈரமடிக்கத் துவங்கியிருக்கவேண்டும். வலுத்த மழை. மேம்பொறந்தான்களின் அடியாக்கமார்கள் சேரியில் வந்து தோட்டவேலைகளுக்கு ஆள் கூப்பிட்டார்கள்.

ஒருவாரமாகவே மழையின் வேகம் அதிகப்படுவதும் திடீரெனக் குறைவதுமாக ஏக்காச்சம் காட்டிக்கொண்டிருந்தது. ஐந்தாறு வருடங்களாக வறண்டு கிடந்த அனுமன் நதியில்கூட இப்போது வெள்ளம் பெருக்கெடுத்து ஓடுவதாக ஊரில் செய்திப் பரவியிருந்தது. சேரிச்சனங்களுக்குக் கெடுபிடியான சோலிகள் கிடைக்கத் துவங்கின. களைவெட்டவும், பாத்திகள் போடவும் வரப்புக் கட்டவுமாகக் கூலி வேலைகளில் மும்முரமாகிப் போயிருந்தார்கள். பழையபடியே நாராயணன் பிள்ளையின் தோட்டக் காடுகளுக்கு ஆட்களைக் கூட்டிக்கொண்டு கூலிவேலைகளுக்குப் போனாள் பொன்னாபரணம். காலம்பற எழுந்து அவன் வீட்டுத் தொழுவத்திற்கு சாணியள்ளிப் போட ஓடினாள். கீழத்தெருவிலிருந்து கொஞ்ச நாட்களாய் வந்து சாணியள்ளிப் போட்டுக்கொண்டிருந்த ராசம்மா ரொம்ப நாட்களுக்கு முன்னமே சொல்லாமல் கொள்ளாமல் நின்று விட்டிருந்தாள். வறட்சியின் கொடுமையில் அவளும் தன் வாழ்க்கைப் பாதையை மாற்றியிருக்க வேண்டும். புல் பறிக்கவோ, விறகு வெட்டிக் கொண்டு வரவோ தன் புருசக்காரனுடன் மலையேறி இறங்கியிருக்க வேண்டும்.

சேரித்தெருக் கிணற்றில் தண்ணீர் மேல்விளிம்பு வரை மகுடித்து நின்றிருந்ததில் ஏக மகிழ்ச்சி அவர்களுக்கு. இப்போது துலுக்கக் குடிப் பொம்பளைகளும் பகடைத் தெருப் பொம்பளைகளும் சேரிக் கிணற்றுக்கு அக்குஅக்காய் வந்து நின்று அலப்பரவில்லாமல் நீரிறைத்துக் கொண்டு போயினர்.

“சக்கிலிச்சிகள்லாம் கொஞ்சம் ஒதுங்கிநின்னு தண்ணி எடுங்க.

ஒட்டி ஒரசிக்கிட்டு மட்டுமருவாதி இல்லாம. கொஞ்சமாவது அறிவு வேண்டாமா?" அடுப்பில் உலையேற்றி வைத்துவிட்டு வந்திருந்த அவசரத்திலும் பரபரப்பிலும் கிணற்றில் தன்னருகே நின்று இடித்துக்கொண்டு தண்ணீர்க் கோரிய பேச்சியம்மாவைப் பார்த்து வெட்டுவெடுக்கென்று எச்சரித்தாள் செல்லக்கிளி.

பேச்சியம்மாவுக்குப் பொறி கலங்கிப் போயிற்று. பகடைத் தெருவிலிருந்து அப்போது அவள் மட்டுமே நீரிறைக்க வந்து நின்றிருந்தாள். மல்லிகாவுக்கு உடம்புக்குச் சரியில்லை. சர்வோதயக் காலனி அடிகுழாய்க்குச் செல்லும் உச்தேசமும் இருந்திருக்கவில்லை. அங்கே பொம்பளைகள் கூட்டம் நெருக்கியடித்துக் கொண்டு நின்றிருந்தது. அந்த அறிபறியில் தானும் போய் நின்றால் அங்கிருந்து அவ்வளவுச் சீக்கிரத்தில் நீர் எடுத்துக்கொண்டு வரமுடியாது என்று தோன்றியது. பேச்சியம்மா நீர் நிறைத்துக்கொண்டுபோனப் பிறகுதான் இரவுத் தீவனத்துக்காக அடுப்பில் உலையேற்ற வேண்டிய கட்டாயம் இருந்தது. தன்னுடைய அவசரம் புரியாமல் இந்தச் செல்லக்கிளிப் பொம்பளை இப்படி இரக்கமில்லாமல் எரிந்து விழுகிறாளே என்று வேசடைமுண்டியது பேச்சியம்மாவுக்கு. எப்போதும் தன்னுடனே மல்லுக்கு வருகிறாள் இவள். மேக்குடித் தெருவில் தீபாவளிப் பலகாரம் வாங்கிய சமயத்திலும் சண்டைக்கு வந்திருந்தாள். சக்கிலியக்குடி மனிதர்கள் என்றால் அவ்வளவு எளக்காரமா என்ன? மேலே பட்டு விட்டால் என்னக் கெட்டுப் போய் விட்டதாம்? செல்லக்கிளியின் புருசக்காரன் சிரஞ்சீவியின் நியாபகம் வந்தது பேச்சியம்மாவுக்கு. சாதித் திமிரோடு செல்வராசின் கன்னத்தில் அறைந்திருந்தான் அவன். புருசனுக்கும் பொஞ்சாதிக்கும் ஏன் இவ்வளவுப் பெருமையும் பீத்தலும் என்று நினைப்போடியது. இவ்வளவுக்கும் பக்கத்துத் தெருக்காரர்கள். ஆள்முகம் தெரியாத மாதிரி ஏன் இந்தச் செல்லக்கிளி தன்னை எடுத்தெறிந்து பேசிவிட்டாள் என்று நினைத்து வேதனைப்பட்டாள். அவள் முகம் அவமானத்தால் இறுகிக்கொண்டது. செல்லக்கிளியை விசனத்துடன் முறைத்துப் பார்த்தாள். "என்னம்மா சக்கிலிச்சி? ஒங்களப் பறச்சின்னா நீங்கப் பொருத்துக்கிருவீயளா?"

செல்லக்கிளியை விடப் பத்துப்பதினோரு வயசு மூத்தவளாய் பேச்சியம்மா இருந்தாள். தசைகள் முதிர்ந்த தேகம். சம்பந்தம் காணும் வயசு. செல்லக்கிளிக்கு நண்டும்சிண்டுமாய் இரண்டு சின்னப்பயல்கள் இருந்தார்கள். இன்னும் முகம்கூட முதிர்ச்சியடைந்திருக்கவில்லை செல்லக்கிளிக்கு. ஆனால் கோபம் மட்டும் அவளின் நுனிமூக்கில் கிளர்ந்துநின்று சீக்கிரத்தில் முதிர்ச்சி அடைந்து வெடித்துவிடுகிறது. பேச்சியம்மாவுடன் சீறிக் கொண்டு நின்றாள் செல்லக்கிளி. தன் மிகையானக் கவுரவத்தைப் பேச்சியம்மாவின் எதிர்மொழி அடித்து

நொறுக்கிவிட்டதாக உணர்ந்து ஆவேசப்பட்டாள். " எங்க, என்னியப் பறச்சின்னு செல்லு பாப்பம். ஒம்பல்ல ஒடச்சிக் குடுத்திருதென்"

பட்டையைக் கிணற்றில் இறக்கிக்கொண்டே பேச்சியம்மா பதிலடைத்தாள். "நீங்க எம்பல்ல ஒடச்சா எங்கையி மட்டும் புளியங்கா பறிக்கப் போயிருமாக்கும்? நானும் ஒங்கள மாதிரி மனுசிதான். அதப் புரிஞ்சிக்கணும்"

"என்னடி நானும் சொல்லிக்கிட்டே இருக்கென், எசலிப்புப் பண்ணிப் பேசிக்கிட்டிருக்க? எங்கத் தெருக் கெணத்துல நீ தண்ணியெடுக்கக் கூடாது. மொதல்ல பட்டைய வெளிய எடு.. கொடத்தத் தூக்கிட்டு நடையக் கட்டு"

செல்லக்கிளி நீரிறைத்து முடித்திருந்தாள். நீர் தளும்பி நின்ற குடம் அவளின் கால்மாட்டில் உட்கார்ந்திருந்தது. இன்னும் ஒரு பட்டை நீரைக்கூட இறைத்திராதிருந்த பேச்சியம்மாவின் கையை வல்லடியாய் பிடித்திழுத்து பலவந்தமாய் தள்ளிவிட்டாள்.

பேச்சியம்மாவுக்குப் பூதலிப்பானத் தேகம். ஆள்தான் பருமனே தவிர, சதைகள் எல்லாம் பொக்கு விழுந்து போயிருந்தன. செல்லக்கிளி இழுத்துப்போட்ட வேகத்தில் பேச்சியம்மா நிலைத்தடுமாறி 'தொபுகடீர்' என்று தூரமாய் போய் விழுந்தாள். "அட பாதவத்தி இப்பிடி நீச மட்டையா இருக்கியே. ஒங்கையப் பாம்பு வந்துக் கடிக்க நாசமுத்துப் போவ"

பேச்சியம்மாவைத் தூக்கி நிறுத்துவதற்குக்கூட சேரித்தெருப் பொம்பளைகளுக்கு விருப்பமில்லாமல் இருந்தது. பேச்சியம்மா தானே பெருமுயற்சி எடுத்து கையைத் தரையில் ஊன்றி எழுந்து நின்றாள். இழுபட்டு வெளியேவந்து விழுந்த வேகத்தில் பட்டையின் மத்திய பாகம் துண்டாகக் கீறி உடைந்திருந்தது. அதில் இனித் தண்ணீர் கோரிக்கொள்ள முடியாது என்பது துல்லியமாய் புரிந்தது. வெப்புராளமாய் வந்தது பேச்சியம்மாவுக்கு. அவளின் ஆள் துணைக்கு அப்போது அங்கே ஒரு பகடைத்தெருப் பொம்பளை கூட இல்லாதிருந்தது அவளின் ஆகாத நேரமாகத் தோன்றியது. எதிர்த்தாப்பில் நின்றிருந்த செல்லக்கிளியை முகவாட்டத்துடன் ஏறிட்டுப் பார்த்தாள் பேச்சியம்மா. அவமானத்தில் சட்டென்று கண்கள் குடைசாய்ந்து கொண்டன. இன்னும் ஆத்திரம் தாளாமல் பேச்சியம்மாவைத் தாக்குதல் தொடுக்க வந்த செல்லக்கிளியைத் தாக்காட்டி நிறுத்தினர் நாலைந்து சேரித்தெருப் பொம்பளைகள்.

" என்ன நீ ? அவளும் நம்மளக்கெணக்க ஏழப்பட்ட மனுசிதானெ? அவளப்போயி இழுத்துப் போட்டுட்டியே. திரும்பவும் அடிக்கப் பாயுத?"

பாலம்மா தன்னால் ஆற்றிக்கொள்ள முடியாமல் செல்லக்கிளியின் கையைப் பிடித்துத் தள்ளிவிட்டாள். சங்கடத்துடன் பேச்சியம்மாவிடம் வந்து நின்று சாந்தமாகச் சொன்னாள். "நீ தண்ணி எடுத்துட்டுப் போ பேச்சியம்மா. அவாக்கெடக்கா"

கீழே விழுந்திருந்த அறிபறியில் பேச்சியம்மாவின் வலது முழங்கையில் சன்னமாய் கீறல்கள் விழுந்திருந்தன. சதையைப் பிய்த்துக்கொண்டு ரத்தம் தூறலாய் வெளிவந்து நின்றிருந்தது. எரிச்சலில் காந்தியது காயம். வெடுக்கென்று குடத்தைத் தூக்கி இடுப்பில் வைத்துக்கொண்டாள். கயிறுகளை விறுவிறெனச் சுருட்டி பட்டைக்குள் செருகிக்கொண்டாள். மூடாக்குப் போட்டு நின்றிருந்த மழைமேக இருளில் பேச்சியம்மா அழுத்தமாய் கால்பதித்து நடந்து போனதை விரக்தியுடன் செல்லக்கிளி பார்த்துக்கொண்டு நின்றிருந்தாள். எதிர்ப்பக்கம் நின்று வேடிக்கைப் பார்த்துக் கொண்டிருந்த துலுக்கக்குடிப் பொம்பளைகளின் பரிகாசமான சிரிப்பொலிகள் செல்லக்கிளியின் காதுகளைச் சேதாரப்படுத்தின.

15

பரபரப்பான சாயந்தர வேளையில் பகடைத் தெருவுக்குக் கிழக்குப் பக்கம் குண்டும் குழிகளுமாய்க் கிடந்திருந்த வெட்டாவெளியில் கருத்த ஜீப்பொன்று டர்ர்ரென்று இரைந்து கொண்டு வந்து நின்றதும் அதிலிருந்து சூட்டும் சட்டையும் அணிந்திருந்த நாலைந்து பேர்கள் தடதடவென்று இறங்கினர்.

ஜீப்பின் இரைச்சலைக் கேட்டதும் தெருமுக்கில் விளையாடிக் கொண்டிருந்த பகடைத் தெரு சிறுவர் பட்டாளம் குய்யோ முறையோவென கூவிக்கொண்டு அவர்களை நோக்கி ஓட்டமும் சாட்டமுமாய் ஓடிவந்தனர். சர்வோதயக்காலனிக் குழாயில் நீர்ப் பிடித்துக் கொண்டிருந்த பொம்பளைகளின் ஏகோபித்த பார்வைகளும் அதிர்ச்சியுடன் அவர்களை நோக்கியே திரும்பியிருந்தன. சாம்பாக்க மார்த் தெருச்சனங்களில் சிலரும் செய்தி கேள்விப்பட்டு சிறுகச்சிறுக வந்து கொண்டிருந்தனர்.

கருப்புச் சூட்டும் வெள்ளைச் சட்டையும் அணிந்திருந்த தாட்டியமான மனிதர் தன் மூக்குக் கண்ணாடியை விரல்தந்து அழுத்திக்கொண்டு குண்டு குழிகளை ஆழமாய் பார்வையிட்டார். நோஞ்சானாய் நின்றிருந்த திருக்கு மீசைக்காரர் கையில் தோசைச்கல் மாதிரி டேப் இருந்தது.

கண்ணாடிக்காரர் குறித்துக் காட்டிய பகுதியில் டேப்பின் முனையைப் பதித்து அருகில் நின்றிருந்த சிவப்புத்தோல் மனிதரைப் பிடிக்கச் சொல்லிவிட்டு டேப்பின் மறுமுனையை எதிர்திசையில் கொண்டு வைத்தார். தன் கையிலிருந்த டைரியில் அளவுகளைக் கவனமாகக் குறித்துக்கொண்டார். வெட்டாவீதியாய் இடம்விட்டு அதைச் சுற்றி நான்கு பக்கங்களிலும் அளவெடுத்துக் குறித்துக்கொண்டார் அவர். அவ்வப்போது அவருக்கு ஏற்பட்டிருந்த சந்தேகங்களை மீசைக்காரரிடம் விவாதித்து நிவர்த்திச் செய்து கொண்டார். மற்ற இருவரும் மீசைக்காரரின் அருகில் நின்று அவருக்கு ஆலோசனை வழங்கிக் கொண்டிருந்தார்கள்.

சுற்றிலும் சந்தடி மிகுந்திருந்தது. சர்வோதயக் காலனி, பகடைத்தெரு, சாம்பாக்கமார்த் தெருச்சனங்கள் என்று கூட்டம் சன்னஞ்சன்னமாய் திரண்டுவந்து நின்றிருந்தது.

“என்னப் பண்ணப் போறிய சாமி?” பகடைத்தெரு மாடசாமிக் கிழவர் தன் ஆற்றாமையால் மீசைக்காரரிடம் கேட்டு வைத்தார்.

இடுப்பில் கட்டியிருந்த கந்தல் வேட்டியைக் காலடி வரைக்கும் இறக்கி விட்டுக்கொண்டு நின்றிருந்தவரின் கையில் தடித்த குச்சியொன்று பிடிமானம்கொண்டு தரையில் அழுத்தமாய் ஊன்றப்பட்டிருந்தது. அவரின் ஒட்டிய வயிறும், சுருக்கங்கள் விழுந்திருந்த தேகமும் பரிதாபமாகக் காட்சி தந்துகொண்டிருந்தன. குழிகளுக்குள் கிடந்திருந்த விழிகளை சிரமப்பட்டு நெகிழ்த்திக்கொண்டு பார்த்தார். பொக்கை வாயிலிருந்து வார்த்தைகள் எச்சில் தூறலோடு வெளிவந்து விழுந்திருந்தன.

மீசைக்காரருக்கு அருகில் நின்றிருந்த இளவட்ட மனிதன் நக்கலாக சிரித்துக்கொண்டு கிழவரை ஏறிட்டுப் பார்த்தான். "அதா பெரியவர? நீங்கள்லாம் கஷ்டப்படாம தண்ணியெடுத்து சந் தோசமா வாழணுமில்லியா? அதுக்குத்தான் இந்த எடத்துல வாட்டர் டேங்க் கட்டித்தர உத்தரவு ஆயிருக்கு. சந்தோசந்தானெ?"

"அப்பிடியாய்யா? ரொம்ப சந்தோசம் மவராசா. ரொம்பப் புண்ணியமாப் போவட்டும்" மாடசாமிக் கிழவரின் முகமெல்லாம் பூரிப்பில் மலர்ந்தது. பெரியபெரிய பாராங்கற்களை இடுப்புகளில் கட்டி நடந்து வருகிற மாதிரி பொம்பளைகள் தங்கள் இடுப்புகளில் குடங்களைத் தூக்கிவைத்து நீர் அலம்ப சிரமப்பட்டு நடந்து வந்த அவஸ்தைகளைக் கவலையுடன் நினைத்துப் பார்த்தார். தண்ணீர் எடுப்பதில் அவர்களுக்குள் சண்டைகள் வேறு. இனியாவது அலப்பரவு இல்லாமல் அவரவர் பாட்டுக்கு நின்று தண்ணீர் எடுத்துக்கொண்டு வந்துவிட மாட்டார்களா என்று நினைத்துப் பெருமிசப்பட்டுக் கொண்டார்.

ஜீப்பைச் சுற்றி சனங்கள் மொய்த்துக்கொண்டு நின்றிருந்தார்கள். அளவெடுத்துக் கொண்டிருந்தவரின் முன்னும்பின்னும் அலையலையாய் திரண்டு சென்று தங்களுக்கத் தோன்றிய அபிப்பிராயங்களைச் சொல்லிப் பகிர்ந்து கொண்டனர்.

"ரொம்பப் பெரிய டேங்காக் கட்டப் போறாவளோ? இதுக்குத் தண்ணிய எங்கனயிருந்து கொண்டு வருவாவெ ?"

"தண்ணியா இல்ல? அனுமான் ஆத்துல எவ்ளவ் தண்ணி ஓடுது. அதுலயிருந்துதான் கொழாய்ப்போட்டு ஏகப்பட்ட தண்ணிக் கொண்டு வரலாமே"

"என்னப்பா காலக்கொடுமையா இருக்கு? போயும் போயும் பகடத்தெருக்குப் பக்கத்துலயா டேங்கப் போடணும்? வேற எடமே கெடைக்கலியோ ?"

" அதான? நம்மத்தெருப் பொம்பளைய பகடத்தெருவுக்கு வந்தா தண்ணியெடுப்பாளுவ? அதெல்லாம் இருக்காதுப்பா. ஒவ்வொருத்

தெருக்கும் தனித்தனியா கொழாய்வச்சிக் குடுத்திருவாவெ ”

“இன்னிக்குத்தான வந்து அளவெடுக்கானுவ. இனி என்னிக்கு வந்து டேங்கக் கட்டித் தண்ணிக் குடுக்கப்போறானுவன்னு பாப்பொம்.”

ஒதுக்கமாய் கூடி நின்றிருந்த சேரித்தெரு ஆம்பளைகள் தங்களுக்குத் தோன்றிய சந்தேகங்களையும் ஆதங்கத்தையும் தங்களுக்குள்ளே பேசி ஆலோசனை செய்து கொண்டிருந்தார்கள். பெரும் நம்பிக்கையற்றிருந்த அவர்களிடம் சலிப்பே மேலோங்கி நின்றிருந்தது.

அளவெடுத்து முடித்திருந்தார்கள். டேப்பைச் சுருட்டிக்கொண்டு ஜீப்பில் வந்து ஏறினார்கள். புழுதியைக் கிளப்பிவிட்டு டுர்ரென்று இரைந்துகொண்டு ஓடியது ஜீப்.

●

அடுத்த வாரத்திலே நீர்த்தேக்கத் தொட்டிக்கான கட்டுமான வேலைகள் துவங்கின. வெளியூர் ஒப்பந்ததாரராய் இருந்தார். வெளியூரிலிருந்தே வேலையாட்களையும் கையோடு கூப்பிட்டுக் கொண்டு வந்திருந்தார். வானம் தோண்டவும் அஸ்திவாரம் கட்டவுமாக வேலைகள் சுறுசுறுப்படையத் துவங்கியிருந்தன. காட்டுச் சோலிகள் கிடைக்காமல் என்றைக்காவது அயித்துமறந்து வீட்டிலிருந்த சேரித்தெரு ஆம்பளைகளிலும் பொம்பளைகளிலும் சிலபேர் தினக்கூலியில் கட்டுமான வேலைக்கு வந்து கொண்டனர். தண்ணீர்ப் பாட்டுக்குப் பிரச்சினை இல்லாதிருந்த நேரம் அது. காட்டுச் சோலிகள் கறாராகக் கிடைத்துக் கொண்டிருந்தன. என்றைக்காவது எக்குத்தப்பாய் வேலை கிடைக்காத நாட்களில் கட்டுமான வேலைக் கிடைத்ததில் ரொம்பவும் சந்தோசப்பட்டுக் கொண்டார்கள். வீட்டுச் செலவுக்குக் குறைபாடில்லாமல் கூலி கிடைக்கிற சந்தோசம்.

பொன்னாபரணத்துக்கும் பிச்சையாவுக்கும் நாராயணன் பிள்ளையின் வீடு, தோட்டங்களில் பாடுபார்க்கவே நேரம் சரியாக இருந்தது. பழையபடி அவரின் வீட்டு மாட்டுத் தொழுவத்திலிருந்து சாணியள்ளிக்கொட்டவும், மாடுகளுக்குக்கழனித்தண்ணீர்காட்டவும், இரையெடுத்து வைக்கவும், வீட்டுக்கு வந்து வெரசல் வெரசலாய் வயிற்றுக்குக் கொட்டிவிட்டு காடுகரைகளுக்குக் கூலியாட்களைக் கூட்டிக்கொண்டு வேலைசோலிகளுக்குக் கிளம்பவுமே பொன்னா பரணத்துக்கு ‘உன்னைப்பிடி என்னைப்பிடி’ என்கிற மாதிரி நேரம் சரியாக ஓடிக்கொண்டு போனது. ‘மவராசன் பஞ்சாயத்துப் பிரசெண்டு ஆன புண்ணியத்துல ஏழை பாழைங்கமேல எரக்கப்பட்டு வாட்டர்டேங்கக்கொண்டு வந்திருக்காரு’ என்று வேலை அறிபறியிலும் நாராயணன்பிள்ளையை மானசீகமாய் வாழ்த்திக்கொண்டாள்

பொன்னாபரணம். இனிமேல் அடித்துப்பிடித்துப் போய்நின்று கிணற்றில் நீர்கோரிக்கொள்ள வேண்டிய அவசியமிருக்காது. அடிவயிறும் முதுகெலும்பும் வலியெடுக்கக் கிணற்றுத் துவளத்தில் ஒண்டக் கிடந்து பட்டையைப்போட்டு இழுக்க வேண்டியதிருக்காது. கயிறு தேய்த்து அவளின் கைவிரல்கள் கூடக் காய்ப்பேறிப் போயிருந்தன. பெய்திருந்த மழையின் கரிசனத்தில் இப்போது கிணறுமுட்ட தண்ணீர் கிடந்திருந்ததில் தற்போதைய நீர்ப் பிரச்சினை அலப்பரவில்லாமல் தீர்ந்திருந்ததையும் பெருமிதமாய் நினைத்துப் பார்த்து சந்தோசப் பட்டுக்கொண்டாள்.

மேல்விளிம்பு வரை நீர்த்தேங்கிக் கிடந்ததால் அதன் சுவை சவசவத்துக் கிடந்தது. அடித்தூரில் கிடந்த நீரை அல்லோலப்பட்டுக் கோரியெடுத்தக் காலத்தில் தேனாய் இனித்த அதன் சுவையும் குளிர்ச்சியும் விட்டுப்போய், இப்போது அழுகியப் பண்டமாய் சலிப்புத் தட்டிப் போயிருந்தது. எத்தனைச் சொம்புகள் நிறையக் கோரித் தண்ணீர் குடித்துக்கொண்டாலும் தாகம் தணிந்துவிட மறுக்கிறது. அடுப்பில் வைத்து வேகவிடும் சோளக்கஞ்சியும் அவ்வளவுச் சீக்கிரத்தில் வெந்து மணத்து விடுவதில்லை. கொதித்து இறக்கியக் கஞ்சியை நீருற்றிக் கலக்கி வாய்க்குள் ஊற்றிக் கொண்டால் பழைய சுவையின் தித்திப்பும் வாசனையும் இருப்பதில்லை. ஆனாலும் பாதகமில்லாமல் தண்ணீர் சுளுவாகக் கிடைத்துக் கொண்டிருக்கிறதே என்ற நிம்மதியை மட்டும் அவளால் நிராகரித்துவிட முடிவதாயில்லை.

மணிமேகலை படிப்பை நிறுத்தியிருந்தாள். ஏழாம் வகுப்பை நிறைவு செய்து கொள்ளாமல் பாதியிலே வீட்டில் முடங்கிக்கொண்டாள். அவள் பெரிய மனுசி ஆகியிருந்ததுதான் சாக்காகிப்போயிருந்தது. பொன்னாபரணமும் தன் வீட்டு வேலைகளுக்குக் கூடமாட மணிமேகலையைப் பயன்படுத்திக் கொள்வதில் சந்தோசப்பட்டாள். கிணற்றிலிருந்து தண்ணீர் கோரிவைக்கும் பொறுப்பு மணிமேகலையின் தலையில் விழுந்திருந்தது. அவ்வப்போது சோளமாவையும் தூளாக இடித்துக் கரைத்து வைத்தாள். எப்போதாவது காட்டுச்சோலிகளுக்கு மணிமேகலையை நல்வார்த்தைச் சொல்லிக் கூட்டிக்கொண்டு போனாள் பொன்னாபரணம். பொட்டப்புள்ளையை எப்படித்தான் வேலைச்செய்ய வசக்குவதாம் என்பதே பொன்னாபரணம் மற்றவர்களிடம் அடைக்கும் பதிலாய் இருந்தது. மணிமேகலைக்கும் படிப்பைவிட காட்டுச்சோலிகளே கரைச்சல் இல்லாததாகத் தோன்றியது. எதையும் மனப்பாடம் செய்துகொண்டுபோக வேண்டாம். மறந்துபோனால் வாத்தியாரின் கைப்பிரம்புக்கு அஞ்சி நடுங்கவேண்டாம். காட்டுக்குப் போனோமா, களையை எடுத்தோமா என்று செயல்பட்டு விட்டு கலவரமே இல்லாமல்

வீடு வந்து சேர்ந்துவிடலாம். காட்டுச் சோலிகள் கிடைக்காதிருந்த நாட்களில் நீர்த் தேக்கத் தொட்டியின் கட்டுமான வேலைகளுக்கும் வந்து கொண்டாள் மனிமேகலை, செங்கற்களை அம்பாரமாய் தலைமேல் அடுக்கித் தூக்கிக்கொண்டு போய் கொத்தனாரின் அருகில் சென்று கீழிறக்கினாள். சிமெண்டு கரைசலைக் சட்டியில் கோரிக்கொண்டு போய் வேலைநடக்கும் சுவரோரம் கொட்டினாள். சாரம் கட்டியப் படிகளில் மேலேறிப்போய் சாந்துச் சட்டியை வைத்துவிட்டு நிமிரும்போது, அவளையே இமை கொட்டாமல் பார்த்துக்கொண்டிருக்கும் சிவப்பு நிற அந்தோனிக் கொத்தனிடம் சிநேகமாகப் புன்னகைத்து விட்டுக் கீழிறங்கினாள்.

“எங்கூட எங்க ஊருக்கு வர்றியா புள்ள?” பக்கத்தில் ஆள் அணக்கமில்லாத சமயம் பார்த்து ஒரு நாள் அவள்கையைச் செல்லமாகப் பிடித்துக் கொண்டு கேட்டுவிட்டான் அந்தோணி.

“ஏங் எதுக்கு ?” வெட்கத்தில் தலைகுனிந்து நின்றாள் மணிமேகலை. யாரும் பார்த்து விடக்கூடாதே என்ற பயம் நெருக்கியது அவளை. “என்ன இந்த மனுசன். பட்டப்பகலில், அதுவும் ஆட்கள் எல்லாம் அறிபறியாய் நின்று வேலைப்பார்க்கிற கட்டிடத்தில் வைத்து கொஞ் சமும் அச்சரவே இல்லாமல் இப்படித் தடாலடியாய் கையைப் பிடித்துக்கொண்டு வெடுக்கென்று கேட்டுத் தொலைக்கிறானே’ என்று நினைத்து பதற்றப்பட்டாள். கட்டிடத்தின் உள் அறையில் நின்று கரண்டியில் சிமெண்டு கரைசலை அள்ளி சுவரைத் தேய்த்துக் கொண்டிருந்தான் அவன். சிமெண்டுக் கரைசலைக் கொட்ட வந்திருந்தாள் அவள். அவனின் முரட்டுக்கரம் அவளின் பிஞ்சுக் கரத்தை இறுக்கமாய் பற்றிக்கொண்டதில் தன் தேகத்தில் மயிர்க்கால்கள் சிலிர்த்துக்கொண்டு நீற்க, அரிச்சலில் புல்லரித்துப் போய்விட்டாள். தேய்ப்பை நிறுத்திவிட்டு அவளை விழுங்கி விடுவதைப்போல வெறித்துக்கொண்டு நின்றிருந்தான் அவன்.

தாமதமாகத்தான் அவனின் வாய்க்குள்ளிருந்து வார்த்தைகள் உதிர்ந்து விழுந்தன. “நாம ரெண்டுபேரும் போயி கண்ணாளம் கட்டிக்குவோம்”.

“அய்யே ஆளப்பாருங்க” உதட்டில் ஏளனப் புன்னகை மிதக்க குதித்தோடி வெளியே வந்தாள். அவளுக்கு வெட்கமாகப் போயிருந்தது. என்ன இவர் திடுதிப்பென்று இப்படிக் கேட்டுவிட்டரே என்று தோன்றியது. என்னச் சாதியோ? எப்படிப்பட்ட ஆளுவளோ? மனசுக்குள் சந்தேக அலைகள் நுரைக்கத் துவங்கின அவளுக்கு. ஆயினும் அவனின் கோரிக்கைக்குப் பிறகுதான், தான் அழகாய் இருப்பதாக அர்த்தப்படுத்திக் கொண்டாள். அவனின் அவசரமானக் கோரிக்கைக்கு அவளால் உடனே பதில் செல்ல முடியாதிருந்தாலும், அவன் மேல் அவளுக்குக் கோபம் வந்திருக்கவில்லை என்பதே

உண்மையாயிருந்தது. அடுத்தடுத்த முறைகள் சிமெண்டு கரைசலைக் கொண்டு வந்த போது மற்ற பெண்களின் நிழல்களைத் துணையாக்கிக் கொண்டாள். அவனைத் தனிமையில் நேருக்கு நேர் சந்திப்பதற்குத் துணிச்சலில்லாமலிருந்தது அவளுக்கு. வெட்கம் அநியாயமாய் புடுங்கித் தின்றது. எதுவும் தப்புத்தண்டா ஆகிவிடக்கூடாதே என்பதில் மிகவும் எச்சரிச்கையாய் இருக்க வேண்டுமென்று அவளின் உள்மனம் குத்திக்கொண்டே இருந்தது.

மறுநாள் காலையிலும் அதே கேள்வியைத்தான் அவளிடம் அவன் ஏக்கத்துடன் கேட்டான். இளஞ்சிவப்பு நிறத்தில் கட்டுமஸ்தான தேகத்தைத் கொண்டிருந்தான். கை, கால்களில் எல்லாம் பூனைமுடிக் கற்றைகள் கோரைப்புற்களாய் சிலும்பிக்கொண்டு நின்றிருந்தன. ஒழுங்காகக் கத்தரித்து, இடதுபக்கம் உச்சியெடுத்து வாரிவிட்டிருந்தத் தலைக்கேசம். அழகாக செதுக்கி விட்டிருந்த அரும்புமீசை. தோல் உரிக்காத முழு மாம்பழம் போல களையான முகம். அவனின் உதடுகள் அடிக்கடி சினிமாப் பாட்டுக்களையே ராகமிழைத்து மெல்லியக் குரலில் உதிர்த்துக் கொண்டிருந்தன. மணிமேகலையைக் கண்டவுடன் காதல் பாட்டுக்கள் எங்கிருந்துதான் அவனுக்கு நியாபகத்துக்கு வந்து நிற்கிறதோ! முகத்தில் வசீகரமான மலர்ச்சியையும் கண்களில் இதமானக் குளிர்ச்சியையும் கொண்டிருந்தான். எந்தப் பொட்டப் புள்ளைக்குத்தான் அவனுக்கு இணங்கிக்கொள்ள மனசு வராமலிருக்கும் என்று கிளுகிளுப்பாய் நினைக்கத் தோன்றியது மணிமேகலைக்கு.

இந்த முறை அவனைத் தனியாக சந்திக்கும் திட்டத்தில்தான் சாந்துச் சட்டியை நிதானமாகத் தூக்கிக் கொண்டுவந்து கொட்டியிருந்தாள். அவனைக் கேள்வியால் துளைத்தெடுத்ததும் மனசளவில் துவண்டு போனாள். " ஒங்களுக்கு எந்தவூரு ?"

"சேர்மாதேவி. நீ கேள்விப்பட்டிருக்கியா ? "

"ஆங். திருநெல்வேலிக்கு மேக்க இருக்கதா சொல்லுவாவெ. நா போனதெல்லாம் இல்ல."

"அந்த ஊருக்கு எங்கூட வந்திருதியா? நல்ல வச்சிருப்பென் ஒன்னய"

"நீங்கள்லாம் என்ன ஆளுவெ?"

"நாடாக்கமாரு"

"அய்யே, நாடாக்கமாரா? அப்பொறம் எப்பிடி எம்மேல ஆசப்படுதிய?"

"நீ அழகா இருக்கெ. அதான் ஆசப்படுதென்"

“கெழக்கயிருக்கக் கொடியூர்ல அடிக்கடி நாடாக்க மார்வளுக்கும் எங்க ஆளுவளுக்கும். சண்டல்லா வந்துகிட்டிருக்கு”

“ எதுக்காம்?”

“நாடாக்கமார்ப் பையன எங்க சாதிக்காரப் பையன் பேர்சொல்லிக் கூப்புட்டுப் புட்டானாம். ஒரே வெட்டுங்குத்துமா ஆவிப்போச்சி”

“அவியல்லாம் பணக்காரவிய. நாங்க ஒங்களமாதிரி ஏழை பாழைங்க தான். சாதியை எல்லாம் பெரிசா எடுத்துக்க மாட்டொம்”.

“ஆமா. அப்பிடித்தான் சொல்லுவிய. காரியம் முடிஞ்சப் பொறவு சாதி சொல்லி ஏசுவிய”

“என்னிய அப்பிடிநெனைக்காத மணிமேகல. ஒனக்காவ நா எதையும் எழக்கத் தயாராயிருக்கென். எங்கூட எங்க வூருக்கு நீ வந்தா மட்டும் போதும்.”

“ஒங்க ஊருக்கு நா சும்மா வந்துர முடியுமாக்கும்? என்னிய நீங்கக் கண்ணாலம் கட்டிக்க வேண்டாமாக்கும்?”

“கண்ணாலம் கட்டி குடும்பம் நடத்தத்தான் ஒன்னய எங்க வூருக்குக் கூப்பிடுதென்”

“எங்க அய்யா அம்மைக்குத் தெரியாமலியா?”

அந்தோனிக் கொத்தன் பதில் சொல்லவில்லை. மணிமேகலையின் முகத்தையே வெறித்தவண்ணம் பார்த்துக்கொண்டிருந்தான். அவளின் கேள்விக்கு அவனால் சரியான பதிலை உடனே சொல்லிவிட முடியாததாகத் தோன்றியது. நிறைய இடையூறுகள் வரும். சாதி இடையூறு. மத இடையூறு. திடீரென்று அந்தஸ்து இடையூறு வந்தாலும் ஆச்சரியப்படுவதற்கில்லை என்று தோன்றியது.

அவனின் இறுகிய முகத்தைப் பார்ப்பதற்கு மணிமேகலைக்குக் கழிவிரக்கமாய்ப்பட்டது. வசமாய் அவனைக் கிடுக்கிப்பிடிப் போட்டு மாட்டவைத்து விட்டதாக மனசுக்குள் நினைத்துக் கொண்டாள். ஆனாலும் அவன்மேல் அவளுக்குக் கோபமோ, வருத்தமோ எற்பட்டிருக்கவில்லை என்பதுதான் யதார்த்தமாயிருந்தது. அவனின் கண்களை வெட்கத்துடன் சந்தித்தாள். சட்டென்று அவளின் இதயத்திற்குள் பனிக்கட்டியைச் செருகியதுபோல கிளுகிளுப் படைந்தாள். ‘களுக் ’கென்று உடல் குலுங்கச் சிரித்துவிட்டு அந்த இடத்திலிருந்து வெளியேறிப்போனாள்.

கட்டிட வேலை பாதியளவு முடிந்திருந்தது. கான்கரீட் எந்திரத்தில் மணலையும் சிமெண்டையும் சரளைக் கற்களையும் கொட்டி அரைத்து மாவாக்கி, மேல்தளத்துக்குக் கூரைப் போட்டுக் கொண்டிருந்தார்கள்.

வெளிப்பூச்சு பாக்கியிருந்தது. நாசூக்காய் பூசித் தேய்த்துக்கொடுக்க கணிசமான நாட்கள் பிடிக்கும். ரொம்பவும் உயரமான கட்டிடம். வட்ட வடிவத்தில் கட்டமைக்கப்பட்ட நீர்த்தேக்கத் தொட்டிக்குக் கீழே தாட்டியமாய் பத்துப் பன்னிரெண்டு சொச்சம் தூண்களைக் கட்டி நிறுத்தியிருந்தார்கள். தூண்களின் மத்தியில் சாய்வாக ஏற்றப்பட்டிருந்த படிக்கட்டுகள் தலையைச் சுற்றுவதுபோல் வளைந்து சென்றன. நிமிர்ந்து நின்று அன்னாந்து பார்த்தால் கழுத்துச் சுளுக்கிவிடும் உயரம். அஞ்சு லட்சம் கனலிட்டர் கொள்ளளவில் தொட்டியை உருவாக்கியிருந்தார்கள். பலதரப்பட்ட சாதிச்சனங்களின் தெருக் காடுகளுக்கும் தண்ணீரைப் பரிவர்த்தனைச் செய்யவேண்டுமாய் திட்டம். இதுவரை கட்டிட வேலைகள் ஆரம்பித்து ஆறுமாதங்கள் சொச்சம் ஆகியிருந்தன. முழுதாய் வேலைகள் முடிய இன்னும் இரண்டு மாதங்கள் கூட ஆகலாம். வெளியூரிலிருந்து ஒப்பந்ததாரர் மூலம் கொண்டுவரப்பட்ட வேலைக்காரர்களின் தங்குமிடமாக நீர்த்தேக்கக் கட்டிடத்திற்குப் பக்கத்திலே வெட்டாவெளியில் தென்னங்கீற்றுக்களால் பெரிய குடிசைப் போட்டுத் தந்திருந்தார். ஆறுமாத கால சகவாசத்தில் பகடைத்தெரு, சாம்பாக்கமார்த் தெருச் சனங்கள் வேலைக்காரர்களுக்குப் பரிச்சயப்பட்டுப் போயிருந்தார்கள். முகம் பார்த்துச் சிரித்து குசலம் விசாரித்துக் கொள்கிற அளவுக்குப் பரிச்சயம். அதில் மணிமேகலையுடனான அந்தோனிக் கொத்தனின் சகவாசம்தான் ரொம்பவும் கெட்டிப்படுத்தப்பட்டிருந்தது. ரகசிய சமிக்ஞைகளின் மூலம் தங்கள் உறவை உறுதிப்படுத்திக் கொண்டிருந்தார்கள் அவர்கள். பொழுது இருண்ட அகாலத்தில் மணிமேகலை அந்தோனியைத்தேடி நீர்த்தேக்கக் கட்டிடத்தின் பக்கம் பதுங்கிக்கொண்டு வருவதும், அவளுக்காக அவன் பத்திரப்படுத்தி வைத்திருந்தப் பலகாரங்களை அவள் வந்ததும் மனமுவந்து எடுத்துத் தருவதும், கிளர்ச்சியுடன் அவள் அவற்றைத் தின்று கொண்டிருந்தபோது மன அவஸ்தையில் அவளின் தேகத்தில் அவன் சில்மிசம் பண்ணி விளையாடுவதுமாய் கிளுகிளுப்புடன் அவர்களின் சிநேகம் தொடர்ந்து கொண்டிருந்தது. அவர்களின் ரகசிய சந்திப்புக்கு ஏதுவாய் கட்டிடத்தின் பக்கத்தில் / குடிசைக்குச் சற்று தூரத்தில் பெரிய உடைமரம் ஒன்று அகலமாய் கிளைகள் படர்த்தி கமுக்கமாய் இருளைப்போர்த்திக்கொண்டு நின்றிருந்தது. சாம்பாக்கமார்த் தெருவைக் கடந்து பகடைத்தெருவுக்குப் போகிற வழிப் பாதையிலிருந்து கழுத்தை நீட்டி எட்டிப் பார்க்கிற தூரம் தான்.

அன்று சின்னத்துரையிடம் கணக்கு நோட்டை வாங்கிக்கொண்டு அந்தப் பாதையிலே இருளுக்குப் பயந்து இறுக்கமாய் வந்து கொண்டிருந்த செல்வராசு, உடைமரக் குடை விரிப்புக்குள்ளிருந்து சந்தடி கேட்டதும் திடுக்கிட்டு நின்றான். ரொம்பவும் சுருதிக்

குறைந்து கேட்டன குரல்கள். சில நேரங்களில் அவசரமான உரையாடல்களும், சில நேரங்களில் கலகலவென்ற சிரிப்பொலியும் மாறிமாறி வெளிப்பட்டுக் கொண்டிருந்தன. ஆண் ஒருவனின் குழைவானக் குரலும், ஒரு பெண்ணின் மொண்ணையான குரலும் விட்டுவிட்டுக் கேட்டன. அவனால் நிதானித்து நிற்க முடியவில்லை. பூனைப் பதுங்கலாய் நடை நடந்து பாதையிலிருந்து விலகிப்போய் நின்று பார்த்தான். மணிமேகலையும் அந்தோனியும் கட்டிப் பிடித்துக்கொண்டு உட்கார்ந்திருந்தது தெரிந்தது. செல்வராசின் வருகையைக் கண்டிருக்கவில்லை அவர்கள். செல்வராசுக்குப் பொறி கலங்கிற்று. தேகமெங்கும் பதற்றத்தில் நீர்ப்பொங்கி அருவியாக ஓடத் துவங்கிற்று. 'அடப் பாதவத்தி குடியைக் கெடுத்துவிட்டாளே ' என்று மணிமேகலையைக் கண்டதும் மனம் கொதித்தான். "மேகல.. என்ன வேலப் பண்ணிக்கிட்டிருக்க?" என்று அவர்களுக்கு மட்டும் கேட்கிற தொனியில் மெதுவாக சத்தம் போட்டுக்கொண்டு அருகில்போய் நின்றான். அவ்வளவுதான். சட்டென்று நிலைகுலைந்து, தடபுடலென்று பிரிந்து எழுந்து நின்றார்கள் அவர்கள். மணிமேகலையின் முகம் பேதலித்துக்கொண்டது. தேகம் விதிர்விதிர்த்துப் போனது. பதற்றத்துடன் கை, கால்கள் உதறலெடுக்க நடுங்கிக்கொண்டு நின்றிருந்தாள். அந்தோனியும் வெலவெலத்துப்போய் நின்றிருந்தான். சட்டென்று விளக்கணைந்த வீடுமாதிரி அவனின் முகம் இறுகித் தொங்கியது தெரிந்தது. செல்வராசை ஏறிட்டுப் பார்க்கும் தைரியமில்லாமல் தலைக்குனிந்தே நின்றிருந்தான் அவன்.

அந்தோனியை நெருங்கி செல்வராசு படபடத்தான். "என்ன வேலப் பாத்துக்கிட்டிருக்க? ஒரு பொண்ணடியோட வாழ்க்கையை ஏன் அனாவசியமாக் கெடுக்குத? ஒனக்கும் அக்கா தங்கச்சி இருக்குமில்ல? இவிய வூட்ல சொன்னமின்னா ஒன்நெலம என்னாவும் தெரியுமா? மருவாதியா நடந்துக்க. இல்லன்னா ஒழுங்கா நீ ஒன் ஊருப்போயிச் சேரமுடியாது. இன்னிக்கோட இந்த வேலைய வுட்டுப்புடு. வேற என்னிக்காவது ஓங்க ரெண்டு பேத்தயும் இப்பிடிப் பாத்தென், நானே ஒன்னய வெட்டிக் கொன்னுப்புடுவென். "

அந்தோனி பதில் எதுவும் பேசவில்லை. பேசவும் தோன்றவில்லை. முகத்தை இறுக்கிக்கொண்டு மௌனமாய் அந்த இடத்தைவிட்டு நகன்று போனான். அடிப்பட்ட நாயின் வலியும் வருத்தமும் இருந்திருக்க வேண்டும் அவனுக்கு.

மணிமேகலையை எரித்துவிடுவதைப்போல செல்வராசு வெறித்தான். "ஒன்னய நல்ல பொண்ணுன்னு நெனச்சிருந்தென். இப்பிடிக் கோணக்கிழி கிண்டிட்டியே. சின்னத்தொரை கிட்டச் சொன்னா ஒன்னய அடிச்சே கொன்னுப்புடுவான். எல்லாரையும் கேவலப்படுத்த இப்பிடிப் பட்ட புத்திய எடுத்துட்டியா?"

மணிமேகலை தேம்பித்தேம்பி அழ ஆரம்பித்தாள். அடர்த்தியாய் கவிந்திருந்த அந்த இருள் மூட்டத்திலும் அவளின் தோள்கள் தறிக்கட்டைகளாய் குலுங்கி அதிர்வதை அச்சாகப் பார்க்க முடிந்தது. கேவலுடன் மன்றாடத் துவங்கினாள். “ தெரியாமப் பண்ணிட்டென். எங்க வூட்ல சொல்லிராத. நீ நல்லாருப்ப. நா நாண்டுக்கிட்டு நின்னுத்தான் சாவணும்.”

“தெரியுதுல்ல, நாண்டுக்கிட்டு நின்னுதான் சாவணுமின்னு? பொறவு ஏன் இப்பிடிப் புத்திப் போச்சிது ஒனக்கு? இப்ப நானில்லாம வேற யாரும் ஒங்களப் பாத்திருந்தா, ஒங்கதி என்னாயிருக்கும்? அவ்வளவு தைரியம் ஒனக்கு?”

“தெரியாமப் பண்ணிட்டென். இனி இப்பிடி நடந்துக்க மாட்டென். நல்லாருப்ப. எங்க அய்யா அம்மாக்கிட்டயும் சின்னத் தொரைக் கிட்டயும் நீ சொல்லிராத. ஒங்கால்ல வுழுந்துன்னாலும் மன்னிப்புக் கேட்டுக்கிருதென்.”

மணிமேகலையின் கெரவலான அழுகையில் செல்வராசின் மனம் கரையத் துவங்கியது. எவ்வளவு அமைதியுடன், அடக்க ஒடுக்கத்துடன் நடந்து கொள்கிற பெண் இவள். சின்னத்துரையைத் தேடி செல்வராசு அவனின் வீட்டுக்குச் சென்றிருந்த பொழுதுகளில் ரொம்பவும் அப்புராணியாய் காட்சி தருவாள் அவள். மறந்தும்கூட அவனிடம் முகம்கொடுத்துப் பேசிவிடமாட்டாள். ஓர் ஆம்பளப் பயலிடம் வயசுக்கு வந்தப் பொட்டப்பிள்ளைக்கு என்னப்பேச்சு என்பதே அவளின் முடிவாக இருந்தது. மற்றப் பெண்களைப்போல வாய்த் துடுக்கும் கிடையாது அவளிடம். அப்படிப்பட்ட இவளா இவ்வளவுக் கீழ்த்தரமாக நடந்துகொண்டாள் என்பதை நினைத்துப் பார்க்க ரொம்பவும் சங்கடமாக இருந்தது செல்வராசுக்கு. வழக்கமாய் சின்னத்துரையிடம் உட்கார்ந்து பேசிவிட்டு இவ்வளவு நேரத்துக்கும் மேல்தான் தன் வீட்டுக்குத் திரும்பி வருவான் செல்வராசு. தற்செயலாய் இன்று சற்று சீக்கிரமாகப் புறப்பட்டு வந்திருந்தான். சிரஞ்சீவி தன் சாதிப் பெருமையில் செல்வராசைக் கண்டித்துவிட்ட பிறகு சாம்பாக்கமார்த் தெருவுக்கு வருவதைக்கூட அவன் சொற்பமாகக் குறைத்திருந்தான். தவிர்க்க முடியாத சமயங்களில் மட்டும் சின்னத்துரையின் வீடுதேடி நடந்துவந்து பேசிவிட்டுப்போனான். அடிக்கடி பாடங்களைப் பற்றிய சந்தேகங்களை சின்னத்துரையிடம் கேட்டு நிவர்த்தி செய்துகொள்ள வேண்டியதிருந்தது அவனுக்கு. அல்லது, எழுதிக் கொள்ள வேண்டிய கணக்குப் பாடங்களை சின்னத்துரை எழுதி முடித்தப் பின் அவனிடமிருந்து நோட்டை வாங்கிச் சென்று செல்வராசு எழுதிக்கொள்ள வேண்டியதிருந்தது. கணக்கில் சின்னத்துரை சூரப்புலியாக இருந்தான். அவனிடம் சந்தேகங்களைத் தெளிவுப்படுத்திக் கொண்டதால் செல்வராசுக்குக்

கணிசமான மதிப்பெண் கிடைத்தது. ரொம்பவும் ஒழுக்கமான, மரியாதையானப் பையனும் கூட. மணிமேகலையைப் பற்றிய சங்கதி மட்டும் சின்னத்துரைக்குத் தெரியவந்தால் அவன் எப்படிக் கொதித்துப் போவான் என்பதை செல்வராசால் நினைத்துப் பார்க்க முடியாதிருந்தது.

மணிமேகலையை வருத்தத்துடன் பார்த்தான். “சரிசரி. அழுது கரையாதெ. மருவாதியா வூட்டுக்குப் போய்ச் சேரு. இனியொரு தடக்க அவன்கிட்ட நின்னு நீ பேசவும் பல்லிளிக்கவும் பாத்தா, எல்லாத்தையும் ஒங்க வூட்ல சொல்லிருவென் பாத்துக்க ”

புதரிடுக்கில் நிதானமாக ஊர்ந்துபோகும் பாம்பைப்போல மணிமேகலை மெதுவாக அடியெடுத்து வைத்து நகன்று போனாள். கவிழ்ந்திருந்த கண்களிலிருந்து சொட்டிய நீர்த்துளிகளை விரல் நீட்டித் துடைத்து விட்டுக்கொண்டாள். அவளின் தோற்றத்தைப் பார்த்துக் கொண்டிருந்த செல்வராசுக்குக் கலக்கமாகவே இருந்தது. அவளை இந்த நிலைமைக்கு ஆளாக்கியது அந்தக் கொத்தனார் பயல்தான் என்றும், நேரம் வரும்போது அவனைக் கவனித்துக்கொள்ள வேண்டும் என்றும் மனசுக்குள் முடிவுப்பண்ணிக்கொண்டான்.

மீண்டும் வழிப்பாதைக்கு வந்து நின்று சுற்றும் முற்றும் பார்த்தான் செல்வராசு. நீர்த்தேக்கக் கட்டிடத்தின் உச்சியில் ஒளிர்ந்து கொண்டிருந்த குழல்விளக்கின் பரவலான ஒளிச் சிதறல்கள் கட்டிடத்தின் எல்லைவரை வந்து விழுந்து அடங்கிப்போயிருந்தன. சற்று தூரத்தில் கமுக்கமாய் நின்றிருந்த குடிசைவீடுகளின் முன் பொத்தாம் பொதுவாய் ஒரேயொரு குமிழ்விளக்கு மட்டுமே எரிந்து கொண்டிருந்தது தெரிந்தது. சனங்களின் அணக்கம் இந்நேரம் மட்டுப்பட்டுப் போயிருந்ததை சாதகமாகப் பயன்படுத்திக் கொண்டிருக்கிறார்கள் அவர்கள். மணிமேகலைக்கு எப்படித்தான் அவ்வளவு தைரியமும் துணிச்சலும் வந்திருந்ததோ? இந்நேரம் அவளின் வீட்டில் அவளைத் தேடாமல் இருப்பார்களா என்றும் அவனுக்கு விகற்பமாக நினைக்கத்தோன்றியது. பக்கத்து வீட்டுக்குப் போய்விட்டு வருவதாக ஏதாவது சாக்குப்போக்குச் சொல்லிக் கொண்டு வந்திருக்கலாம் அவள்.

சாம்பாக்கமார்த் தெருவிலிருந்து வந்து கொண்டிருந்தப் பாதையின் வளைவை முகம் திருப்பிப் பார்த்தான். மணிமேகலையின் அணக்கம் இல்லை. இதற்குள் அவள் வீட்டிற்குப் போய் சேர்ந்திருப்பாள் என்று தீர்மானித்து தன்னைச் சமாதானப்படுத்திக் கொண்டான்.

16

ஏகதேசம் ஆறு மாதங்களை ஏகமாய் முழுங்கி விட்டுக் கட்டிடம் உயரமாய் வயிறு பிதுங்கி நின்றது. இரண்டு மைல் தொலைவெட்டியிலிருந்த அனுமான் நதி ஓரத்தில் ஆழ் கிணறு தோண்டிக் குழாய் இறக்கி நீர்த்தேக்கத் தொட்டிக்குள் கொண்டுவந்து இணைத்திருந்தார்கள். நதியில் எப்போதும் நீர் ஓடுகிறதோ இல்லையோ, படுபாதாளமாய் தோண்டியிருந்த கிணற்றிலிருந்து எப்போதும் தண்ணீர் சுரக்கும் என்பது அவர்களின் திடமான நம்பிக்கையாயிருந்தது. பரந்துகிடந்த ஊர் முச்சூடும் அந்த நீர்த்தேக்கத் தொட்டியிலிருந்து நீர்ப் பரிவர்த்தனைச் செய்ய ஏற்பாடாகியிருந்தது. பகடைகளில் அநேகம்பேர் பஞ்சாயத்துப் போர்டில் துப்பரவுத் தொழிலாளிகளாக இருந்திருந்ததால் அவர்களின் ஏகோபித்த வேண்டுகோள்களுக்கு இணங்கி அவர்களின் தெருச்சனங்களுக்கு நீர்ப்பிடிக்க வசதியாய் நீர்த்தேக்கத் தொட்டிக் கட்டிடத்தையொட்டியே சின்னதாய் சிமெண்டு மேடைக்கட்டி அதில் குழாய்ப் பொருத்திக் கொடுத்திருந்தது பஞ்சாயத்து நிர்வாகம். பகடைத்தெருப் பொம்பளைகள் இனி சர்வோதயக்காலனிக் குழாய்க்கும், சாம்பாக்கமார்த் தெருக்கிணற்றுக்கும் அதறப்பதறப் போய்நின்று நீர் எடுத்துக்கொண்டுவரும் அலப்பரவு இல்லையென்று தோன்றியது. எல்லாம் அவரவர்களுக்கென்று தனியாக இருந்தால் மற்றவர்களிடம் சென்று மறுகிக்கொண்டு நிற்கும் நிலை வராது என்றும் நினைத்தார்கள்.

சாம்பாக்கமார்த் தெருக்கிணற்றுக்கு வடப்பக்கம் சாலையை யொட்டி சிமெண்டு மேடைகட்டி அதிலும் ஒருகுழாய் வைத்துக் கொடுத்திருந்தார்கள். சர்வோதயக் கட்டிடத்திற்குப் போன அந்தத் தார்ச்சாலையிலிருந்து தெற்குநோக்கிப் பிரிந்துவந்த மண்சாலையின் மேற்குப் பக்கம் சந்தணமாரியம்மன் கோயிலுக்கு அருகில் சந்தியில் நிறுத்தியிருக்கும் சக்கைப்பிள்ளையார் சிலையைக்கெணக்கா அந்தக் குழாய் பொருத்தப்பட்டிருந்தது. தார்ச்சாலையின் வடக்கு விளிம்பை யொட்டியபடி ஆக்கிரமித்திருந்த துலுக்கக்குடியின் பொம்பளைகளும் அலுப்பில்லாமல் வந்து நீர்ப்பிடித்துச் செல்ல ஏதுவாய், இருசாதிக் காரர்களுக்கும் பொதுவாக அது நின்றிருந்தது.

சாயந்தரம் ஒருவேளை மட்டும் தண்ணீர் திறந்துவிட்டார்கள். காடுகரைகளில் பாடுபார்த்துவிட்டு வந்த சாம்பாக்கமார்த் தெருப்பொம்பளைகளுக்கு அந்நேரமே தண்ணீர்ப் பிடிக்க சாதகமாவும் இருந்தது. சிமெண்டுத் திண்டிலிருந்து வரிசையாகத்

குடத்தை முறைப்படி வைத்து சேரித்தெருப் பொம்பளைகள் பிடித்துக்கொண்டனர். எதிர்வரிசையில் துலுக்கக்குடிப் பொம்பளைகள் குடங்களை வரிசையில்கொண்டு வைப்பதில்லை. குழாயடிக்கு வந்ததும் எவர் வரிசையில் நின்றாலும் சட்டைச்செய்து கொள்ளாமல் தங்கள் குடங்களைக் குழாய்க்கு அடியில் வைத்து நீர் பிடித்துக்கொண்டார்கள். 'என்னம்மா நீங்க ? எங்களமாதிரி நீங்களும் வரிசையில வச்சிப் புடிக்க வேண்டிதானெ? எங்களயெல்லாம் பாத்தா மனுசிகளாத்தெரியலயா? எப்பம்டா ஒரு கொடம் தண்ணிக் கெடைக்குமின்னு அடிச்சிப்புடிச்சி ஓடியாறோம். வந்ததும் கொடத்த நீட்டிப் புடிச்சிக்கிட்டு மெப்பாப் போயிருதேளே' என்று எத்தனையோ தடவைகள் சாம்பாக்கமார்த் தெருப்பொம்பளைகளும் துலுக்கக்குடிப் பொம்பளைகளிடம் நேராக நின்று முறையிட்டுப் பார்த்திருந்தனர்.

"அப்பிடியெல்லாம் ஒங்கக்கூட வரிசையில வச்சித் தண்ணிப் புடிக்கணும்னு எங்களுக்கு அவசியமில்ல. பஞ்சாயத்துப் போடுக்காரன் வச்ச பைப்புதான? எங்களுக்குள்ள தண்ணியத்தான் நாங்கப் புடிச்சிக்கிருதொம் " என்று முகத்திலடித்தது மாதிரி ஒரு நாள் ஆயிசா எடுப்பாகச் சொல்லிவிட்டிருந்தாள். அவள் புருசக்காரன் இஸ்மாயில் சாயபு இப்போது ஆளுங்கட்சியின் வட்டாரக் கமிட்டித் தலைவராக இருந்தான். அதனால் ஊரில் அவனுக்குப் பெரும்பெயர் இருந்தது. நாராயணன் பிள்ளை எதிர்க்கட்சியாயிருந்து ஊராட்சித் தலைவராக ஆகியிருந்தபோதும், அவனுடன் இவனுக்கு இணக்கமான உறவே இருந்தது. ஆளுங்கட்சிக்காரனைப் பகைத்துக்கொள்ளக்கூடாது என்ற நரித்தந்திரம் நாராயணன்பிள்ளைக்கும், ஊராட்சித் தலைவரோடு இணக்கமாய் இருந்தால்தான் சில சில்லுண்டித்தனமான காரியங்கள் தனக்குக் கைக்கூடும் என்று இஸ்மாயில் சாயபுக்கும் எண்ணங்கள் இருந்தன. செய்வினை, மாய மந்திரங்கள் பண்ணி இஸ்மாயில்சாயபு கத்தைக்கத்தையாய் பணம் சம்பாதித்துக்கொண்டிருந்தப் பவுசுவேறு. அந்தப் பவுசில்தான் சேரிச்சனங்களிடம் அவன் பொஞ்சாதிக்காரி தறியாத்தனமாய் நின்று கொண்டிருக்கிறாள் என்று நினைக்கத் தோன்றியது சாம்பாக்கமார்த் தெருப் பொம்பளைகளுக்கு. வாயடி அடித்து முன்னுக்கு வந்தவளுக்கு வழிவிட்டு ஒதுங்கி நின்றார்கள். உதட்டில் பொருமிக் கொள்ளவும், மனசுக்குள் கறுவிக்கொள்ளவும் மட்டுமே அவர்களால் முடிந்திருந்தது. நாளாவட்டத்தில், ஒவ்வொருவர் உதட்டிலும் சிறுபொறியாய் கனன்று கொண்டிருந்த கோபநெருப்பு சாம்பாக்கமார்த்தெரு முழுதும் புகைமூட்டம் போடத் துவங்கியது. ஒவ்வொருவரும் உள்ளுக்குள் குமைந்து கொண்டிருந்தார்கள். 'என்ன இந்த அடங்காப்பிடாரிய. நம்மள அலப்பரவு இல்லாம தண்ணிப் பிடிக்க வுடமாட்டளுவப் பொலுக்கே' என்று ஓரிருவர் சேர்ந்து கொண்டபோது துலுக்கக்குடிப் பொம்பளைகளைப் பற்றிக்

கரித்துக் கொட்ட துவங்கினர்.

தெருக்கிணறு இப்போது சீந்துவாரற்றுக் கிடந்திருந்தது. சுவரின் மேலற்றம் வரைக்கும் நீர் நிறைந்து தளும்பி நின்றிருந்தாலும், அதன் மொண்ணையான கசப்புச் சுவை சாம்பாக்கமார்த் தெருப்பொம்பளைகளுக்குச் சலிப்பைத் தந்திருந்தது. போக்கில்லாமல் கிணற்றுநீரைக் கோரிக்கொண்டு போய் குளித்தால் கூட, தலைமயிர்கள் சாட்டைச் சாட்டையாய் விறைத்து ஒட்டிக்கொண்டன. நீர் வடிந்த தேகம் எங்கும் திட்டுத்திட்டாய் தோல்சுருங்க, சொரியலெடுக்கத் துவங்குகிறது. நீர்க்குழாய் வந்திருந்த பெருமிதத்தில் கிணற்றிலிருந்து நீரெடுக்க மனம் இல்லாதிருந்தனர். ரொம்ப நாட்கள் நீர்கோராமல் கிணற்றை அனாதையாய் விட்டிருந்ததால் தண்ணீர் கெட்டு சவக்கழித்துப் போயிருந்தது. இனிச் சுண்ட வற்றியப் பிறகுதான் புதிதாக ஊறும் கிணற்றுத் தண்ணீரை உபயோகித்துக்கொள்ள முடியும் என்பதை வருத்தத்துடன் நினைத்துப் பார்த்தார்கள். நீர்க்குழாயை விட்டால் இப்போது வேறு வழியில்லாதிருந்தது. அதிலும் அலப்பரவு இல்லாமல் தண்ணீர் பிடிக்க விடாமல் தறுதலைகளாய் வந்து நிற்கும் துலுக்கக்குடிப் பொம்பளைகளை நினைத்தால் பற்றிக்கொண்டு வந்தது அவர்களுக்கு.

மணிமேகலையின் வரிசை வந்தது. பொன்னம்மா நீர் நிறைத்து விட்டுக் குடத்தை நகற்றி வைத்துத் தூக்கிக்கொண்டதும் மணிமேகலை தன் குடத்தைத் தூக்கிக்கொண்டு வந்து குழாய்க்கு அடியில் வைக்கப்போனாள். அவளுக்கு முன்னால் வல்லடியாய் ஓடிவந்த ஆயிசா திடுதிப்பென்று குழாய்க்கு அடியில் தன் குடத்தை வைத்துக் கொண்டாள். ஆயிசாவின் குடம் மீது மணிமேகலையின் குடம் உரசிவிட்டிருந்தது. அது செப்புக்குடம். இது மண் குடம். ஆயிசாவுக்கு முகம் விறைத்துக் கொண்டு நின்றது. "கொஞ்சமும் ஓரஞ்சாரம் பாத்து நடக்காண்டாமா? பொட்டுனு எங்கொடத்து மேலக் கொண்டுவந்து இடிச்சிட்டியே சாதிக்கெட்டவளே" என்று மணிமேகலையை எரிக்கிற மாதிரி வெறியுடன் வார்த்தைகளை உதிர்த்து விட்டு, குழாய்க்கு அடியில் வைத்திருந்த தன் குடத்தைக் கையில் தூக்கி, வடியும் குழாய் நீரிலே கவிழ்த்திக் கழுவிக்கொடுத்தாள். மணிமேகலைக்கு ஆத்திரம் பீறிட்டுக் கொண்டு வந்தது. கழுவியக் குடத்தை மீண்டும் குழாயடியில் வைத்தாள் ஆயிசா. அவள் முகத்தில் கடுகுகள் வெடித்துக் கொண்டிருந்தது தெரிந்தது.

"ஏம்மா. அடாதுடியா கொடத்த முன்னக்கொண்டு வச்சதுமில்லாம, எங்கொடம் ஓங்கக்கொடம் மேலப் பட்டுச்சிங்கித ஆவலாதி வேறயா? ஏங், எங்கொடம் பட்டு ஓங்கக்கொடம் ஒடஞ்சிப்போச்சா?" உதட்டில் பரிகாசனமானப் புன்னகையுடனும், வார்த்தைகளில் கோபத் தெறிப்புடனும் வெடுக்கெனக் கேட்டுவைத்தாள் மணிமேகலை. ஓர்

இளங்குமாரிக்கான துடுக்கும் வெடிப்பும் ஒருசேரக் கலந்திருந்தன அவளிடம். அவளின் பரிகாசமான வார்த்தைகளைக் கேட்டதும் பக்கத்தில் நின்றிருந்த சாம்பாக்கமார்த் தெருப்பொம்பளைகள் 'களுக்' கென சிரித்துக்கொண்டார்கள்.

பாலம்மா வக்கணையாகச் சொன்னாள்." ஏங் . பொதுக்கொழாய்ல தண்ணிப் புடிச்சா மத்தவியக் கொடம் நம்மக் கொடத்து மேலப் படத்தான் செய்யும். தட்டாமத் தடுக்காம நீர் பிடிக்கணும்னா அவியவிய வூட்டுக்குள்ள தனித்தனியாத்தான் கொழாய் வச்சிக்கணும். வரிசைக்கு முந்திப் பிடிச்சதும் காணாதின்னு 'கொடம்பட்டிருச்சி, முடிப் பட்டிருச்சி'ன்னு சாதிக் கவுரவம் வேறப் பாத்துக்கிட்டு அலைஞ்சா முடியுமா?"

பாலம்மாவைப் பலி எடுக்கப் போகிறவளை மாதிரி பார்த்தாள் ஆயிசா. "தனியா கொழாய் வச்சித் தண்ணிப் புடிக்க எங்களுக்குத் தெரியும். ஒஞ்சோலியப் பாத்துக்கிட்டுப் போ. எங்கிட்ட வாங்கிக் கட்டிக்காத"

"ஆமா இவாக்கிட்ட வாங்கிக் கட்டிக்கிட்டு நாங்கப் பொத்திக் கிட்டுப் போயிரணும்" பாலம்மாவுக்கு அனுசரணையாய் மணிமேகலையும் வார்த்தைகளை விசிறினாள். ஆயிசாவுக்கு நெற்றிப் பொட்டில் அடித்தது மாதிரி வலித்தது. உடலில் சூடேறிக் கொண்டதுபோல தகித்தது. ஆயிசாவைப் போலவே அவளுடன் நின்றிருந்த மற்ற துலுக்கக்குடிப் பொம்பளைகளும் ஆத்திரப் பட்டார்கள். விருட்டென்று வேட்டை நாயைப் போலப் பாய்ந்துவந்து மணிமேகலையின் கன்னத்தில் அறைவிட்டாள் ஆயிசா. பட்டாசு வெடித்தது போல 'டமார்' எனச் சத்தம் கேட்டது. "யம்மா" என்று அலறிக்கொண்டே கன்னத்தில் கைவைத்து நிலைகுலைந்து உட்கார்ந்துவிட்டாள் மணிமேகலை. இன்னொருமுறை ஆயிசாவின் கை மணிமேகலையின் மற்றொரு கன்னத்தில் விழுவதற்கு முன்னமே, சாம்பாக்கமார்த்தெருப் பொம்பளைகளில் சிலர் மணிமேகலையை அதிர்ச்சியுடன் தூக்கி நிறுத்தவும், ஒருசிலர் ஆயிசாவிடம் மல்லுக்கட்ட அவசரம் காட்டிக் கொண்டிருக்கவும், குடத்தைத் தூக்கிக்கொண்டும், வலுக்கட்டாயமாக ஆயிசாவின் கையைப் பிடித்து இழுத்துக் கொண்டும் துலுக்கக் குடிப் பொம்பளைகள் தூரமாய் ஓடிப்போயினர். சற்றைக்கெல்லாம் அவரவர் வீட்டுக்குச் சென்று உள்தாழ்ப்போட்டு முடங்கிக்கொண்டனர்.

"அந்த முண்டய ஏண்டி விட்டிய? நீசமட்டய. புள்ளய எப்பிடி அடிச்சிப்புட்டா? அவா வெளங்குவாளா? பணத்திமிரு. மேச்சாதிக்காரிங்கிற அவம்பாவம். வெளிய வரட்டும். மேச்சாதி கீச்சாதிங்கித யெல்லாம் பாத்துருவொம்" பாலம்மா துடித்துப்போனாள். அதறப்பதற ஓடி வந்து மணிமேகலையின் கையைத் தொட்டெடுத்து

அவளின் கன்னத்தைத் தடவிக் கொடுத்தாள். பக்கத்தில் நின்றிருந்த பொம்பளைகள் மணிமேகலையை நெருங்கிவந்து ஆறுதல் சொல்லிக் கொண்டிருந்தார்கள். ஒவ்வொருவரின் உதடுகளும் ஆயிசாவை வன்மம் தெறிக்கக் கரித்துக் கொண்டிருந்தன. அவர்களால் அதைத் தாங்க முடியாததாக இருந்தது. இதுவரை ஏச்சுப்பேச்சோடு நின்றுப்போயிருந்த மனத்தாங்கல் இன்று கைநீட்டி அடிக்கிற அளவுக்கு எல்லை மீறிப் போய்விட்டிருந்ததை நினைத்து எல்லோருக்கும் குடல் கொதிப்பாகவே இருந்தது. எவ்வளவு திமிரும் தைரியமும் இருந்திருந்தால் ஒரு வயசுக்கு வந்தக் கொமருப்புள்ளையை ஆங்காரமாய் கைநீட்டி அடித்திருப்பாள் என்று விகற்பமாய் நினைத்தார்கள். மணிமேகலையின் குடத்தை யாரோ எடுத்து குழாய்க்கு அடியில் வைத்தார்கள். நீர் நிறைந்ததும் அந்தக் குடத்தை நகற்றி எடுத்துவிட்டு வேறொருத்தி தன் குடத்தைக்கொண்டு வைத்தாள். ஆளாளுக்கு துலுக்கக்குடிப் பொம்பளைகளை வெப்புராளப்பட்டுத் திட்டிக்கொண்டார்கள். கதவுகளைச் சாத்திக் கொண்டு வீட்டுக்குள் முடங்கிக் கொண்டிருந்த துலுக்கக்குடிப் பொம்பளைகள் தங்கள் ஏச்சுப்பேச்சுக்களைக் கேட்க வேண்டும் என்பதற்காகவே இவர்கள் சத்தம் கூட்டி முழங்கினார்கள். ஒரு சுடுகுஞ்சியின் அணக்கமும் வெளியே தெரியவில்லை. சாலையில் மலையம் மாடுகள் புழுதிபறக்க மிதித்துக்கொண்டு ஓடிய சத்தமே திடுதிடுவென அதிர்ந்துகேட்டது. மாடுகளின் காலடிக் குளம்புகள் அழுத்தமாய் கிளறிக்கொண்டு ஓடியதால் தார்ச்சாலை தன் மேனி கிழிந்து சரளைக்கல் சாலையாக தோற்றம் கொண்டிருப்பதாகத் தோன்றியது. இன்னும் அந்தி கருத்திருக்கவில்லை. மந்தகாசமான நிழல்மூட்டத்தில் திசைகள் எங்கும் கூராப்பு விழுந்திருந்தது.

மணிமேகலையைத் தூக்கி நிறுத்திவிட்ட பாலம்மா அவள் கையில் குடத்தைத் தூக்கிக்கொடுத்து வீட்டுக்கு அனுப்பிவைத்தாள். “வூட்டுக்குப்போ. இன்னிக்கு ராவு இதுக்கொரு முடிவுக் கட்டுவொம்.” சாம்பாக்கமார்த்தெருப் பொம்பளைகள் அனைவருக்கும் பாலம்மாவின் வார்த்தைகளில் நியாயமிருப்பதாகத் தோன்றியது. செல்லக்கிளி பரிதவிப்போடு வாய்ப்பாறினாள்.“ ஆமா, இத இப்பிடியே விட்டுக்கிட்டுப் போனா நம்மால ஒரு சொட்டுத்தண்ணிகூடப் புடிக்க முடியாது. இதுக்கு ஒரு வழிப் பண்ணியாவணும். மேச்சாதிக்கார வியன்னா அவிய வூட்ல இருப்பாவெ” என்றாள்.

“பாத்துக்குவம். எத்தினி நாளைக்குத்தான் அவியக் கொடிப் பறக்குதுன்னு பாத்துக்குவொம். இன்னிக்கு மணிமேகலைப் புள்ளைக்கு. நாளைக்கு நமக்கும் அந்த அடிவிழாதுன்னு என்ன நிச்சயம் இருக்கு?”.

17

மணிமேகலைக்குத் தூக்கம் பிடிக்கவில்லை. சகதியில் உருளும் பன்றிக்குட்டியைப் போல படுக்கையில் புரண்டுபுரண்டு கொடுத்தாள். அம்மாவின் அழுக்குச் சேலையை மடித்து நீட்டியே படுக்கை விரிப்பாக்கியிருந்தாள். அவள் புரண்டுபடுத்த திசையெல்லாம் படுக்கை விரிப்பும் சுருண்டு மடங்கியது. இரண்டு நாட்களுக்கு முந்தைய வெள்ளிக்கிழமைக் காலையில் அம்மா சாணிகரைத்து மெழுகியிருந்த தரையிலிருந்து விரிப்போடு ஒட்டிக்கொண்டு வந்த சாணித்தூள்கள் முட்களாய்க் குத்தின. எரிச்சலுடன் சொரிந்துவிட்டுக் கொண்டாள். அவளின் நினைவுக் குளத்தில் கல்லெறிந்து கொண்டதுபோல எண்ணங்கள் கலக்கமெடுத்துக் கொண்டிருந்தன. சாயந்தரம் இஸ்மாயில் சாயுபுவின் எருமை மாடு மாதிரித் தடித்து வளர்ந்திருந்த பொஞ் சாதிக்காரி ஆயிசா தன்னைச் சிறுமி என்றுகூட கரிசனம் காட்டாமல் வெட்டவெறுக்கக் கன்னத்தில் ஓங்கி அறைந்திருந்ததன் வலி இன்னும் தணிந்திருக்கவில்லை அவளுக்கு. அடியை வாங்கிக்கொண்டு வீட்டுக்கு வந்தப்பிறகே அம்மாவும் அய்யாவும் வந்திருந்தார்கள். இன்று நாராயணன்பிள்ளைத் தோட்டத்தில் வாழைக்குலை வெட்டாம். பெருங்காடாய் சடைத்து நின்றிருந்த குலைகளை எல்லாம் வெட்டி இறக்கி சுமந்து கொண்டுபோய் லாரியில் ஏற்றிவிட்டு வருவதற்குள் நேரம் பொழுதடைந்து போயிருந்தது. அம்மாவும் அய்யாவும் வந்து திண்ணையில் உட்கார்ந்தபோது மணிமேகலை முற்றத்தைத் தூத்துக்கொண்டிருந்தாள். வாழைக்குலைகளை அத்தனைச் சுளுவாய் தூக்கிவிட முடியாது என்பதால் அவளை வீட்டில் விட்டுவிட்டுப் போயிருந்தார்கள். அய்யாவையும் அம்மாவையும் பார்த்தக் கணத்தில் தனக்கு ஒன்றுமே நடக்காதிருந்த பாவனையில் வழக்கம்போல தலையைக் குனிந்தவாறே முற்றத்தைத் தூத்துக்கொள்வதில் கவனம் செலுத்தினாள் அவள். பாலம்மா சித்திதான் ஓடிவந்து தன் உடல்பதற அவர்களிடம் போட்டுக்கொடுக்கத் துவங்கினாள்.

“இதையெல்லாம் இப்பிடியே வுட்டுக்கிட்டு இருந்தா லாயக்குப் படாது. திண்டுக்குமுண்டா எறங்கினாத்தான் சரிப்பட்டு வரும்”

அம்மாவுக்கு ஒன்றும் புரிந்திருக்கவில்லை. பாலம்மாவைக் குழப்பமாக நிமிர்ந்துப் பார்த்தாள். “என்ன? வாலுமில்லாம தலையுமில்லாமப் பேசுதெ? யாரும் சண்டைக்கு வந்தாவளா?”

“மணிமேகல அத ஒங்கிட்ட சொல்லலியா?”

“இல்லியே. மணிமேவல என்ன?”

சட்டென்று வாரியலின் இயக்கத்தை நிறுத்திக் கொண்டாள் மணிமேகலை. தேகத்தில் பாம்பின் ஊர்தலாய் பதற்றம் படர்ந்தது. கை, கால்கள் அவளறியாமலே நடுக்கம்கொள்ளத் துவங்கின. அம்மாவின் உள்ளடக்கிய நிதானமானக் கேள்வி, தன்னை உடைத்து நொறுக்கியதுபோலத் தோன்றியது. மழையில் நனைந்த கோழியின் குதங்கலாய் மெதுமெதுவாக உடம்பைச் சுருக்கிக் கொண்டு பூனையைப்போல அடியெடுத்துவைத்து அம்மாவிடம் வந்து நின்றாள். அவள் கண்களில் நிறைகுடங்களாய் நீர் முட்டிக் கொண்டு நின்றிருந்தது. குரலில்கூட தெளிவில்லாமல் குழம்பிக் குழம்பிக்கொண்டு வந்து விழுந்தது. “அதும்மா… அந்த ஆயிசாப் பொம்பள இருக்கால்ல? எங்கொடம் அவக்கொடத்துலப் பட்டுட்டுன்னு என்னிய அடிச்சிப் புட்டாம்மா ”

“ஒன்னிய அவா அடிச்சிப்புட்டாளா? அவ்ளவ் திமிராயிட்டா அவளுக்கு? கொடத்தத் தொட்டதுக்கா அடிச்சா? அடி அவுசாரி முண்ட. எதுல அடிச்சா? நாசமுத்துப் போவா. அவா அடிக்கித வரைக்கும் நீ என்ன செஞ்சிக்கிட்டிருந்தெ? அந்தால அவச் சப்பையில ரெண்டு மிதி குடுக்க வேண்டியதுதானெ?”

அம்மாவுக்குக் கோபம் தலைக்கேறியிருந்தது. விழிகள் விறைப்பாகி நின்றன. வேலைக்குப் போய்விட்டு வந்திருந்த அசதியிலும் முகத்தில் ஆவேசம் தொற்றிக் கொண்டதுத் தெரிந்தது. “இங்க வா நாய. எதுல அடிச்சா? அந்த மலம்பண்ணி அடிச்சிட்டாள்னு ஆவலாதி சொல்லிக்கிட்டு நிக்க. ஒரு எத்துக் குடுத்தா ஏழு குட்டிக் கரணம் அடிப்பா அவெ. அவாக்கிட்ட அடிபட்டுக்கிட்டு வந்து நிக்குதியே?”

பயத்துடன் அம்மாவின் அருகில் சென்று தன் கன்னத்தைக் காட்டினாள் மணிமேகலை. பிஞ்சுக் கன்னத்தில் அழுத்தமாய் கோடிழுத்தது மாதிரி கைத்தடம் கிடந்தது. அம்மாவுக்குப் பொறிகலங்கிப் போயிருக்கவேண்டும். “ அடப் பாதரவே.. நீசமட்ட, கன்னத்துல கைப் பதியுத அளவுக்கில்லா வெளமெடுத்து அடிச்சிருக்கா. நம்மத்தெருப் பொம்பளைங்க யாரும் பக்கத்துல இல்லியா ? ”

“நாங்க அவள எட்டிப் புடிக்கதுக்குள்ள துலுக்கச்சிக எல்லாம் அவள இழுத்துட்டுப் போயிட்டாளுவ. இல்லன்னா இழுத்துப் போட்டு நாலு சாத்துச் சாத்தியிருக்கலாம்”. பாலம்மா சங்கடப் பட்டு பதிலடைத்துக் கொண்டாள். அந்த நேரத்தில் தன்னாலும் ஆயிசாவைத் தண்டித்திருக்க முடியவில்லையேயென்று கனவரமிருந்தது அவளுக்கு.

அய்யா மணிமேகலையின் அருகில் வந்து நின்றிருந்தார். வாஞ்

சையுடன் அவளின் கன்னத்தைத் தடவிப் பார்த்து கலவரப்பட்டுக் கொண்டார். “அவாக்கிட்ட ஏங் நீ வாயக் குடுக்கித? அவளுவளே ஆங்காரம் புடிச்சி அலையுதாளுவ” என்று மகளைச் சத்தம் போடுவது போல சமாதானப்படுத்தி விட்டார்.

கன்னத்தில் கைவைத்து அழுத்திக்கொண்டு தலைகவிழ்ந்து நின்றிருந்தாள் மணிமேகலை. முள் உரசியது போல வலி சன்னமாய் எரிந்து கொண்டுதான் இருந்தது. அவள் கண்களில் தேங்கி நின்றிருந்த நீர்க் கட்டிகள் உடைந்து கொட்டத் துவங்கின.

அம்மா ‘சடக்’ கென்று எழுந்து கொண்டாள். “கொழுப்பெடுத்தச் செருக்கிக்கு அவ்ளவ் மப்பா? எம் புள்ளையக் கைநீட்டி அடிச்சிருக்கா. வா, அவா இதுலப்போயி நாலஞ்சி மிதி மிதிச்சிட்டு வருவொம்.” மணிமேகலையின் கையைப் பிடித்து வெறித்தனமாய் இழுத்தாள் பொன்னாபரணம். தலைவலிக்க வாழைக் குலைகளைச் சுமந்து போய் இறக்கிவிட்டு வந்திருந்த அலுப்பெல்லாம் இப்போது அறவே மறந்துபோயிருந்தது அவளுக்கு. தனது கைக்காவலுக்கென்று அக்கறைப்பட்டு வளர்க்கும் ஒற்றைக்கொரு செல்ல மகளை எவளோ ஒருத்தி மானாங்கண்ணியாய் அடித்துவிட்டாளே என்ற ஆவேசமே மேலோங்கி நின்றிருந்தது அவளிடம். ராணியின் எதிர்பாராத மரணத்திற்குப் பிறகு மணிமேகலையை ரொம்பவும் அக்கறைப்பட்டு அரவணைத்து வளர்க்கிறாள் பொன்னாபரணம். ‘பொட்டப்புள்ளை ஒருத்தி இருக்கப்போய்தானே தான் செய்யவேண்டிய வீட்டு வேலைகளில் கைமாற்றிக் கொள்கிறாள்’ என்ற பெருமிதமானக் களிப்பு இருந்தது அவளுக்கு.

அம்மாவின் இழுப்புக்கு உடன்படாமல் தாக்காட்டிக் கொண்டு நின்றிருந்தாள் மணிமேகலை. பாலம்மாவும் பிச்சையாவும் பொன்னாபரணத்தை நிதானப்படுத்த முயற்சித்துக் கொண்டிருந்தனர். “பொறுக்கா. அவசரப்படாதெ. அதுக்கொரு வழிபண்ணலாம்” என்று பாலம்மா ஏதோ ஒரு தீர்மானத்துடன் பொன்னாபரணத்தை சமாதானப்படுத்தினாள். பிச்சையா சொன்னான். “நீங்க ரெண்டுபேரும் போயி நின்னு திரும்பவும் அவாக்கிட்ட அடிவாங்கப் போறியளாக்கும்? பொறேன். என்னச் செய்யலாமின்னு யோசிப்பொம்.”

சின்னத்துரை அப்போதுதான் பள்ளிக்கூடத்திலிருந்து வந்திருந்தான். அவன் கைப்பிடியில் புத்தகங்கள் இருந்தன. பள்ளிக்கூட, மைதானத்தில் விளையாடிவிட்டோ அல்லது பள்ளிக்கூடம் முடிந்த பிறகு நடத்தும் ஸ்பெஷல் கிளாசில் இருந்துவிட்டோ வந்திருக்கலாம். அவனுடன் செல்வராசும் வந்திருந்தான். அவன் கையிலும் புத்தகங்கள் அடுக்குக்கட்டி உட்கார்ந்திருந்தன.

அம்மாவின் ஆவேசத்தைக் கண்டதும் பாலம்மாவிடம் விபரம் கேட்டு அறிந்துகொண்டான். அவனுக்கும் ரெத்தம் கொதிக்கத்தான் செய்தது. ஆனால் அவசரப்பட்டு விடக்கூடாது என்று முடிவுப்பண்ணி சமாதானம் அடைந்து கொண்டான். எந்தக் காரியத்தையும் எடுத்தோம் கவிழ்த்தோம் என்று நடத்திவிடக்கூடாது. ஆத்திரக் காரனுக்குப் புத்தி மட்டு. சிந்தித்து நிதானமாகவும் முறையாகவும் நடத்த வேண்டும். அப்போதுதான் நினைத்தக் குறிக்கோளை நிறைவேற்றிக்கொள்ள முடியும். அம்மாவை அமைதிப் படுத்தினான் சின்னத்துரை.

“தங்கச்சிய அவா வீட்டுக்குக் கூட்டிக்கிட்டுப் போயி சண்டைப் போடப் போறியாக்கும்?”

“பின்ன? பட்ட இடம் புண்ணாவுற மாதிரி வீறாப்புல அடிச்சிருக்கா. இத இப்பிடியே உட்டுவைக்க முடியுமா? கண்ட நாய்கள்ட்ட எல்லாம் அடிவாங்கவா நாங்கப் புள்ளைங்களப் பெத்து பொத்திப் பொத்தி வளக்கொம்? நாசமுத்துப் போவா. எம்புள்ளக் கன்னத்துல சூடுவச்ச மாதிரில்ல அடிச்சிருக்கா? அவக் கைய நொறிச்சுப் போடாண்டா?”

“அவக்கூட நீ மட்டும் தனியாப்போயி சண்டப்போடக் கூடாதும்மா. அப்பொறம் அவுங்கக் கையி ஏறிபோவும். நம்மத் தெருக்காரவிய எல்லாரும் சேந்து சண்ட போடணும். அப்பதான் அவியப் பயப்படுவாவெ”.

பாலம்மா முன்னுக்கு வந்தாள். “ நீ என்ன மக்கா செய்யணுங்கித? படிச்சவன் சொன்னா அதுக்கொரு பலன் இருக்கும். சொல்லு. அப்பிடியே செஞ்சிருவொம்” .

இதற்குள் சாம்பாக்கமார்த் தெருச்சனங்கள் எல்லோரும் சன்னஞ் சன்னமாய் திரண்டுவந்து பிச்சையாவின் வீட்டை ஆக்கிரமித்துக்கொண்டு நின்றிருந்தனர். குழாயடியில் நிகழ்ந்திருந்த களேபரத்தினால் மனம் குமுறிக் கொண்டிருந்தனர்.

“நா ஒரு ரோசன சொல்லுதென் ”

“சொல்லு மக்கா ”

“துலுக்கக்குடிப் பொம்பளைங்களவுட நம்மத் தெருப் பொம்பளைங்க நெறயத்தான இருக்கொம் ? ”

“ஆமா அதில என்ன சம்சயம்?”

“அப்போ நம்ம பொம்பளைங்க எல்லாரும் சேந்து சண்டைக்குப் போனா அவியளால எதுத்து நிக்க முடியாதுல்லா?”

“ஆங் ஆவிய ஆம்பளைங்க இருக்கானுவல்லா? இஸ்மாயில் சாயபு நம்மளச் செய்வின வச்சே கொன்னுப்புடமாட்டான்?” ஒரு மூலையில் ஒதுக்கமாய் நின்றுகொண்டிருந்த கண்ணையன் தனக்குள்ளிருந்த கலக்கத்தை வார்த்தைகளில் கரைய வைத்தான்.

அவனுக்கும் சின்னத்துரையே சமாதானமாய் பதில் சொன்னான். “செய்வினை, பேயெல்லாம் பயந்தவங்களைத்தான் பாதிக்கும். அதுக் கெல்லாம் நாம பயப்படக்கூடாது. நம்மக் காரியம் நடக்கணுமின்னா நாமத் தைரியமாத்தான் இருக்கணும். திரும்பவும், பொம்பளைங்க சண்டைக்கு ஆம்பளைங்க வரமாட்டானுவெ. வந்தா வேறமாதிக் கேஸாயிருமின்னு அவனுவளுக்குத் தெரியும்.”

“சரி சொல்லு மக்கா” மீண்டும் பாலம்மாவே சின்னத்துரையை உற்சாகப்படுத்தினாள்.

“நாளைக்குச் சாயந்தரம் நம்ம ஆளுங்க எல்லாம் ஒரே நேரத்துல மொத்தமா தண்ணிப் புடிக்கப் போங்க. அவளுவள்ல வழக்கம்போல அந்த நாலஞ்சிப் பொம்பளைங்கதான் முன்னால வருவாளுவ. மணிமேகலைதான் நம்மப் பொம்பளைங்களுக்கு முன்னால நிக்கணும்” மணிமேகலையை முகம் திரும்பிப் பார்த்தான் சின்னத்துரை. மற்றவர்களைப் போலவே அவளும் அவன் சொன்னதை ரொம்பவும் ஆர்வமாகக் கேட்டுக் கொண்டிருந்தது தெரிந்தது. தன்னிடம் மட்டும் தனியாக என்னச் சொல்லப் போகிறானோ என்கிற எதிர்பார்ப்பும் தவிப்பும் அவளை அதிர்வடைய வைத்தது. “நேத்து ஒன்னய அடிச்ச ஆயிசாப் பொம்பள அடிக்குழாய்க்குப் பக்கத்துல வந்தவொடனயே—அவா கொழாய்க்கு அடியில கொடத்த வச்சாலும் சரி, வைக்காட்டாலும் சரி—ஓடிப்போயி அவக் கன்னத்துல ஓங்கி ஒரு சாத்துக் குடுக்கணும் நீ”.

மணிமேகலைக்குப் பயம் வந்தது. கண்கள் வெறிக்க முகம் வெலவெலத்துப் போனது. “நானா? அவா எவ்ளவ் பெரிய பொம்பள. என்னிய அவா அடிச்சிப்புடுவா” அவள் குலைப்பதறினாள்.

“அட லூசு. அதான் ஒனக்குப் பின்னால நம்ம ஆளுங்க நிப்பாவல்ல? சொன்னதச் செய்யி. இல்லன்னா இன்னும் அடிப்பாளுவெ. அடிபட்டுச் சாவு”

பாலம்மா உற்சாகத்துடன் கத்தினாள். “அது சரிதான் சின்னத் தொர. நாளைக்கு மணிமேவல அந்த ஆயிசாச் செருக்கிய அடிக்கத் தான் போறா. நாங்க அவளுக்கு ஆள்துணையாப்போயி நிக்கத்தான் போறொம். என்ன நடக்குதுன்னுதான் பாத்துருவொமெ.” சட்டென்று முகத்தை பின்புறம் திருப்பி கூட்டத்தைப் பார்த்தாள். “எல்லாப் பொம்பளைகளும் கவனிச்சிக்கிட்டியளா? உண்டு இல்லன்னு எறங்குனாத்தான் முடிவுத் தெரியும். நாமளும் அவளுவ ஏசுறதையும்

அடிக்கறதையும் பொருத்துக்கிட்டே இருந்தா, அவளுவளுக்குத் தெம்பாப் போயிரும்! சரிதானெ?"

"சரிதான்" என்பது மாதிரி கூட்டத்திலிருந்து குரல்கள் கேட்கத் துவங்கின.

கூட்டத்தின் பின் வரிசையிலிருந்து உருவி வந்த பொன்னம்மா மணிமேகலையின் அருகில் வந்து நின்றாள். இதமாய் அவளின் தோளைத் தட்டிக்கொடுத்தாள். "நீ பாயப்படாத கண்ணு. நாங்க இருக்கொம். நீ ஆரம்பிச்சி வை. ஒன்னயத்தான அந்தத் துலுக்கச்சி அடிச்சா? நீ ஆரம்பிச்சி வச்சாத்தான் அர்த்தமிருக்கும்."

வறட்சியாய் சிரித்துக்கொண்டாள் மணிமேகலை. மீண்டும் பொன்னம்மாவே மணிமேகலையிடம் நியாயத்தை விவரிப்பது போலப் பேசினாள். " ஏதோ மேச்சாதிக்காரப் பொம்பளங்கதான சவத்தப் பிடிச்சிட்டும் போறாளுவன்னு வுட்டா, அவளுவ குடுக்கிதவனக் கண்டா கொனட்டி ஆடுத சாமிக்கொண்டாடிய கெணக்க நம்மக்கிட்டயே எசலிப்புப் பண்ணிக்கிட்டிருக்காளுவ ."

இதற்கும் வறட்சியாய் சிரித்துக்கொண்டாள் மணிமேகலை.

சன்னஞ்சன்னமாய் கூட்டம் கலைந்து கொண்டது. ஒவ்வொருவரின் உதடுகளும் துலுக்கக்குடிப் பொம்பளைகளைப்பற்றிய வசைப் பாடுதலுடனும், நாளைக்குத் திட்டமிட்டிருக்கிற செயல்பாட்டை ஆதரித்துக்கொண்டும் வார்த்தைகளை உதிர்த்துகொண்டு போயின. சின்னத்துரையிடம் சொல்லிவிட்டு செல்வராசு நடையைக் கட்டினான். போகிறப் போக்கில் மணிமேகலையை ஓரக்கண்ணால் பார்த்து தன் அனுதாபத்தைப் பார்வையால் தெரிவித்துக்கொண்டான். அகஸ்மாத்தாய் அவனின் பார்வையை எதிர்கொண்ட மணிமேகலையின் தேகம் தன்னிச்சையாய் புல்லரித்துக் கொண்டது. தன்மேல் அவனுக்கு மானசீகமாக அக்கறை இருப்பதை உணர்ந்து கொண்டாள் அவள். தன் நண்பனின் தங்கச்சி என்பதைவிட நாளாவட்டத்தில் அவளின் முகம் பார்த்துப் பேசி உறவாடிக் கொண்டதன் சிநேகிதத்தாலும் இருக்கலாம் என்று தோன்றியது. அந்தப் பரிசுத்தமான சிநேகம்தான் அந்தோனிக் கொத்தனுடனான அவளின் ரகசிய சந்திப்பை அவன் அம்பலப்படுத்தி விடாமல் அடைகாத்து வைத்துக்கொள்ள தூண்டுகோலாய் இருந்தது. அன்றைய இரவு அவளைக் கண்டித்து எச்சரித்துக் கொண்டதோடு அவளின் செய்கையை மறந்திருந்தான் செல்வராசு. மணிமேகலையும் அந்தோனிக் கொத்தனுடனான தன் உறவை இலைமறைக் காயாய் மறைத்து வைத்து இறுதியில் அதனை முழுவதும் மறக்கடிக்க முயற்சிப் பண்ணிக் கொண்டிருந்தாள். அந்தோனி நல்லவனாகத்தான் தெரிந்தான். சிசிக்கக் சிரிக்க சந்தோசமாகப் பேசி மன இறுக்கத்தைத்

தளர்த்திவிட்டான். ஆனால் அவன் உயர்சாதிக்காரனாய் இருந்ததால் அவனோடு ஒட்டிக்கொள்ளும் தன் எதிர்கால வாழ்க்கை எப்படியெல்லாம் சின்னாப் பின்னமாகிவிடுமோ என்ற கலக்கம் பிறந்திருந்தது அவளிடம். செல்வராசு தக்க சமயத்தில் வந்து நின்று தன் தடுமாற்றத்தைத் தடுத்து நிறுத்தி சுதாரிப்புடன் நேராக நிமிர்ந்து நடக்க வைத்திருப்பதாகத் தோன்றியது. கட்டிடப் பூச்சுக்கென சாந்துச் சட்டியைத் தூக்கிக்கொண்டு அந்தோனிக் கொத்தனிடம் அவள் சென்ற போதெல்லாம் அவளை ஏக்கம் கலந்த வெறிப்புடனே பார்த்தான் அவன். சமயோசிதமாக அவள் மற்ற சித்தாளின் துணையுடனே அவனிடம் சாந்துச் சட்டியைக் கொண்டுபோய் கொட்டிவிட்டு வந்தாள். "என்னிய மறந்துட்டியா மணிமேகல?" என்று கேட்டு அவன் தன் விழியோரங்களில் துளிர்த்திருந்த நீர் அம்புகளை அவள்மேல் பாய்த்துக் கலங்கடித்தான். அவளும் தன் மருட்சியான முகத்திரையில் "மறக்கல. மறக்க முயற்சிப் பண்ணிக் கிட்டிருக்கென்" என்று பதிலடைக்கிற மாதிரி மௌனத்தால் இயலாமையை எழுதிக் காட்டிக்கொண்டு வந்தாள்.

நீர்த்தேக்கத் தொட்டியின் பூச்சு வேலைகள் எல்லாம் முழுவதுமாக முடிந்து, மறுநாளே வேலைக்காரர்கள் எல்லோரும் ஊருக்குக் கிளம்பிக்கொண்டிருந்த காலை வேளையில், அந்தோனியின் தவிப்பு மிகுந்த கண்கள் மணிமேகலையைத் தேடின. மணிமேகலைக்கு அன்று காட்டுச்சோலிகள் இருந்திருக்கவில்லை. வீட்டில்தான் முடங்கிக்கிடந்தாள். ஆனாலும், வெளியே வந்து தலைகாட்டிக் கொள்ளாமல் மவுனமாக அடங்கிப் போயிருந்தாள். எசகுப் பிசகாய் அந்தோனியின் முன் தன் தலையைக் காட்டிவிட, அதனால் அவன் உணர்ச்சிப் பெருக்கெடுத்து அழுதுத் தொலைத்துவிடக் கூடாதே என்ற எச்சரிக்கை உணர்வு இருந்தது அவளுக்கு. இது நாள் வரை 'அப்பிராணிப் பெண்' என்று அவள் காட்டிக்காத்துக் கொண்டு வந்த நற்பெயர் நாற்றமெடுத்துவிடக்கூடாது என்று அக்கறைப் பட்டாள். தான் தனியே கிடந்து அழுது கொண்டிருந்ததை யாரும் கண்டிருக்கவில்லை என்பதை நினைத்து ஆறுதல் பட்டுக் கொண்டாள்.

இப்போதெல்லாம் அகஸ்மாத்தாய் நீர்த்தேக்கத் தொட்டிக் கட்டிடத்தைச் சமீபிக்கும் போது அந்தோனியின் குறுஞ்சிரிப்பாணியும், கிளுகிளுப்பான உரையாடல்களும் அவளின் நினைவில் உரசுகின்றன. கட்டிடத்தின் நீண்டு நிமிர்ந்தச் சுவர்களில் அவனின் கரண்டிப் பிடித்தக் கைவரிசையும், தாயமாட்டமில்லாமல் அவள் சுமந்து வந்து கொட்டிய சிமெண்டுச் சாந்தும் நேற்று நடந்ததுபோல உறுத்துகின்றன. நீர்த்தேக்கத் தொட்டிக் கட்டிடத்தை தங்கள் காதலின் நினைவுச் சின்னமாகவும், அந்தத் தொட்டியில் நீர்த்தேக்கி வெளியெடுத்துச்

செல்லும் குழாய்களில் தங்கள் சிநேகிதத்தின் இழைகள் நீராகப் பாய்வதுபோலவும் பாவித்து அவளின் நினைவலைகள் குமிழிகள் இடுகின்றன. தெருக்குழாயில் நீர்ப் பிடிக்கும் போதும் அவள் நெஞ்சில் அப்படியொரு எண்ணப் பிதற்றல் ஆர்ப்பரித்து எழாமலில்லை. அந்தச் சிலாகிப்பை நீடிக்க விடாமல் ஆயிசாச் செருக்கி தன்னை இரக்கமற்று அறைந்து கதிகலங்க வைத்து விட்டாளே என்று நினைத்த போது வேதனையாகத் தோன்றியது அவளுக்கு. தன் பசுமையான நினைவுக்கு ஆயிசா தீ வைத்தது போல தவித்துப்போனாள் மணிமேகலை. ஆயிசாவைத் திருப்பித் தாக்குவதன் மூலம் கருகிப்போன தன் இனிய நினைவை மீண்டும் வேர்ப்பிடிக்கச் செய்துவிட முடியுமா என்றும் யோசித்துப் பார்த்தாள். கழுமாடு மாதிரி கொழுத்துப் பெருத்து போயிருக்கிற ஆயிசாவை ஆட்டுக்குட்டிக் கெணக்க மெலிந்து சுருங்கி நிற்கிற தன்னால் எளிதாக எதிர்த்துத் தாக்கிவிட முடியுமா என்று நினைத்துப் பார்த்ததும் மறுகலாயிருந்தது அவளுக்கு.

திண்ணையில் வந்து சின்னத்துரை படுத்துக்கொள்ளும் அணக்கம் கேட்டது. நெடுநேரம் வரைக்கும் தெருவிளக்கில் உட்கார்ந்து படித்துக் கொண்டிருந்துவிட்டு வந்தான். அய்யாவுக்கும் அம்மாவுக்கும் திண்ணைதான் படுத்து எழுந்துகொள்ள சவுகரியப்பட்டிருந்தது. சிறு வயசுக் காலத்தைப் போலவே இப்போதும் திண்ணையின் மேற்கு விளிம்போரம் சுவரையொட்டிப்படுத்துக் கொள்ளவே அவன் விருப்பப்பட்டான். வழக்கம் போல அய்யாவும் அம்மாவும் கிழக்கு விளிம்பையொட்டிச் சரிந்திருந்தார்கள். மணிமேகலையின் படுக்கை வீட்டுக்குள் ஒதுக்கப் பட்டிருந்தது. அவள் என்றைக்குப் பெரிய மனுசியாகித் தாவணிப்போடத் துவங்கியிருந்தாளோ அன்றிலிருந்தே அதுதான் வழக்கமாய் போயிருந்தது. வயசுவந்தப் பொட்டப்புள்ளை வெளித்திண்ணையில் படுக்கக்கூடாது என்பது அம்மாவின் அறிவுரையாக இருந்தது. அதுவும் ஒருவகையில் தனக்குச் சாதகமாகவே அமைந்திருப்பதாகத் தோன்றியது மணிமேகலைக்கு. தனியே கிடப்பதால்தான் சீண்டறம் இல்லாமல் பல விசயங்களை ரோசனைப் பண்ணிக்கொள்ள முடிகிறது என்று சந்தோசமாக நினைத்துக் கொண்டாள்.

மல்லாந்து படுத்திருந்தவளின் முதுகில் என்ன எழவோ அரித்தெடுப்பதுபோல உறுத்தியது. சவம் எறும்போ அல்லது சாணித்தூளோ இருக்கும் என்ற நினைத்து எரிச்சல் பட்டுக்கொண்டு திரும்பிக் கவிழ்ந்து படுத்துக்கொண்டாள்.

புரண்டுப் படுக்கும்போது எக்குத்தாப்பாய் கைகள் அரிக்கன் விளக்கில் பட்டு அது விழுந்து உடைந்துவிடக் கூடாது என்ற எச்சரிக்கை உணர்வு தோன்றியது. அவளின் தலைமாட்டுக்குச் சற்றுத் தள்ளி சுவரையொட்டி அரிக்கன் விளக்கை வைத்திருந்தாள்.

இருட்டில் ஒளிரும் ஆந்தையின் கூர்ந்த விழிகளைப்போல தாழ்வாக இறக்கி வைத்திருந்தத் திரியில் நின்று வெளிச்சம் பிரகாசித்தது. ராணி அக்காவுக்கு ஏற்பட்டிருந்த கதி தனக்கும் நிகழ்ந்து விடக்கூடாது என்பதில் ரொம்பவும் அக்கறைப்பட்டிருந்தாள் அவள். வீட்டின் நிலைமை இப்போது எவ்வளவோ மாறியிருக்கிறது என்பதை சமயோசிதமாக நினைத்துக்கொண்டாள். காடாவிளக்கு மறைந்து போய் அரிக்கன் விளக்கு வந்திருக்கிறது. முன்னை மாதிரி மூன்று நேரமும் சோளக்காடியின் உவட்டல் இல்லை. ராத்திரி நேரத்துக்காவது அரிசி வாங்கி உலையேற்றிக் கொள்ளமுடிகிறது. ராணியை மாதிரி சாணிப்பொறுக்க அனுமதிக்கவில்லை மணிமேகலையை. அறிபறியாய் மழைப்பெய்து காடுகரைகள் எல்லாம் பச்சைக்கட்டி நின்றிருந்ததால் எல்லோருக்கும் தடுதலை இல்லாமல் தினமும் வேலைசோலிகள் கிடைத்துக் கொண்டிருந்தன. என்றாவது உடம்புக்கு வந்து வீட்டில் முடங்கிக் கொண்டால்தான் உண்டு. நேரம் ஒருவாடு ஆகியிருந்தது. வெளியில் மயான அமைதியாய் சூழல் இறுக்கம் கொண்டிந்தது. தெருநாய்களின் அகால நேரத்துக் குரைப்புகள் கூட இப்போது அறவே இல்லாமல் போயிருப்பதாகத் தெரிந்தது. மணிமேகலைக்குத்தான் தூக்கம் வராமல், நொரநாட்டியப் படுத்திக்கொண்டிருந்தது யோசனை.

18

எல்லா நாட்களின் சாயந்தரங்களைப்போல அன்றைய நாளின் சாயந்தரம் இல்லை. சூரிய ஒளியின் வீரியம் குறைந்து மொண்ணையாய் நிழல் கவியும் மந்தகாசமில்லை. உழைத்துக் களைத்தத் தேகங்களை இதமாய் தடவிக்கொடுத்து ஒத்தடம் தரும் தென்றல் காற்றின் சலனமில்லை. திசைகள் மெல்லிய இழைகளாய் கருப்புத் திரைப் போர்த்தி மூடிக்கொண்டிருந்தன. விண்ணாளமாய் வீசிய குளிர்க் காற்றுக்குப் பாதுகாப்பாய் கருப்புத்திரைப் போர்வை தோன்றியிருக்க வேண்டும். பூமித் தாயின் மேல்தோலைக் கிழித்தது போல பச்சையாய் மணம் வீசத் துவங்கியிருந்தது. அதன் கவிச்சையை விழுங்கும் ஆர்வத்தில் மேகக்கூட்டங்கள் மேளம் முழங்கிக் கொண்டாட்டம் போட்டன. மழைக்கு அறிகுறிகள்!

எந்த விதமானத் தடுதல்களைப் போட்டாலும் சேரித்தெருப் பொம்பளைகளின் திட்டத்தை நிறுத்திவிட முடியாது போலிருந்தது. சரம்சரமாய் குழாயடிக்கு வந்து நின்றிருந்தார்கள். மணிமேகலை முன்னெடுப்புவைத்துக்கொண்டு வந்து நின்றாள்.அவளைத்தொடர்ந்து அவளின் அம்மாக்காரி பொன்னாபரணம், பாலம்மா, செல்லக்கிளி என்று இருபது சொச்சம் பொம்பளைகள் கலுங்கு முலுங்காய் திரண்டிருந்தனர். வேடிக்கைப் பார்ப்பதற்கென்று சேரித்தெருக் கோடி முக்கில் சின்னத்துரை போன்ற இளவட்டங்களும், பிச்சையா, கண்ணையன், சிரஞ்சீவி போன்ற நடுத்தரங்களும் சாக்குப்போக்காய் கதைப்பேசிக் கொண்டு நின்றிருந்தனர். ஒவ்வொருவரின் மனசிலும், நிகழவிருக்கும் களேபரத்தை எதிர்பார்த்தத் தவிதவிப்பும், தகிதகிப்பும் குடியேறியிருந்தன. காடுகரைகளில் பார்த்திருந்த வேலை சோலிகளை இதற்காகவே சீக்கிரம் முடித்துவிட்டு வந்திருந்தார்கள் சேரித் தெருக்காரர்கள்.

“துலுக்கச்சிய ஒருத்திகளயும் காணல? தூங்கிட்டாளுவளா?”

“வருவாளுவெ. மத்தியானம் வயிறு நெறையத் தின்ன மப்புல தூங்கிட்டு இருந்திருப்பாளுவெ. இப்பதான் முழிச்சி மொவத்த யெல்லாம் கழுவி ஒடம்பெல்லாம் செண்டப் பூசிக்கிட்டு நிப்பாளுவெ. அவளுவளுக்கு என்ன, நம்மளக் கெணக்கா காட்லெயும் மலயிலயும் கெடந்து லோல்பட்டப் பொழைப்பா? மெள்ளமெள்ள ஆடி அசஞ்சி வருவாளுவெ பாரு”

“வந்தவொடனயே அவளுவப் புருசம்மாருக் கொழாய்ங்கித நெனப்புல கொடத்த ஒடனயே வச்சிப் புடிச்சிக்கிரு வாளுவளாமெ?”

பிச்சையாவும் கண்ணையனும் மற்றவர்களின் காதுபட புறணிப் பேசிக் கொண்டிருந்தனர். அருகில் நின்றிருந்தவர்களின் உணர்வுகளில் சூடேற்றும் முனைப்பில் அவர்களின் வார்த்தைகள் சூச்சுமம் தொனிக்க விழுந்திருந்தன.

சிரஞ்சீவி தனக்குள் ஏற்பட்டிருந்த வருத்தத்தை அவர்களுடன் பகிர்ந்து கொண்டான். “மானாங்கண்ணியா மழவந்துத் தொலச்சிரும் பொலுக்கே. மானமில்லாம் இருண்டுக்கிட்டு வருது. மழ வந்திச்சின்னா அவளுவ ஒருத்தியும் வெளியவர மாட்டாளுவளோ ?”

“நீயொரு முட்டாப்பய. மழத் தண்ணியவா குடிக்கமுடியும்? எப்பிடியும் பைப்புத் தண்ணியப் புடிச்சித்தானக் குடிக்கணும். அதுக்காவது வெளிய வந்துதான் ஆவணும்” பிச்சையா தடாலடியாய் பதில் சொல்லி சிரஞ்சீவியின் வாயை அடைத்தான்.

“நம்ம பொம்பளைங்களப் பாருங்க, என்னவோ போருக்குப் போறது கெணக்கா சிப்பாய்கள மாதிரி வெடச்சிக்கிட்டு நிக்குதத. சுக்குப் பெறாத விசயத்துக்கெல்லாம் நம்ம கிட்ட செனத்துக்கிட்டு வருவாளுவள்லெ? இன்னிக்குப் பாப்பொம், துலுக்கச்சிகள்கிட்ட எப்பிடி மல்லுக்கு நிக்கதப் போறாளுவள்னு”.

“நா எப்பொழுஞ்சாதிகிட்ட சொல்லித்தான் வுட்டுருக்கென்... ‘அவளுவள அடிச்சிக்கெடத்த முடியலன்னாலும் பரவால்ல, அவளுவத் தலையிலருந்து ரெண்டு மசிரையாவது புடுங்கிட்டு வந்திரு’ன்னு. ‘சும்மா அடிபட்டுட்டு பல்ல இளிச்சிக்கிட்டு வந்ததுன்னா ஒனக்கு. இன்னிக்கு வெள்ளாவிதான்’ னும் சொல்லிருக்கென். அதயுந்தான் பாப்பொமே’ நக்கலாகச் சொல்லிவிட்டு கொலகொலவெனச் சிரித்தான் கண்ணையன். அவனைப் பின்பற்றி மற்ற ஆம்பளைகளும் பரிகாசம் தொனிக்க சிரித்துக்கொண்டார்கள். அவர்கள் அங்கிருந்து அடிக்குழாயைப் பார்த்தபோது, சினிமாக்கொட்டகையில் டிக்கட் எடுக்க கால்கடுக்க நிற்கும் மனிதர்களைப் போல குழாயடியிலிருந்து கிணறு வரை வரிசையில் குடங்கள் வைக்கப்பட்டிருந்தன. செப்புக் குடங்களும் மண்குடங்களும் மாறிமாறி இடம் பெற்றிருந்தன.

குழாயில் தண்ணீர் வந்து ஐந்து நிமிங்களுக்கு மேல் ஆகியிருந்தது. வரிசைக்கிரமமாக தங்கள் குடங்களை முன்னெடுத்து வைத்து தங்கள் முறை வந்ததும் குழாயில் நீர்ப் பிடித்து நிறைத்துக்கொண்ட சேரிப்பொம்பளைகள் தங்களுக்குப் பின் நின்றிருந்தவளுக்கு இடம் விட்டு நகர்ந்து கொண்டார்கள். ஆனால் யாரும் உடனே வீட்டிற்குச்

செல்லாதிருந்ததே விசேசம். கிணற்றுக்குப் பக்கத்தில் குடங்களை வைத்துவிட்டு வெறுமனே நின்று பாடுபேசிக் கொண்டிருந்தார்கள். அவர்களின் பேச்சுக்களுக்கு இடையூறாய் அவ்வப்போது வானம் உறுமிக்கொண்டிருந்ததை அவர்கள் சட்டைச் செய்து கொள்ள வில்லை.

மணிமேகலை நீர் நிறைத்து முடித்திருந்தாள். குடத்தைத் தூக்கி தன் பக்கதில் நின்றிருந்த அம்மாவிடம் தந்தாள். குடத்தைக் கையில் வாங்கிய பொன்னாபரணம் மணிமேகலைக்கு கேட்கிற மாதிரி குசுகுசுத்தாள். "மத்தவளுவ இப்பதான் வர்றாளுவ. கெதியா நின்னுக்க. இன்னிக்கு இவளுவள வுடக்கூடாது."

துலுக்கக்குடிப் பொம்பளைகள் மொத்தம் ஐந்து பேர் குழாயடிக்குப் பக்கத்தில் வந்து விட்டிருந்தனர். ஆயிசா தன் பருத்த முலைகளைக் குலுக்கிக்கொண்டு கையில் குடத்தோடு முதலில் வந்தாள். அவள்தான் அந்தக் கூட்டத்துக்கே ஒரு ராணிமாதிரி தன்னைக் காட்டிக் கொள்வதாகப்பட்டது. ஆயிசாவுக்குப் பின்னால் கதீஜாவும் மற்றப் பொம்பளைகளும் வந்தார்கள்.

அவர்களைப் பார்த்ததும் சேரித்தெருப் பொம்பளைகளின் தேகத்தில் தீயை வைத்ததுபோல தகிக்கத் துவங்கியது. நாளங்களில் ஓடிய ரத்தம் 'ஜிவுஜிவு' வென்று எரிந்தது. இப்போது பாலம்மாவின் குடம் குழாய்க்குக் கீழிருந்து நிறைந்து கொண்டிருந்தது. அவள் நிறைத்து முடித்ததும் அடுத்து செல்லக்கிளியின் முறை வந்தாக வேண்டும். பாலம்மா தன் குடத்தை நிறைத்தவுடன் கையில் எடுத்ததும் ஆயிசா அடாதுடியாய் தன் குடத்தைக் கொண்டுவந்து உள்ளே நீட்டுவாள் என்பதை சேரிப்பொம்பளைகள் தீர்மானமாகக் கணித்திருந்தார்கள். எடக்கு மடக்காய் அவள் குடத்தை நீட்டியதும் அவளின் கொண்டையை எட்டிப் பிடித்திழுத்து சடக்கென்று கீழே விழத்தட்டி விடவேண்டும் என்று செல்லக்கிளி உறுதியாய் முடிவு பண்ணிக்கொண்டு நின்றிருந்தாள்.

அதுவரைக்கும் தாமசம் காட்ட மணிமேகலைக்கு மனசில்லை. 'சிட்டிலி' மாதிரி இருந்த அவள், புலியாய் சீறிப் பாய்ந்து வந்து ஆயிசாவின் தடித்தக் கன்னத்தில் சடார் என்று ஓங்கி ஓர் அறை விட்டாள். "நீதான நாய நேத்து எங்கன்னத்துல அறஞ்சது? இன்னிக்கு அறப் பாப்பொம்"

புதுத்துணியை வேகமாகக் கிழித்துக்கொண்டது போல அறையின் ஓசை 'கிரீச்'சென வித்தியாசமாகக் கேட்டது. சதைப்பெருத்தக் கன்னத்தில் அடி விழுந்ததால் அப்படிக் கேட்டதோ என்னவோ.

நிலவரம் சூடு பிடித்துக்கொண்டது. அதிர்ச்சியில் ஆயிசா ஆடிப் போய் விட்டாள். அதை அவள் சிறிதும் எதிர்பார்த்திருக்கவில்லை.

கன்னத்தில் கல்கொண்டு எறிந்ததுமாதிரி அழுத்தமாய் விழுந்த அடியில் காதுமடல் சுள்ளாய்ப்பாய் காந்தலெடுக்கத் துவங்கியது. மூளைக்குள் முள்கொண்டு குத்தியது போல உக்கிரமானப் பாய்ச்சல். ஒரு கணம்தான். மறுகணமே சட்டென்று சுதாரித்துக்கொண்டு நின்று, "பறச்செருக்கி என்னியவா அடிச்சிப்புட்ட? ஒன்னய என்னச் செய்யுதம் பாரு" என்று ஆவேசமாய் கனைத்துக்கொண்டே மணிமேகலையின் கையைக் கெட்டியாகப் பிடித்து முறுக்கினாள். இதுதான் சமயமெனத் தாவிப்பாய்ந்த செல்லக்கிளியும் பாலம்மாவும் ஆயிசாவின் தோள்பட்டைகளில் ஓங்கி ஓங்கிக் குத்தினார்கள். கிணற்றடிப் பக்கத்தில் நின்றிருந்த பொன்னாபரணமும் மற்றப் பொம்பளைகளும் திமுதிமுவென ஓடிவந்தார்கள். "இன்னிக்கு அந்த அவுசாரிக் கொண்டய அறுக்காம வுடக்கூடாது" பொன்னாபரணத்தின் துடுக்கான வார்த்தைகளில் துலுக்கக்குடிப் பொம்பளைகளுக்குள் கிலிப் படர்ந்திருக்கவேண்டும். இரண்டு பேர்கள் நாசூக்காய் நகன்று கொண்டு போனது தெரிந்தது. கதீஜாவும் இன்னொருத்தியும் மட்டும் விலகிப்போகாமல் வல்லடியாய் நின்று ஆயிசாவைக் காப்பாற்றும் முயற்சியில் அவள் கையைப் பிடித்து பலம் கூட்டி இழுத்தனர். "அக்கா நீ வந்துரு. அவளுவ எல்லாரும் படை தெரட்டிக்கிட்டு வராளுவெ. கொலகாரச் செருக்கிய"

ஆயிசாவின் காதில் அது உறைத்திருக்கவில்லை. மணிமேகலையும் மல்லுக்கட்டுவதிலே ஆங்காரமாய் செயல்பட்டுக் கொண்டிருந்தாள். மணிமேகலையின் வலதுகை ஆயிசாவின் கிடுக்கிப் பிடியிலும், அவளின் இடதுகை ஆயிசாவின் புதர்போல அடர்ந்திருந்தக் கொண்டையிலுமாக மூர்க்கம் காட்டிக் கொண்டிருந்தன. சேரித்தெருப் பொம்பளைகள் ஒன்று சேர்ந்து மணிமேகலையைச் சிரமப்பட்டு வெளியே இழுத்துக்கொண்டு வந்து ஓரமாய் விட்டார்கள். சிறுவயசுக் குமரி அவள். அவளால் கழுமாடு மாதிரியிருக்கும் ஆயிசாவை எளிதில் எதிர்த்து வீழ்த்திவிட முடியாது. அவளின் பங்களிப்புப் போதும். பதிலுக்குப் பதில் கன்னத்தில் அறைந்து சண்டையைத் துவக்கி வைப்பதையே அவளின் பங்களிப்பாகத் தந்திருந்தார்கள். அதை அவள் நிறைவேற்றி விட்டிருந்தாள். மற்றப் பாடுகளைப் பெரிய பொம்பளைகள் எதிர்கொள்வதாய் திட்டம்.

பொன்னாபரணம் எட்டிப் பாய்ந்தாள். "நாங்க எல்லாம் வரிசயில நின்னுத் தண்ணியெடுப்போம்... நீ வலிக்காமக் கொள்ளாம வந்தவொடனேயே கொடத்த வச்சிப் புடிச்சிட்டுப் போயிருவெ. அதுல வேற பறச்சியோடக் கொடம் பட்டுட்டுன்னு ஆவலாதி. கொல்லுங்கடி அவள" உலைந்து கிடந்த ஆயிசாவின் கூந்தலைக் குத்துமதிப்பாய் ஒன்று சேர்த்து பிடித்துக்கொண்டாள் பொன்னாபரணம். அதை ஆவிசேர்த்து இழுத்ததில் ஒன்றிரண்டு

பூஞ்சை மயிர்கள் பிசிறலாக அவள் கையில் வந்து ஒட்டிக்கொண்டன. பாலம்மா சும்மா நிற்கவில்லை. ஆயிசாவின் கைகள் இரண்டையும் பலமாகப் பிடித்திழுத்து பின்புறம் வைத்து மடக்கிக்கொண்டாள். யானைக்கால்கள் மாதிரி தடிப்பாய் கொளகொளத்தது கைகள். அவற்றை இணைத்து நிறுத்துவதில் பாலம்மாவின் குச்சிக் கைகள் ரொம்பவும் அல்லாடிக்கொண்டன. மீண்டும் ஆயிசாவின் கூந்தலைப் பின்பக்கம் நின்று பொன்னாபரணம் பிடித்து உலுக்குகையில் அவள் மல்லாக்கச் சரிந்து தொபுகடீர் என்று கீழே விழுந்தாள். “எங்க அக்காள வுடுங்கொ பாதவத்தியா” கதீஜா ‘தொன்னல்‘ அடித்துக்கொண்டு வந்தாள். அவளால் அவர்களின் இறுக்கமான முற்றுகையிலிருந்து ஆயிசாவை வெளிக்கொண்டுவர முடியாதிருந்தது.

“போடி வேச” என்று ஆவேசமாய் இரைந்துகொண்டு வந்த செல்லக் கிளி கதீஜாவின் இடுப்பில் ‘ நங் ’ கென்று ஒரு மிதிக்கொடுத்தாள். “ஆத்தா” என்று அலறிக்கொண்டே தூரமாய்ப் போய் விழுந்தாள் கதீஜா. அந்த வேகத்தில் பொன்னாபரணத்துடன் வந்து நின்ற செல்லக்கிளி, கீழே விழுந்து கிடந்த ஆயிசாவின் தொடைகள், குண்டி, முதுகு, வயிறு என்று அடையாளம் பார்த்துக் குறிவைத்து மிதித்தாள். மேலாக்கு விலகிக்கிடந்த ஆயிசாவின் ரவிக்கைப் பட்டன்கள் தெறித்து விழுந்திருந்தன. உள்ளுக்குள் அடைபட முடியாமல் ரவிக்கையின் விளிம்புகளை விலக்கிக் கொண்டு அவளின் மார்புச் சதைகள் பிதுங்கித் தொங்கின.

“இனி ஒழுங்கா வரிசயில நின்னுத் தண்ணி பிடுப்பியா? சொல்லு. பறச்சிகள்னா அவ்ளவ் எளக்காரமாப் போச்சிது என்ன?” கோபத்துடன் எச்சரித்துக்கொண்ட பொன்னாபரணத்தின் கைகள் ஆயிசாவின் அகன்ற முகவெளியில் அம்புகளாய்ப் பாய்ந்து விழுந்தன.

துடித்துக் கொண்டிருந்தாள் ஆயிசா. நாய்க் கூட்டங்களுக்கு மத்தியில் அகப்பட்டுக்கொண்ட எலும்புத் துண்டாய் தான் குத்திக் குதறப்படுவதாக அலைக்கழிந்தாள். பரிதவித்தாள்.

ஒதுங்கிவந்து நின்றிருந்த சேரித்தெருப் பொம்பளைகளில் ஒருத்தி உச்சத்தில் குரல் கொடுத்தாள். “போதும் பொம்பளைங்களா. சவம் செத்து கித்துப் போயிரக்கூடாது. விட்டுத்தள்ளுங்க. உசிரோடப் போவட்டும். இனி நம்மளச் சரவிக்கிட்டு வர மாட்டாளுவள்னு நெனைக்கிதென். இன்னிக்குக் கொடுத்தப் பூசயே போதும்.”

மழை கோபப்படத் துவங்கியிருந்தது. இத்தனைப் பொம்பளைகள் சேர்ந்து ஒத்தைக்கொரு மனுசியைப்போட்டு இப்படி அடிக்கிறார்களே என்று நினைத்து அது கோபப்பட்டதோ என்னவோ! மழை சட சடத்ததும் சாம்பாக்கமார்த் தெருக் கூட்டம் துள்ளிக்குதித்து தங்கள்

வீடுகளை நோக்கி ஓட்டம்பிடிக்கத் துவங்கியது. தரையில் விழுந்து கிடந்த ஆயிசாவை கதீஜாவும் அவள் பக்கத்தில் நின்றிருந்தவர்களும் சேர்ந்து தூக்கி நிறுத்தி கைத்தாங்கலாக வீட்டுக்குக் கூட்டிக்கொண்டு போயினர். ஆயிசா கொண்டுவந்திருந்த குடம் குழாய்க்குப் பக்கத்தில் குப்புற அடித்துக்கிடந்திருந்தது. அதைத் திரும்பிப் பார்த்ததும் வெரசலாக ஓடிவந்து கலவரத்துடன் எடுத்துக்கொண்டாள் கதீஜா. அவளின் குடம் அவள் கக்கத்தில் இருந்தது. மழையில் அறிபறியாய் எம்பிக்குதித்து ஓடியிருந்தாலும் சாம்பாக்கமார்த் தெருப் பொம்பளைகள் யாரும் தங்கள் குடங்களை விட்டுச் சென்றிருக்க வில்லை என்பதை சமயோசிதமாக நினைத்துப் பார்த்தாள் கதீஜா.

குழாயில் நீர்வரத்து நின்றிருந்தது.

சாம்பாக்கமார்த் தெருவில் இரவெல்லாம் அதுவே பேச்சாக இருந்தது. எல்லோரும் சந்தோசக் களையில் பொன்னாபரணத்தின் வீட்டுக்குமுன் திரண்டு நின்றிருந்தார்கள். நேற்று போட்டிருந்தத் திட்டத்தை இன்று நிறைவேற்றிவிட்டதற்கான பெருமிதத்தில் ரொம்பவும் கெந்தளிப்பான வார்த்தைகளைப் பரிமாறிக் கொண்டிருந்தனர். மழை தாற்காலிகமாய் நின்று போயிருந்தது.

“ச்சே. சாயந்தரம் மழ மட்டும் வரலன்னா, இன்னிக்கு, நம்ம தெருப் பொம்பளைங்க அவள அடிச்சே கொன்னிருப்பாளுவெ.”

“சாவலயே, திமிருப் பிடிச்சவ”

“ஆமா, பொம்பளைங்க சண்ட போட்டப்போ ஆம்பளைங்க வந்து ஒரு வார்த்தப் பேசுனியளா?”

“அறிவில்லாமப்பேசாத.அவனுவ யாராச்சும் வந்து நின்னானுவளா? ஆம்பளைங்க வந்து நின்னு பேசுனா, பொம்பளைங்கள இழுக்க வந்தானுவன்னு கேசாயிடும். அவனுவ வந்தா நாங்களும் வரணும்னு நெனச்சிருந்தொம், தெரியுமா?”

“இனி அவளுவல்ல எவளாவது ஒத்தைசெத்தையா தண்ணிப்புடிக்க வருவாளுவளாக்கும்?”

“எளவெடுத்தவளுகளுக்குப் போக்கிடம் ஏது? தெருக்கொழாய்க்குத் தான் வந்தாவணும். ஒண்ணுக்கு இருந்தா குடிப்பாளுவ?, சோறு கொழம்பு வைப்பாளுவ?”

“வசதியானவளுவதான? பேசாம அவளுவப் புருசமார்களுக்கிட்டச் சொல்லி ஒவ்வொருத்திய வூட்லயும் தனித்தனியா கொழாய் போட்டுக்க வேண்டியதானே? நம்ம உசுர வந்து வாங்கிக்கிட்டு நிக்காளுவ”

“இஸ்மாயில், இப்ராஹிம்... ரெண்டு பயலுவளுமே கஞ்சப்

பிசுறாறிப் பயலுவப் பொலுக்கு. தம்பி கள்ளக் கணக்கு எழுதி காசுச் சேக்கான். அண்ணங்காரன் மாயம் மந்திரம் கட்சிகிட்சின்னு அலஞ்சிக் காசச் சேகான். அவனுவ நெனச்சா ஒரு பைப் என்ன, ஒம்பது பைப்பு கூட வூட்டுக்குள்ள வச்சிக்கலாம்”

“இன்னிக்கு நடந்த விசியம் போலீசுவரைக்கும் போவுமோ? அவன் வேற ஆளுங்கட்சி ஆளாயிருக்கான்”

“போலீசுக்கெல்லாம் போவாது”

“எப்பிடிச் சொல்லுத?”

“கேசுகீசுன்னுப் போனா, அவனுவப் பொஞ்சாதிமார்களும் டேசனுக்கு வரணும். அவளுவ வருவாளுவளாக்கும்? நம்மப் பொம்பளைய போவாளுவெ”

“இஸ்மாயில்கிட்டச் சொல்லி நம்மமேல செய்வின கிய்வின வச்சாலும் வைக்கலாம்”

“வச்சி?”

“நம்மக் காலு கைய மொடக்கிப் போட்டா வேண்டாமின்னா இருக்கு?’

“துட்டு வருமானமில்லா்ம இசுமாயிலு அந்தக் காரியத்தச் செய்யமாட்டான். நம்மள செய்வென வச்சி மொடக்கறதுனால அவனுக்குப் பணமா கெடச்சிரப்போவுது?”

“ஓஅந்தத் தைரியத்துலதான் நம்மப் பொம்பளைங்க அவள ஏறியேறி மிதிச்சாளுவாளோ? இருந்தாலும் நம்மப் பொம்பளைகளுக்கு இவ்ளவ் ஆதாளித்தனம் கூடாதுப்பா. ஒருத்தி அவா குண்டியையே குறிவச்சி மிதிச்சாப் பாரு. நாலுநாளு ஆவுனாலும் அவளால நல்லாப் பேல முடியாது.”

“ஒனக்குப் பொச்சாப்பு. ஒன்னைய மிதிக்க வுடலியேன்னு கறுவிக் கிட்டிருக்க”

“அட நீயொண்ணு”

கோயில் மணியைக் துலுக்கியது போலக் கூட்டத்திலிருந்து கலகலவெனச் சிரிப்பொலிகள் வெளிப்பட்டன. ஒவ்வொருவரும் அவரவருக்குத் தோன்றிய அபிப்பிராயங்களையும், பெருமிதங்களையும் கூறிப் பகிர்ந்துகொண்டு குதூகலம் கொண்டிருந்தனர். அத்தனைப்பேர் மத்தியிலும் அப்புராணி மாதிரி நின்றிருந்தாள் மணிமேகலை. ஈர நசுநசுப்போடு சகதியடித்துக் கிடத்திருந்த தரையில் அழுத்தமாய் பதிந்து நின்றிருந்த அவளின் பாதங்களில் ஊடுருவியக் குளிர்ச்சி, தேகமெங்கும் கிளைப்படர்த்திக் கொண்டிருந்தது. கூதல் காற்று

வேறு தரைக்குளிருக்குப் போட்டியாய் தேகத்தை நடுங்கவைத்துக் கொண்டிருந்தது. அங்கு நின்றிருந்த எல்லா மனிதர்களுக்கும் அதுவே நிலைப்பாடாக இருந்திருக்க வேண்டுமென்பதை அனுபவப் பூர்வமாக உணர்ந்து கொண்டாள் மணிமேகலை. ஆனாலும் தங்கள் வீரதீரத்தைப் பற்றி பெருமையடித்துக் கொண்டு நிற்பதில் இயற்கையின் உபத்திரவங்களை அவர்கள் மறந்திருந்தார்கள். அவர்களோடு அவளும் சிரித்துக்கொண்டாள். அவளுக்கும் சந்தோச மில்லாமல் இல்லை. ஒரு மதயானையை ஒரு குட்டி முயல் அடித்து வீழ்த்தியிருந்ததற்கான சந்தோசம். அப்படியொரு துணிச்சல் தனக்கு எங்கிருந்து தான் வந்ததோ என்று ஆச்சரியமாக நினைத்துப்பார்த்தாள் இப்போது. மற்றவர்கள் எவ்வளவுதான் ஊக்கம் அளித்திருந்தாலும் தனக்குள்ளும் ஒரு வேகமிருந்திருந்ததால்தானே அதனைச் சாதிக்க முடிந்தது என்பதையும் நினைத்து அவளால் பெருமைப்பட்டுக் கொள்ளாமல் இருக்க முடியவில்லை.

“இனிதான் எல்லாரும் ரொம்ப எச்சரிக்கையா இருக்கணும். நம்மளத் திருப்பி அடிக்கதுக்கு அவளும் தயார்ப் பண்ணிக்கிட்டு இருப்பா. அதனால யாரும் ஒத்தை செத்தையா நீரெடுக்கப் போயிராதிய ஆமா”

மணிமேகலையின் அருகில் நின்றிருந்த பொன்னாபரணம் எல்லோரையும் பார்த்து ஒரு தேர்ந்தப் பிரசங்கியைப்போல சத்தம் போட்டுச் சொன்னாள்.

செல்லக்கிளி தன்முன் நின்றிருந்த பாலம்மாவின் தோளை அழுத்திப் பிடித்துக்கொண்டு தலையை உயர்த்திப் பார்த்தாள். பாலம்மாவைவிட கொஞ்சம் குள்ளமான உருவம் செல்லக்கிளிக்கு. ஆயிசாவின் அங்கங்களைக் குறிவைத்து மிதித்திருந்த ஆங்காரமும், அதனால் அவளுக்குள் கிளர்ந்து நின்றிருந்தப் பெருமிதமும் இன்னும் மிச்சமிருந்தன அவள் மனசுக்குள். முகத்தை விகாசமாய் வைத்துக்கொண்டே பொன்னாபரணத்தைக் கூப்பிட்டுச் சொன்னாள், “ஏ மயினி. அப்பிடியெல்லாம் பயப்பட வேணாம். நமக்குக் காச்ச ஒடம்பு. அவளுவளுக்குக் கள்ளக்கறி. அவளுவ ரெண்டுமூணுப் பேத்தையும் நாம ஒத்தைக்கு நின்னு வுழத்தட்டலாம்.”

“செல்லக்கிளிதான ? நீ செஞ்சாலும் செய்வ ?”

பொன்னாபரணத்தின் வக்கணையான வார்த்தைகளைக் கேட்டு கூட்டம் கெக்கலிப்புவிட்டுச் சிரித்தது. நேரம் ஒருவாடு ஆயிருந்ததை மனதிற்கொண்டு சன்னஞ்சன்னமாய் உலைந்து கலைந்துப் போனது.

செல்வராசின் வீட்டுக்குப் போய்விட்டு வந்த சின்னத்துரை முகமலர்ச்சியுடன் எல்லோரையும் பார்த்துக்கொண்டே தன்

வீட்டுக்குள் நுழைந்து போனான். போனப் பித்தடியில் கையில் ஒரு தடித்தப் புத்தகத்தைத் தூக்கிக் கொண்டு வெளியே வந்தான். தெரு விளக்கின் வெளிச்சத்தில் அமர்ந்து படிப்பதற்கு அவன் தயாராக நின்றிருப்பதாகத் தோன்றியது.

பொன்னாபரணம் அவனை வாஞ்சையுடன் ஏறிட்டுப் பார்த்தாள். அவளின் கழுத்துக்குமேல் அவன் வளர்ந்திருந்தான். பின்ன ? வரவர அவன் சின்னப்பயலா என்ன.

“தெருவுக்காப்பா படிக்கப்போற ?”

“ ஆமா ”

“குளிர் அடிக்கில்ல ? வூட்லயிருந்துப் படியேன் ”

“வூட்லயிருந்தா ?”

“ஆமாலெ. அரிக்கன் வெளக்கு வெளிச்சந்தான் நல்லப் பளிச்சின்னு தெரியுதே ”

“அதெல்லாம் எனக்குச் சரிப்படாது . ”

“மழ வந்துச்சின்னா என்னச் செய்வெ ? ”

“மழ வந்திச்சின்னா வூட்ல வந்துப் படிக்கென் ”

அவன் வெளியேறிப் போனான். இடுப்பில் கட்டம்போட்ட லுங்கியும் மேலுக்குப் பழைய சட்டையையும் அணிந்திருந்தான். தமிழ் மனப்பாடப் பகுதி முழுவதற்கும் நாளைக்குப் பரீட்சை வைத்திருந்தார் வாத்தியார். ஏற்கனவே படித்து மனனம் செய்திருந்ததுதான் என்றாலும், மீண்டும் ஒரு முறைப் படித்துத் தெளிவுப்படுத்திக் கொள்ளவேண்டும் போலிருந்தது.

தெருவில் இன்னும் சந்தடிக் குறைந்திருக்கவில்லை. பொன்னா பரணத்தின் வீட்டுக்கு முன்னிருந்து கலைந்து வந்தக் கூட்டத்தின் பரவலான நபர்கள் பாலம்மாவின் வீட்டுக்கு முன்னும் திரண்டு நின்றிருந்தார்கள். சாயந்தரம் நிகழ்ந்து போன களேபரத்தை திரைப்படக் கதையைப் போல விளக்கிச் சொல்லிக் கைதட்டிச் சிரித்துக் கொண்டிருந்தனர். மழைக்காலக் குளிரைப் பற்றியோ, அல்லது வயிற்றுப் போக்குக்காரர்களின் வயிறுகள் ‘கடாமுடா’ வென்று இரைவதைப் போல் தற்போது வானம் மழையைக் கொட்டிவிடும் ஆவேசத்தில் இடிமுழக்கம் செய்து கொண்டிருப்பதையோ, தங்கள் மனசில் போட்டுக் கொள்ளாதவர்களாய்...

நல்லவேளை, சாயந்தரம் கதிகட்டி நின்றிருந்த மழை கொஞ்ச நேரம் பெய்துவிட்டு—அவர்களின் சண்டையை நிறத்தத்தான் பெய்ததோ என்னவோ—சற்றைக்கெல்லாம் அப்படியே அடங்கிப்போய்

விட்டிருந்தது. இல்லையெனில், சகதியில் விழுந்துகிடந்து பொம்பளைகள் அவதிப்பட்டிருப்பார்கள் என்று சங்கடத்துடன் நினைத்துப் பார்த்தான் சின்னத்துரை. இப்போதும் மழைக்குத் தயாராய் நிற்பது போலத்தான் காற்று சில்லிட்டுக் குளிர்ந்தது. எதற்கும் இருக்கட்டும் என்று அவன் முன்னேற்பாடாய் அய்யாவின் அழுக்கு வேட்டியை எடுத்து மடித்து கக்கத்தில் ஒடுக்கிக்கொண்டு வந்திருந்தான். விரையல் அதிகப்பட்டால் போர்த்திக்கொள்ளத் தோதாக இருக்கும் அது. இரவில் கட்டாயம் மழை பெய்யும் என்பதை அவனால் ஊர்ஜிதம் செய்து கொள்ள முடிந்தது. வானம் அடர்த்தியாய் கறுத்துப் போயிருந்தது. கடுகளவுகூட நட்சத்திரங்களின் மினுக்கம் இல்லை. இத்தனை வருசங்களும் இந்த மழை எங்கே போயிருந்தது என்று நினைக்கத் தோன்றியது. திடுதிப்பென்று மழைப் பெய்துவிட்டால் வீட்டிற்குச் சென்று அரிக்கன் விளக்கை ஏற்றிவிட்டுத்தான் படித்துக்கொள்ள வேண்டும் என்று கறாராக தீர்மானம் பண்ணிக்கொண்டான். மணிமேகலைக்குத்தான் இடைஞ்சலாக இருக்கும். வெளிச்சத்தில் தூக்கம் பிடிக்காமல் புரண்டு நெளிந்துகொண்டு வருவாள். இன்றைய அவளின் மூர்க்கமானச் செயல்பாடுகளும், அவ்வாறு அவள் செயல்படும்படி ஊக்கம் அளித்திருந்த தன் திட்டங்களும் வெற்றிகரமாக முடிந்திருந்ததில் மனம் நெகிழ்வாயிருந்தது அவனுக்கு. பொம்பளைகளுக்குள் மோதல் நடந்த வேளையில் அவனும் செல்வராசும் தெருமுக்கில் நின்றுதான் கண்காணித்துக் கொண்டிருந்தனர். என்னமாய்ப் பாய்ந்து போய் ஆயிசாவின் கன்னத்தில் அறைந்திருந்தாள் மணிமேகலை.

19

தொழுவம் சதசதத்துக் கிடந்தது. சாணிக் கொதக்கும் மாட்டு மூத்திரமும் மழை நீருமாக விரவிக் கிடந்து நாற்றமடித்தது. ஓட்டுக் கூரையில் ஒழுக்குகள் இருந்தன. இரவு ஒரு மட்டுக்குப் பெய்துத் தொலைத் திருந்த மழையில் தெருவெல்லாம் வெள்ளக்காடாய் ஓடிக் கொண்டிருந்தது. வெள்ளனங்காட்டியே எழுந்து நாராயணன் பிள்ளையின் வீட்டுத் தொழுவத்திற்கு ரொம்பவும் சிரமப்பட்டு வந்திருந்தாள் பொன்னாபரணம். ஈர நசுநசுப்பில் தேகம் வெடவெடத்துக்கொண்டு வந்தது. கைகளிரண்டையும் நெஞ்சாங் கூட்டை மறைக்கக் கட்டிக்கொண்டு தன்னக்கட்டி வந்திருந்தாள். பற்கள் தந்தியடித்துக்கொண்டிருந்தன. முழுங்கால்கள் ஒன்றை யொன்று உரசித் தடுமாறி விழத்தட்டும் பாவனையில் அதிர்ந்து கொண்டிருந்தன. அவள் பாதங்களில் செருப்புகள் கூட இல்லை. மேப்பொறந்தான் வீட்டுக்குள் நுழையும் போது சொகுசாய் செருப்புகள் போட்டுக்கொள்வது மரியாதைக் குறைவாகத் தெரிந்தது. புறக்கடை வாசல் வழியாகப் போனாள். தொழுவத்திற்குள் நீர்கட்டி நின்றிருந்தது. மாடுகள் எல்லாம் தரையில் படுத்துக்கொள்ள முடியாமல் வங்கொலையாய் நட்டமேயே நின்று கொண்டிருந்தன. அவற்றுக்குமுன் வைத்திருந்த வைக்கோல் தளைகள் ஈரத்தில் பொதுமிப்போய் தங்கள் மஞ்சள் நிறத்தை மேலும் பிரகாசிக்க வைத்துக் கொண்டிருந்தன.

மாடுகளை அவிழ்த்துக்கொண்டுபோய் எதிர்ப்பக்கச் சுவரருகே கொண்டு விட்டாள். சாணிக் கொதக்குகளைக் கூடைக்குள் அள்ளிப் போட்டுக்கொண்டு உரக்குழியில் கொண்டுபோய் கொட்டினாள். ஈரத்தில் மிதந்த வைக்கோல் தளைகளும் உரக்குழிக்குப் போயின. தொழுவத்தின் ஓரத்தில் சரிந்துகிடந்த வாரியலை—அதுவும் ஈரமாகத்தான் இருந்தது—எடுத்துவந்து தரையைச் சரக்சரக்கென அழுத்தித் தூத்தாள். நீர் வெளியேறி தொழுவத்துக்குள் சமதளம் ஆகியது. உடனே மாடுகளைக் கொண்டு வந்து அடைத்து விட முடியாது என்பது அவளுக்குத் தெரியும். மீண்டும் சகதியில் நின்று ‘அக்குருமம்’ பண்ணிவிடும் அவை. வைக்கோல் படப்பிலிருந்து கொத்துக்கொத்தாய் தளைகளை ஆவிச்சேர்த்து அள்ளிக்கொண்டு வந்து தரைக்குமேல் படுக்கையைப் போல விரித்தாள். ஈரத்தை மறைத்துக்கொண்டு மெத்தைப்போல படர்ந்து கிடந்தன வைக்கோல் தளைகள். மாடுகளைப் பற்றிக்கொண்டுபோய்

கழனித்தொட்டிக்குள் நீர் குடிக்க வைத்துவிட்டு மீண்டும் அவற்றைக் கூட்டி வந்து தொழுவத்தில் கட்டிப்போட்டாள். ஒவ்வொரு மாட்டுக்கு முன்னாலேயும் கணிசமாக வைக்கோல் தளைகளை உருவிக்கொண்டு வந்து வைத்தாள். அவளின் வேலைக் கரிசனத்தை நோட்டம்விடும் எத்தனிப்பில் மௌனியாகப் பின்வந்து நின்றிருந்தாள் வள்ளியம்மா.

ஒருபாடு வேலைகள் முடிந்திருந்தன. நித்தமும் இதுவே பழக்கப்பட்ட வேலைகளாகப் போயிருந்ததால் இன்று அவற்றைப் பற்றி பெரிதாக அலட்டிக்கொள்ளும் அக்கறையில் பொன்னாபரணம் இருந்திருக்கவில்லை. என்ன, மழைப் பெய்கிற நாட்களில் அவளைக் கொஞ்சம் அதிகமாகவே வேலைவாங்கி விடுகிறது தொழுவம். எல்லாம் வயிற்றுப்பாட்டுக்காவே இந்தக் கஷ்டமானப் பிழைப்பு என்று நினைத்து சமாதானப்பட்டுக்கொண்டாள். அறுப்படிப்புக் காலத்தில் களத்து நெல்லாய் ஒரு மூட்டைநெல் கிடைக்கும் என்பதே அவளுக்கு ஆறுதல் தரும் விசயமாக இருந்தது. சாணி யள்ளிப்போடும் அடியாக்கமார்ப் பொம்பளைகளுக்கு மற்றப் பெருந்தனக்காரர்கள் வருசத்துக்கு ஒண்ணரை மூட்டை நெல்லைக் கூலியாகக் கொடுத்துக் கொண்டிருந்தது பொன்னாபரணத்துக்குத் தெரியாமல் இல்லை. அரைமூட்டை நெல்லுக்காக நாரயாணன் பிள்ளையுடன் வாய்த்தர்க்கம் பண்ண அவள் விரும்பவில்லை. அவரை அண்டி அனுசரித்து நடந்தால்தான் பிச்சையாவுக்கும் பொன்னாபரணத்துக்கும் அவரின் தோட்டக்காடுகளில் பதிவாய் வந்து வேலைசோலிகள் செய்யப் பூரணமாய் அனுமதி கிடைக்கும் என்று தோன்றியது.

“என்னடியம்மா வேலையை எல்லாம் முடிச்சிட்டியா?”

பனங்காயைப்போல விரிந்து மினுங்கிய வள்ளியம்மாவின் முகத்தில் அதிகாரத்தின் கெடுபிடித் துலங்கியது. கழுத்திலும் காதுகளிலும் சிறிதளவே ஒட்டிக்கிடந்த தங்க நகைகளிலும் பணக்காரப் பவுசு தெரிந்தது. வலது கையை நிலைப் பலகையில் பிடித்துக்கொண்டு ரொம்பவும் மிதப்போடு நின்றிருந்தாள் வள்ளிம்மா.

பொன்னாபரணம் அதறப்பதற வேலைகள் பார்த்து முடித்திருந்த களைப்பில் அவளின் முகம் வேர்த்து விகாரமாகிக் கிடந்தது. இன்னும் எட்டுமணி ஆகியிருக்காது. சூரியன் கிழக்கில் மேலேறி நெற்றிக்குநேர் வந்தால்தான் எட்டுமணி சொச்சம் நேரமாகும். மழைக் கூராப்பில் சூரியனின் இருப்பிடம் கூட இப்போது கண்ணுக்குத் தெரியாமல் திணற வைத்தது. எட்டுமணிக்கு வீட்டுக்குச் சென்று வயிற்றுக்குக் கொட்டிவிட்டுக் காட்டுச் சோலிக்குப் போயாக வேண்டும் அவள். தூக்குச்சட்டியும் களைவாரியுமாய் மற்றப் பொம்பளைகள் எல்லோரும் அவளுக்காகக் கால்கடுக்கக் காத்துக்கொண்டு நின்றிருப்பார்கள்.

சேலைத் தலைப்பை எடுத்து முகத்தை அழுத்தமாய் துடைத்து விட்டுக் கொண்டாள் பொன்னாபரணம். “முடிச்சிட்டென் தாயே. வூட்டுக்குப் போவ வேண்டியதான்”

“நீ வூட்டுக்குப் போவதுக்கு மின்னாடி ஓங்க நைய்னாவை செத்தம் பாத்துட்டுப் போவியாம்”

“எதுக்கும்மா திடீர்னுட்டு ? ”

“அவியள நீ பாத்தாத்தானெத் தெரியும் ? எங்கிட்டக் கேட்டா?”

●

“சரிம்மா. பாத்துட்டுப் போறென் ”

வள்ளியம்மா உள்ளுக்குள் தலையை எடுத்துக் கொண்டாள். அவள் நின்று போயிருந்த இடத்தில் அதிகாரத்தின் சாயல் நிழலாடிக் கொண்டிருப்பதாகத் தோன்றியது. மறு நிமிடமே கதவு ‘ படக் ‘ கென சாத்தப்படுவது தெரிந்தது. மீண்டும் சேலைத்தலைப்பால் முகம், கழுத்து, கைகள் என்று பராதியாய் அழுந்தத் துடைத்து விட்டுக்கொண்டாள் பொன்னாபரணம். மனுசன் எதுக்குக் கூப்புடுகிறானோ என்பதை நினைக்க பதற்றமாய் இருந்தது அவளுக்கு. இவ்வளவு காலவேளையில் ஒருநாளும் கூப்பிட்டு விடாதவனாயிற்றே. இன்று மட்டும் என்ன வந்ததாம் என்று நினைத்துக் கலவரப்பட்டுக்கொண்டாள். சீக்கிரமாய் வீட்டுக்குச் செல்லவேண்டிய அவசியமிருந்தது அவளுக்கு. வீட்டுக்குப் போன பிற்பாடுதான் பல்விளக்கி முகம் கழுவி வயிற்றுக்கும் சிறிது கொட்டிவிட்டு தூக்குப்போணியிலும் செத்தம் கஞ்சியை ஊற்றிக் கொண்டு காட்டுக்கு ஓட வேண்டும். மற்ற கூலிக்காரப் பொம்பளைகள் அவளுக்காகக் காத்துக்கொண்டிருப்பார்கள். இந்தக் கொள்ளையில் இப்போதுபோய் கூப்பிட்டு விட்டிருக்கிறானே என்று நாராயணன் பிள்ளையை நினைத்து மனசுக்குள் கறுவிக்கொண்டாள். தலை மயிர்க் கற்றையில் வைக்கோல்தளைத் துண்டுகள் அப்பிக் கிடக்குமோ என்று யோசிக்கத் தோன்றியது. சந்தேகத்துடன் கையுயர்த்தித் தட்டி விட்டுக்கொண்டாள் தலையை.

சாதாரணமாய் நாராயணன்பிள்ளையைப் பார்த்துவிட சந்தர்ப்பம் கிடைத்துவிடாது என்பது அவளுக்குத் தெரிந்திருந்தது. பஞ் சாயத்துப்போர்டு பிரசெண்டு என்பதால் எப்போதும் அவனைச் சுற்றி ஈக்கூட்டமாக மனிதர்கள் மொய்த்துக்கொண்டு நின்றிருப்பார்கள். எப்போதாவது சாயந்தர வேளைகளில் பிச்சையாவுக்கு முடியாதிருந்த தருணங்களில் அவள் நாராயணன்பிள்ளையின் வீட்டுக்குக் கூலிவாங்க வந்தபோது பார்த்திருக்கிறாள். இப்போது

அவனாகவே தன்னைவந்து பார்க்கும்படி சொல்லியிருந்ததில் அவள் அதிர்ச்சியடைந்து போயிருந்தாள்.

வீட்டின் புறக்கடையை ஒட்டியிருந்தது தொழுவம். தொழுவத்திற்குக் கிழக்குப் பக்கம் ஒடுக்கமாக சென்ற முடுக்கின் வழியேதான் பொன்னாபரணம் போன்றவர்கள் முன் வாசலுக்கு வந்து நிற்க முடியும். ரொம்பவும் இடுக்குமுடுக்கான வழி அது. வீட்டுச் சுவரையும் காம்பவுண்ட் சுவரையும் கூறுபிரித்துக் கொண்டு கிடந்தது அந்த முடுக்கு. ஓராள் மட்டுமே போய்விட்டு வர முடிந்த அளவுக்கு ரொம்பவும் குறுகலான சந்து.

முற்றத்தை நெருங்கியிருந்தாள் அவள். முன்னறை வாசலில் உயரமாக நின்றிருந்த படிகளுக்குப் பக்கத்தில் ஓரமாய் ஒதுங்கிக்கொண்டாள். வாசலை ஒட்டிய உள்புறத்தில் நாற்காலியில் அமர்ந்திருந்தான் நாராயணன்பிளை. அரையில் வெள்ளைவேட்டியும் மேலுக்கு உடுப்பில்லாமல் வெறுமையாகவும் காட்சி தந்தான். அவன் கையில் அன்றைய தினசரியின் பக்கங்கள் புரண்டு கொண்டிருந்தன. உள்ளறைகளில் மனிதர்களின் சந்தடி கேட்டது. வள்ளியம்மாவோ அல்லது அவளின் மகளாகவோ இருக்கவேண்டும் என்பதை மேம்போக்காய் தீர்மானித்துக்கொண்டாள் பொன்னாபரணம். சிமெண்டுப் பூச்சால் பளபளத்துக் கிடந்த முற்றத்தில் அவனின் பேரப்பயல் மூன்று சக்கர சைக்கிளில் பம்பரமாக வளையம் வந்து கொண்டிருந்தான். மூன்று அல்லது நான்கு வயசுப் பயல். அவனின் மகள் வயிற்றுப் பேரன். ஊரிலிருந்து வந்திருக்கவேண்டும் என்று தோன்றியது. சாணியள்ளிப் போடுவதற்கென்று பொன்னாபரணம் தினமும் அந்த வீட்டுக்கு வந்து கொண்டிருந்ததால் நாராயணன் பிள்ளையின் உறவுகள் பற்றிய விவரங்கள் அவளுக்குத் தெரிந்திருந்தது.

“நைய்னா கூப்ட்டு வுட்டதாவ அம்மா சொன்னாவெ” சுவரையொட்டிப் பதுங்கலாய் நின்றுகொண்டு ரொம்பவும் பணிவான குரலில் சொன்னாள் பொன்னாபரணம். குரலில் நடுக்கமிருந்தது அவளுக்கு. செழமாய் வீட்டுக்குச் செல்லவேண்டுமே என்ற அவசரமிருந்தது வார்த்தைகளின் வேகத்தில்.

வெடுக்கெனத் தலையை நிமிர்த்தி அவளை எரித்து விடுவதைப் போல பார்த்தான் நாராயணன்பிள்ளை. அவனுக்கு கொள்ளிக் கண்கள். ஏழைகளைப் பார்த்தால் தணல்விட்டுத் தகிக்கின்றன. வசதியானவர்களைப் பார்த்தால் தணல் அணைந்து குளிர்ந்து போகுமோ என்னவோ. கூம்புபோல முகமும், குட்டைக் கத்தரிக் காய்களைப் போலக் கட்டையாய் ஒதுக்கி விட்டிருந்த மீசையும் அவனின் தோற்றத்தை விகற்பமாய் காட்டிக் கொண்டிருந்தன. முகத்தில் வறட்சித் தெரிந்தது. இந்த வயசிலும் குடுவைப் போன்றிருந்த

அவனின் தலையிலும் கொத்தாய் இருந்த அவனின் மீசையிலும் நரை விழுந்திருக்கவில்லையே என்பதை நினைத்துப் பார்த்தபோது அவளுக்கு அலுசியமாகத் தோன்றியது. ஒருவேளை, தலைக்கும் மீசைக்கும் சாயம்பூசிக்கொண்டிருக்கிறானோ என்னவோ.

அவளை அவன் பார்த்ததும், அவள் இன்னும் தன் தேகத்தை ஒடுக்கிக் கொண்டாள். கந்தைச் சேலையும், கசடுபோல வழிந்து கொண்டிருந்த வேர்வைத் துளிகளும் அவனுக்கு அரிச்சலைத் தந்திருக்க வேண்டும். வார்த்தைகளில் எரிச்சலை வெளிப்படுத்தினான்.

“கூப்ட்டு வுட்டாத்தான் வருவியாளாக்கும் ? இல்லைன்னா வரமாட்டிய ? ”

பரிகாசமான தொனியில், மரியாதைத் தந்தது மாதிரிப் பேசி தன்னை அவமதிக்கிறான் என்பது புரிந்தது அவளுக்கு. இந்த மனுசனுக்கு திடீரென்று என்ன ஆனது ? எப்போதும் இப்படி எடக்கு மொடக்காகப் பேசாத ஆளாயிற்றே. ஏழைப் பாழைகளைப் பார்த்ததும் ஒரே வார்த்தையில் உத்தரவு போட்டுவிட்டுத் தன் கவுரவத்தைத் தக்கவைத்துக் கொள்கிறவனாயிற்றே. இன்று எப்படி ரெண்டு மூன்று வார்த்தைகளைச் சேர்ந்தாற்போலக் கொட்டி விட்டான்? பொன்னாபரணத்துக்கும் குமைச்சலாக வந்தது. கால்களை நெருக்கமாக இறுக்கி வைத்துக்கொண்டு நெஞ்சாங்கூட்டுக்கு மேல் இருகைகளையும் கிடைமட்டமாய் நிறுத்திப் பலமாக கட்டிக் கொண்டாள். உள்தொண்டையிலிருந்து வார்த்தைகள் உதறிஉதறி வந்து விழத் துவங்கின.

“அப்படியெல்லாம் இல்லியே நைய்னா. ஒங்க வார்த்தய என்னிக்காவது மீறி நடப்பொமா? எதுக்கு நைய்னா அப்படிச் சொல்லுதிய?”

“நேத்துச் சாயந்தரம் துலுக்கக்குடிப் பொம்பளைங்களோட நீங்கள்லாம் சேந்து சண்ட போட்டிங்களாமே உண்மையா? அதயேன் எங்கிட்ட வந்து இதுவரைக்கும் சொல்லல?”

பொன்னாபரணத்தின் மூளையின் எந்தப் பகுதியிலோ நறுக்கென முள் குத்தியது போல வலித்தது. அவனிடம் வந்து சொல்லிக் கொள்ள வேண்டுமென்று அவளும் எண்ணியிருக்கவில்லை, தெருக்காரர் களுக்கும் அந்த எண்ணம் வந்திருக்கவில்லை. அவர்களுக்குப் பாதகமாக நடந்திருந்தால் அவனிடம் வந்து முறையிட்டிருக்கலாம். சாதகமாகத்தானே முடிந்திருந்தது. அவனைப் பற்றிய சிந்தனை இல்லாமல் இருந்திருந்தார்கள் அவர்கள். ஆனால் அதை இப்போது வெளிக்காட்டிக் கொண்டால் அவன் அகோந்திரமாய் வெடித்து விடுவான் என்ற பயம்வரத்துவங்கியது அவளுக்கு. அவனை அவர்கள் ஒரு செல்லாக் காசாக நினைத்து விட்டதாகப் பாவித்து சீறி விழுந்து

விடுவான். மழுப்பலாகப் பொய்சொல்ல வேண்டியதிருந்தது.

"நேத்துத்தானய்யா நடந்துச்சி. இன்னிக்குச் சாயந்தரம் எங்க தெருச்சனங்க எல்லாரும் சேந்துவந்து ஒங்கக்கிட்ட சொல்லணும்னு நெனச்சிருந்தொம்"

"ஓஹோ. நல்ல நாளும் நேரமும் பாத்து வரணும்னு நெனச்சிருந் தீங்களாக்கும்? எதுக்கு அந்தப் பொம்பளைங்கக்கூட சண்டைக்குப் போனீய? இசுமாயிலுசாயபுப் பொஞ்சாதிய எல்லாரும் சேர்ந்து அடிச்சிப்புட்டேளாமே? ராத்திரி அந்த மனுசன் எங்கிட்ட வந்து ஆவலாதி சொல்லிட்டுப் போறான். அவன் எதிர்க்கட்சிக்காரனா யிருந்தாலும் என்னிய மதிச்சி வந்து சொல்லிட்டுப் போறான். எங் கைய நம்பிப் பொழைக்குதவுங்க நீங்க, ஒரு வார்த்தை எங்கிட்டவந்துச் சொல்ல நெனச்சியளா? ம்.. அவ்ளவ் அவம்பாவமாவிப்போச்சி என்ன?"

"அப்பிடியெல்லாம் இல்லிய்யா. எம்மொவள சின்னப் புள்ளன்னு கூடப் பாக்காமெ அவரோட சம்சாரம் வெட்டுவெறுக்குன்னு கன்னத்துல அறஞ்சிப்புட்டாவெ. அது பொறுக்காமத்தான் நாங்களும் அவியக்கூட சண்டப் போட வேண்டியதாயிருச்சி . நீங்க வேண்ணா அவியளக் கூட்டி வெசாரிச்சிப் பாருங்க".

"அந்த அம்மாவ எல்லாரும் சேந்து அடிச்சிருக்கியளே, அவரு போலீஸ் கீஸ்ஸுன்னுப் போனா ஒங்கக் கெதி என்னாவிருக்கும் நெனச்சிப் பாத்தேளோ? எல்லோரும் கூண்டோட உள்ள போவ வேண்டியதிருக்கும். அப்பொறம் நாந்தான் ஸ்டேஷன்ல வந்து ஒங்களுக்காவப் பரிஞ்சி பேசி கூட்டிக்கிட்டு வரணும். அதுக்குத்தான் அந்த ஆளு முன்னமே எங்கிட்ட வந்து முன்னேற்பாடா சொல்லிட்டுப் போறாரு. சரி ஒரு மேச்சாதிப் பொம்பள அடிச்சா நீங்க தாங்கிக்க மாட்டேளோ? கன்னத்துல அடிபட்டவொடன ஒம்மவா ஒண்ணும் செத்திரலியே?"

பொன்னாபரணத்தின் பிடறியில் குத்தியதுபோல நாராயணன் பிள்ளையின் வார்த்தைகள் தெறித்து விழுந்தன. திமிர்த்தனமாகப் பேசுகிறான் இவன். என்னதான் எதிர்க் கட்சிக்காரனாக இஸ்மாயில் சாயபு இருந்தாலும், இருவரும் மேப்பொறந்தான்களாய் இருந்ததால், உள்ளுக்குள் வலிக்கிறது நாராயணன்பிள்ளைக்கு. துலுக்கப் பொம்பளையைத் துண்டாடியவர்கள் நாளை நம்மச் சாதிக்காரர் களுடனும் சண்டை கட்டத் தயாராகி விடலாம் என்று விசமமாய் வியாக்கியானப்படுத்திக் கொள்கிறான். ப்பூ,. இவ்வளவுதானா இவனின் பெரியமனுசத் தன்மை? எவ்வளவு நாட்களாக தானும் தன் புருசக்காரனும் இவனுக்கு நன்றி விசுவாசத்துடன் பாடு பார்த்துக் கொண்டிருக்கிறோம் என்பதை ஆதியோடு அந்தமாக

நினைத்துப் பார்த்தாள். தங்கள் மேல் கரிசனம் காட்டவேண்டுமென்று இவனுக்குத் தோன்றவில்லையே என்று கலைப்பட்டாள். எப்படி பல்லுக்குமேல் நாக்கைப் போட்டுக் கொண்டு துள்ளத்துடிக்கக் கேட்டு விட்டான்? மணிமேகலை செத்துத் தொலைக்கணுமா ? இவன் பெற்றப் பிள்ளையாக இருந்திருந்தால் அப்படிக் கேட்டிருப்பானா ? ராணியைப் பறிகொடுத்திருந்ததற்குப் பரிகாரமாய் மணிமேகலையைக் கண்ணும் கருத்துமாய் பராமரித்து வளர்க்கிறாள் பொன்னாபரணம். அவளையா சாகவேண்டும் என்று சபிக்கிறான் இந்த எடுவட்டப் பயல்? உடம்பு கறித் திமிரும், பெரிய ரெங்குப் பெட்டியில் கத்தைக் கத்தையாய் பூட்டி வைத்திருக்கும் பணமும் சேர்ந்து இவனை இப்படிப் பேசச் சொல்கின்றன. தேகம் அரிச்சலாக இருந்தது பொன்னாபரணத்துக்கு. வரக்கூடாத இடத்துக்குத் தான் வந்துவிட்டோமோ என நினைத்து மனம் வெப்பத்தில் துடித்தது. இதே சொற்களை வேறு எவனுமோ எவளுமோ கொட்டியிருந்தால் இந்நேரம் அவர்களின் நாக்கு வெட்டு ஒன்று, துண்டுகள் இரண்டாய் வெட்டுப்பட்டிருக்கும். இவனை அத்தனைக் கொடூரமாய் தண்டிக்கமுடியாது என்று தோன்றியது. பஞ்சாயத்து போர்டு தலைவனாய் இருந்தான். பணபலத்திலும் செல்வாக்கிலும் கொடிகட்டிப் பறந்தான். அவன் சிந்திய எல்லா வசவுகளையும் காதுத் திறந்து ஏற்றுக்கொண்டு மனசுக்குள் செலுத்தி மடங்கிக்கொள்ளத்தான் வேண்டியதிருக்கிறது. பேதலித்து நின்றிருந்த பொன்னாபரணத்தின் கண்களிலிருந்து பொட்டுப்பொட்டாய் கண்ணீர் விழுந்தது. நாத் தழுதழுக்கக் கெஞ்சலாக சொன்னாள் அவள்: “நாங்க ஒத்தைக்கொரு பொட்டப்புள்ளய வச்சிருக்கொம். அத அத்தனச் சுளுவா சாவ வுட்டுருவமா நைய்னா?”

நாராயணன்பிள்ளை இத்தகைய பதிலை எதிர்பார்த்திருக்க மாட்டான். வாழைப்பழத்தில் ஊசியை இறக்கிய மாதிரி அலட்டலும் ஆர்ப்பாட்டமும் இல்லாமல் நிதானமாக தன் கோபத்தை வெளிப் படுத்தியிருந்தாள் பொன்னாபரணம். அவனின் நெற்றிப் பொட்டில் அடி விழுந்ததுபோல தேகம் உதறலெடுக்கத் துவங்கியது. விரித்து வைத்திருந்த செய்தித்தாளை விருட்டென மடக்கிக்கொண்டு அவளை எரித்துவிடுவதைப் போல வெறித்துப் பார்த்தான். அவனின் உதடுகளிலிருந்து தீப்பொறிகள் சிதறத் துவங்கின.

“பொறவு என்ன மயித்துக்கு ஒம் மகள தகராறு பண்ண வுடுத?”

“தகராலு எம்மொவா பண்ணலிங்கய்யா. அந்த அம்மாதான் பண்ணாவ. அலுத்துச் சடஞ்சிப்போயி நாங்க அவசரம் அவசரமா கொழாயடிக்கு வந்து கொடத்தோட நிக்கதக் கூடக் கண்டுக்காம, வந்ததும் வராதுமா அடாதுடிப் பண்ணி கொடத்த நீட்டிப்

புடிச்சிக்கிருவாவெ. அவியளயும் வரிசயில நின்னுப் புடிக்கச் சொன்னதுக்குத்தான் சண்டயும் சல்லியமும். இதுல நியாயம் எங்கய்யா இருக்கு? நீங்களே இப்பிடிப் பேசலாமா?"

"என்ன 'நீங்களேன்னுக்கிட்டு?' ஊரெல்லாம் முன்னமாதிரி தண்ணிக் கஷ்டம் வந்துரப் புடாதுன்னுதான நா பெருமுயற்சி எடுத்து வாட்டர்டேங்க கட்டித்தந்து ஒவ்வொரு தெருவுக்கும் தனித்தனியா கொழாய்வச்சிக் குடுத்திருக்கென். அதுல போயி நின்னுக்கிட்டு நீங்கல்லாம் சண்டப்போட்டா எனக்கென்ன மரியாத இருக்கு?"

"துலுக்கக்குடிக்கின்னு தனியா பைப்பு வச்சிக் குடுத்திர வேண்டிய தானய்யா? எங்கக்கூட ஒண்ணாமண்ணா நின்னு தண்ணிப் புடிக்க அரிச்சல் பட்டுத்தான அவிய அட்டூழியம் பண்ணுதாவெ."

"ஒன்னயக் கேட்டா அவங்க அட்டூழியம் பண்ணுதாவன்னு சொல்லு. அவரு வந்து நீங்கதான் அட்டகாசம் பண்ணுதாவ சொல்லிட்டுப் போறாரு. நீ நெனைக்கித மாதிரியெல்லாம் துலுக்கக்குடிக்குன்னு தனியா பைப்பு வச்சிக் குடுத்துர முடியாது. அதுக்குள்ள சனத்தொகை அந்தத் தெருவுல இல்ல. அதான் ஒங்களோட எணச்சி வுட்ருக்குது. டேங்க்ல தண்ணி வேண்டாமா? இப்பவே 'உன்னியப்புடி என்னியப்புடி'ங்கிதக் கணக்குல அரையும் கொறையுமாத்தான் நெறையுது. ஆத்துல இன்னொரு கெணறு தோண்டுனாத்தான் சமாளிக்க முடியும் போலத் தெரியுது. இதையெல்லாம் ஒங்கிட்டப் போயி சொல்லிக்கிட்டிருக்கென் பாரு" பெரிய தவறு செய்துவிட்டவனைப் போல நினைத்து வருந்தித் தலையில் அடித்துக் கொண்டான். முற்றத்தில் வளையம் வந்த அவனின் பேரப்பயல் களைத்து ஓய்ந்து சைக்கிளைவிட்டு இறங்கினான். நடுமுற்றத்திலே அதை விட்டுவிட்டு துள்ளாட்டம் போட்டு வீட்டுக்குள் ஓடினான். நேரம் நெருப்புப் பாய்ச்சத் துவங்கியிருந்தது. பகலில் மழை வராதுபோல என அனுமானம் செய்துகொண்டாள் பொன்னாபரணம். கிழக்குப் பக்கச் சுவரின் நிழல், முற்றம் முழுவதையும் நிறைத்திருந்தது. தான் சீக்கிரமாய் வீட்டுக்குப் போய் காட்டுக்குச் செல்ல வேண்டிய அவசரம் அவளை அலைக்கழித்துக் கொண்டிருந்தது.

நாராயணன் பிள்ளை 'விசுக்' கென்று தன் தலையை ஒரு உலுப்பு உலுக்கிவிட்டு அவளைக் கோபமாக முறைத்துப் பார்த்தான். "சரிசரி ஒங்கிட்ட கதப் பேச எனக்கு நேரமில்ல. இனிமே தண்ணிப் புடிக்கும்போ சண்டகிண்டப் போடாம நடந்துக்குங்க. ஆவலாதி வரக்கூடாது. அப்பிடி வந்திச்சின்னா தெருப் பைப்பை இடிச்சிப் போடச் சொல்லிடுவேன் ஆமா"

“நா வர்றேங்கய்யா” சம்பிரதாயத்தைக் காப்பாற்றும் முனைப்பில் அவனைக் கையெடுத்துக் கும்பிட்டு விட்டு மீண்டும் முடுக்கு வழியே பின்னுக்கு வந்து புறக்கடை வாசல் வழியே வெளியேறினாள். வெயில் சுள்ளாப்புக் கூட்டி தகித்துக்கொண்டிருந்தது. இந்நேரம் தோட்டக்காட்டில் நின்றிருந்தால் நாலைந்து பாத்திகள் களைவெட்டி முடித்திருக்கலாம் என்று தோன்றியது. பாழாய்ப்போன மனுசன், வம்படியாய் கூப்பிட்டு நிறுத்தி நேரத்தைக் கடத்திவிட்டான் என்றிருந்தது. தன் தோட்டக்காடுகளில் வேலைகள் தாயமாட்டம் ஆனாலும் தறியாத்தனமாய் நிற்கிறவனும் இவன்தான் என்று நாராயணன்பிள்ளையின் விகற்பமானக் குணங்களை நினைத்து மனசுக்குள் கரித்துக்கொண்டாள். பாவிப் பயல், என்னமாய் சொல்லி விட்டான், அவளின் மகள் மணிமேகலையைப் பற்றி. அவன் நாக்கு அழுகிப்போக. அவனின் வார்த்தைகளைப் பொன்னாபரணம் தன் மனசிலிருந்து அகற்றிவிட முடியாமல் தவித்தாள்.

இரவில் சோறுண்ணும் சமயத்தில் தன் புருசக்காரனிடம் பொருதித் தாளாமல் நாராயணன்பிள்ளை உதிர்த்திருந்த வார்த்தைகளை இம்மிப் பிசகாமல் ஒப்புவித்துக் கொண்டாள் பொன்னாபரணம்.

பிச்சையா ஆத்திரப்பட்டான். “அப்பிடியா சொன்னான் அந்த ஒக்காள ஓழி? அவன் வுட்டுக்குடுக்க மாட்டான். மேம்பொறந்தானுவ இல்லியா? பாசம் இல்லாமயா இருப்பானுவெ? நாராயணன்புள்ள செயிக்கதுக்கு மட்டும் நம்மக்கிட்ட வந்து ஓட்டுக்கேட்டு கையெடுத்துக் கும்புட்டான். இப்பப் பிரசெண்டு ஆயிட்டாமில்ல? அதான் கண்ணு மண்ணுத் தெரியாம நிக்கான். இவன் தோட்டக்காடுல பழியாக் கெடந்து வேலசோலிப் பாக்கதவுட, மத்த சம்சாரிய தோட்டத் துலயாவது வேலப் பாத்துட்டுப் போயிரலாம். மருவாதியாவது இருக்கும்.”

“ஊர்க்காட்ல அவனவுட்டா வேற சம்சாரிய இல்லாமலாப் போயிட்டானுவெ?”

“யாருகிட்ட வேல சோலிக்குப் போனாலும் குண்டிப் பருப்புத் தெறிக்க வேலய வாங்கிட்டுத்தான் கூலியத் தாரானுவெ. அவனுவகிட்ட ஒரு நல்ல எண்ணமாவது இருக்கும். நாராயணன்பிள்ளைக்கிட்ட அதுகூட இல்லியே. ம்”

“எவ்ளவ் வாய்க்கொழுப்பு இருந்திருந்தா அப்படி அவம்பாவமா கேட்ருப்பான்? எம்புள்ளய சாவச் சொல்லுதக் காட்டிலும் அவன் செத்துப்போவ வேண்டியதான? நீ ஊமக் கோட்டான் மாதிரி நின்னுட்டு வந்திருக்க. நா நின்னுருக்கணும் அங்கன. அவன் நாக்க அறுத்தெடுத்து அந்த எடத்துலயே சுட்டுத் தின்னிருக்க மாட்டென் ? இந்தப் பொட்டப்புள்ளயும் உசுரோடு அலைஞ்சிக்கிட்டிருக்கதுக்குக் கண்ணடையலியே நாசமுத்துப் போறவனுக்கு.”

நாளையப் பாட்டுக்கு நாராயணன்பிள்ளையின் தோட்டத்துக்கு வேலைக்குச் செல்ல ஒப்புக்கொண்டு வந்திருந்தது பொன்னா பரணத்தின் நியாபகத்துக்கு வந்தது. ஒப்புக்கொண்ட வேலையைச் செய்துமுடிக்காமல் இருந்து விடுவது முறையல்ல. அதனால்தான் பெரிய அழிமானமே ஆகிவிட்டதாக 'தையாத்தக்கா' வென்று குதிப்பான் நாராயணன்பிள்ளை. நாளை வேலைமுடிந்து கரையேறும் போது சொல்லிவிட்டு வந்துவிட வேண்டியதுதான் என்று தீர்மானித்துக் கொண்டாள். இப்போதுதான் திடீரென்று அவளுக்கு மூளையில் உறைத்தது. கரையேறும்போது சொன்னால் அன்றைய பாட்டுக்கானக் கூலி கெடைக்காது. கருக்கலில் நாராயணன் பிள்ளையின் வீட்டுக்குப்போய் பிச்சையா கூலிவாங்கி விட்டு வரும்போது சொல்லச் செய்யவேண்டும் என்று தீர்மானத்தை மாற்றிக் கொண்டாள்.

"இதுநா வரைக்கும் அவனோட தொழுவத்துல சாணியள்ளிப் போட்டதுக்குக் கூலிநெல்லு வாங்க முடியாதெ"

"அத அவனுக்கு வாய்க்கரிசிப் போட்டதாவ நெனச்சிக்கிற வேண்டியதான். "

சோறு தின்று முடித்திருந்தான் பிச்சையா. கும்பாவிலே கையைக் கழுவி விட்டு எழுந்துவந்து திண்ணையில் உட்கார்ந்து கொண்டான். பீடிப் பற்றவைத்துப் புகைவிட்டுக் கொள்ளாமல் அவனுக்குச் சோறுதின்றிருந்த திருப்தித் தோன்றாது. இடுப்பில் விரல் நுழைத்துப் பீடியொன்றை எடுத்து உதட்டில் வைத்து தீக்குச்சிக் கிழித்து ஒட்டவைத்து சுவாரஸ்யமாய் உள்ளிழுத்துப் புகைவிட்டுக்கொண்டபோது வானத்தின் கிழக்கு முகத்தில் முக்கால் பாக நிலவு மேலேறி நின்றிருந்ததுத் தெரிந்தது. பாத்திரங்களை எல்லாம் கழுவி ஒளித்து வைத்து விட்டு பொன்னாபரணம் வந்தாள். மணிமேகலை வீட்டுக்குள் தூங்கிப்போயிருந்தாள். சின்னத்துரை தெருவிளக்கில் அமர்ந்து படித்துக் கொண்டிருந்தான். பிச்சையாவுக்கு அடுத்து வந்து படுத்தாள் பொன்னாபரணம். ரொம்பவும் தயக்கத்துடன் அவளைத் தழுவத் துவங்கினான் பிச்சையா. "பய வந்திருவான். சீக்கிரம்" என்று அவள் உத்தரவு கொடுத்ததும் அவன் உற்சாகமாக இயங்க ஆரம்பித்தான்.

20

மதியம் சாப்பிட வீட்டுக்கு வந்து கொண்டிருந்தான் சின்னத்துரை. வழக்கமாய் வந்து போகிறவன்தான். பள்ளிக் கூடம் கிட்டக்க இருந்ததால் அலைச்சல் பார்க்காமல் வந்து கொள்ள முடிந்தது. நடையை எட்டிப்போட்டால் வீட்டுக்கு வர ஐந்து நிமிசங்கள் ஆகும். பானையில் சோளக்காடி கட்டியாய் பொங்கிப் போய் கிடக்கும். கும்பாவிலோ, பித்தளைத் தட்டிலோ ரெண்டு பிட்டுகள் எடுத்துவைத்து நீருற்றிக் கலக்கிக் கொள்வான். கடிப்பதற்கு நார்ப்பெட்டியில் வத்தலோ, வெங்காயமோ காய்ந்து போய் கிடந்திருக்கும். அதையெடுத்து நறுக்கென்று ஒரு கடிக் கடித்துக் கொண்டு அதன் சுள்ளென்ற உறைப்பில் காடிக்கஞ்சியை வாய்க்குள் அள்ளி வைப்பான். கஞ்சியின் புளித்த வாசனைக்கும் வெங்காயம், வத்தலின் உக்கிரமானக் காரத்திற்கும் மிகப் பொருத்தமாக இருக்கும். மளமளவென்று கஞ்சியைக் குடித்து முடித்துவிட்டுக் கதவைப் பூட்டிச் சாவியை நிலை உச்சியில் வைத்துக் கொண்டு பள்ளிக்கூடத்துக்கு ஓடிப்போவான். அநேக நாட்கள் மணிமேகலையும் அம்மாவுடன் தோட்டக்காடுகளுக்கு வேலைக்குப் போயிருந்தாள். என்றைக்காவது அற்பசொற்பமாய் வேலையில்லாமல் வீட்டிலிருந்தபோது சின்னத்துரை மதியம் வந்ததும் அவனுக்கு அவள்தான் காடியை எடுத்து வைத்துத் தண்ணீர் ஊற்றித் தந்தாள். இன்று அம்மாவோடு நம்பிக்கோனான் தோட்டத்துக்கு பருத்தியெடுக்கப் போயிருந்தாள். அய்யாவுக்கு ராமசாமிச் செட்டியான் வயலில் வரப்புப் போடும் வேலையிருந்தது. இப்போது ஒருவாரமாக அய்யாவும் அம்மாவும் நாராயணன்பிள்ளைத்தோட்டத்து வேலைகளைக் கைக்கழுவியிருந்ததை நெகிழ்ச்சியோடு நினைத்துப் பார்த்துக் கொண்டான். அவர்கள் செய்திருந்ததுதான் சரியான காரியம் என்று தோன்றியது அவனுக்கு. நியாயம் தெரியாத மனுசரிடம் எத்தனை நாட்களுக்குத்தான் வேலை செய்து கொண்டிருக்க முடியும் என்று நினைத்துப் பார்த்தான்.

தெரு வெறிச்சோடிக் கிடந்தது. மதிய நேரத்தில் யாரையும் பார்க்க முடியாதுதான். பெருசுகள் எல்லோரும் காடுகரைகளுக்கு வேலைச் சோலிகளுக்குப் போயிருக்க, சிறுசுகள் பள்ளிக் கூடங்களுக்குப் போயிருந்தனர். ஒன்றிரண்டு கிழடுகள் மட்டும் தெருவையொட்டிய வீட்டுச் சுவரின் மஞ்சாங்கரை நிழலில் வெட்டாவெளிக் காற்றுக்காக தவக்கமாய் கிடந்திருந்தார்கள்.

காந்தாரிக் கிழவி சின்னத்துரையைப் பார்த்துக் கொண்டாள்.

பாலம்மாவின் அம்மாக்காரி அவள். ஆம்பளைப் பிள்ளைகளின் அனுசரணை இல்லாததால் பொட்டப்பிள்ளையிடம் வந்து தஞ்சம் அடைந்திருந்தாள். வீட்டுக்குமுன் குவிந்திருந்த கூரை நிழலில் வெத்தலைக் குதப்பலோடு உட்கார்ந்திருந்தாள். சோர்ந்து சுருக்கங்கள் விழுந்து போன தேகம் அவளுக்கு. மேலுக்கு ரவிக்கைப் போட்டுக் கொள்ளாமல் சேலைப் தலைப்பை இழுத்து வேண்டாவெறுப்பாய் போர்த்திக் கொண்டிருந்தாள். அவள் தேகத்தைப் போலவே சேலையும் சுருங்கிக் கந்தலாகக் காட்சி தந்தது. சூரிய வெளிச்சத்துக்கு ஈடுதர முடியாமல் இடுங்கிப் போன இமைகளுக்கு உள்ளிருந்து வெருட்டலாய் முழித்த அவள் விழிகள், அவனைச் சிரமப்பட்டு விழுங்கிக் கொண்டிருந்தன. அருகில் வந்ததும் அவனைச் சத்தம் போட்டு அழைத்தாள். "எலெ படிப்பாளி?"

மறைந்துபோன அவளின் புருசக்காரனின் பெயர் சின்னச்சாமி என்பதால் சின்னத்துரையைப் பெயர்சொல்லி அழைப்பதில்லை அவள்.

வெரசலாய் அவள்கிட்ட வந்தான். "என்னக் கெழவி? நா கஞ்சிக் குடிக்கப் போவாண்டமா?" என்றான் நக்கலாக.

"அட போக்கத்தப் பயலே. ஒங்கண்ணங்காரன் பாம்பாயிலருந்து வந்திருக்காம்லெ"

சின்னத்துரைக்கு அதிர்ச்சியாயிருந்தது. மின்சாரத்தில் கை வைத்தது கெணக்கா தேகமெங்கும் விதிர்விதிர்த்துப் போனது. பதற்றத்தில் உதடுகள் படபடத்தன. " என்ன கெழவி சொல்லுத ? எங்க அண்ணனா ? எந்த அண்ணன் ? "

"ஒனக்கென்ன ஏழெட்டு அண்ணங்களாலெ இருக்கானுவெ ? ஒங்க வெள்ளையன் அண்ணந்தாம்ல. சின்ன வயசுல பம்பாய்க்கு ஓடிப்போனானே அந்தப் போக்காளிதான் வந்திருக்கான். போய்ப் பாரு தெரியும்."

சின்னத்துரைக்குக் கையும் ஓடவில்லை, காலும் ஓடவில்லை. கொஞ்சநேரம் விதி மறந்துபோய் குத்துக் கல்லாட்டம் நின்றிருந்தான். எப்படி இருப்பான் அந்த அண்ணன்? குள்ளமாய் இருப்பானா? அல்லது நெடுநெடுவென்று வளர்ந்து உயரமாய் இருப்பானா? சிவப்பாய் இருப்பானா, கருப்பாய் இருப்பானா? சாந்தமாகப் பேசி சந்தோசப்படுத்துவானா? அல்லது இத்தனை நாள் பிரிவினால் ஒரு அந்நியனைப்போல முகம் கொடுத்துப்பேசாமல் அசட்டையாக ஒதுங்கிப் போய்விடுவானா? திடுமென அவனை எதிர்கொள்வதால் ஏற்படும் உணர்ச்சிக் கொந்தளிப்பை என்னால் தாங்கிக்கொள்ள முடியுமா ?

“எலெ என்ன... இன்னும் நின்னுக்கிட்டிருக்க? செழமாய் போயிப் பாருலெ.”

“எனக்குப் பயமா இருக்குப் பாட்டி”

“அட கிருசிகெட்டப் பயலெ. ஒங்கூடப் பொறந்த அண்ணனப் போயிப் பாக்கதுக்குப் பயமா?”

மனசில் தைரியத்தை வரவழைத்துக்கொண்டு நடையை எட்டிப்போட்டான். சீக்கிரமாய் வயிற்றுக்குக் கொட்டிவிட்டு பள்ளிக்கூடத்துக்குப் போகவேண்டும் என்ற அவசரமிருந்தது அவனுக்கு. நெஞ்சுக்குள் திக்திக்கென்று அடித்துக்கொண்டது. எப்போதாவது அண்ணனைப் பற்றிய விவாதத்தை அம்மா சொன்னது உண்டு. சின்ன வயசிலே ஆள் கிங்கான் மாதிரி இருப்பான். ரொம்பப் பலசாலியாம். தைரியசாலியும் கூடத்தானாம். இல்லையென்றால் கழுமாடு மாதிரி வந்துநின்ற மூக்கையாத்தேவனின் காலை வெட்டி விழத்தட்டி விட்டு அரக்கப்பரக்க ஊரைவிட்டு ஓடியிருப்பானா? அவன் எங்குப் போயிருந்தான் என்பதுதான் இதுவரைக்கும் யாருக்கும் தெரியாமல் இருந்தது. காந்தாரிக் கிழவி எப்படி அவன் பம்பாயிலிருந்து வந்திருக்கிறான் என்று இடம் வாரியாக சரியாகச் சொன்னாள் என்று சின்னத்துரை யோசித்துப் பார்த்தான். வெள்ளையனைக் கண்டதும் அவனிடம் அவள் கேட்டுத் தெரிந்திருக்கலாம் என்று முடிவுப் பண்ணிக் கொண்டான். எத்தனை வருடங்கள் ஆகிப்போயிருந்தன, அவன் அவர்களை விட்டு ஓடிப்போய்! தான் ரெண்டாம் வகுப்புப் படித்துக் கொண்டிருந்தபோது வெள்ளையன் காணாமல் போயிருந்ததை நியாபகத்துக்குக் கொண்டுவந்து நினைத்துப் பார்த்தான். இப்போது பதினோராம் வகுப்புப் படித்துக் கொண்டிருந்தான் சின்னத்துரை. கிட்டத்தட்ட ஒன்பது வருசங்கள். வெள்ளையனின் உருவம் கூட சின்னத்துரையின் மனசிலிருந்து சுத்தமாய் மறைந்து போயிருந்தது. இத்தனை வருட இடைவெளி என்றால் யாருக்குத்தான் யாரைத்தான் நினைவில் வைத்துக்கொள்ள முடியுமென்று தோன்றியது. இதுவரைக்கும் ஒரு கடிதாசியோ, காசோ அனுப்பாமல், ஆள் உயிரோடுதான் இருக்கிறானா என்று அச்சரவுப்படும்படி ஒண்ணுமற்று இருந்து விட்டிருந்தான் வெள்ளையன். திடுதிப்பென்று இப்போது எதற்காக வந்திருப்பான்?

முற்றத்தில் கால் பதித்ததும் சின்னத்துரையின் பார்வை ஆவலோடு திண்ணையின் மேல் விழுந்தது. இருளைப்போல நிழல் கவிந்திருந்தத் திண்ணையின் உள்பக்க விளிம்பில் வெள்ளையனும் நிழலைப்போலவே கருப்பாகக் காட்சி தந்தான். அவனின் பெயருக்குப் பொருத்தமில்லாத நிறம். கருத்தப் பேண்ட்டும், நிறம் வெளிறிய மஞ்சள்நிறச் சட்டையும் அணிந்திருந்தான். ஆள் நல்ல ஈடுதடியனாய் ‘மொங்குமொங்கு’

என்றே தெரிந்தான். முகத்தில் அங்கொன்றும் இங்கொன்றுமாய் விரல் அகலத்தில் தழும்புகள் தெரிந்தன. முகத்தைப் பார்ப்பதற்கு விகாரமாய் தோன்றியது. உதடுகள் கருத்துப்போய் தொங்கின. நெருக்கமும், அடர்த்தியும் இல்லாமல் மீசை மயிர்கள் கலப்பாக நின்றிருந்தன. புதர்போல சடைத்து நின்றிருந்தத் தலைமயிர்களை கோணல்மாணலாக அழுத்திவிட்டிருந்தான். பார்வையில் தவிப்பு இருந்தது. சின்னத்துரையைக் கண்டதும் சிரமப்பட்டு முகம் மலர்ந்து வறட்சியாய் சிரிப்பை உதிர்த்துக் கொண்டான். அவனருகில், அவன் வெளியூரிலிருந்து வந்திருந்ததற்கு அறிகுறியாய் ஒரு பெட்டியோ, குறைந்தது ஒரு பையோ இல்லாமலிருந்ததைக் கண்டதும் சின்னத்துரைக்கு வெறுமையாகத் தோன்றியது. பேந்தப் பேந்த விழித்துக்கொண்டிருந்தவன், சின்னத்துரை வந்ததும் தன் பார்வையை ஒரு முகப்படுத்தி வீசிக்கொண்டான்.

"நல்லாருக்கியா பிரதர்?" வெள்ளையனிடமிருந்து மிகவும் நிதானமாக வந்து விழுந்தன வார்த்தைகள்.

சின்னத்துரை பெருத்த யோசனையுடன் அவனருகில் சென்று அமர்ந்து கொண்டான். "ஆமா அண்ணே. நீ நல்லாருக்கியா?" சின்னத்துரையின் கண்களில் நீர் கட்டி நின்றது. அண்ணன் என்று உறவுக் கொண்டாடிக் கொள்வதற்கு சந்தர்ப்பம் வாய்த்திருந்ததை நினைத்து அவனின் மனசு நெகிழ்ந்து இளகியது.

மீண்டும், "நல்லாயிருக்கியா பிரதர்?" என்று வெள்ளையனே கேட்டுக்கொண்டான். அவனின் கண்களில் எந்தவொரு சலனத்துக்கும் சாத்தியமிருப்பதாகத் தெரிந்திருக்கவில்லை. எல்லாவற்றையும் உள்ளுக்குள் அடக்கிக் கொண்டிருக்க வேண்டும் அவன்.

"எப்பண்ணே வந்த?"

"இப்பதான்"

"ஏண்ணே இவ்ளவ் நாளும் எங்களுக்கு ஒரு கடிதம் கூடப் போடாம இருந்திட்ட?"

"எனக்கு எழுதத் தெரிஞ்சாத்தான ஒங்களுக்குக் கடிதம் போட முடியும் ? "

"தெரிஞ்சவங்கக்கிட்ட சொல்லி எழுதிப் போடுறதுக்கு என்ன?"

"அவனுவளுக்கெல்லாம் ஹிந்திதான் பிரதர் தெரியும். தமிழ் தெரியாது".

வெள்ளையன் மனசறிந்து பொய்யான காரணத்தைச் சொல்கிறான் என்பது சின்னத்துரைக்குப் புரிந்தது. மேலும் அது பற்றி கிளறிக்

கொண்டிருக்க அவன் விரும்பவில்லை. வந்ததும் வராததுமாய் தர்க்கம் பண்ணி உறவைக் கெடுத்துவிடக்கூடாது என்று நினைத்தான்.

"எங்கண்ணே இருந்த இவ்ளவ் நாளும்?"

"பம்பாய்லப்பா"

"பம்பாயில என்ன வேலப் பாத்த?"

"என்ன வேலன்னு சொல்ல. ஒவ்வொரு வருசமும் ஒவ்வொரு எடத்துல வேல. கெடச்ச வேலைகளைப் பாத்துக்கிர வேண்டிய தான்."

"சோளக்காடி இருக்குது. ஊத்தித் தாரேன் குடிக்கிதியா?"

"ஆதெல்லாம் இங்கிருக்கும்போ எஞ் சின்ன வயசுல குடிச்சது. இப்பவும் நம் வூட்ல சோளக்காடிதானா?"

"ராத்திரி மட்டும் அம்ம அரிசிச்சோறு பொங்குவா. மத்த ரெண்டு நேரமும் சோளக்காடிதான்."

"அய்யா, அம்ம, அக்கா, தங்கச்சி, எல்லாம் எங்கப் போயிருக்காக?"

"தோட்டக்காடுகளுக்குத்தான். வேலைக்கு. தங்கச்சியும் அம்மக் கூடத்தான் வேலைக்குப் போயிருக்கா" அக்கா இறந்ததைச் சொல்ல வில்லை அவன். வந்ததும் வராததுமாய் அவனை ஏன் வருத்தப்பட வைப்பானேன் என்று நினைத்தான்.

"வேலைக்குப்போற அளவுக்குப் பெரிய பொம்பளையாயிட்டாளா தங்கச்சி?"

"ஆமாண்ணே. அம்மாதான் அவளக் கூடமாட வுட்டுக்கிட்டு வேலப் பாப்பா. படிப்பு ஏறல. ஏழாம் கிளாஸோட படிப்ப நிறுத்திப் புட்டாவ."

" நீ எத்தினிப் படிக்க?"

" பதினொண்ணு. இந்த வருசத்தோட ஐஸ்கூல் படிப்பு முடிஞ் சிடும். அப்பொறம் காலேசுக்குத்தான் போவணும்."

"மத்தியானம் நீ இஸ்கூலுக்குப் போவணும் இல்லியா?"

"ஆமாண்ணே"

"ஜல்தியாப் பொறப்படு. நா அப்பொறமா கஞ்சிக் குடிச்சிக் கிருதென்."

"அதுவரைக்கும் இப்பிடியேவா ஒக்காந்திட்டு இருக்கப் போற ?

பாய் எடுத்துத் தாரென். திண்ணையில விரிச்சிப் படுத்துக்கிறியா?"

"அவுங்கல்லாம் வர நேரமாகுமா?"

"அஞ்சு மணிக்கு வருவாவெ"

"சரி, ஒரு பாய எடுத்துக்கொண்டுவந்து போடு. கொஞ்சநேரம் ஹாயா ஒடம்ப சாச்சிக்கிருதென்."

அவசரமாய் ஓடிப்போய் கதவைத் திறந்து, உள் நுழைந்து, மூலையில் சுருட்டி வைத்திருந்த கோரம்பாயை எடுத்துக்கொண்டு வெளியே வந்து, திண்ணையில் விரித்தான் சின்னத்துரை. அவரசமாய் விரித்ததில் சாணித் தூள்கள் கிளர்ந்தெழுந்து மேலே பறந்தன. முகத்தை மூடிக்கொண்டான் வெள்ளையன். அவன் சுகமாக மூச்சுவிட சிறிதுநேர அவகாசம் பிடித்தது. விரித்திருந்தப் பாயைப் பார்த்தான். சில இடங்களில் அரசல்புரசலாய் ஓட்டைகள் தெரிந்தன. பழைமையாகிப் போயிருந்ததற்கு அடையாளமாய் பாயின் நிறம் மங்கி சன்னமாய் அழுக்கடைந்திருந்தது.

"சாவி நெலைக்கு மேலத்தான்ணே வச்சிருப்பென். பசிச்சா கஞ்சி ஊத்திக் குடிச்சிக்கா என்ன?"

"சரி பிரதர்"

சற்றைக்கெல்லாம் கஞ்சிக் குடித்து முடித்துவிட்டு கதவை இழுத்துச் சாத்தியபின், சின்னத்துரை பொறிபறக்க பள்ளிக்கூடத்துக்கு ஓடிப் போனான். ரொம்ப வருசங்களுக்குப் பிறகு அதிசயமாய் வந்திருந்த அண்ணனிடம் கூட ஒரு வார்த்தைச் சொல்லிவிட்டுப் போக அவகாசம் இருக்கவில்லை அவனுக்கு. வகுப்பில் பாடம் துவங்கிவிட்டால் உள்ளே செல்ல அனுமதிக்க மாட்டார் வாத்தியார்.

பாயில் தலை சாய்த்திருந்த வெள்ளையன் தூக்கம் பிடிக்காமல் மல்லாக்கப் படுத்துப் பார்த்தான். முற்றத்தில் விழுந்து தெறித்த அனல் காற்றின் வெப்ப வீச்சுக்கள் திண்ணைக்கும் அதன் எச்சத்தைப் பாய்ச்சிக் கொண்டிருந்தது. ஓலைக்கீற்றுக் கூரை என்பதால் வெப்பத்தின் வீரியத்தைக் குறைத்து உள்ளுக்குள் இதமானக் குளுமையைக் கசியவைத்துக் கொண்டிருந்தது. பயணக் களைப்பில் தேகம் அச்சலாத்தியாய்ப்படுத்தியது போலிருந்தது வெள்ளையனுக்கு. உடுத்தியிருந்த உடுப்புக்களைக் கூடக் கழற்றி எடுத்து வேறு உடுப்புக்களுக்கு மாறிவிட முடியாத கஷ்டத்தில் திணறிக்கொண்டிருந்தான். வீட்டில் யாரும் பேண்ட் சர்ட் போட்டுக்கொள்ளாதிருந்ததே அவனின் திணறலுக்குக் காரண மாயிருந்தது. அய்யா வேட்டி மட்டுமே கட்டுவார். தம்பிக்கு டவுசர், சட்டைதான். வேட்டியை எப்படி உடுத்திக்கொண்டு அலைவது என்ற விவரத்தைக்கூட அவன் அறியாதவனாக இருந்தான். பம்பாயில்

எந்நேரமும் பேண்ட்டும் சர்ட்டுமாக அலைந்து திரிந்தவன். மாற்று உடுப்புக்கள் கூட இல்லாமல் வீசின கையும் வெறுங்கையுமாக வந்திருந்தது அவனின் காலக் கோளாறு. அறிபறியான அந்தத் தருணத்தில் தன்னால் அப்படித்தான் ஒன்றுமற்று வரமுடிந்திருந்தது என்பதை நினைத்துப் பார்த்து சமாதானம் அடைந்துகொண்டான். நின்று நிதானித்து தனக்குத் தேவையானப் பொருட்களை எல்லாம் சவுகரியமாக சேகரித்துக்கொண்டு அவன் வந்திருந்தால் அந்த அவகாசத்தில் அவனின் எதிரிகள் அவனை அநியாயமாய் காவு எடுத்திருப்பார்கள் என்பதை சங்கடத்துடன் நினைத்துப் பார்த்தான். அவனின் தலை தப்பியதே பெரிய புண்ணியமாகப் போயிருந்தது. எல்லா தாதாக்களுக்கும் நேரும் கதி அவனுக்கும் நேர்ந்திருக்கும். சமயோசிதமாக தப்பித்துக்கொண்டு வந்திருந்தான். மாதர்சூத்! அவர்களால் அவனின் கால் மயிரைக்கூட பிடுங்கியிருக்க முடியவில்லை.

மஞ்சாங்கரை நிழலில் அமர்ந்து வெத்தலைப் போட்டுக் கொண்டிருந்த இரண்டு கிழவிகள் அவனைப் பற்றி அதிசயம் தொனிக்கப் பேசிக்கொண்டிருந்த வார்த்தைகள் அசரீரியாய் அவனின் காதுகளில் வந்து விழுந்து கொண்டிருந்தன. அவர்கள் யார் என்பதை எல்லாம் அவன் அடையாளம் மறந்திருந்தான். ஒன்பது வருட இடைவெளி. அவனின் தெருவும் வீடும்கூட அந்நியமாகத்தான் போயிருந்தன. பழைய அரைகுறை நியாபகத்தை கையில் பிடித்துக்கொண்டு அதன் திணறலான வழிக்காட்டுதலில் தட்டுத்தடுமாறி வந்து சேர்ந்திருந்தான். தெருவில் உட்கார்ந்திருந்த ஒரு கிழவியிடம் கேட்டுத் தெளிந்து கொண்ட பின் தான் தன் வீட்டுக்கு வந்திருக்கிறோம் என்பதை உறுதிப்படுத்திக் கொண்டான். அவனை யாரென்று தெரிந்து கொண்ட அவளும், “அடடே, நீ பிச்சையாவோட மூத்த மொவனா? இத்தன நாளும் எங்கனடே இருந்த? இப்பதான் ஒனக்கு வழித் தெரிஞ்சிதாக்கும்? நீ இல்லாம ஒங்க அய்யனும் அம்மையும் எவ்ளவ் கஷ்டப்படுதாவெ தெரியுமா? இப்பமாவது வந்தியே. போ, இந்த வூடுதான். அவிய எல்லாம் சாயந்தரந்தான் வருவாவெ. ஒந்தம்பி மத்தியானம் சாப்புட வருவான். மேலப் பள்ளிக் கொடத்துலதான் படிக்கான்” என்று அவனின் சந்தேகத்தை நிவர்த்திச் செய்து, வீட்டையும் அவனுக்குக் காட்டிக் கொடுத்தாள்.

வீடு ஒன்றும் மாற்றம் கொள்ளாமலே இருப்பதாகத் தோன்றியது அவனுக்கு. அன்றைக்கு இருந்ததைப் போலவே தென்னை ஓலைகள் வேய்ந்த வீடும், எதிர்பக்கம் தாவாரம் போட்ட திண்ணையும், திண்ணையின் விளிம்பில் அதே இடத்தில் அம்மியும் எல்லாம் அலுங்காமல் குலுங்காமல் அப்படியே இருந்தன. அவர்களின்

வாழ்க்கைத் தரம் மட்டும் சற்று கூடியிருக்கலாம் போல. மூணு வேளையும் சதா சோளக்காடியையே பசிப்போக்கக் குடித்துக் கொண்டிருந்தவர்கள் சின்னத்துரை சொன்னதுபோல இரவில் மட்டும் ஒரு நேரத்துக்கு அரிசிச் சோறு வைத்துத் தின்னும் அளவுக்கு சற்று உயர்ந்திருந்தார்கள். வரும் வழியில் தெருக்கிணற்றை ஆவலாக நின்று குனிந்து பார்த்திருந்தான். யாரும் சீந்துவாரற்றுப் போயிருந்தது போல கிணற்றின் மேல் விளிம்பு வரை ததும்பி நின்றிருந்த நீர் கன்னங்கரேலென்று நிறம் மாறிப் போயிருந்தது. அவன் சிறுவனாய் இந்த ஊரிலிருந்த காலத்தில் யாமம் சாமம் பார்க்காமல் தெருச்சனங்கள் எல்லோரும் அடித்தூரில் மண்டிக்கிடந்த நீரைக் கோருவதற்காக பட்டையும் கையுமாக கிணற்றுத் துவளத்தில் சரிந்து கிடந்த காட்சி அவனின் கண்ணில் நிழல்படமாகத் தோன்றி மறைந்தது. காலம் மாறித்தான் போயிருக்கிறது என்று தனக்குள்ளே உறுதிசெய்து கொண்டான். கிணற்றிலிருந்து நாலடி தூரத்தில் மேடைகட்டி அதன்மேல் குழாய் வைத்து நிறுத்தியிருந்ததையும் அவன் பார்த்திருந்தான். அரசனை நம்பிப் புருசனைக் கைவிட்ட கதையாக, குழாய் நீரில் நீரெடுத்து சொகுசு கண்டதாலே கிணற்று நீரை நாற்றமடிக்க விட்டுவிட்டார்கள் என்று புரிந்துகொண்டான். தெரு அம்மன் கோயில் மட்டும் பழைய வடிவத்திலே அமுங்கி மங்கிப்போய் கிடப்பதாகத் தோன்றியது.

●

“ஏ என் ராசா இப்பதான் ஒனக்கு எங்க நெனைப்பு வந்திச்சா?” என்று அலறியடித்துக்கொண்டு வந்த ஒரு பெண் குரலைக் கேட்டபோதுதான் தான் கண்ணயர்ந்து விட்டோம் என்கிற உண்மை புரிந்து திணறிக்கொண்டு எழுந்தான் வெள்ளையன். அம்மாதான் அப்படிக் கதறிக்கொண்டு வந்து தன்னைக் கட்டிப்பிடித்து அழுது கொண்டிருந்தாள் என்பதை கண்விழித்ததும் தெரிந்துகொண்டான். அம்மா மாலைமாலையாய் கண்ணீர்விட்டுக் கொண்டிருந்தாள். பழைய மினுக்கமில்லை அவளிடம். உடல் சோர்ந்து முகம் களைத்துப் போயிருந்தன அவளுக்கு. முன்னைப்போல உடல் வலுவும் அவளிடமில்லை என்பதை அவளின் ஒடிசலான உருவத்தை வைத்துக் கணித்துக் கொண்டான். ஒன்பது வருசங்களுக்குள்ளாகவா இவ்வளவு மாற்றங்கள் நேர்ந்து விட்டிருந்தன அவளுக்கு? எப்படியெல்லாம் கஷ்டப்பட்டாளோ? என்னென்ன அவஸ்தைகளுக்கெல்லாம் ஆளாகியிருந்தாளோ? அவள் பக்கத்தில் பாவாடை தாவணியுடன் புழுதிப்படிந்தகோலத்தில் ஒருபெண்—இவள்தான் மணிமேகலையோ? என்னமாய் வளர்ந்து விட்டிருக்கிறாள் அவள்!’—நின்றிருந்ததைத் தீர்க்கமாகப் பார்த்துக்கொண்டான். மணிமேகலையின் கண்களும் அருவிகளாய் நீரைச் சொரிந்து கொண்டிருந்தன.

“எப்பிடி இருக்க மொவனே? எங்கப்பா இவ்ளவ் நாளும் இருந்தெ? ஒரு கடிதாசி கூடப் போடக்கூடாதா? அவ்ளவ் கொடுமைக்காரங்களா நாங்க ஆயிட்டமோ? நாங்கள்லாம். செத்துப் போயிட்டமின்னு நெனச்சிட்டியா?”

அம்மா மீண்டும் தேம்பித்தேம்பி அழுதாள். வெள்ளையனின் முகத்தை வாஞ்சையுடன் தடவித் தந்தாள். கன்னத்தில் ‘பசக்’ கென்று முத்தமிட்டாள்.

வெள்ளையனால் அம்மாவின் கேள்விகளுக்குப் பதில் சொல்ல முடியவில்லை. அவன் கண்களும் நீரூற்றாய் கலங்கிப்போய் வடிந்தன. நாத் தழுதழுக்க, லுலுக்கட்டாயமாய் வாய்க்குள்ளிருந்து வார்த்தைகளைப் பிடுங்கி உதடுகள் வழியே கொட்டினான். “அப்பிடி எல்லாம் நெனச்சா ஒங்களப் பாக்க வருவேனாம்மா? என் ஆகாத காலம்.... என்னால லட்டர் போட முடியல”. அம்மாவின் கைகளைப் பிடித்து இதமாகத் தடவித் தந்தான். “அய்யாவக் காணல?”

“செட்டியார் வூட்டுக்கு சம்பளம் வாங்கப் போயிருக்காருப்பா. செழமா வந்திருவாரு. நீ எப்ப வந்தெ? கஞ்சி ஏதாச்சும் குடிச்சியா? தம்பியப் பாத்தியா?”

“மத்தியானம் வந்தான். சோளக்காடி இருக்குன்னான். நாந்தான் பொறவாட்டிக் குடிச்சிக்கிருதமின்னு சொல்லிட்டென். அவனையும் இப்பக் காணல?”

“பள்ளிக்கொடத்துல இருட்டுற வரைக்கும் படிப்பு இருக்கும்ய்யா. என்னவோ பெசல் கிளாசும்பான். இன்னும் செத்த நாழியில வந்திருவான்.”

“இது மணிமேகலத்தானம்மா? ஆளே அடையாளம் தெரியாத மாதிரி வளந்துட்டா என்ன?”

“எல்லாம் நீ தூக்கியெடுத்து வளத்தப் புள்ளதானப்பா. பொட்டப் புள்ளன்னால சீக்கிரமா வளந்துட்டா”

பாசத்துடன் மணிமேகலை அவனின் அருகில் சென்று அமர்ந்தாள். பிரியத்துடன் அண்ணனின் கையைப் பற்றிக்கொண்டு கண்ணீர் வடித்தாள். “எங்களயெல்லாம் எப்படிண்ணே மறந்து இருந்திட்டிய?”

“அதான் வந்துட்டமில்ல. ஏன் அழுத?”

“எம்மா! அக்கா?” என்று அவன் கேட்டு முடிப்பதற்குள்ளே பொன்னாபரணத்தின் கண்கள் நீருற்றுக்களாய் பொங்கி வழிந்தன. ஒருபாட்டம் அவளின் சோகக் கதையைச் சொல்லி முடித்தாள். அவன் திகிலடித்துப்போய் உட்கார்ந்திருந்தான். சுயத்துக்கு வருவதற்கு சிறிது

நேரம் பிடித்தது. மணிமேகலையை வாஞ்சனையுடன் பார்த்தான்.

"எம்மா. இவளயும் படிக்கப்போடலியா?"

"படிப்பு ஏறல அவளுக்கு"

"இல்லண்ணே. அம்மாதான் நீ படிச்சது போதுமின்னு சொல்லி என்னிய நிறுத்திப்புட்டா" மணிமேகலையின் முகம் தளர்ந்து விகாசம் கொண்டது. உதட்டில் மழுப்பலான சிரிப்பாணியைப் படர வைத்துக்கொண்டாள்.

பொன்னாபரணம் சற்றே அழுத்தமாக, "ஆமா, இவா படிச்சிக் கிழிச்சதுல நா படிப்ப நிறுத்திப்புட்டேன்? கூமுட்டக் கழுத. பெரிய மனுசியானச் சாக்குல பள்ளிக்கொடத்துக்குப் போறத அவளே நிறுத்திக்கிட்டா" என்று சொல்லி எளப்பமாக சிரித்துக் கொண்டாள். மூவருக்கும் சிரிப்பாணி பொத்துக்கொண்டு வந்திருந்தது. தகர டப்பாவுக்குள் கற்களைப்போட்டுக் குலுக்கியது மாதிரி களகளவென சிரிப்பொலிகள் எதிரொலிக்கத் துவங்கின. சன்னஞ் சன்னமாய் தெருச்சனங்களிலும் அநேகம்பேர் திரண்டு வந்திருந்தனர். அவர்களும் அந்தச் சிரிப்பொலிகளில் கலந்து கொண்டனர்.

"இது என்ன மக்கா, கன்னத்துல எல்லாம் தழும்புங்க?"

"வேலசெஞ்ச எடத்துலப் பட்டதும்மா. வேற ஒண்ணுமில்ல"

"அதான? இங்கயே ஒரு கொழுத்த மனுசன குதிங்கால்ல வெட்டிட்டுப் போனவனாச்சே. தூரதேசம் போயி யாருகிட்டயும் அடியா வாங்கிறப்போற? இவ்ளவ் நாளும் எங்கப்பா இருந்தெ? ஒரு துப்பும் கெடைக்கல. வங்கொலயா தவிச்சிக்கிட்டிருந்தொம்."

"பம்பாயில இருந்தம்மா"

"பம்பாயிலயா? அங்கன என்ன வேலப் பாத்த?"

"ஒரு பிளாஸ்டிக் கம்பெனிலே லேபரா இருந்தென்."

"இப்ப லீவுப் போட்டுட்டு வந்திருக்கியா?"

"ஆமாம்மா"

"இனி என்னிக்குப் போவணும்?"

"போவணும். என்னிக்குப் பிரியப்பட்டமோ அன்னிக்குப் போய்க்கிரலாம்"

"ஏங் அப்பிடிச் சொல்லுத, ஒரு உறுதியில்லாம?"

"கம்பெனிய இப்ப பந்த் பண்ணிட்டாங்க"

"பந்துன்னா ? "

"மூடிட்டாங்க... சீக்கிரமா தொறந்துடுவாங்க "

"சரிசரி.. எந்திரி. ரயில்ல வந்திருப்ப ... ஒடம்பு அசதியாயிருக்கும். குளிச்சிட்டு உடுப்ப மாத்து. அப்பதான் சிலாத்தாயிருக்கும் "

பொன்னாபரணமும், மணிமேகலையும் அவனுக்கு வழிவிட்டு எழுந்து கொண்டார்கள். மகனுக்காகக் கருவாட்டுக் குழம்பு வைத்துக் கொடுக்க வேண்டுமாய் மனசுக்குள் தீர்மானம் பண்ணிக்கொண்டாள் பொன்னாபரணம். கவிச்சை நாற்றமிருந்தால் தான் சின்ன வயசிலே நாலுபிடிச் சோற்றை அதிகமாய் சாப்பிடுவான் வெள்ளையன்.

சரம்சரமாய் தெருக்காரர்கள் திரண்டுவந்து வெள்ளையனிடம் குசலம் விசாரித்துக்கொண்டார்கள். அதிசயமும், அக்கறையும் கலந்தப் பாவனையுடன் அவனின் கைகளைப் பிடித்து அழுத்திக் கொடுத்தார்கள். இன்னும் சிறிதுநேரத்தில் தெருக்குழாயில் தண்ணீர் வந்துவிடும் என்ற எதிர்பார்ப்பும் எச்சரிக்கையும் கலந்த உணர்வுடன் பொம்பளைகள் அவனிடம் நீக்குப்போக்காய் பேசிவிட்டு வெளியேறிப் போனார்கள்.

கூட்டம் எல்லாம் கலைந்துபோனப் பிற்பாடு அம்மாவிடம் வந்து நின்றான் வெள்ளையன். அடுப்பைத் துடைத்து, சுள்ளி விறகுகளை உள்ளே செருகிக் கொண்டிருந்தாள் அவள்.

"எம்மா... இப்ப நாராயணன்பிள்ளைத் தோட்டத்துக்கு நீங்க வேலைக்குப் போறதில்லியா ? "

" அவன் ஒரு வவுசு மாறிப் பய. அவந்தோட்டத்துக்குப் போறதில்லன்னு நிப்பாட்டிக்கிட்டொம். "

"அவன் வூட்டு மாட்டையெல்லாம் இப்ப யாரு மேய்க்கு தாங்க?"

"எவனும் மேச்சிட்டுப் போறான்? அதப்பத்தி நீ ஏன் கவலைப்படுத?"

"இல்ல. கேக்கென். "

21

பொன்னாபரணம் மணிமேகலையுடன் வீட்டுக்குள் முடங்கிக் கொண்டாள். அய்யாவுக்கும் இரண்டு மகன்களுக்கும் திண்ணை என்றானது. தற்போது, வழக்கம்போல சின்னத்துரை தெருவிளக்குக் கீழ் அமர்ந்து படிக்கப் போயிருந்தான். அய்யாவுக்கு அடுத்து துணிவிரித்து வெள்ளையன் படுத்திருந்தான். சுவரோரம் சின்னத்துரைக்கு இடம் விட்டிருந்தார்கள்.

அய்யா இன்னும் தூங்கியிருக்கவில்லை. சற்று முன்புதான் பீடியொன்றை ரசித்து உறிந்துவிட்டு படுக்கையில் சரிந்திருந்தார். தனக்கு இன்னும் தூக்கம் வரவில்லை என்பதை வெளிப்படுத்தும் முனைப்பில் அடிக்கடி மெல்லிய அதிர்வில் தொண்டையைச் செருமிக்கொண்டு கிடந்தார். வெள்ளையனுக்கு இது புது அனுபவமாகவும், புது இடமாகவும் தோன்றியது. அவனின் சின்ன வயசில் இதே திண்ணையில் படுத்து எழுந்துகொண்டவனாய் இருந்திருந்தாலும், இடையில் நிகழ்ந்துபோன ஒன்பது வருடப் பிரிவுக்குப்பின் அவனின் பழைய நினைவுகளும் பழக்க வழக்கங்களும் மறந்து போயிருந்தன.

தாராவியில் ஏதோ ஒரு உணவுவிடுதி அறையிலோ அல்லது தனது கூட்டாளியின் வீட்டு ஒதுக்கத்திலோ. உடுத்தப் பேண்ட் சட்டையுடன் படுத்து எழுந்திருந்தவனுக்கு, தன் குடும்ப உறவுகளின் நெருக்கத்தில் சாணித் தூள்கள் பறக்கும் இந்தத் திண்ணையில் படுத்துத் தூங்குவது என்பது விகற்பமாகத் தெரிந்தது. அய்யாவின் நாலுமுழ வேட்டியை எடுத்து உடுத்தியிருந்தான். இடுப்பில் நிலைகொள்ள முடியாமல் வேட்டி நழுவி நழுவி ஓடியது. அனுபவமில்லாததால் தான் அந்த அவஸ்தை என்பது புரிந்தது. தன் பேண்ட்டில் மாட்டியிருந்த வாரைக் கழற்றியெடுத்து இடுப்பில் வேட்டிக்குமேல் இறுக்கி மாட்டிக்கொண்டதும். வேட்டி உடும்புப் பிடியாய் ஒட்டிக் கொண்டிருந்தது. பாவம் அய்யா, இரண்டு வேட்டிகளோடு தன் மானத்தை மறைத்துக் கொண்டிருந்தார். அதிலொன்று தனக்கு வந்து விட்டதில் ரொம்பவும் சங்கடப்பட்டான் அவன். எல்லா வற்றுக்கும் வறுமைதான் காரணம் என்பது புரிந்தது. தான் மட்டும் அந்த 'மங்கினி'த் தேவனைத் காயப்படுத்திவிட்டு பம்பாய்க்கு ஓடாமல் இருந்திருந்தால் அய்யாவுக்கு ஆவுதுணையாய் இருந்து கொண்டு கூலிவேலைகளுக்குப் போய் சம்பாதித்துக் கொடுத்திருப்பேன் என்று ஆதங்கப்பட்டான். அவனின் வருமானத்தோடு சேர்ந்து குடும்பம்

தள்ளாட்டமில்லாமல் நடை போட்டுக் கொண்டிருக்கும்.

"நா வூரவுட்டுப் போனப்பொறவு மூக்கையாத்தேவன் வந்து ஏதாச்சம் அக்குருமம் பண்ணானாய்யா?"

அய்யா முதுகைத் திருப்பித் தரையோடு கிடத்தி மல்லாக்கப் படுத்துக் கொண்டார். அவரின் வார்த்தைகளில் மெல்லிய அதிர் விருந்ததுத் தெரிந்தது

"வூட்டுக்கு வந்து ஒவத்திரியம் பண்ணுவான்னு பயந்துபோய் ஆறுமாசம்போல ஒங்கப் பாட்டி வூட்ல இருந்துட்டு வந்தொம். அவனுவ ஆட்கள் வந்து நம்ம வீட்டத் தீவச்சி எரிச்சிட்டுப் போயிட்டானுவ. நீ எதுக்கும் அந்தப் பயக் கண்ணுலப் படாம ஓரஞ்சாரம் பாத்து நடத்துக்க. நல்லபாம்பு மாதிரி அவன். வெசத்தக் கடவாயில ஒதுக்கி வச்சிக்கிட்டே அலைவான். ஒரு சாம்பாப் பய நம்மள அடிச்சிப்புட்டானேங்கித கொந்தளிப்புல அலைவான்."

"அதெல்லாம் அவனால என்னிய ஒண்ணும் பண்ணிக் கிழிக்க முடியாதுய்யா. பெரிய பெரிய சண்டியன்களை எல்லாம் கவுடு நொழஞ்சிக்கிட்டு வந்திருக்கென்."

"பம்பாயில எந்த எடத்திலப்பா வேலப் பாத்த? இவ்வளவு நாளும் வேலப் பாத்திருக்கியே, கையில ஒரு காசும் துணிமணியும் கொண்டுவராம வந்திருக்க? ஒஞ் சாம்பாத்தியத்தையெல்லாம் என்ன செஞ்சே?"

"பணத்த எல்லாம் நம்ம தோஸ்த் ஒருத்தன்கிட்ட குடுத்து வச்சிருக்கம்ய்யா. நா ஊருக்கு வரும்போ அவன் வூட்ல இல்ல. ஆசுபத்திரிலக் கெடந்தான். அங்கப்போயி நின்னுக்கிட்டு அவன்கிட்ட பணம் கேக்க முடியுமா?"

" பம்பாயில எந்த எடத்துல நீ வேலப் பாத்த?"

"தாராவியில... கமலா நகருங்கித எடத்தில."

"நம்ம ஆளுவ அங்கெல்லாம் நிறயப் பேரு இருக்காவளா?"

"பின்ன? இல்லாமலா?"

"என்ன வேலப் பாத்த?"

"பிளாஸ்டிக் கம்பெனில லேபரா இருந்தென்."

தான் துணிந்து பொய் சொல்கிறோம் என்பதை வெட்கத்துடன் உணர்ந்துகொண்டான் வெள்ளையன். இவரிடம் பொய் சொல்லாமல் விட்டால் தான் தப்பிக்க முடியாதென்று தோன்றியது. அம்மாவிடம் சொல்லியிருந்த அதே பொய்யைத்தான் அய்யாவிடமும் சரியாகச்

சொல்லியிருக்கிறோம் என்று ஆறுதல் பட்டுக்கொண்டான். இனி யார் கேட்டாலும் இப்படியே சொல்லிவிட வேண்டும் என்றும் தீர்மானித்துக் கொண்டான். மாற்றி மாற்றிச் சொன்னால் எளிதில் மாட்டிவிடுவோம் என்று உறுத்தியது. அய்யாவுக்கு வெள்ளந்தியான மனசு. சாயந்தரம் நெடுநேரம் கழித்து வீட்டுக்கு வந்த அவர், அவனைக் கண்டதும் தான் பெரிய மனிதர் என்கிற தகுதியையும் மறந்து சின்னப்பிள்ளையை மாதிரி பொலபொலவென்று அழுது விட்டிருந்தார். முதலில் அவனை அடையாளம் தெரியாமல்தான் பரக்கப்பரக்க விழித்துக்கொண்டு நின்றிருந்தார். அம்மா நியாபகப்படுத்தியப் பிறகுதான் உணர்வு தட்டியது அவருக்கு. வெள்ளையனை ஆவிசேர்த்து அணைத்துக் கொண்டு அழ ஆரம்பித்து விட்டார். பாசமிகுதியில் அவரின் தேகம் பதற்றப்படத் துவங்கியிருந்தது. அப்போது அவனிடம் குசலம் மட்டும் விசாரித்துக் கொண்டார். மற்ற விவரங்களைக் கேட்டுத் தெரிந்து கொள்ளும் மனநிலையில் நின்றிருக்கவில்லை அவர். மகனைத் திடீரென்று கண்டுவிட்டிருந்ததன் அதிர்ச்சியிலிருந்து முற்றிலும் விடுபட்டிருக்காத மனநிலை. இப்போதுதான் அவனின் போக்கிடத்தை நிதானமாக விசாரித்துக்கொள்ள தோதுப்பட்டது அவருக்கு.

"இனி என்னிக்குப்பா பம்பாய்க்குப் போவணும்?"

"போவணும். கொஞ்ச நாள் கழிச்சிப் போவணும்" சலிப்படைந்த வனாய் சுதாரிப்பில்லாமல் வார்த்தைகளை உதிர்த்துவிட்டு இடதுபக்கம் திரும்பிப் படுத்து கண்களை மூடிக்கொள்ள முயற்சித்தான். அய்யாவின் தொடர் பாய்ச்சலான கேள்விகள் அவனுக்கு ஆயாசத்தைத் தந்திருந்தன. ஏது, போகிறப்போக்கில் தன் பூர்வாங்கமானத் தொழிலைப் பற்றிய விவரத்தைப் 'போட்டு' வாங்கி விடுவார்போல என்று வில்லங்கமாய் நினைத்துக்கொண்டு பேச்சைத் துண்டிக்க விரும்பினான். அவனின் மனத்திரையில் கமலா நகரின் பலராம் சேட்டும் அவரின் பக்கப் பலமான அடியாட்களும் நிழற்படங்களாய் வந்து நின்றனர்.

மூக்கையாத்தேவனைக் காயப்படுத்திவிட்டுக் குலைப் பதற திருநெல்வேலி ரயில் நிலையத்துக்கு ஓடியவன், நிலையத்திலிருந்து புறப்படத் தயாராய் நின்றிருந்த ரயிலில் ஏறிக்கொள்கிற வரைக்கும் அவனின் உயிர் அவன்கையில் இல்லாமலிருந்தது. அபயாஸ்தமாய் ஒரு ரயிலில் ஏறிக்கொண்டான். அது சென்னைக்குப் போகிறதா, கோயம்புத்தூருக்குப் போகிறதா என்ற விவரம் அவனுக்குத் தெரியாது. தற்சமயம் உள்ளூரிலிருந்து தப்பிவிட்டால் போதும் என்ற அவசரமிருந்தது அவனுக்கு. மறுநாள் சென்னையில் போய் வண்டி நின்றதும்தான் தான் வந்து சேர்ந்திருக்கும் இடம் அவனின் மூளையில் உறுத்தியது. பசி தேகத்தைப் பொசுக்கிக்கொண்டிருந்தது.

விட்டேத்தியாய் ரயிலை விட்டு இறங்கி நின்றிருந்தவன் வெட்க மில்லாமல் யாரிடம்போய் கையேந்த முடியும்? சட்டைப் பையில் சல்லிக் காசு கூட இல்லாதிருந்தது. ரயிலுக்குக்கூட டிக்கட் எடுக்காமல் வந்திருந்தான். கூட்டம் நிறைந்திருந்த உடனடிப் பெட்டியில் ஏறிக் கொண்டிருந்ததால் யாரும் 'செக்கிங்' என்று வராதிருந்ததில் ரொம்பவும் சந்தோசப்பட்டுக் கொண்டான். சென்னையிலிருந்தால் என்ன வேலை செய்து பிழைக்க முடியும்? இங்கு யாரையும் தெரியாதே அவனுக்கு. ஊரில் மேம்பொறந்தான்களின் பிள்ளைகள் சிலர் பம்பாய்க்குச் சென்று பணமும் கையுமாகத் திரும்பி வந்திருந்த செய்தி அகஸ்மாத்தாய் அவனின் நினைவுக்கு வந்தது. அன்று மாலையிலே பம்பாய்க்குப் போகும் ரயிலில் கூட்டத்தோடு கூட்டமாக ஒண்டி ஏறிக்கொண்டான். தாதர் ரயில் நிலையத்தில் ரயில் வந்து நின்றபோது அவன் பசியால் ரொம்பவும் கிறங்கிப் போயிருந்தான். நிலையத்திற்கு வெளியே ஓட்டல் நடத்திக் கொண்டிருந்தவனிடம் போய் வேலைக்கேட்டு நின்றபோதுதான் அவனும் தமிழன்தான் என்பது தெரிந்தது. நெடுநாட்களாக ஓட்டலில் மாவு ஆட்டவும், பாத்திரம் தேய்க்கவுமாக வேலைகளில் காலத்தை ஓட்டினான். வயிற்றுக்குத் தீவனமும், கைச்செலவுக்குக் காசுகளும் கிடைத்தன. காசுகளைச் சாராயம் குடிப்பதில் செலவிட்டான். 'பாரில்' அந்நிய மனிதர்களின் அறிமுகம் கிடைத்தது. குரூரமாகவும், கரடு முரடாகவும் தெரிந்த மனிதர்கள். அப்போதுதான் பலராம் சேட்டின் பராக்கிரமங்கள் தாராவியைப் பதற்றப்பட வைத்துக் கொண்டிருந்தன. எதேச்சையாய் அவரின் அடியாள் ஒருவன் வெள்ளையனுக்குச் சாராயம் குடிப்பதில் சிநேகிதன் ஆனான். ஓட்டல் தீவனத்தில் ஆளும் உருட்டுக்கட்டை மாதிரித் திரண்டு நின்றிருந்தான் வெள்ளையன். அவனைக் கண்டதும் சேட்டு மறுப்பில்லாமல் தன் கூட்டத்தோடு சேர்த்துக் கொண்டான் . பணத்துக்காக ஆட்களைக் கொலைப் பண்ணுவது, வட்டிக்கு விட்டுப் பணம் சம்பாதிப்பது, கள்ளத்தனமாக சாராயம் காய்ச்சி விற்பதுமாக பலப்பல சமூகவிரோதச் செயல்களை நடத்திக்கொண்டிருந்தான் சேட்டு. பல நாட்டுப் பெண்களைக் கூட்டியடைத்து 'பிராத்தல்' தொழில் பண்ணுவதாகக் கூட நகரத்தில் பேச்சிருந்தது.

சாராயம் காய்ச்சி விற்பனை செய்யும் பொறுப்பாளர்களில் வெள்ளையனும் ஒருவனாகிப் போயிருந்தான். அவ்வப்போது எதிரிகளாலும் காவல்துறையினராலும் பல இம்சைகளுக்கு ஆளாக வேண்டியது இருந்தது. கன்னங்களிலும் தேகத்திலும் அடிகளையும் வெட்டுக்களையும் வாங்கவேண்டியிருந்தது. அவனே நேர்நின்று எதிரிகளைத் துவம்சம் செய்தான். அவன் நாளாவட்டத்தில் ஒரு 'தாதா' வாகப் பவனிவரத் துவங்கினான். அவனுக்கும் பேராசை கிளர்ந்து நின்றது. கமுக்கமாய் சாராயம் காய்ச்சி விற்கத் துவங்கினான். சேட்டு கொதித்துப் போனான். தனக்கு எதிராக வெள்ளையன்

சாராயம் காய்ச்சி விற்பதாக நினைத்து ஆத்திரப்பட்டான். வளர்த்தக் கடா மார்பில் பாய்ந்த கொடுமையாகத் தோன்றியது அவனுக்கு. அதை அப்படியே விட்டுவிடக் கூடாது என்று கறுவினான். 'கடா' வை வெட்டி அதன் ரத்தத்தைக் குடித்துவிட வேண்டுமென்று கதிகட்டினான். ஒரு நாள் மதியம் தடித்தடியாயிருந்த அவனின் அடியாட்கள் பலர் கும்பலாய் திரண்டுவந்து வெள்ளையனை விரட்டிக் கொண்டிருந்தபோதுதான் தலை தப்பினால் போதும் என்ற பரிதவிப்பில் ரயிலேறி தன் பிறந்த மண்ணுக்கே வந்து சேர்ந்திருந்தான்.

சின்னத்துரை வந்து படுத்துக் கொள்கிறவரை வெள்ளையனுக்குத் தூக்கம் வந்திருக்கவில்லை. திகில் நிறைந்த சம்பவங்கள் வெள்ளையனின் தூக்கத்தைக் கலைத்துக் கொண்டிருந்தன. இனி பம்பாய்க்குச் செல்லத்தான் வேண்டுமா என்றும் அவனைப் பலமாக யோசிக்க வைத்தது.

"இன்னும் தூங்கலியாண்ணே?"

"தூங்கணும் பிரதர்".

22

அடுப்பில் குழம்புச் சட்டியை ஏற்றிவைத்து அக்கறையாய் தீத்தள்ளிக் கொண்டிருந்தாள் பொன்னாபரணம். நேற்று அந்திக் கருக்கலில் வாங்கியிருந்த சாளைக் கருவாடுகளில் பாதியை ஒதுக்கிவிட்டு மீதியைத்தான் குழம்பில் போட்டிருந்தாள். இப்போது காலையிலே எழுந்து அந்த மிச்ச மீன்களைச் சட்டியில் போட்டு குழம்பாக்கிக் கொண்டிருந்தாள். ராத்திரி வைத்திருந்த கருவாட்டுக் குழம்பு ராவோடே முடிந்திருந்தது. கருவாட்டுக் குழம்பு என்றால் வெள்ளையன் விருப்பமாக சாப்பிடுகிறான் என்பது உறுதியாகியிருந்தது இரவில். இரண்டு குத்துப் பருக்கைகளை இரவில் அதிகமாகவே சாப்பிட்டிருந்தான் அவன். பொன்னாபரணம்தான் அவன் தட்டில் பருக்கைகளை அள்ளி வைத்திருந்தது. குழம்பு வைத்து இறக்கியப் பின்தான் சோற்றுக்காக அடுப்பில் உலையேற்ற வேண்டும். பம்பாயிலிருந்து ரொம்ப வருசங்கள் கழித்து ‘நடேர்’ என்று வந்திருக்கும் மகனுக்கு நாக்கு ருசிக்க ஆக்கிப் போடுவதில் அக்கறைப்பட்டாள். சோளக்காடியும் வெங்காயமும் கொஞ்ச நாட்களுக்கு அவனுக்கு வேண்டாம் என்று தீர்மானித்துக் கொண்டாள்.

முகத்தைக் கழுவிக் துடைத்துக்கொண்டு அம்மாவின் அருகில் வந்து உட்கார்ந்தான் வெள்ளையன். வேட்டியை உடுத்திக் கொண்டு நடக்கவும், உட்காரவும் சிரமமாகத்தான் இருந்தது அவனுக்கு. வேட்டியின் முனையை நுனிவிரலில் சுருட்டிப் பிடித்துக்கொண்டு ரொம்பவும் சிரமப்பட்டு உட்கார்ந்திருந்தான். திடீரென நியாபகம் வந்தவளாய் அம்மா ‘சடக்’ கென்று எழுந்து கொண்டாள். அவள் உட்கார்ந்திருந்த இடத்தை வெள்ளையன் பிடித்துக்கொண்டு சுள்ளி விறகுகளை நிதானமாய் அடுப்புக்குள்ளே தள்ளிக் கொடுத்தான். ஓலைப்பெட்டியில் ஒதுக்கிவைத்திருந்த உழக்கு அரிசியை பாத்திரத்தில் தட்டினாள் அம்மா.

“இத்தன வருசமா பம்பாய்ல வேலப் பாத்திருக்க. கையில காலணா காசுகூட இல்லாம ஊருக்கு வந்திருக்கியே. உடுமாத்துக்குத் துணியக் கூடவா எடுத்திட்டு வந்திருக்கக் கூடாது? என்ன வேலதான் பாத்தியோ, எப்பிடித்தான் பொழச்சியோ?”

“அதான் சொன்னமில்லம்மா, பணத்த ஒருத்தர் கிட்டக் குடுத்து வச்சிருக்கமுன்னு. அவரு ஆசுபத்திரில கெடக்காரு. இந்த நேரத்துலப் போயி வாங்கிட்டுவர முடியுமா?”

“உடுமாத்துக்குத் துணியெல்லாம் கூடவா?”

“அதுவும் அவரு வூட்டுக்குள்ளத்தான் மொடங்கிப் போச்சி ”

“அவரு வூட்லதான் நீ தங்கியிருந்தியா?”

“ஆமாம்மா”

“இப்பொ எதுக்கலெ திடுதிப்புன்னு வந்துட்ட?”

“கம்பெனில பந்த் பண்ணா, வராம என்னச் செய்வென்?”

“பந்த்துன்னா என்னண்ணே?” வாசல்படியில் வந்து உட்கார்ந்து கொண்ட சின்னத்துரை கேட்டான். பல்விளக்கி முடித்திருந்தான். வயிறு ‘சுள்’ ளென்று பசியால் காந்திக் கொண்டிருந்தது. வயிற்றுக்குக் கொட்டிவிட்டு பள்ளிக்கூடத்துக்குச் செல்ல வேண்டும் அவன். அம்மா இப்போதுதான் பாத்திரத்தில் நீருற்றி அரிசியைக் களைந்து கொண்டிருக்கிறாள். குழம்பை இறக்கிவிட்டு அடுப்பில் உலையேற்றிச் சோறுவைத்து இறக்குவதற்குள் பள்ளிக்கூடம் ஆரம்பித்துவிடக் கூடாது என்ற பதற்றமிருந்தது அவனுக்கு. அண்ணனின் பெயரைச்சொல்லி காலை வேளையிலும் கருவாட்டுக் குழம்பும் சோறும் கிடைக்கவிருப்பதில் ரொம்பவும் சந்தோசம் கொண்டிருந்தான். அண்ணனின் குரூரமான முகத்தையும் அடுப்பையும் ஒருசேரக் கண்களில் நிறுத்திப் பார்த்தான்.

“பந்த்துன்னா ஸ்டிரைக்குன்னு அர்த்தம் பிரதர். ஒங்க இஸ்கூல்ல நீங்க ஸ்டிரைக் பண்றதில்லியா ? ”

“படிக்கவே நேரம் காணாது. ஸ்டிரைக் எங்க பண்ண?”

சின்னத்துரையின் பார்வை இப்போது அவனின் அம்மாவை நோக்கித் திரும்பியது. “எம்மா. சோறு பொங்கி வடிக்க நேரமாவும். எனக்குக் கொஞ்சம் காடிக் கஞ்சியை ஊத்திக்குடு. பசி காந்துது. பள்ளிக் கொடத்துக்கு வேற போவணும். நேரமாயிரக்கூடாது.”

அரிசியைக் களைந்து கொண்டிருந்த அம்மாக்காரி விசனப்பட்டாள். “ஏங் அவசரப்படுத? இன்னும் செத்த நாழிக்குள்ள சோறுவச்சி எறக்கிறப் போறென். எனக்கும் காட்டுச் சோலிக்குப் போவவேண்டி இருக்குல்ல? கொஞ்சம் பொறுத்துக்க”

“எத்தன மணிக்குப் பிரதர் இஸ்கூல் ஸ்டாட்டாவும்?”

“எட்டரை மணிக்கண்ணே”

“அதான் இன்னும் டைம் இருக்கே” வெள்ளையனின் கூர்ந்த பார்வை சின்னத்துரையைத் தொட்டுவிட்டு வருகிற மாதிரியும், அம்மாவின் முகத்தைத் தொட்டுவிட்டு வருகிற மாதிரியும் நிலைகொள்ளாமல் அலைபாய்ந்து கொண்டிருந்தது. அய்யா காலம்பறவே எழுந்து வழக்கம்போல சுலைமான் ராவுத்தரின்

காப்பிக் கடைக்குப் போயிருந்தார். ஆளோடு ஆளாக நின்று நாலணா காசு தந்து ஒரு தம்ளர் காப்பித் தண்ணீரை வாங்கிக் குடித்துவிட்டு வீட்டுக்கு வருவார். மணிமேகலை வெளிக்கு இருக்க ஓடைக்கரைக்குப் போயிருந்தாள். அவர்கள் இல்லாமல் வீடு வெறிச்சென்று கிடந்தது போலத்தான் தோன்றியது. இவர்கள் எல்லோரும் தன்மேல் எவ்வளவுப் பிரியமாக இருக்கிறார்கள் என்பதை ஒரு கணம் பெருமிதமாக நினைத்துப் பார்த்து சந்தோசப்பட்டுக் கொண்டான் அவன். ஆனாலும் அவர்களிடம் தன் வேலையைப் பற்றி பொய் சொல்ல வேண்டியதிருந்ததை நினைத்து சங்கடமும் பட்டுக்கொண்டான். ஒரு பொய்யை மறைக்க பல பொய்களைச் சொல்ல வேண்டியதிருந்தது. தன்னைப் பற்றிய உண்மையைச் சொல்லிவிட அவனுக்குத் தைரியம் இல்லாமல் இருந்தது. தன்மேல் அருவருப்புக் கொண்டு விடுவார்கள் என்று பயந்தான். ஒரு அந்நியனைப்போல நினைத்துப் புறக்கணித்து விடுவார்கள்.

குழம்புச் சட்டியை அடுப்பிலிருந்து இறக்கி வைத்துவிட்டு சோற்றுப் பானையில் நீரூற்றி அடுப்பில் ஏற்றினாள் அம்மா. வெள்ளையன் இன்னும் அந்த இடத்திலேதான் உட்கார்ந்திருந்தான்.

“மக்கா. கடைக்கண்ணிக்கு எங்கயும் காலாற நடந்து போயிராத. அந்தப் படுபாவி மூக்கையாத்தேவன் கண்ணுலப்பட்டா பொல்லாப்பா ஆயிரும். அவன் இன்னும் கருமிசத்தோடதான் அலையுதான்.”

“அவன் கெடக்கான். இனிச் சண்டைக்கு வந்தாமின்னா ஒரே வெட்டுத்தான். சரி, நீங்க யாரும் இன்னிக்கு வூட்ல இருக்க மாட்டிங்களா? நா ஒத்தைக்குத்தான் இருக்கணுமா?”

“தம்பி பள்ளிக்கொடத்துக்குப் போயிருவான். மாறி, நாங்க மூணுபேரும் காட்டுச் சோலியளுக்குப் போயிருவொம். வேல சோலிப் பாத்தாத்தான வூட்ல வந்து ஒலகூட்ட முடியும்? அவ்ளவ் அக்கிசிப்படுதவன் கைநிறையக் காசையில்லா கொண்டு வந்திருக்கணும். எவ்ளவ் நாளுன்னாலும் ஒங்கூடவே எல்லாரும் வூட்ல ஒக்காந்திருப்போமில்ல ”

“அடுத்த தடக்கப் பாரு, நெறையக் கொண்டு வரனா இல்லியான்னு”

“சரிசரி. காசும் வேண்டாம், கருமாதியும் வேண்டாம். இப்ப நீ ஆளா வந்திருக்கியே அதுவே போதும். நீ எங்க இருக்கன்னு கூட எங்களுக்குத் தெரியாம இருந்திச்சி. ஒன்னயப் பாத்தப் பொறவுதான் மனசுலத் தெளிச்சி வந்திருக்கு”.

எல்லோரும் வெளியேறிப் போன பிறகு வெள்ளையனுக்குத்

தெகைமுட்டிக்கொணடு வந்தது. சூரியன் 'கெத்தாப்பாய்' மேலேறி நின்றிருந்தது. கூரையின் நிழலுக்குள்ளே உட்கார்ந்திருந்த அவனின் உடம்பு சோம்பல்பட்டு சொகுசாக தூக்கம் வந்துவிடும் போல அசத்தியது. இப்படி முடங்கிக் கிடப்பது அவனுக்கு முடியாத காரியம். தாராவியாய் இருந்திருந்தால் இந்நேரம் சாட்டைச் சுழற்றிய பம்பரமாய் சுறுசுறுப்பாய் இயங்கிக் கொண்டிருப்பான். சாராயத்தைக் காய்ச்சுவதிலும், வாடிக்கையாளர்களுக்குச் சளைக்காமல் ஊற்றிக் கொடுப்பதிலும் பரபரவென்று ஓடிக்கொண்டிருப்பான். இங்கே வேலை எதுவுமின்றி பிடித்துவைத்தப் பிள்ளையார் சிலைக் கெணக்கா சோம்பேறியாய் கிடக்கவேண்டியது இருக்கிறது. எதையோ பறிகொடுத்தது போன்ற தவிப்பு அவனை வெறுமைக்குள் திணற வைக்கிறது. 'ச்சே, நானும் தோட்டக்காட்டுக்கு ஒங்கூட வரேம்மா' என்ற அம்மாவிடம் கேட்காமல் விட்டிருந்தது எவ்வளவு தவறாகப் போய்விட்டது என்று நினைத்து வேதனைப்பட்டான். தோட்டக்காடுகளைப் பராக்குப் பார்த்துக்கொண்டும், அய்யா அம்மாவுக்குக் கூடமாட நின்று ஒத்தாசையாய் வேலையைச் செய்து கொடுத்துக் கொண்டும் நேரத்தைப் போக்கியிருக்கலாம் என்று தோன்றியது. அவனால் இருப்புக்கொள்ள முடியவில்லை. தூர்ந்துபோன ஓலைக் கூரையையும், சாணி காய்ந்துப் பொருக்குகளாகக் கிடக்கும் முற்றத்தையும் எவ்வளவு நேரத்துக்கு அலப்பரவு இல்லாமல் பார்த்துக் கொண்டு கிடப்பது என்று ஆத்திரப்பட்டான். சட்டென்று எழுந்துநின்று சாவகாசமாகத் தெருவுக்கு வந்தான். வெறிச் சோடிக் கிடந்தது தெரு. தெருவின் இருபக்கமும் புதர்களை வளர்த்து நிறுத்தியிருந்ததுபோல ஓலைக் குடிசைகள் பம்மிக் கிடந்தன. அன்னைக்கு இருந்ததைப் போலவே இன்றைக்கும் மாறாமல் தன் ஏழ்மையை வெளிக்காட்டிக் கொண்டிருந்தது தெரு. தெரு விளக்குக் கம்பத்தின் ஒடிசலான நிழலில் ஒருச்சாய்த்துப் படுத்திருந்த செவலை நாயொன்று அவனைப் பார்த்ததும் ஒரு அந்நியனைக் கண்டு கொண்டது போல முதலில் உர்ரென்று உறுமி முறைத்துக்கொண்டு—அவன் எதிர்வினை எதுவும் செய்யாததால்—படிப்படியாக தன் உறுமலைக் குறைத்துக்கொண்டு தலையையும் தாழ்த்திக் கொண்டது.

தன்னந்தனியே தெருவில் நடந்தான். கிணற்றுக்கு வந்தான். பட்டொளி வீசித் தகித்துக்கொண்டிருந்த சூரிய வெக்கையில் துவளத்தையொட்டிச் சரிந்துகொண்டு பார்த்தான். தணலாய் சுட்டது துவளம். படக்கென்று நிமிர்ந்து நின்றுகொண்டான். நின்ற மேனிக்கே தலையை நீட்டிப் பார்த்தான். விளிம்பு வரைத் தழதழத்துக் கிடந்த நீரின் மட்டத்தில் பட்டுத் தெறித்த வெயிலின் உக்கிரத்தில் அவன் விழிகள் கூசின. கிணற்று நீர் மட்டுமே மாற்றம் கொண்டிருப்பதாகத் தோன்றியது அவனுக்கு. அன்றைக்கு சிரங்குப்போல கிடந்த நீர் இன்று

கடல்போலப் பெருகி நிற்கிறது. கண்ணாடிப் பளபளப்பின் தூய்மை குறைந்து இன்று கருந்தார்போல இருளடைந்து கிடக்கிறது. கிணற்றுத் தண்ணீருக்காக துலுக்கக்குடிப் பொம்பளைகளும் சேரித்தெருப் பொம்பளைகளும் மல்லுக் கட்டி நின்ற காட்சிகள் அவனின் மனக்கண்ணில் படம்போல விரிந்து நின்றன. இப்போதெல்லாம் அந்த மல்லுக்கட்டு குறைந்திருக்கும் என்று அவனாக முடிவு பண்ணிக் கொண்டான். தெருக்குழாய் வைத்துக் கொடுத்திருந்ததால் அடிபிடி இல்லாமல் இரு தெருச்சனங்களும் அமைதியாக நின்று நீர்பிடித்துக் கொள்வார்கள். அங்கு நின்றிருந்தவாறே அவனின் பார்வை நீர்த்தேக்கத் தொட்டியை நோக்கித் திரும்பியது. மெதுமெதுவாக அதனை நோக்கி அடியெடுத்து வைத்துப் போனான். பகடைத் தெருவுக்குக் கிழக்கு அற்றத்தில் நீர்த்தேக்கத் தொட்டி நின்றிருந்தது. அடியில் பத்துப் பன்னிரெண்டு கணக்கில் பெரிய பெரிய தூண்களைக் கட்டி நிறுத்தி அவற்றை ஒன்றிணைக்கும் முனைப்பில் பனை உயரத்திற்கு வட்ட வடிவத் தொட்டிக் கட்டி விடப் பட்டிருந்தது. தொட்டியின் வெளிப்புறத்தில் பச்சை நிறத்தில் பருமனாக என்னவோ எழுதியிருந்தனர். அவனுக்குப் படிக்கத் தெரியாதிருந்ததை நினைத்துச் சங்கடப்பட்டுக் கொண்டான். சற்றைக்கெல்லாம் அங்கிருந்து நகன்ற அவன் கால்கள் மீண்டும் கிணற்றுப் பக்கம் வந்து, கோயில் முகப்பில் நிழல்படர்த்தி நின்றிருந்த வேப்பமரத்தின் அடியில் சென்று ஒதுங்கிக் கொண்டன.

23

அடியே பாதவத்தியா... இந்த அக்குருமத்தப் பாத்தேளா? நம்மத் தெருக்கொழாய்க்குப் பக்கத்துலயே அலுசியமா இன்னொரு கொழாய் மொளச்சிருக்கடியோ... எந்தப் பயலோ செருக்கியோ அப்படிக்கொண்டு வந்து நட்டு வச்சிருக்காவ.. வாங்கடியோ.... வந்து பாருங்க அந்தக் கொடுமய”

தெருமுக்குத் திருப்பத்தில் நின்று அதறபதறக் கூச்சல் போட்டாள் பொன்னம்மா. காலங்காத்தாலே எழுந்து இப்ராஹிம் சாயபுக் கடைக்குத் தேங்காய் சில்லும் புளியும் வாங்க வந்து கொண்டிருந்தவள், திடுமென அந்தக் காட்சியைக் கண்டதும் அப்படியே நடையை நிறுத்திக் கொண்டு தெருவைப் பார்த்துத் திரும்பி தொண்டை கிழிய சத்தம் போட்டாள். துவையலுக்குத் தேங்காயும் புளியும் தேவைப்பட்டிருந்தன அவளுக்கு. அவற்றை வாங்க வந்து கொண்டிருந்தபோதுதான் அந்த ‘அக்குருமம்’அவள் கண்ணில் பட்டிருந்தது.

காலைவேளை என்பதால் தெருவில் சந்தடி குறைந்து அமைதி குடிகொண்டிருந்தது. பெரிசுகள் எல்லோரும் காட்டுச் சோலிகளுக்குப் போகும் அவசரத்தில் வீட்டு வேலைகளை முடிக்கவும், பல்துலக்கவும், கஞ்சிக் குடித்துவிட்டு கொஞ்சமாய் அதைத் தூக்குப்போணியில் ஊற்றிக் கொள்ளவுமாக வீடுகளில் பரபரத்துக் கொண்டிருந்தனர். சிறுசுகள் எல்லோரும் பள்ளிக் கூடத்துக்குப் போகும் அக்கறையில் கஞ்சி குடிக்கவும், உடுப்புகள் போடவும், தாங்கள் படிக்கும் பள்ளிக்கூடத்துக் காம்பவுண்ட் சுவருக்கு வெளியே வியாபாரத்திற்கு வந்து அமர்ந்திருக்கும் கிழவியிடம் கடலை மிட்டாய் வாங்கித் தின்ன தங்கள் பெற்றோரிடம் காசு கேட்கவுமாக அறிபறியாய் நின்றிருந்தனர்.

முதலில் பொன்னாபரணந்தான் ஓடிவந்தாள். முற்றத்தில் நின்று பல்விளக்கிக் கொண்டிருந்தவளுக்கு பொன்னம்மாவின் தொண்டைக் கிழிந்த கூப்பாடு செவிட்டில் அறைந்தது மாதிரிக் கேட்டிருந்தது. “எங்கன கொழாய் வச்சிருக்கு? ஆமா. அடப் பாதரவே. இதென்ன அக்குருமமா இருக்கு? எந்த அயிப்பக்கார நாய்ங்க இப்பிடிக் கொண்டு வச்சது?”

அவளின் ஆள்காட்டி விரலிலும் உதட்டிலும் சாம்பல் காய்ந்து நசுநசுத்துக் கொண்டிருந்தது. தேகம் வெடவெடத்துப் போயிற்று. அவளும் பொன்னம்மாவும் விறுவிறென்று குழாயை நோக்கி

எட்டுப்போட்டு நடந்தார்கள். கொஞ்ச நேரத்தில் பொலுபொலுவென்று தெருச்சனங்களில் பலரும் ஓடிவந்தார்கள். ஆம்பளைகள், பொம்பளைகள், சிறுசுகள் அனைவரும் வயது வித்தியாசமில்லாமல் தங்கள் வாய்க்கு வந்தபடித் திட்டிக்கொண்டு குழாயை நெருங்கினார்கள்.

"யாரு இப்பிடி திட்டம் போட்டு வச்சிருப்பா ?" பொன்னாபரணம் வாய்ப்பாறினாள்.

பொன்னம்மா யோசனையாய் சொன்னாள்: "பஞ்சாயத்துப் போடு ஆபிசிலருந்து வந்து இப்பிடித் தனியா வச்சிருப்பாவளோ? எல்லாம் நாராயணம்புள்ளயோட ஏற்பாடாத்தான் இருக்கும்"

"துலுக்கக்குடி ஆளுவ வச்சா வேண்டாமின்னா இருக்கு?"

"இசுமாயிலுசாயபு செஞ்சிருப்பானோ?"

"அவம்பொஞ்சாதி ஆங்காரம் புடிச்சவ. ஏழு புருசமார்வளக் கட்னாலும் அவ ஆங்காரம் அடங்காது. அந்த முண்ட சொல்லித்தான் இதெல்லாம் நடந்திருக்கும்."

"அது என்ன? ராவோடு ராவாவா?"

"அப்பதான நமக்குத் தெரியாது"

"ஒரே கொழாய்க்கு வரத் தண்ணியத்தான் இப்பிடி ரெண்டு கொழய்லயும் விழுத மாதிரிப் பிரிச்சி வச்சிருக்கு...?"

"அப்போ நம்ம அம்பது வூட்டுச் சனங்களுக்கும் ஒரு கொழாயி. அவிய இருவது வூட்டுச்சனங்களுக்கும் ஒரு கொழாயா? என்ன ஞாயமிது?"

"இப்பிடித் தனியா கொழாய் வச்சாத்தான அலப்பரவு இல்லாம தண்ணியப் பிடிச்சி அவளுவப் பொந்துக்குள்ள நெறச்சி ஊத்திக் கிருவாளுவெ."

எல்லோரும் குழாய்களைச் சுற்றி கும்பலாய் நின்றிருந்தனர். ஒவ்வொருவருக்கும் ஒவ்வொரு விதமான யோசனையும், ஆதங்கமும் தோன்றிக்கொண்டிருந்தன. சிலர் குழாயைத் தொட்டு உறுதியாக உள்ளதா என்று சோதித்துப் பார்த்தனர். சிலர் குழாய் பதிக்க வந்திருந்தவர்களின் கால்தடம் ஏதாவது தட்டுப்படுகிறதா என்று தரையில் குனிந்து ஆழமாகப் பார்த்தனர். "என்னடா அநியாயமா இருக்கு. இப்பிடிப்பட்டவிய ராவோடு ராவா வந்து நம்மத் தலய அறுத்துட்டுப் போனாலும் வேண்டாமின்னா இருக்கு?" என்று ஆவலாதியுடன் புலம்பிக்கொண்டனர். சூரியன் முற்றாக தன் முக்காட்டை விலக்கியிருக்கவில்லை. தெளித்து எடுத்த

குருணையைப் போல தன் கதிர்களை மென்மையாக வீசிக் கொண்டிருந்தது. பெருவாரியாய் திரைப்போட்டு கவிந்து கிடந்த குளிர்மூட்டம் கதிர்களின் கத்திமுனை வீச்சில் கிழிபட்டுக் கலைந்து கொண்டிருந்தது. சாலை வழியே ஓடைக்காரைக்கு ஒதுங்கப் போய்கொண்டிருந்தவர்கள் ‘கசாமுசா’ சத்தம் கேட்டு அருகில் வந்து நின்று ஆச்சரியப்பட்டார்கள். அதிர்ச்சியும் அடைந்தார்கள். காப்பிக் கடையில் சூடாகத் தேனீர் அருந்திவிட்டு வந்த சாம்பாக்கமார்த் தெரு ஆம்பளைகள் கோயில் சுவரை நெருங்கியதும் சந்தடிச் சலம்பலைக் கேட்டு வெக்கி வெருவிப்போய் கூட்டத்தில் வந்து சங்கமித்துக் கொண்டனர். “அவ்ளவ் மப்பா அவியளுக்கு? எந்தத் தேவடியா மக்க இப்பிடிக் கொண்டுவந்து திட்டாந்தரமா வச்சது?” சிலர் வெப்புராளம் தாளாமல் வேகமெடுத்துச் சத்தம் போட்டுக்கொண்டனர்.

“வாங்கலெ. எல்லாரும் போயி போலீசிலக் கம்ப்ளைண்டு குடுப்பொம்”. தலைத்துண்டை மேலுக்கு அவிழ்த்து மூடிக்கொண்டிருந்த பிச்சையா ஆவேசப்பட்டு அழைத்தான். சூடாய் தேனீர் குடித்து விட்டு வந்திருந்தும் முழுவதுமாய் குளிர் விட்டுப் போயிருக்கவில்லை அவனிடமிருந்து. தலைத்துண்டை இன்னும் இறுக்கமாய் இழுத்து மூடிக்கொண்டான். அவன் மனசிற்குள் கோபம் கொழுந்து விட்டு எரிந்து கொண்டிருந்தது.

சிரஞ்சீவி முன்னுக்கு வந்தான். பிச்சையாவை வறட்சியாகப் பார்த்து வருத்தப்பட்டான். “ நீரு ஒரு பொசமுட்னவரு மச்சான். இது என்னக் களவுக் கேஸா ? போலீசிலப் போயி புகார் குடுக்க ? எவனோ குசும்புக்குக் கொண்டு வச்சிருக்கான். அவன் யாருன்னு மொதல்ல கண்டு பிடிப்பொம். அவம்பேர வச்சித்தான புகார் குடுக்க முடியும். ”

“பொட்டப் பயலுவ. பயந்துகிட்டு ராவோடு ராவால்லக் கொண்டு வச்சிருக்கானுவெ. அவன் யாருன்னு எப்பிடிக் கண்டுப் பிடிக்கறது?”

சிரஞ்சீவியின் வியாக்கியானத்தின் மீது கண்ணையனுக்கு உடன்பாடு இல்லை. உதட்டில் கனன்று கொண்டிருந்த கடைசிக் கட்டப் பீடியைத் தூரே வீசி எறிந்தான். “பிச்சையாத் தம்பி சொன்னதுல என்னத் தப்பு? சந்தேகப்படுத ரெண்டுபேரு பேர எழுதிக் குடுப்பம். அவியளப் புடிச்சி போலீசுக்காரன் நொத்தியக் கழத்துறதுல உண்ம வெளிவந்திராது?”

“யார எழுதிக் குடுக்கச் சொல்லுத?”

“அதான்.. இசுமாயிலுசாயபுவையும் அவம் பொஞ்சாதியையும் எழுதிக் குடுப்பொம். புருசன் தைரியத்துல அவாத்தானெ அழிமானமா நிக்குதா?”

பொன்னம்மாவுக்குப் பொருதி தாளவில்லை. இதுவரை மௌனமாய் குமுறிக்கொண்டு நின்றிருந்தவள் இப்போது பூகம்பமாய் வெடிக்கத் துவங்கினாள். "நீங்க ஏன் பொசமுட்டிப் போயி ஒருத்தொருக்கொருத்தர் வாயப் புண்ணாக்கிக்கிடுதிய? அடுத்தாப்புல நடக்க வேண்டியது என்னென்னு பாருங்களேன். இத இப்பிடியே வுட்டுக்கிட்டு இருக்க முடியாது. அன்னிக்குக் குடுத்த ஓதைக்குப் பொறவு வாயையும் சூத்தையும் பொத்திக்கிட்டு வந்து தண்ணியெடுத்துட்டுப் போறாளுவன்னு நெனச்சொம். அப்பிடியே அடங்கிட்டாளுவள்னு பாத்தா, ஊம ஊரக் கெடுக்கும் பெருச்சாளி வூட்டக் கெடுக்குங்கிதக் கணக்குல திடீர்னு நம்மத் தலமேல ஏறி சாணி வச்சிட்டாளுவ... அவம்பாவம் புடிச்ச முண்டைய."

பொம்பளைகள் ஒவ்வொருவரும் தன் அருகில் நின்றிருந்தவளிடம் ஆவலாதியாய் பேசிக் கொண்டனர். ஓலைக் கூரையில் மழைப் பெய்து எழுப்பும் ஓசையைப்போல அவர்களுக்கிடையில் சலசலப்பும் ஆவேசமும் கிளைவிடத்துவங்கின. துலுக்கக் குடியிலிருந்து ஒரு நாதியும் வெளியே வந்து எட்டிப் பார்த்துக் கொள்ளாதது தெரிந்தது. எழவு விழுந்த வீட்டைப்போல ஒவ்வொரு வீடும் கதவு சாத்திக் கிடந்தது. இப்ராஹிம்சாயபுவின் கடைக்கு முன்னாலும் ஒரு சுடுகுஞ்சியின் அணக்கத்தையும் காணமுடியவில்லை. அவனோ அல்லது அவன் பொஞ்சாதிக்காரியோ இந்த அடாவடித்தனத்திற்கு ஆட்பட்டிருப்பார்களா? குழப்பமான எண்ணம் ஓடியது பொன்னாபரணத்துக்கு. ஊமைக் குசும்பன் அவன். ஒன்றுந் தெரியாதவன் மாதிரி கமுக்கமாய் இருந்து கொண்டு பெரியபெரிய காரியத்தை நடத்துகிறவன். இந்தக் காரியத்தில் அவன் ஈடுபட்டிருந்தாலும் ஆச்சரியப்படுவதற்கில்லை. கூடு மாதிரிக் கடையை வைத்துக் கொண்டுதானே இந்த ஆட்டம் போடுகிறான். சாம்பாக்கமார்த் தெருவிலிருந்து இனி யாரும் அவன் கடையில் சாமான்கள் வாங்கக் கூடாது என்று கறாராய் முடிவு பண்ண வேண்டும் என்று உக்கிரமாய் தீர்மானித்துக்கொண்டாள். ஆயிசாவின் தாட்டியமான தேகம் பொன்னாபரணத்தின் நினைவுக்கு வந்தது. எந்த சச்சரவுக்கும் ' நான் முந்தி ' என்று தன் ஒந்தான் தலையை உயர்த்திக் காட்டுகிற ஆயிசாவின் அணக்கத்தையும் காணவில்லையே என்பதை வில்லங்கமாக நினைத்துப் பார்த்தாள். அவர்களின் மவுனத்துக்கு ஏதோ ஒரு காரணமிருப்பதை அவளால் யோசிக்க முடிந்தது. அன்று மானாங்கண்ணியாய் அடி வாங்கியதில் அடங்கிப் போனது மாதிரி நடித்திருக்கிறாள் ஆயிசா. அதற்குப் பிறகான நாட்களில் துலுக்கக்குடிப் பொம்பளைகள் எல்லோரும் நல்லப் பிள்ளைகள் மாதிரி அடக்கம் ஒடுக்கமாய் வந்து நின்று வரிசைப் பிரகாரம் தண்ணீர் பிடித்துக்கொண்டு போயிருந்தார்கள். அதெல்லாம் நடிப்பாகவே இருந்திருக்கிறது என்பதை இப்போது

நினைத்துப் பார்த்தாள் பொன்னாபரணம். புலிப் பதுங்குவது பாய்வதற்கே என்பது அப்போது புரியாமல் இருந்தது.

அதை எதிர்பார்த்திருக்கவில்லை யாரும். கிணற்றருகே மௌனமாய் நின்றிருந்த வெள்ளையன் வெரசலாய் ஓடிவந்து புதிதாகத் தரையில் பதித்திருந்த குழாயை நின்ற மேனிக்கே பலம் கூட்டி வெடுக்கென்று உருவி எடுத்தான். வெறுங்குழாயைத் தரையில் புதைத்து, நீர்த்தேக்கத் தொட்டியிலிருந்து நீரெடுத்து வரும் பெருங்குழாயுடன் இணைத்து, மேலே நல்லி வைத்திருந்தார்கள். உருவியெடுத்த வேகத்தில் கொத்தும் குலையுமாக அவனின் கையோடு வந்தது இரும்புக் குழாய். அடியிலிருந்து அது புடுங்கி வந்த அறிபறியில் பெருங்குழாயின் வயிறு கிழிந்து, அதற்குள் தேங்கிக் கிடந்த நீர் ‘சல்’ லென்று பீறிட்டு அடித்தது. எல்லோரும் கதிகலங்கிப் போனார்கள். ‘குழாயைப் புடுங்கி எறிந்ததில் குற்றம் காணப்பட்டு தண்டனையை அனுபவிக்க வேண்டியது இருக்குமோ? இந்த மொரட்டுப்பய ஏன் இப்படிப் பண்ணான்? நம்மன்னா மேப்பொறந்தானுவளுக்கு எளக்காரமால்லா இருக்கும்? மொதல்ல, நாராயணண் பிள்ளையே நமக்கு எதிரா நிக்கப் போறான். ரொம்ப வருசம் கழிச்சி ஊருக்கு வந்திருக்கிதப் பயமேல தப்புத் தண்டாவா கேஸப்போட்டு நாள் கணக்குல உள்ளத் தள்ளிரப்புடாதே. தன் தலையில் அடித்துக்கொண்டு வெள்ளையனைச் சுற்றி வளையம் வந்தாள் பொன்னாபரணம்.

கையில் கனத்துக்கொண்டிருந்த குழாயைத் தூக்கி நிசாரமாகத் தூரே எறிந்தான் வெள்ளையன். சாலையில் போய் ‘சலங்’ கென்ற சத்தத்துடன் செத்தப் பாம்பைப்போல விழுந்தது குழாய். “இதுக்குப் போயா ஆளாளுக்கு ஒவ்வொண்ணாப் பேசிக்கிட்டு நிக்கிய? புடுங்கி எறிஞ்சாத்தான் யாரு நட்டு வச்சதுன்னுத் தெரியும். ஒரே எடத்துல சாம்பாக்கமார்வளுக்கு ஒரு குழாயும் துலுக்கக்குடிக்காரர் களுக்கு மத்தொரு குழாயுமா? கவர்மெண்டுக்காரங்களே சாதியப் பொகையவுட்டு வேடிக்கப் பாக்கும் பொலுக்கே. இனி என்னச் செய்வாவெ பாப்பொம்”

வெள்ளையனின் விசயமுள்ளப் பேச்சைக் கேட்டு சிறுவர்கள் எல்லோரும் செக்கலிப்பு விட்டுச் சிரித்தனர். அவனைப் போன்ற இளவட்டங்கள், “அவன் சொல்லுததும் சரிதானெ? அவந்தான் ஆம்பள... யாருக்கும் பயப்படாம ஒத்தைக்கு நின்னே உருவி எடுத்துட்டான் பாத்திங்களா?” என்று அவனைப் பாராட்டிப் பெருமிதப்பட்டுக்கொண்டனர்.

பொன்னாபரணத்துக்குப் பரிதவிப்பாய் இருந்தது. நேரமாக ஆக அவளுக்குப் பயம்வந்து தொற்றிக் கொண்டது. வெள்ளையனின் கையை வேகமாய்ப் பிடித்திழுத்து வெளியே கொண்டுவர முயற்சித்தாள் . . .

“எம் பாவி மொவனெ. ஒனக்கு எதுக்கு இந்த ஆதாளித்தனம்? போலீசுக்குத் தெரிஞ்சின்னா ஒன்னய கிருமமா லாந்தவுட மாட்டாவளே. வந்துரு... எங்கேயாவது போய் ஒளிஞ்சிக்க”

இருப்புத் தடி மாதிரி கனத்துக் கிடந்தது வெள்ளையனின் கை. அவளால் பலம் கூட்டி இழுக்க முடியாததாகத் தோன்றியது. இவ்வளவுப் பலம் இவனுக்கு எங்கிருந்துதான் வந்ததோவென ரகசியமாய் மனசுக்குள் நினைத்துப்பார்த்துப் பெருமைப்பட்டுக்கொண்டாள். எல்லாம் தன் தாய்ப்பாலின் மகிமை என்றே அவளுக்குச் சமாதானம் அடைந்து கொள்ளத் தோன்றியது. தன் பிள்ளைகளில் அவனுக்கு மட்டுமே நான்கு வருடங்கள் தொடர்ச்சியாய் தாய்ப்பால் கொடுத்துக் கொண்டிருந்தது நியாபகத்துக்கு வந்தது. அப்போது அவள் நல்ல கெதியாக இருந்திருந்தாள். ஓய்வு ஒளிச்சலில்லாமல் வேலைகள் கிடைத்தன. காடுகரைகள் எல்லாம் செழிப்பாக இருந்தன. சீவனமும் தங்குத் தடையில்லாமல் செழிப்பாக நடந்தது. அவளும் நல்ல தாட்டியமாக இருந்திருந்தாள். சின்னத்துரை பிறந்த பிறகுதான் வீட்டில் வறுமை தாண்டவமாடத் துவங்கியிருந்தது. மழைத்தண்ணீர் செழிப்பில்லாமல் வருசத்துக்கு வருசம் நிலைமை பின்னோக்கியே சென்றது. அவனுக்கும் மணிமேகலைக்கும் ஒரு வருசத்தோடே பால்குடியை மறக்கடிக்கச் செய்திருந்தாள். இருவரும் பால் கேட்டு முரண்டுப் பிடித்திருந்தார்கள். தன் மார்களில் கற்றாழைச் சாற்றைப் பூசியோ, வேப்பெண்ணையைத் தடவியோ கசப்பாக்கிக் கொண்டாள். மாரில் வாய்வைத்தப் பிள்ளைகள் கசப்புத் தாளாமல் ஓங்காரித்துக் கொண்டன. நாளாவட்டத்தில், தாய்ப்பால் என்றாலே கசக்கும் என்று பாவித்து வெறுப்படைந்து போயினர்.

அம்மாவை சமாதானப்படுத்தினான் அவன். “அதெல்லாம் ஒண்ணும் ஆவாதும்மா. போலீசு ஒண்ணும் செஞ்சிரமாட்டானுவெ. ஏம் பயப்படுதே?”

வெள்ளையனின் பக்கத்தில் வந்து நின்றான் பிச்சையா. ஒரு கணம் அவனைப் பெருமையாகப் பார்த்துவிட்டு மறுகணம் பொன்னாபரணத்தை சற்று விசனத்துடன் ஏறிட்டுப் பார்த்தான். “ஒனக்கு என்ன கிருசிக்கெட்டுப் போச்சா? அவனப்போட்டு ஏங் இழுக்குத? அவம் இப்ப என்ன செஞ்சிட்டான்? யாரும் வந்து கேட்டாலும் அப்படியொரு கொழாயே இங்க வைக்கலன்னு மாத்திச் சொல்லிருவொம். அப்பதான் எவன் வந்து வச்சானுவன்னுத் தெரியும்” பிச்சையாவின் முகம் வெள்ளையனை நோக்கித் திரும்பியது. “நீ பயப்படாத மக்கா. எவன் வந்துக் கேட்டாலும் ‘எனக்குத் தெரியாது’ ன்னு சொல்லிரு. என்ன மயித்தப் புடுங்குதானுவன்னு பாப்பொம்.”

“அம்மா ரொம்பதான் பயப்படுதா” என்று முறுவலாய் சிரித்துக்

கொண்டே கூட்டத்தின் ஓரத்திற்கு வந்து நின்றான் வெள்ளையன். தரையிலிருந்து பீறிட்டு அடித்திருந்த நீர்ப்பெருக்கில் அவனின் பேண்ட்டும் சட்டையும் தொபுதொபுவென நனைந்திருந்தன. நெருப் பாய் எரியத் துவங்கியிருந்த சூரிய ஒளியை வேகமாய் கிரகித்துக் கொண்ட உடுப்புகள் விறைப்பாகிக்கொண்டு வந்தன. அவனைச் சுற்றி தெரு இளவட்டங்களில் அநேகம்பேர் கூட்டம் போட்டு நின்றனர். "ஒண்ணும் ஆவாது. பயப்படாத. நாங்கள்லாம் இருக்கோமில்ல?" அவனின் தோளையும் கையையும் தட்டிக்கொடுத்து ஆறுதல் கூறிக் கொண்டனர். அவன் முகம் மலரச் சிரித்துக் கொண்டான். "எனக் கென்னப் பயம்?" என்று கேட்டான்.

சிமெண்டு மேடைக்கு இரண்டடித் தூரத்தில் புதுக்குழாய் வைக்கப்பட்டிருந்ததால் அது பிடுங்கப்பட்டு வெளிவந்ததும் 'சீத்' தென்று பொங்கி எழுந்திருந்த நீர், சிமெண்டு மேடையைச் சுற்றி சகதிக்காடாய் ஆக்கியிருந்தது. கூட்டத்தினர் மீது நீர் தெறித்ததும் அவர்கள் தங்கள் பாதங்களை விசுக்கெனப் பின்னால் எடுத்துவைத்து நகன்று தங்கள் மேல் நீர்ப் படாமல் காத்துக்கொண்டனர். இப்போது நீர் நின்று போயிருந்தது. இருப்புக்குழாய் புடுங்கி எறியப்பட்ட தரையில், நாய் கொட்டாவி விட்டது கெணக்கா பெரியதாய் குழி விழுந்திருந்தது.

வெயிலின் உக்கிரம் தாளாமல் எல்லோரும் வேர்த்துப்போய் நின்றிருந்தனர். நேரம் ஒருவாடு ஆகியிருந்தது. இனி காட்டுச் சோலிகளுக்குப் போய்விட முடியாது. தாமசத்தைக் காரணமாய் வைத்துத் தோட்டக்காரர்கள் வார்த்தைகளாலே வறுத்தெடுப்பார்கள். கூலியும் பாதியாய் குறையும். மேலும், இப்போது நடந்திருந்த களேபரத்தை வைத்துக்கொண்டு ஒரு கலவரமான மனநிலையில் வேலைசோலிகளுக்குப் போவதும் உசிதமானதாகத் தெரியவில்லை அவர்களுக்கு.

குமைந்துகொண்டு நின்றிருந்தார்கள். புளியும் தேங்காய் சில்லும் வாங்க வந்திருந்த பொன்னம்மா, 'இப்ராஹிம் சாயபுக் கடைக்குப் போவதா?' எனத் தனக்குத்தானே கேட்டுக் கொண்டு குழம்பிய சிந்தனையில் நின்று கொண்டிருந்தாள்.

திடீரென அவளுக்குள் ஒரு ஆவேசம் கிளர்ந்தெழுந்தது...

"இப்ப ஒங்க எல்லாத்துக்கும் சொல்லுதென். இப்ராகிம் சாயபுக் கடைக்கு இனி நம்மத்தெருச் சனங்க யாரும் சாமான் வாங்கப் போவக்கூடாது. இந்தக் குசும்புக்கு அவனும் அவம் பொஞ்சாதியும் கூட மூடாயிருக்கலாம். தெரிஞ்சிதா?"

எல்லாரும் அவள் சொன்னது சரிதான் என்பதுபோல குசுகுசுத்துக் கொண்டார்கள். பிச்சையா அதைச் சத்தம் போட்டு ஆதரித்துச்

சொன்னான். "சரிதான் அவா சொல்லுதது. இனி அவன் கடைக்கு யாரும் போவாண்டாம். சாமான் வாங்கணுமின்னா கெழக்கத் தள்ளி இருக்குத நாடான்கடையிலோ கோனான் கடையிலோ வாங்கிக்குவொம். சரியா?"

"சரி" என்று ஒருசேரக் குரல்கள் வந்தன.

சற்று நேரமாகியிருந்தது. இதற்குள் சன்னஞ்சன்னமாய் சனங்கள் கலைந்து போயிருந்தார்கள். இறுதியில் பிச்சையா மட்டுமே தனிமையில் விடப்பட்டிருந்தான். அது அவனாக ஏற்றுக்கொண்ட தனிமையாக இருந்தது. அதற்கும் காரணமிருந்தது. அடிபட்டு விறைத்துக் கிடக்கும் பாம்பைப்போல சாலையில் கிடந்த இரும்புக் குழாயைத் தூக்கி—'யப்பா எப்படிக் கணத்துக்கெடக்கு. இத எப்பிடி வெள்ளையன் செந்தூக்கா தூக்கி வீசிட்டான்?'—அதன் பழைய இடத்துக்கு கொண்டு வந்து நிறுத்திப் பார்த்தான். 'சப்' பென்று நின்று கொண்டது அது. மனசுக்குள் நிம்மதிப் படர்ந்தது. ஆனாலும் தன் முகவெளியில் அச்சத்தின் சூறாவளி கோரப்படுத்தி இருந்ததை அவனால் மறைக்க முடியவில்லை. சோர்வாக, வீடு திரும்பும் எண்ணத்தில் காலெடுத்து வைத்தவனின் கண்கள் அனிச்சையாகப் பக்கவாட்டில் திரும்பின. பிறைநிலவை வாசல் உச்சியில் தாங்கிய இஸ்மாயில்சாயபின் வீட்டுக்குமுன் இரண்டொரு பொம்பளைகள் திடுமாங்காளைகளாய் கூடி நின்றிருந்தது தெரிந்தது.

24

“ஒனக்கெதுக்கு மக்கா ஊர்வம்பு? வந்தோமா, ஒருமாசம் ரெண்டுமாசம் இருந்துட்டு கிருமமாப் பம்பாய்க்குப் போனமான்னு இல்லாம எதுக்கு ஊர்ச் சண்டைல எக்கப் படுத? எங்கப் பிரச்சினய நாங்கப் பார்த்துக்கிர மாட்டொமா?”

“ஏங் நானும் இந்த ஊர்க்காரனில்லியா?”

“அது சரிப்பா. ஒனக்கு ஏதாச்சும் தப்பாவி நீ பம்பாய்க்குப் போவ முடியாம ஆவிட்டுனா?”

“தப்பா என்னதும்மா ஆவும்?”

“அதாம்பா போலீசுக்கேசுன்னு ஆயிருச்சின்னா அப்பொறம் கச்சேரி கோட்டுன்னு ஏற வேண்டியதிருக்கும் இல்ல? நீ பம்பாய்க்கு செழமா போவாண்டமா?”

“அப்படியெல்லாம் ஒண்ணும் ஆவாது. நீ ஏம் பயப்படுத?”

“பயப்படத்தானப்பா செய்யவேண்டியதிருக்கு. திரும்ப நீ பம்பாய்க்குப் போயி, இப்ப வந்திருக்கித மாதிரி வெறுங்கையா வராம, நாலு காசோடு வந்தாத்தான எங்களுக்கு ஒத்தாசையா இருக்கும். ஒரு தம்பி படிக்கணும். தங்கச்சிக்கு மாலப் பூக்கணும். நீ அக்கிசிப் பட்டாத்தான அதெல்லாம் நடக்கும்”

“அதெல்லாம் ஒழுங்கா நடக்கும். நாப் பாத்துக்கறென். அதுக்காவ, எங்கண்ணு முன்னால நீங்கள்லாம் அவமானப்பட்டு நிக்கும்போ அத சும்மாப் பாத்துக்கிட்டு நிக்கச் சொல்லுதியா? எவ்ளவ் தைரியம் இருந்தா நடுராத்திரிலெ ஒரு கொழாயக் கொண்டு வந்து நட்டிருப்பானுவெ? இது பஞ்சாயத்துப் பிரசெண்டு சம்மதமில்லாம நடந்திருக்காதும்மா. ஏன்னா, வாட்டர் டேங்கிலிருந்து வருத கொழாயோட எணைப்புக் குடுத்திருக்கில்ல? பிரசெண்டு சொல்லாம அதோட எப்படி எணைப்புக் குடுக்க முடியும்?”

“அந்த நாறப்பயலுக்குத் தெரிஞ்சித்தான் இப்பிடியெல்லாம் நடந்திருக்குன்னு எங்களுக்கும் தெரியுதுப்பா. அவனும் மேம் பொறந்தான்... இவனும் மேம்பொறந்தான். பண்ணியோட சேந்தக் கன்னுக் குட்டியும் பீயத்தானத் தின்னுருக்கும்.”

திண்ணையின் விளிப்பில் ஒருச்சாய்த்துப் படுத்துக்கொண்டு வெள்ளையன் அம்மாவோடு பாடுபேசிக் கொண்டிருந்தான்.

கூரையின் நிழல் கிழக்காக சரிந்து விழுந்து, முற்றத்தில் வைத்திருந்த உரலுக்குக் குடைப் பிடித்ததுபோலக் கவிந்திருந்தது. உலக்கைப் போடுகிறவளுக்கு ஒத்தாசையாய் இருந்தது நிழல். அம்மாதான் உலக்கைபோட்டுக் கொண்டிருந்தாள். உரல்குழியின் விளிம்புத் தட்டக் கிடந்திருந்த சோளங்கள் உலக்கையின் இரும்புப் பூண் அழுத்தமாக விழுந்ததில் பொடிப்பொடியாக நொறுங்கிக் கொண்டிருந்தன. குழியின் விளிம்புக்கு வேலியாக உரப் பெட்டியை வைத்து மணிமேகலை அழுத்திப் பிடித்திருந்தாள். ஏதொரு சோளமும் உரப்பெட்டியைக் கடந்து வெளியே விழுந்து விடாமல் எச்சரிக்கையுடன் கண்காணித்துக் கொண்டிருந்தாள். பூண் அழுத்தலில் சிதறிய சோள மணிகள் உரப்பெட்டியின் ஈத்தல் சுவரில்பட்டு மீண்டும் குழிக்குள் விழுந்தன.

சின்னத்துரை பள்ளிக்கூடத்துக்குப் போயிருந்தான். காலையில் நடந்திருந்த களேபரத்தில் அவனும் ஒரு பார்வையாளனாகக் கலந்திருந்ததால் வயிற்றுக்குக் கொட்டிக்கொள்ளக் கூட அவகாச மில்லாமல் போயிருந்தது. அடித்துப்பிடித்து புத்தகப் பையைத் தூக்கிக்கொண்டுப் போனவன் மதியம் வந்து தான் வயிற்றை நிரப்பிக் கொண்டான். இனி அந்திக் கருக்கலில்தான் அவன் வீட்டுக்கு வருவான் என்பது வெள்ளையனுக்குத் தெரிந்திருந்தது.

அய்யா எங்கேயோ போயிருந்தார். அவர் கையில் ரெண்டு ரூபாய் காசிருந்தது பற்றி பொன்னாபரணத்துக்குத் தெரிந்திருந்தது. நேற்றைய சம்பளத்தில் கைச்செலவுக்கு என்று எடுத்து வைத்திருந்தார். வழக்கமாய் அவர் எடுத்து வைத்துக் கொண்டிருந்ததால் அதுபற்றிப் பெரிதாக எடுத்துக் கொண்டதில்லை அவள். இன்று வேலைக்குப் போக முடியாமல் வீட்டில் முடங்கிக்கிடந்திருந்ததால் பொசமுட்டிக்கொண்டு வந்தவரைப் போல மதியத்திலிருந்து முழித்துக் கொண்டிருந்தார். மதியம்வரை திண்ணையில் துணி விரித்துத் தூங்கியவர், வெயில் தணியத் துவங்கியதும் எழுந்து வெளியே போனார். நேராக அவர் கள்ளுக் கடைக்குத்தான் போயிருப்பார் என்பதை அனுபவப்பூர்வமாக யூகித்துக் கொண்டாள் பொன்னாபரணம். கழுதைக் கெட்டால் குட்டிச்சுவர் என்கிற மாதிரி சேரித்தெரு ஆம்பளைகள் கும்மாளம் போட விரும்பினால் நேரே கள்ளுக் கடைக்குத்தான் போகிறார்கள் என்பதை அவள் அறிந்திருந்தாள். அவர்கள் வந்து போவதற்கு வசதியாகவே ஓடைக் கரையிலிருந்து ஒரு விளைத் தாண்டினால் செழமாய் சென்று குடித்துவிட்டு வர வசதியாய் கள்ளுக்கடை இருந்தது. அரசாங்கமே கள்ளுக்கடைகளை அனுமதித்திருந்தது, மேலும் சவுகரியமாகப் போயிருந்தது குடிகாரர்களுக்கு.

வெயில் மங்கி கூராப்பு விழத் துவங்கியிருந்தது. திடுதிப்பென்று

தன் வீட்டுக்கு முன்னே சைக்களில் வந்து இறங்கி நின்ற மீசைக்காரப் போலீஸ்காரனைக் கண்டதும் பொன்னாபரணம் கிடுகிடுத்துப் போனாள். மணிமேகலை தன்பயத்தில் அம்மாவுக்குப் பின்னால் வந்து ஒளிந்து கொண்டாள். வெள்ளையன் திண்ணையிலிருந்து நிதானமாக எழுந்து வந்தான்.

"பிச்சையாங்கிறது யாரு?" ரொம்பவும் அதட்டலாகவே விழுந்தது போலீசுக்காரனின் குரல். ஆளும் தாட்டியமாய், பார்க்க முரடன்போலத் தெரிந்தான். கருத்தத் தோல். சிவந்தக் கண்கள்.

அதறப்பதற உலக்கையை எடுத்துவந்து திண்ணையை ஒட்டியச் சுவரோடு சாய்த்து வைத்தாள் பொன்னாபரணம். விலகியிருந்த முந்தானையைச் சரிசெய்துகொண்டு குலைப்பதற்றமாய் ஓடிவந்து நின்றாள். மணிமேகலை அண்ணனின் மறைவில்போய் நின்று கொண்டாள்.

"எங்க வூட்டுக்காரருதாங்க... என்னய்யா?"

"கச்சேரிக்கு வரணும்"

"எதுக்கய்யா?"

"அதையெல்லாம் ஒங்கிட்ட எழுதிக்கிட்டு இருக்க முடியாது. எஸ்ஸை அய்யா கூட்டிக்கிட்டு வரச்சொன்னாங்க. பிச்சையாவ எங்க? இது யாரு?"

"எம் மொவங்க"

"எலேய். மருவாதியா ஒங்கய்யன போலீசு ஸ்டேசனுக்கு வரச் சொல்லு. இல்லன்னா நீ வந்து உள்ள இருக்கவேண்டியதிருக்கும். இப்ப ஒங்கய்யன எங்க?"

வெள்ளையனுக்கு விறுவிறுவென்று கோபம் ஏறியது.போலீசுகாரன் என்றால் பெரியப் புடுங்கியா? மட்டுமரியாதை இல்லாமல் பேசுகிறானே என்று நினைத்து ஆத்திரப்பட்டான். ஒரே குத்தாய் குத்தி மலத்திவிட்டு ஓடிவிடலாமா என்று கூடத் தோன்றியது. தான் ஓடிப்போய் விட்டால் தன்வீட்டைத்தான் போலீசுக்காரன்கள் தொந்தரவுப் படுத்துவான்கள் என்று உறுத்தியது அவனுக்கு. பாவம், அய்யாவும் அம்மாவும். தன்னால் சித்திரவதைக்கு ஆளாகிவிடக் கூடாது என்று கரிசனப்பட்டான். மனசைக் கட்டுப்படுத்திக் கொண்டான். தன்னக் கட்டிக்கொண்டு நின்றான்.

"கடைக்குப் போயிருக்காரு. வந்ததும் ஸ்டேசனுக்கு வரச் சொல்லுதென்"

"இன்னிக்கு ராத்திரிக்குள்ள வரணும், புரிஞ்சிதா?"

"சரி"

அந்தத் தெருவை ஒரு அலட்சியப் பார்வைப் பார்த்துவிட்டு சைக்கிளைத் திருப்பிக்கொண்டு ஏறிப் போனான் போலீஸ்காரன். அவன் நின்று போன இடத்தில் தீ நின்று எரிவதுபோலத் தோன்றியது வெள்ளையனுக்கு. போலீசு உத்தியோகம் என்றாலே அதிகாரிகள் அவர்களுக்குப் போக்கிரித்தனங்களைக் கற்பித்துக் கொடுத்து விடுவார்களோ என்று நினைத்துக்கொண்டு முறுவலித்தான்.

அம்மா கச்சக்காலை அடித்துக்கொண்டு வந்தாள். வயிற்றில் அடித்துக் கொண்டு முற்றத்துக்கும் தெருவுக்குமாய் ஓடினாள்.

"அய்யோ... என்னச் செய்யுவானுவன்னு தெரியலியே. வந்து தேடிக்கிட்டுப் போயிட்டானெ. கச்சேரிக்குப் போனா கை வைக்காம வுடமாட்டானுவளே. எங்கப் போயித் தொலஞ்சாரோ தெரியலியே. கள்ளுக்கடையிலே குடியிருந்திட்டாரு பொலுக்கே" புலம்பிக்கொண்டு அலைந்தாள் பொன்னாபரணம். தேகம் பதறிக்கொண்டு நடுங்கியது. கைகளை எந்திரகதியாய் நீட்டவும் மடக்கவும் நெஞ்சில் அடிக்கவுமாகப் பழக்கப்படுத்திக் கொண்டிருந்தாள்.

வெள்ளையனுக்குத் தலைச்சிறையாய் இருந்தது. அம்மாவின் பரிதவிப்பைப் பார்த்து ஆற்றாமையாய் பொங்கியது. அவளைப் பிரியமாய் நெருங்கி சாந்தப்படுத்த முயற்சித்தான். "அதெல்லாம் ஒண்ணும் நடக்காதும்மா. பாத்துக்கிரலாம். "

"நீ என்னத்தப் பாப்ப? அங்கனயும் போயி திண்டுக்கு முண்டா நிப்பெ. ஒன்னையும் பிடிச்சி உள்ளப் போடுவாவெ. எம்பொழைப்புல மண்ணு வுழுந்திருமே"

தெருச்சனங்கள் எல்லோரும் கூடிவிட்டிருந்தனர். ஆளாளுக்குக் குடல் கொந்தளிப்புடன் போலீசுக்காரனையும் புகார் கொடுத்தவனையும் மானாங்கண்ணியாய் வைது கொண்டனர். புகார் கொடுத்தவன் யார் என்பதை பொன்னாபரணமோ வெள்ளையனோ போலீசுகாரனிடம் கேட்டுத் தெரிந்துகொள்ளாமல் போயிருந்ததை இப்போது நினைத்து வருத்தப்பட்டுக் கொண்டார்கள். கேட்டுத் தெரிந்திருந்தால் நேராக அவனிடமே சென்று நியாயம் கேட்டிருக்கலாம் என்று தோன்றியது.

"இசுமாயில் சாயபுதான் புகார் குடுத்திருப்பானோ ?" வார்த்தைகளில் கோபம் தெறிக்க தன் சந்தேகத்தை வெளிப்படுத்தினான் சிரஞ்சீவி.

"எந்த தேவடியாப் பயலுவன்னு தெரியலியே. கச்சேரிக்குப் போனாத்தான் தெரியும்" கண்ணையன் தன் பங்குக்கும் முன்னால் வந்து நின்று ஆத்திரப்பட்டுக் கொண்டான். பொன்னாபரணத்தின்

தவிப்பைப் பார்த்ததும் அவனுக்குச் சங்கடமாகத் தோன்றியது.

"எவன் பிராது குடுத்தா என்னவே? ஒரு கொழாய்க்குப் பக்கத்துல, அதுவும் பஞ்சாயத்துப் போடுக்காரன் கொண்டு வச்சக் கொழாய்க்குப் பக்கத்துல, எவனோ இன்னொரு கொழாயக்கொண்டு வந்து யாருக்குந் தெரியாம வச்சது தப்புத்தானவே? அதப் பத்திக் கேக்காமலியாப் போயிருவாவெ கச்சேரில?"

தடபுடவென்று பாலம்மா முன்னுக்கு வந்தாள். அழுது கொண்டிருந்த பொன்னாபரணத்தின் தோளைத் தொட்டாள். "நீ அழாத. எதுக்கும் கீழக்தெரு பண்டாரம் மாமாவப் போயிப் பாப்பொம். நம்ம சாதி ஆளுவல்ல அவருதான் கொஞ்சம் வெவரம் தெரிஞ்சவரு. என்னமோ கச்சியெல்லாம் வச்சிருக்காரு. யாருன்னாலும் சட்டச் செய்யாமப் பேசுவாரு. எனக்குத் தெரியும் அவர. பொறப்படு. போய்ப் பாத்துட்டு வருவொம்" பொன்னாபரணத்தின் கையைப் பிடித்திழுத்து அவசரப்படுத்தினாள்.

சின்னத்துரை பள்ளிக்கூடத்திலிருந்து வந்திருந்தான். அவனுடன் செல்வராசும் நின்றிருந்தான். விவரம் புரியாமல் அலங்கமலங்க வெறித்தான் சின்னத்துரை. பக்கத்தில் நின்றிருந்த பாலம்மாப் பெரியம்மாவின் பத்து வயசு மகனைத் தனியே அழைத்துப்போய் விவரம் கேட்டான். அவன் ஐந்தாவது வகுப்புப் படிக்கிறப் பயல். உண்மையைச் சொல்வதற்குத் தெளிச்சல் கொண்டவன். அவன் உதிர்த்துக் கொண்ட வார்த்தைகளைக் கேட்டதும் சின்னத்துரைக்கு சங்கடமாகப் போனது. உள்மனசு உறுத்தத் துவங்கியது. போலீசுக் காரன் தெருவுக்கு வந்தாலே பூதம் வந்தது போல பயப்படுவதற்கு அர்த்தமிருப்பதாகத் தோன்றியது. நிரபராதியோ, குற்றவாளியோ, அதைத் தெரிந்து கொள்ளாமல் ஸ்டேசனுக்குள் நுழைந்தவுடன் போலீசுக்காரன்கள் அடாவடியாய் கைவைத்து விடுகிறார்கள் என்பதை அவன் பராதியாய் அறிந்திருந்தான். அதிலும் ஏழை பாளைகள், கீழ்ச்சாதிக்காரர்கள் என்றால் அவர்களுக்குக் கொண்டாட்டமாகப் போய்விடுகிறது. உள்ளம் கலங்கிப் போய் அம்மாவிடம் ஓடிவந்தான். "அய்யாவ இப்ப எங்கம்மா?" என்று அவசரம் அவசரமாய் கேட்டான்.

கண்ணீருடன் நாத் தழுதழுக்க, "சவத்து மனுசன் இப்ப எங்கப் போயிருப்பாரு? கள்ளுக் கடைக்குத்தான் இருக்கும்" என்று பதிலடைத்துக் கொண்டே சேலைத் தலைப்பால் கண்களைத் துடைத்தாள் அவள்.

எல்லோரும் கீழத்தெருவுக்கு நடையைக் கட்டினார்கள். நல்லக் கதியிலிருந்த ஆம்பளைகள், பொம்பளைகள், சிறுவர்கள் என்று ஓர் ஊர்வலத்துக்குத் தேவையானக் கூட்டத்துடன் வீறாப்பாய்

திரண்டு போயினர். துலுக்கக்குடி, பிள்ளைமார்த்தெரு, எடைக்குடி, கடைத்தெருவைக் கடந்து போனால் கீழத்தெரு வந்துவிடும். ஐநூறுக்கும் மேற்பட்ட சாம்பாக்கமார்க் குடும்பங்கள் கீழத் தெருவில் இருந்தன. சனம் பெருத்த ஊர். ஏகதேசம் பொன்னாபரணத்தின் தெருக்காரர்களுக்குத் தூரத்து உறவினர்களாகவோ, அறிமுகமானவர் களாகவோ இருந்தார்கள். நல்லது பொல்லாததற்குத் தலைகாட்டிக் கொள்வதோடு அங்கிருந்து ஓரிரு பெண்களையும் கல்யாணம்கட்டி எடுத்திருந்தார்கள். பாலம்மாவின் சித்திமகள் பூரணத்தைப் பண்டாரத்தின் தம்பி மகனுக்குக் கொடுத்திருந்த உறவில் பண்டாரம், மாமாவாகியிருந்தார் அவளுக்கு.

தெருவின் வடக்கு அற்றத்திலிருந்தது பண்டாரத்தின் வீடு. இருள் துல்லியமாய் திரை போர்த்தியிருந்ததால் தெரு விளக்கின் அனுசரணையோடே அவர்களால் தடுதலில்லாமல் சுளுவாக சென்றடைய முடிந்தது. முன்னறையில் பேரக் குழந்தையுடன் விளையாடிக் கொண்டிருந்தார் பண்டாரம். மட்டுவாப் போட்ட மத்தியஸ்தமான வீடு. முன்னறையில் மட்டும் வெளிப்பக்கம் தட்டிவைத்து அடைக்கப்பட்டிருந்தன. ஈத்தலால் கட்டம் கட்டமாய் இடைவெளிவிட்டுக் கட்டப்பட்டிருந்தன தட்டிகள். முன்னறையில் மனிதர்கள் நின்றால் வெளியில் பளிச்செனத் தெரிந்துவிடும்.

தெருவில் திரளாக நின்றிருந்த கூட்டத்தைக் கண்டதும் தன் கையில் வைத்திருந்தப் பேரக்குழந்தையைத் தூக்கிக் கொண்டே அவர்களிடம் வந்தார். “மாமா...” என்று வாஞ்சையுடன் அழைத்த பாலம்மாவின் குரல் கேட்டதும் நடையை இன்னும் வெரசலாக எடுத்துப்போட்டார். நல்ல தாட்டியமான உடம்புக்காரர். பருத்த முகம். முகத்திற்கு ஏற்றமாதிரி பெரிய அளவில் கண்ணாடிப் போட்டிருந்தார்.

25

எல்லோரையும் காவல் நிலையத்தில் போய் நிற்கச் சொல்லி விட்டு அவர் சைக்கிளில் வந்து சேர்ந்த போது மணி எட்டாகி யிருந்தது. பொன்னாபரணத்தை மட்டும் அழைத்துக்கொண்டு காவல் நிலையத்திற்குள் போனார். காவல் நிலையத்திற்கு அவரின் பாதங்கள் பழக்கப்பட்டவையாக இருந்ததால் அவர் நடையில் தயக்கமோ தளர்வோ இருந்திருக்கவில்லை.

பண்டாரத்தைக் கண்டதும் உதவி ஆய்வாளர் உர்ரென்று முறைத்துப் பார்த்தார். 'என்ன இந்த மனுசன். பறையர்களுக்கு ஒரு பிரச்சினை என்றால் பறந்துகொண்டு வருகிறானே' என்று விநயமாகத் தோன்றியிருக்க வேண்டும் அவருக்கு.

உதவி ஆய்வாளருக்கு முன்கிடந்த நாற்காலியில் அவர் சொல்வதற்கு முன்னமே இவராகப் போய் விறைப்புடன் உட்கார்ந்து கொண்டார்.

"ஒரு ஆளத் தேடிப் போவும்போதே அவர் மேலுள்ளக் கம்ப்ளைண்ட சொல்ல வேண்டாமா சார்?"

"சொல்லணும். யாருக்குச் சொல்லல?" மிதப்பாகவே பதில் சொன்னார் உதவி ஆய்வாளர்.

சடக்கென்று பின்புறம் திரும்பி, பதுங்கிப்போய் நின்றிருந்த பொன்னாபரணத்தைச் சாந்தமாகப் பார்த்தார் பண்டாரம். அவர் விழிகளில் மின்னல்கள் வெட்டின.

"என்னம்மா? அந்தப் போலீசுக்காரரு ஒம்புருசன் மேலுள்ள கம்ப்ளைண்ட சொன்னாராம்மா?"

பொன்னாபரணம் பதற்றத்தோடு, "இல்லிய்யா... ஒண்ணும் சொல்லல. கேட்டதுக்கு, 'அதையெல்லாம் ஒங்கிட்ட எழுதிக்கிட்டிருக்க முடியாது'ன்னிட்டாவ" என்று பதில் சொன்னாள்.

"இப்ப என்னச் சொல்றீங்க சார்? தாழ்த்தப்பட்ட சாதிக்காரங்க தங்க மேலவுள்ளக் கம்ப்ளைண்டக் கேட்டா பதில் சொல்லக் கூடாதுன்னு சட்டமிருக்கா சார்?"

உதவி ஆய்வாளர் கடுப்படைந்திருக்க வேண்டும். இஞ்சியைத் தின்ற குரங்கு மாதிரி கோரமாய் மாறியது அவர் முகம். விறைப்பாகத் தலையைப் பக்கவாட்டில் திருப்பிக்கொண்டு பலமாக சத்தம்

போட்டார். “யோவ்... கான்ஸ்டபிள் வேலாயுதந்தானய்யா இந்தக் கேசு விசயமாப் போனது?”

உள்ளிருந்து வெடுக்கெனப் பதில்வந்தது. ‘‘ஆமா சார், அவருதான்”

“கம்ப்ளைண்டப் பத்தி இந்த அம்மாக்கிட்ட ஒண்ணும் சொல்லலை யாமில்லையா? அவர எங்க?”

“அவரு இல்ல சார். கடைவரைக்கும் போயிட்டு வரேன்னு இப்பதான் போனாரு”

‘‘டூட்டியில இருக்கும்போது என்னய்யா கடையும் நடையு மின்னுக்கிட்டு? அவரு வந்தா என்னையப் பாக்கச் சொல்லு”

“சரி சார்”

வெறுப்பாகக் கண்களை உறுத்திக்கொண்டு திரும்பிப் பார்த்தார் உதவி ஆய்வாளர். பண்டாரத்தின் முகத்தை நேர்பட சந்திப்பதற்கே அவர் அரிச்சல்படுவதாகத் தெரிந்தது. மீண்டும் மிதப்பாக, “சரி. கம்ப்ளைண்ட நா சொல்றென். இந்தா எங்கையிலதான் இருக்கு. பிச்சையாங்கிறவன் தெருக்குழாய ஒடச்சிட்டதா கம்ப்ளைண்ட்”

“கம்ப்ளைண்டு குடுத்திருக்கறது யாரு?”

“பஞ்சாயத்துப் பிரசிடெண்ட் குடுத்திருக்காரு.”

“அப்போ கம்ப்ளைண்ட் குடுத்தவரையும் நேரே வச்சி விசாரிக்கணும் இல்லியா? அதுதான மொற”

“முறையப் பற்றி எங்கிட்டப் பேசுறீராக்கும்? மொதல்ல அக்யூஸ்ட்டக் கொண்டுவந்து இங்க நிறுத்திட்டு மற்றதப் பேசும். இல்லன்னா குற்றவாளிய மறச்சிவச்சக் குற்றத்துக்காக உம்ம உள்ளப்பிடிச்சிப் போட வேண்டியதிருக்கும்”

“சட்டம் ஒங்களுக்கு மட்டும் தெரியுமின்னு பேசாதிங்க சார். எங்களுக்கும் தெரியும். ஒரு தெருக்கொழாய்க்குப் பக்கத்துல இன்னும் ஒரு கொழாயையும் நட்டு வச்சி சாதிக் கலவரத்தத் தூண்டிவிடுறது யாரு, அவுங்களுக்கு ஆதரவா இருக்கறது யாருன்னும் எங்களுக்குத் தெரியும் ”.

“நீரு கம்ப்ளைண்டப் பத்தித் தெரியாமப் பேசுதீரு. பிச்சையா தெருக்குழாயை ஒடச்சிட்டான் என்கிறதுதான் கம்ப்ளைண்ட். அவன் ஒடச்சானா? இல்லியா?”

“யாரும் ஒடைக்கல. அது அப்படியேதான் இருக்கு”

“அதுப் பக்கத்துல வச்சக் குழாய்?”

"அதத்தான் நாங்கக் கேக்கறோம், பக்கத்துல வச்சது யாரு? அதுவும் திருட்டுத்தனமா, ராவோடு ராவா?"

"அதெல்லாம் ஒம்மக்கிட்ட சொல்லணுங்கிற அவசியம் கெடையாது."

"சரி அப்போ நா கம்ப்ளைண்டு குடுத்தவர்கிட்டப் பேசிக்கறென்"

'சடார்' என்று நாற்காலியை விட்டு எழுந்தார் பண்டாரம். அவரின் வயசுக்கு மீறிய ஆவேசமிருந்தது அவரிடம். வாசல் முகப்பில் நின்றிருந்த பொன்னாபரணத்தின் முகத்தைப் பார்த்தார். "வாம்மா. இவங்கக்கிட்ட மொறையாய்க் கேட்டா நியாயம் கெடைக்காது. நம்மப் பண்ணவேண்டியதைப் பண்ணா தன்னால முன்னவந்து நின்னு பதில் சொல்லுவாங்க" வெளியேறி நடந்தார் பண்டாரம். அவர் நடையில் ஓர் இளைஞனுக்குரிய அழுத்தமும் கம்பீரமும் இருந்தன. முகம் கோபத்தில் விறைத்திருந்ததுத் தெரிந்தது. அவரின் பின்னால் பொன்னாபரணம் நடக்கத் துவங்கினாள். உதவி ஆய்வாளர் ரொம்பவும் திமிர்ப் பிடித்தவனாக இருக்கிறானே என்று தோன்றியது அவளுக்கு. பிடியை விட்டுக் கொடுக்காமல் பேசுகிறான். கண்களில் தீப்பந்தத்தை ஏந்திக்கொண்டு தன் எதிரில் இருப்பவர்களை எல்லாம் எரித்து விடுவதைப்போல வெறிக்கிறான்.

''யோவ் தணிகாசலம். பிச்சையா அக்யூஸ்ட்டப் பிடிச்சி பொடதியிலெ ரெண்டுத் தட்டுத்தட்டி இழுத்துட்டு வாய்யா. நமக்கே தண்ணிக் காட்றானா அவன்? அவன் கெடைக்கலன்னா அவனோட பொண்டாட்டிப் புள்ளைங்களப் பிடிச்சி இழுத்துட்டு வாய்யா. அலறியடிச்சிக்கிட்டு ஓடி வந்திரப்போறான்"

பொன்னாபரணத்தின் காதுகளுக்குள் குத்தீட்டிகளாய் பாய்ந்து வந்து கிழித்தன. வலி தாளாமல் பண்டாரத்தை வருத்தத்துடன் ஏறிட்டுப் பார்த்தாள். அவளின் தோளை இதமாய் தட்டிக் கொடுத்த பண்டாரம், "அவன் திமிர்ல பேசுறான். நீ வாம்மா. ஒரு பொம்பளைய ஏப்பம்சாப்பமாப் பிடிச்சி உள்ள வச்சிர முடியாது. அதுவும் ராத்திரி வேளையில. அவன் கெடக்கான். யாரு யாரப்புடிச்சி உள்ள வைக்காங்கன்னுதான் பாப்பமெ" என்று நிதானமாகச் சொல்லிக் கொண்டு வந்தார்.

பொன்னாபரணத்தின் முகம் வற்றலாய் வாடிப் போயிருந்தது. விவகாரம் வில்லங்கமாகிக் கொண்டிருப்பதாக உறுத்தியது. 'கள்ளுக் கடைக்குப் போன மனுசன் இந்நேரம் வீட்டுக்கு வந்து என்னச் செய்கிறானோ' என்று அலப்பரவுடன் அவள் நினைவு அவளின் புருசக்காரனின் மேல் தாவியது.

26

காவல்நிலையத்திற்கு எதிரே நாலெட்டு நடை தூரத்திலிருந்தது ஊர்ப் பெரிய கோயில். எல்லா சாதிச்சனங்களும் வேற்றுமையின்றி நுழைந்து சேவித்துக்கொள்ளும் பொதுக்கோயில். ஒரு காலத்தில் தாழ்த்தப் பட்டவர்கள் யாரும் கோயில் அருகாமையில் கூட வந்து விட முடியாதிருந்த கட்டுப்பாட்டை அவர்கள் அறிந்திருந்தார்கள். தேரோடும் சமயத்தில் தெருவில் தாழ்த்தப்பட்ட சாதிகளைச் சேர்ந்த யாரும் நின்று வேடிக்கை பார்த்துக் கொண்டிருந்தால் மேம்பொறந்தான்கள் கைகளில் கம்புத் தடிகளைத் தூக்கிக்கொண்டு வந்து அவர்களை ஓடஓட விரட்டியடித்தார்கள். பண்டாரம் போன்ற ஆட்கள் தலையெடுத்தப் பிறகுதான் பத்துநாள் மண்டகப் படிகளில் பறையர்களுக்கும் ஒரு மண்டகப்படி கிடைத்து, கோயிலுக்குள்ளும் சரமாரியாய் நுழைந்துகொள்ள முடிந்திருந்தது. சுற்று வட்டாரங்களில் சாம்பாக்கமார்கள் பெருத்துப் போயிருந்ததால் மூன்றாவது மண்டகப்படியையே முரண்டுபிடித்து வாங்கிக்கொண்டார் பண்டாரம். அதனால்தான் சேரிச்சனங்களால் இப்போது அச்சரவின்றி கோயில் முகப்பில் நின்று அளாவளாவிக் கொண்டிருக்க முடிகிறது என்று பெருமிசமாய் நினைத்துக்கொண்டார் அவர்.

சிவன்கோயிலின் வடபுறம் ஒதுக்கமாய் பிள்ளையார் கோயில் இருந்தது. இரண்டு கோயிலுக்கும் இடைப்பட்ட சன்னமான இருள்வெளியில் சாம்பாக்கமார்த் தெருக்காரர்கள் குமைச்சலாக நின்று கொண்டிருந்தனர். ஒரு சிலர் சிவன் கோயில் வாசல் திண்ணையில் வந்து சடவாய் அமர்ந்திருந்தனர். சிலர் இரண்டு கோயிலுக்கும் இடைப்பட்ட தூரத்தில் இருப்புக்கொள்ளாமல் அலைந்து கொண்டிருந்தனர். நட்டம்ம நின்று பதற்றத்துடன் பராக்குப் பார்த்துக் கொண்டிருந்தனர் பலர். எதிரே தெப்பக் குளம் கிடந்தது. அதைச் சுற்றிலும் அடர்த்தியாய் இருள் படர்ந்து கிடந்தது தெரிந்தது. அவ்வப்போது சாலையில் இரைந்து கொண்டு ஓடிய பேருந்துகளின் திண்ணமான ஒளிப் பாய்ச்சலில் தெப்பக் குளம் அடிக்கடி உயிர்பெற்று, அடங்கிப்போனதாகத் தோன்றியது. தெப்பம் ஓடும் நாளில் வெளிச்ச அலங்காரங்களால் ஜெகஜோதியாய் பிரகாசிக்கும் கல் மண்டபம், இப்போது அருமாண்டுக் கிடப்பதாகத் தெரிந்தது. குளத்துக்குள் முற்றுகையிட்டிருந்த கசையிருளில் மண்டபம் மூச்சுத்திணறி மூழ்கிக் கொண்டிருந்தது போலவும், அதன் தலைநுனி மேலுயர்ந்து நின்று தன்னைக் காப்பாற்றும்படி அபயக்குரல் கொடுப்பது போலவும்

விகற்பமாகத் தெரிந்தது. வாசல் முகப்பில் உயர்த்திக் கட்டியிருந்த குழல் விளக்கின் மங்கலான வெளிச்சத்தில் மண்டபத்தின் உச்சாந்தலை அசமந்தமாய் மின்னிக் கொண்டிருந்தது. மணிக்கொரு தரம் சாலையில் அங்குமிங்கும் சனங்களை ஏற்றிக்கொண்டு இரைச்சலிட்டுப் போய்க்கொண்டிருந்தன பேருந்துகள். திருநெல்வேலியிலிருந்து வெளிவரவும், திருநெல்வேலிக்கு உள்ளே போகவுமாக அவற்றின் செயல்பாடுகள் இருந்ததை அவர்கள் அறிந்திருந்தார்கள். அவற்றின் கடூரமான இரைச்சல்களில் அவர்களின் காதுகள் கிழிப்பட்டது போலப் பரிதவித்தார்கள். ஆனாலும் அந்த இரைச்சல்கள் ஒரு சிலருக்கு ஆறுதல் அளிப்பதாகவும் தோன்றியது. நியாயம் கேட்டு அகதிகளாய் ஒதுங்கி நிற்கும் தங்களுக்கு உற்சாகமாய்க் குரல்கொடுத்து உசுப்பேற்றி விட்டது போலிருந்தது அது.

இன்னும் கடைத்தெருவில் சனங்களின் சந்தடி குறைந்திருக்க வில்லை. அனைத்துக் கடைகளும் திறந்தே கிடந்தன. எல்லாம் அடங்கிப் போவதற்கு இன்னும் அவகாசமிருப்பதாகத் தோன்றியது. பத்து மணிக்குப் பிறகே ஒவ்வொரு கடையும் தன்முன் ஷட்டரை இறக்கிக் கொண்டு முடங்கிப்போகும் என்பதை அவர்கள் அறிந்திருந் தார்கள். கோயில் முகப்பின் வலதுபக்கம் சற்று தூரத்தில் நிறுத்தியிருந்த பெரிய தேரின்முன் தாவும் பாய்ச்சலில் பொருத்தியிருந்த வெள்ளைநிற மண்குதிரைகள் அவர்களைத் தங்கள் முதுகுகளில் ஏற்றிக்கொண்டு ஊரையே வலம்வரத் தயாராக நின்றிருப்பது போலத் தோன்றின. இந்த நேரம் கூதற் காற்றுக்கும் குறைச்சல் இருந்திருக்கவில்லை. தேகத்தைக் குளிப்பாட்டி எடுத்தது போல சில்லென்று வீசிக்கொண்டிருந்தது. விரையல் கண்டப் பெருசுகளில் சிலர் தங்கள் தலைத்துண்டுகளை உருவியெடுத்து முதுகோடு நெஞ் சாங் கூட்டையும் சேர்த்து இறுகப் போர்த்திக் கொண்டனர். பொம்பளைகளுக்குத்தான் இருக்கவே இருக்கிறது, முந்தானை முடிப்புகள். இடுப்பிலிருந்து உருவிக் கொண்ட சேலைத் தலைப்பால் தங்கள் தேகத்தை மூடி, முனையை முன்னுக்குக் கொண்டுவந்து கெட்டியாகப் பிடித்துக் கொண்டனர். அடிக்கடி அவர்களின் கண்கள் வடக்குத் திசைநோக்கிப் பார்த்துப் பார்த்து அலுத்துப் போயிருந்தன. காவல் நிலையத்திற்குள்ளிருந்து பண்டாரமும் பொன்னாபரணமும் வெளிப்படும் நேரத்தை எதிர்பார்த்து தவித்துக் கொண்டிருந்தனர்.

இப்போதுதான் அவர்களுக்குத் தெளிச்சல் கண்டது. பொன்னா பரணத்தின் முன்னால் குழாய் பேண்ட்டும் முழுக்கைச் சட்டையும் அணிந்திருந்த பண்டாரம் வந்து கொண்டிருந்தார். அடிக்கடி அவரின் முகம் பின்னால் திரும்பித்திரும்பி பொன்னாபரணத்திடம் காட்சி தந்து விட்டு, முன்பக்கம் திரும்பிக்கொண்டிருந்தது. எதையோ

கேட்டுக் கொண்டு வந்தார் அவர். எதையோ சொல்லிக்கொண்டு வந்தாள் அவள். அவரும் எதையோ அவளுக்கு அறிவுறுத்திக் கொண்டு வந்தார்.

உள்ளுக்குள் என்ன நடந்திருக்குமோ என்ற பயத்துடன் கதிகலங்கி நின்றிருந்தார்கள் அவர்கள்.

பண்டாரமும் பொன்னாபரணமும் அவர்களை நெருங்கி யிருந்தார்கள். விரித்துக் காயப்போட்ட தானிய மணிகளை காய்ந்ததும் கூட்டியெடுத்து சாக்குப் பையில் அடைத்துக் கொண்டது போல சிதறி நின்றிருந்த சனங்கள் எல்லோரும் தங்கள் எதிர்பார்ப்புக்கு விடைத்தேடும் முனைப்பில் ஒன்றாய் சேர்ந்துவந்து கும்பலாய் நின்றனர்.

பாலம்மா அவசரப்பட்டாள். "என்ன மாமா? உள்ள என்ன சொன்னாவெ?"

எல்லோரும் தங்கள் காதுகளை அகலமாய் திறந்து வைத்துக் கொண்டனர், அவரின் வாயிலிருந்து உதிரப்போகும் வார்த்தைகளைக் கவனமாய்ப் பொறுக்குவதற்கு.

சுற்றும்முற்றும் அவசரமாய் பார்த்துவிட்டு கொஞ்சமும் பதற்றப் படாமல் நிதானமாகச் சொன்னார் பண்டாரம்: "அவன் என்னச் சொல்லுவான்? மேக்குடிக்காரன்களுக்கு அனுசரணையாத்தான் சொல்லுவான். அவனும் ஒரு மேச்சாதிக்காரப் பயதானோ என்னவோ"

வெள்ளையன் வெடிப்பாக நின்றிருந்தான். அவனின் குரல் அழுத்தமாகவும் அதிர்வாகவும் வந்து விழுந்தன."அடுத்து என்னதான் செய்யுதது? அதுக்கு ஒரு முடிவச் சொல்லுங்க. அய்யாவக் கூட்டிக் கிட்டு வந்து ஒப்படச்சிக்கிற வேண்டியதானா? அவர அடிச்சே கொன்னுப்புடுவானுவளே அவனுவ."

பண்டாரம் அவனை அதட்டினார். "ஏங் அவசரப்படுத? ஒங்கய்யாவக் கூட்டிக்கிட்டு வந்து அவனுவகிட்ட ஒப்படைக்கதுக்கு நாம என்னக் கேணப் பயலுவளா? போலீசுக்காரன் கண்ணுல அவரு தட்டுப்பட்டுக்கிற வேண்டாம். எங்கேயாவது தோட்டக்காடுப் பக்கம்போயி ஒளிஞ்சிக்கிரச் சொல்லுங்க. ஒரு ரெண்டு நாளைக்கு. அப்பொறம், நாம செய்யப் போறச் சேட்டையில இவனுவ, 'ஆள வுட்டாப்போதும்'னு நம்மக் கால்ல வந்து வுழப்போறானுவெ."

"ஒண்ணும் புரியலியே. என்னச் செய்யப் போறோம் மாமா?" பாலம்மாவுக்கு வெப்புராளமாய் இருந்தது. பக்கத்தில் நின்றிருந்த பொன்னாபரணத்தின் கண்கள் நீருற்றுக்களாய் பொங்கி வடிந்து கொண்டிருந்ததுத் தெரிந்தது. அவளைக் கரிசனத்துடன் பார்த்தவாறே

பண்டாரத்திடம் கேள்வியைத் தொடுத்திருந்தாள் பாலம்மா. மீண்டும் பண்டாரத்தை நோக்கி அழுத்தமானக் குரலில் கேட்டாள். "எஸ்ஸை என்னதான் சொல்லுதான்?"

"மொதல்ல பிச்சையாவ கச்சேரிக்குள்ள கொண்டு வந்து நிறுத்துங் கங்கான். கொஞ்சமும் பாவம் புண்ணியம் பாக்கித மனுசனாத் தெரியல"

விரக்தியாகப் போயிற்று பாலம்மாவுக்கு. தங்கள் கூட்டமும், தன் முயற்சியும் வியர்த்தமாகப் போய்விடுமோ என்று உறுத்தியது. பாவம், பிச்சையா கொளுந்தன். அப்புராணியான மனுசன். அவனையா அந்தப் போலீஸ் அதிகாரி வல்லடியாய் கொண்டு வந்து நிறுத்திவிடச் சொல்லியிருக்க வேண்டும்? அப்படியே அவனின் சொல்லுக்குக் கட்டுப்பட்டு பிச்சையாவைக் கூட்டிக்கொண்டு வந்து காவல் நிலையத்திற்குள் நிறுத்தினால் அவனைச் சும்மா விட்டுவிடுவார்களா அவர்கள்? ஆளாளுக்குத் தர்ம அடிகள் கொடுத்து நார்நாராக உரித்துவிட மாட்டார்களா? பாலம்மாவின் ஈரக்குலை எரிந்து கொண்டிருந்தது. இனி வேறு வழியில்லை. பண்டாரம் மாமா எதிர்கொள்ளப்போகும் காரியங்களை எசகுப் பிசகில்லாமல் செய்து முடிக்க வேண்டும் என்று மனசுக்குள் தீர்மானித்துக் கொண்டாள்.

வழக்கம்போல பேருந்துகளின் இரைச்சல்களும் மனிதர்களின் சந்தடியும் சுருதி குறையாமல் கேட்டுக் கொண்டிருந்தன. ஒன்றிரண்டு மனிதர்கள் கோயிலுக்குள் போகவும் வரவுமாக இருந்ததுத் தெரிந்தது. 'குதிரைகள்' அவர்களைப் பார்த்து முறைத்துக் கொண்டிருந்தன.

"எல்லாரும் நல்லாக் கேட்டுக்குங்க. இனிமெ நாம தெருவுல எறங்காம ஒண்ணும் நடக்காது. போராடுனாத்தான் சாதிக்க முடியும்" பண்டாரம் சற்று குரலை உயர்த்திப் பேசினதும், கூட்டம் அமைதியாய் கேட்கத் துவங்கியது.

சிரஞ்சீவி சத்தம்போட்டுக் கேட்டான். "சரி, அதுக்கு என்னச் செய்யணும்? பிச்சையாவுக்காவ எதையும் செய்யலாம். அந்த மச்சான் அப்புராணி."

"இது தனிப்பட்ட விசியமில்ல. ஊர் விசியம். ஊருக்குள்ள ஏற்பட்டப் பிரச்சினைக்காவத்தானப் பிச்சையாவப் போலீசுத் தேடுது. அதனால அவனக் காப்பாத்த நாங்க எதைன்னாலும் செய்வொம். என்னச் சொல்லுதிய?" கூட்டத்தைப் பார்த்து கமுக்கமாய் கேட்டான் கண்ணையன்.

"ஆமா. அதான நேயம்" சன்னஞ்சன்னமாக எல்லாரும் ஒப்புதல் கொடுத்து தலையாட்டிக்கொண்டனர்.

பாலம்மா மீண்டும் பேசினாள். "தெருப் பைப்புப் பிரச்சனைக் காவத்தான பிச்சையாவ போலீசுத் தேடுது. அந்தப் பிரச்சனைக்கு ஒரு முடிவு வரணுமா வேண்டாமா? எவ்வளவு நாள்தான் ஒழுங்கா நின்னு தண்ணியெடுக்க முடியாம சீண்ட்றப்பட்டுக்கிட்டுக் கெடக்கது? அதுக்கு எல்லாம் ஒரு முடிவு கட்னாத்தான் நாம நிம்மதியா நின்னு தண்ணிப் பிடிக்கவும், அலப்பரவு இல்லாம கஞ்சித் தண்ணிக் காச்சிக் குடிக்கவும் முடியும். அதனால, பண்டாரம் மாமா என்னச் சொல்லுதாரோ அந்தமானிக்கு நாமயெல்லாரும் கேட்டு நடக்கணும். சரியா? நீங்க சொல்லுங்க மாமா, நாங்க என்னச் செய்யணும்னு."

"நாமெல்லாம் நாளைக்குக் காலையிலருந்து பட்டினிப் போராட்டம் நடத்தப்போறொம். யாரும் நாளைக்கு வேலைகளுக்குப் போயிராதிய. காலையில ஏழுமணிக்கே பஸ் ஸ்டாண்டுக்கு முன்னால வந்துருங்க. எங்கக் கட்சிக்காரங்களும் வருவாங்க."

"எத்தன நாளைக்கு?" என்று அவசரமாய் கேட்டான் வெள்ளையன்.

"நம்மப் பிரச்சின என்னிக்கு முடியுதோ அது வரைக்கும்"

"சரி" என்று தலையாட்டிக் கொண்டான் வெள்ளையன்.

ரொம்பவும் சிலாக்கியமாக நினைத்துச் சிரித்துக்கொண்ட செல்லக்கிளி, "வேல என்ன மயிரு வேல. இவனுவ பண்ணுத கூத்துக்கு ஒரு முடிவு தெரியணும். ஒரு நாளு என்ன, பத்து நாளுன்னாலும் பட்டினிக் கெடக்கலாம். அதான் நமக்குப் பழக்கப்பட்டதாச்சே?" என்றாள்.

கூட்டத்தில் நின்றிருந்தவர்கள் ஒருவருக்கொருவர் ஆலோசனை பண்ணி சந்தடி செய்ய துவங்கினார்கள். எடுத்திருந்த முடிவு எல்லோருக்கும் சாத்தியமானதாகவும் சாதகமாகவும் தோன்றியிருந்தது. பலநாட்களாகப் பட்டுக்கொண்டிருக்கும் அவஸ்தைக்கு ஒரு நாளில் முடிவுகட்டிவிட்டால் உத்தமம் என்றிருந்தது.

பண்டாரம் தொண்டையைச் செருமிக்கொண்டார். "போராட்டம் கீராட்டமின்னு எறங்குனா கொஞ்சம் காசு செலவழியும். பட்டினிப் போராட்டத்துல உக்கார்றவங்களுக்குப் பந்தல் போடணும். தட்டிப் போர்டுங்க வைக்கணும். நோட்டீசு அடிக்கணும். பெரியபெரிய அதிகாரிங்களுக்கு எல்லாம் தந்தியடிக்கணும். அதனால, இப்ப உங்கக் கையில்இருக்கிதக் காசையோ, பணத்தையோ ஒண்ணாச் சேத்து எங்கிட்டக் குடுங்க. காணலைன்னா எங்கட்சிப் பணத்துலருந்து போட்டுக்கறென்." எல்லோரையும் பார்த்து ரொம்பவும் திண்ணமான குரலில் கேட்டார்.

வெள்ளையன்தான் அந்தக் காரியத்தை முன்னின்று நடத்தினான். அவரவர்களின் வேட்டி மடிப்புகளிலும், சட்டைப் பையிலும், காதுமடல்களின் இடுக்குகளிலும், முந்தானை முடிப்பிலும், சுருக்குப்பையிலும், கைச் செலவுக்கென்று போட்டிருந்த சில்லரைகளையும், ஒன்று, இரண்டு ரூபாய் பணத்தாட்களையும் எடுத்து அவனிடம் தந்தனர். அவர்களிடம் கைநீட்டி வாங்கிய பணத்தைத் தன் சட்டைப் பைக்குள் போட்டுக்கொண்டான். சற்றைக்கெல்லாம் அவனின் சட்டைப் பை கீழ்நோக்கி இழுக்கத் துவங்கியது. பணத்தாட்களை எடுத்து நிமிர்த்தி பேண்ட் பைக்குள் வைத்துக் கொண்டான்.

ஒருவாடு பணம் சேர்ந்திருந்தது. பணத்தாட்களையும், சில்லரையையும் இரண்டொரு இளவட்டங்களின் உதவியால் கோவில் வாசலின் முகப்பு வெளிச்சத்திற்கு வந்து எண்ணிக் கொண்டான். மொத்தம் ஐம்பது ரூபாய் சொச்சம் தேறியிருந்தது. அவர்களின் நிலைமைக்கு அது அதிகப்படியானத் தொகைதான்.

“எவ்வளவ்டே வந்திருக்கிறது?” என்று விரக்தியுடன் கேட்டாள் பொன்னாபரணம். “அம்பது ரூபாய்க்கு முக்கால்ரூவா கொறைவாம்மா” என்று அமைதியாய் பதில் சென்னான் வெள்ளையன். “சரி... அத அப்பிடியே தாத்தா கையிலக் குடு” என்றாள். “இன்னும் தேவையானா பாத்துக்கிரலாம்” என்று சொல்லிக்கொண்டே வெள்ளையனிடமிருந்து பணத்தை வாங்கி தன் சட்டைப் பையில் போட்டுக் கொண்டார் பண்டாரம்.

கடைத்தெருவில் சனங்களின் நெரிசல் குறைந்திருந்தது. ஒன்றிரண்டு கடைகள் ஷட்டரை இறக்கிக் கொண்டு மூடிக் கிடந்தன. பேருந்துகளின் போக்குவரத்தும் கெடுபிடி இன்றிக் குறைந் திருந்தது.

“மத்தவங்கள்லாம் வூட்டுக்குப் போங்க. எளவட்டங்க யாரும் போயிராதிங்கப்பா. ராத்திரி வேல இருக்கு. ராத்திரியே தட்டிப்போடு தயார் பண்ணனும். பொன்னாபரணம், பிச்சையாவ மட்டும் வீட்ல இருக்க வுட்டுராத. எங்கயாவது காடுகரைகள்லப் போய் தங்கியிருக்கச் சொல்லு. நாளைக்குப் பட்டினிப் போராட்டத்துக்கும் அவனக் கூட்டிட்டு வந்திராத. மத்த எல்லாரும் காலம்பற வந்திருங்க. சரியா?”

பண்டாரத்தின் கறாரான உத்தரவுக்குப் பொன்னாபரணம் கலக்கத்துடன் தலையாட்டிக் கொண்டாள்.

எல்லோரும் அந்த இடத்தைக் காலிப் பண்ணிவிட்டுப்போன பிறகு கோவில் வாசல் வெறிச்சோடிக் கிடந்தது. வெள்ளையன், அவனைப் போன்ற இரண்டொரு வாலிபர்கள், சின்னத்துரை, அவனோடு

சேர்ந்து வந்திருந்த செல்வராசு என சொற்பமானவர்களே அந்த இடத்தைத் தக்கவைத்துக் கொண்டு நின்றிருந்தனர். பண்டாரம் தன் சைக்கிளில் ஏறி அப்போதே போயிருந்தார். போகும் போது வெள்ளையனிடம் “பையங்க எல்லாரையும் கூட்டிட்டு வந்திருடே” என்று உத்தரவு போட்டிருந்தார்.

சின்னத்துரைக்கு நாளைக்கு வகுப்பிருந்தது. ஆனாலும் போராட்டத்திற்கான ஆயத்தங்களில் பங்கெடுக்க அவன் மிகவும் ஆர்வம் கொண்டிருந்தான். அது அவனுக்குப் புது அனுபவமாகவும், அந்த அனுபவத்தில் தன்னை இணைத்துக்கொள்வது உற்சாகமாகவும் தோன்றியது. பக்கத்தில பதற்றத்துடன் நின்றிருந்த செல்வராசின் தோளைத் தட்டிக்கொடுத்தான். “நீ வேண்ணா வீட்டுக்குப் போயாம்லெ. நா காலைல வாரேன் ” என்றான்.

செல்வராசுக்குச் சின்னத்துரையின் வார்த்தைகளில் உடன் பாடில்லை. தன் நண்பனின் குடும்பத்துக்கு ஒரு இக்கட்டு என்றால் அதைக் களைந்தெடுக்கும் முயற்சியில் ஈடுபடாமல் நட்டாந்தரத்தில் விட்டுவிட்டுப் போவது என்ன நாகரிகம் என்று உறுத்தியது. அந்தோனிக் கொத்தனுடன் மணிமேகலை ஓரம்சாரம் பார்த்து உறவாடிக் கொண்டிருந்தபோதும் அந்த எண்ணத்தில்தான் அவளைச் சத்தம் போட்டுத் திருத்தியிருந்தான். அதைப்பற்றி சின்னத்துரையிடம் இதுவரை மூச்சு விட்டிருக்கவில்லை அவன். சொல்லியிருந்தால் சின்னத்துரை தன் தங்கச்சியைக் கண்டித்திருப்பான். எசகுபிசகாய் செய்தி தெருவுக்குக் கசிந்திருக்கும். கேவலமாகிப் போகும் சின்னத்துரைக்கு. சின்னத்துரைக்கு ஒரு மானக்கேடு என்றால் அது தனக்கும்தானே என்று பெருமிசமாய் தீர்மானித்திருந்தான் செல்வராசு. அதுபோலத்தான் சின்னத்துரையின் அய்யாவைக் காப்பாற்ற எடுக்கும் முயற்சியில் தானும் பங்கெடுத்துக் கொள்வதைப் பெருமையாக நினைத்தான்.

சட்டென்று சின்னத்துரைக்கு உரைக்கிற மாதிரி செல்வராசு அழுத்தமாய் சொன்னான். “ நீ வேண்ணா வூட்டுக்குப் போய்க்கோ. நா இருந்து எல்லாத்தயும் முடிச்சிட்டுக் காலம்பற வாரேன் ”

“அதுக்கு இல்லலெ. ஒன்னய ஒங் வூட்டுலத் தேடுவாவெ இல்லியா ?”

“ அவியளுக்குத் தெரியாதாக்கும், நா ஒங்கூடத்தான் வந்திருக்கமின்னு ”

“அதுக்கு இல்லலெ...”

“நீ ஒண்ணுஞ்சொல்ல வேண்டாம். சும்மா வா ”

●

வந்த வழியே திரும்பிக் கொண்டிருந்தது சேரிக்கூட்டம். காந்தல் எடுக்கும் பசியோடும், கால்கடுக்கக் காத்து நின்ற சோர்வோடும் களைத்திருந்தவர்களின் நடையில் தளர்வு தெரிந்தது. ஆம்பளைகள் தங்கள் பசிக் கிறக்கத்தைத் தணித்துக் கொள்ள பீடிகளை எடுத்துப் புகைத்துக் கொண்டு நடந்தனர். பொம்பளைகள் தங்கள் இடுப்புக் கட்டுகளில் செருகி வைத்திருந்தப் பொடித் தடைகளை எடுத்து இணுக்குகள் நுள்ளி பல்லுக்குக் கீழ் திணித்துக்கொண்டனர். அகோந்திரமாய் பற்றியெரிந்த அவர்களின் பசிநெருப்பை வீட்டுக்குப் போய்தான் பானைகளைத் திறந்து கஞ்சி ஊற்றிக் குடித்து தணித்துக் கொள்ள முடியும் என்று தோன்றியது.

செல்லக்கிளி தன் விரல்களை இறுக்கமாய் பற்றிக்கொண்டு வந்த சின்னவயது மகனை எரிச்சலுடன் பார்த்தாள். “இந்தக் குட்டிக் குளுமான்களை எல்லாம் இங்கன யாரு கூட்டிக்கிட்டு வந்தது? பேசமா வூட்லக் கெடக்க வேண்டியதான? எங்க உசுர வாங்கதுக்குன்னே வந்திருக்குதுவெ ”

பாலம்மா அவளுக்கு ஏற்றாற்போலவே அடக்கமாய் தாளம் போட்டாள். “அதானெ? எள்ளுதான் காயுது எண்ணெய்க்கு. எலிப் புழுக்க எதுக்குக் காயுது? ராவுக்குக் கஞ்சிக் குடுக்காம பட்டினிப்போடு. அப்பதான் ஒம்மொவன் சொன்னபடிக் கேப்பான்” செல்லக்கிளியின் மகனைப் போலவே வேறுசில பொடியன்களும் தத்தம் அம்மாக்களின் கைவிரல்களைப் பிடித்துக்கொண்டு ஓடி வந்ததைப் பார்த்து எரிச்சல்பட்டாள் பாலம்மா.

செல்லக்கிளியின் கோபம் திடீரென நாராயணன் பிள்ளை மீதும் துலுக்கக்குடி மீதும் வெரசலாய் தாவியது. “அந்தப் பிரசெண்டுப் பயலால நாம வங்கொலையா பட்டினி கெடக்க வேண்டியதாயிருக்கு. ஓட்டு வாங்க வந்தப்போ மட்டும் ‘ நா ஒங்களுக்கு அதச் செய்வேன், இதச் செய்வேன்’னு பல்ல இளிச்சிக்கிட்டு நின்னான். இப்பதான் தெரியுது, என்னத்தச் செய்வான்னு. மேப்பொறந்தப் பயலுவ ரெண்டுபேரும் ஒண்ணு சேந்துட்டானுவெ பாத்திய? இவ்வளவுக்கும் ரெண்டுபேரும் எதிரெதிர்க் கச்சிக்காரனுவெ. இனி வரட்டும் அடுத்த எலக்சனுக்கு.”

“ இதுல என்ன அலுசியமிருக்கு? அவனுவ அடிச்சிக்கிட்டாலும் புடிச்சிக்கிட்டாலும் நம்மக்கூட சண்டைக்கு வரணு மின்னா ஒண்ணாச் சேந்துக்கிருதானுங்க. எத்தன வருசமா அவந் தருத ஒரு மூட்டப் புளுவு நெல்லுக்குப் பழியா நின்னுச் சாணியள்ளிப் போட்ருக்கென். அந்த நந்திகூட அவனுக்கு இல்லியே” பொன்னாபரணம் பொறுமை தாளாமல் புலம்பிக் கொண்டாள்.

“பிச்சையாக் கொழுந்தன் அப்புராணி. அவன் மவன் செஞ்ச

தப்புக்கு அவன் என்ன செய்வான்? திட்டாந்தரமா கொண்டு மாட்டி விட்டுட்டான் இசுமாயிலு சாயவு. நாசமுத்துப் போறவன்" பொன்னாம்மாவின் ஆதங்கம்.

"அது இவள! புருசம்பொஞ்சாதி ரெண்டுபேரும் சொல்லி வச்சாப்புல நாராயணம்புள்ளத் தோட்டத்து வேலய நிப்பாட்டிப் புட்டு நின்னுட்டாவள்ல, அந்த வயித்தெரிச்சல் நாராயணம் புள்ளைக்கு"

"ஆமா. அப்பவும் அந்த சாயபுக்காவத்தான் நெயாயம் பேசி யிருப்பான். இவியளுக்குக் கோவம் வந்து நின்னுட்டாவெ."

கண்ணையன் சுவாராஸ்யமாய் பீடியை இழுத்துப் புகை விட்டுக்கொண்டே அவர்களின் பேச்சுக்களோடு தன் பேச்சையும் இணைத்துக்கொண்டு நடந்தான். அவனோடுதான் அவன் பொஞ் சாதிக்காரி பாலம்மா வந்து கொண்டிருந்தாள்.

"பிச்சையாதான் கொழாயப் புடுங்குனாமின்னு யாரு போயி பிரசெண்டுகிட்ட சொல்லிருப்பாவெ?"

பாலம்மாவின் சந்தேகமானக் கேள்விக்கு 'படக்' கென்று கண்ணையன் சொன்னான்: "வேற யாரு சொல்லியிருப்பா? எல்லாம் இசுமாயில்சாயவு வேலையாத்தான் இருக்கும்"

சிரஞ்சீவியின் உதட்டில் கனன்று கொண்டிருந்த பீடி கரிந்து சுட்டு விட்டிருந்தது. 'வெடுக்' கென்று அதைப் பிடுங்கி தூரே விட்டெறிந்தான். "சே... சவத்துப்பெய பீடி, ஒதட்ட சுட்டுட்டுப் பாரெம்" என்று தனக்குள்ளாகக் கூறி வருத்தப்பட்டுக்கொண்டு மற்றொரு பீடியெடுத்து உடனே உதட்டில் வைத்து பற்றவைத்துக் கொண்டு இழுத்தான். நாசியில் கயிறு கட்டி இழுத்ததுபோல புகைக் கீற்றுக்கள் நேர் கோட்டில் வெளிப்பட்டுக் கொண்டிருந்தன. எல்லா ஆம்பளைகளைப் போலவே தலைத்துண்டை சட்டைக்கு மேல் போர்த்தி இழுத்துப் பிடித்துக் கொண்டிருந்தான். மழை முடிந்து அநேக நாட்கள் ஆகியிருந்தாலும் குளிர்விட்டுப் போயிருக்கவில்லை இன்னும். தேகத்தில் ஊசிகளை இறக்கியது போல கூர்மையாய் வலித்துக் கொண்டிருந்தது. புகையைப் போலவே அவனின் வார்த்தைகளும் பிடிமானமற்று காற்றில் அலையத் துவங்கின. "செல வூர்ல நம்ம ஆளுங்க எல்லாம் துலுக்கங்களா ஆயிட்டிருக்காவளாம். இங்க மட்டும் எதுக்குத் துலுக்கங்க நம்மகூட சண்டைக்கு வந்துக் கிட்டிருக்காவெ?"

கண்ணையனுக்குக் கடுப்பாக இருந்தது. சிரஞ்சீவி சொன்னதில் உண்மையிருந்ததை ஒப்புக்கொண்டவன். "அதுவா மாப்ள? நம்ம சனங்களைத் தெரியாதா? துட்டுக்கு அலந்துபோயி துலுக்கங்க

ஆயிருப்பானுவெ. இல்லன்னா சாதிக் கொடுமையில மதம் மாறியிருப்பானுவ. அங்கப் போனாமட்டும் நம்மத் தலையில கிரீடத்த வச்சி ஒசந்த சாதியா நெனச்சிக்கிருவானுவளாக்கும்? பொசமுட்னவனுவ செய்யுத காரியம் மாப்ள அது? ஏன், ஒனக்கும் துலக்கனாப் போணுமின்னு ஆசக்கீச இருக்கா? இருந்தா சொல்லிருப்பா, ஒங்கிட்டயும் ஒதுங்கி நடக்கணும் நாங்க" என்றான்.

இருள் சூழ்ந்திருந்தது. அந்த இரவுப் பொழுதில் தங்கள் நடை அலைச்சலின் வேதனையையும் மறந்து வெள்ளந்தியாய் சிரித்துக் கொண்டனர்.

முப்பது, முப்பந்தைந்து சொச்சம் எண்ணிக்கைக் கொண்டிருந்த அவர்கள் எடக்குடியைக் கடந்து, பிள்ளைமார்த் தெருவுக்குள் நுழைந்து, துலுக்கக்குடியை நெருங்கியிருந்தார்கள். தெருவில் அகஸ்மாத்தாய் எதிரில் வந்தவர்கள் அவர்களை ஒருவித விநோதத்துடன் பார்த்து விட்டு ஒதுங்கிப்போயினர். கூட்டத்தின் சந்தடி கேட்டுத் திணறிப் பயந்துபோன ஒரு சில நாய்கள் உச்சமாகக் குரைத்து ஈனஸ்வரத்தில் அடங்கிப் போயின. எதையும் சட்டைச் செய்யவில்லை அவர்கள். இப்போதைய அவர்களின் தீவிர யோசனை எல்லாம் கரையானாய் அரித்தெடுக்கும் பசியைத் தீனி தந்து அடக்குவது பற்றியும், நாளை நடக்கவிருக்கும் விரதப் போராட்டத்தில் பங்குப் பெறுவது பற்றியும் மட்டுமே கருக்கடையாய் இருந்தது.

அம்மன் கோயில் முக்குத் திருப்பத்திற்கு வந்ததும் பாலம்மாவின் கண்களில் பளிச்சென அந்த இரும்புக் குழாய்ப் பட்டது. பிச்சையா எடுத்து நட்டு வைத்திருந்ததில் பிடிமானம் கொள்ளாமல் கீழே விழுந்து கிடந்தது அது. விசுக்கென்று அதன் அருகில்போய் நின்றாள். செத்தமும் யோசனை பண்ணிக்கொள்ளாமல் படக்கென்று அதைத் தூக்கியெடுத்துக் கொண்டு வந்து கிணற்றுக்குள் போட்டாள். நிறைகண்டு நின்றிருந்த தண்ணீரில் இரும்புக் குழாய் விழுந்ததும் 'தமுக்' கென்று பலமாய் சத்தம் கேட்டது. கூட வந்திருந்தவர்கள் பொறிகலங்கிப் போனார்கள். அரக்கப்பரக்க நாலாத் திசைகளிலும் வெறித்துப் பார்த்துக் கொண்டனர். யாரும் இல்லை என்பதுத் தெரிந்ததும் மனம் ஆறுதல் கொண்டனர். பொன்னாபரணம் வெருவிப்போய் நின்றிருந்தாள். மீண்டும் அவளின் நெஞ்சாங்குலையை யாரோ உலுக்குவது போல இருந்தது.

" என்ன இப்பிடி அக்குருமம் பண்ணுத? அது சும்மாக் கெடந்தா ஒன்னய என்னச் செய்யுது?"

"அது அப்படி கெடக்கக் கூடாது. பொறவு சாட்சி கீட்சின்னு எடுத்துட்டுப் போயிக் காட்டிருவானுவெ. இப்ப 'அப்படியொரு

கொழாய் இல்ல' ன்னு சொல்லிரலாம் இல்லியா?"

"என்னமோ. திரும்பவும் செறையப் பிடிச்சி இழுத்துராதிய "

"அதெல்லாம் ஒண்ணும் வராது பொன்னாபரணம். செய்யறத திருந்தச் செய்யணும். நீ ஏம் பயப்படுதெ ? "

பொன்னாபரணம் பயந்து கொண்டுதான் நின்றிருந்தாள். தானுண்டு தன் வேலையுண்டென்று இருந்த மனுசனை அழிச் சாட்டியமாய் போலீசில் புகார் பண்ணுகிற அளவுக்கு நடந்து விட்டிருந்ததை நினைத்துப் பயப்பட்டாள். உண்டு, உறங்கி, காட்டு வேலைகளை மட்டும் செய்கிற மனுசன், இன்று போலீசுக்காரனின் தேடுதலுக்கு ஆளாகிப் போயிருந்ததால் அவள் மனம் ரொம்பவும் நொம்பலப்பட்டுக் கொண்டிருந்தது. பண்டாரம் மாமா வேறு உண்ணாவிரதம், தட்டிப் போர்டு என்று மனசை உலுக்கி விட்டிருந்தார். அனுபவமே இல்லாத செயல்பாடு அது. தென்னை மரத்தில் தேள் கொட்டினால் பனைமரத்தில் நெரி கட்டின கதையாய் வெள்ளையன் புடுங்கிப்போட்ட குழாய்க்கு பிச்சையா மேல் புகார் கொடுக்கப் பட்டிருக்கிறது...பழி ஓரிடம், பாவம் ஓரிடம் கதையாக. ஆனாலும், அவளுக்குள் ஓர் ஆறுதலான விசயம் அலைபுரண்டு கொண்டிருந்ததை அவள் நினைத்து சந்தோசப்படாமல் இல்லை. வெள்ளையன் மேல் குற்றச்சாட்டு எழாதிருந்ததே அந்த ஆறுதலான விசயமாக இருந்தது. போலீசு, கோர்ட்டு என்று அலைய வேண்டியிருந்தால் அவன் நிம்மதியாக மீண்டும் பம்பாய்க்குப் போய்விட முடியாது என்கிற உண்மை அவளுக்குள் உழன்றுக் கொண்டிருந்தது.

27

பாலம்மாவின் அம்மாக்காரி காந்தாரிக் கிழவியை மணிமேகலை ஆள்தோதுக்காக வீட்டில் கூட்டி வைத்திருந்தாள். மணிமேகலை போன்ற குமருப் பிள்ளைகள் எல்லோரும் வீட்டில் அடங்கிக் கிடந்தனர். தெருக்காரர் களை மாதிரி வாரிச் சுருட்டிக்கொண்டு கீழத்தெருவுக்குப் படை யெடுப்பதில் அவர்களின் வயசும் இளமையும் தடைகளாகி இருந்தன.

பொன்னாபரணம் முற்றத்தில் அடியெத்து வைத்ததும் காந்தாரிக் கிழவி, " நாசமுத்துப் போற பயலுவ. இந்த ஏழ பாழயள செவனேன்னு இருக்கவுட மாட்டானுவ பொலுக்கே" என்று தன்பாட்டுக்குப் பொருமிக்கொண்டு வெளிநடந்தாள்.

ரொம்பவும் சடவாக இருந்தாள் பொன்னாபரணம். முகம் கலவரப்பட்டுக் கலங்கிப்போயிருந்தது. கண்களில் உயிரில்லாமல் உள்வாங்கிக் கிடந்தது பார்வை. "அய்யா வந்தாராம்மா?" என்று மகளிடம் ரகசியத் தொனியில் கேட்டுக் கொண்டாள்.

மணிமேகலையும் ரகசியமாக, "ஆமாம்மா. நீங்கள்லாம் கெழக்கப் போனப் பித்தடியில கள்ளுப் போதையில வந்தாரு. நா எல்லாத்தயும் சொன்னென். அந்தால எந்திரிச்சி, 'நா ராமசாமிச்செட்டியான் தோட்டத்துக்குப் போறென் ... அங்கன பம்புசெட் அறையில போயி தங்கிக்கிருதென்...அம்மைய காலைல எனக்குக் கஞ்சிக்கொண்டு வரச் சொல்லு'ன்னு மேக்கப் பாத்து ஓடிட்டாரும்மா" என்று கவலையுடன் சொல்லிக்கொண்டாள்.

"மனுசன்... அத்துவானக் காட்டுக்குள்ள அனாதையாப் போயி கெடக்கப் போறாராங்கும்? பாம்பு பல்லின்னெல்லாம் கெடக்குமே. எப்பிடித்தான் ராவு இருட்டுக்குள்ள அங்கனப் படுத்து எந்திரிக்கப் போறாரோ? கிருசி கெட்டப் பொழைப்பாப் போச்சிது"

வீட்டை வெறுப்புடன் பார்த்துக்கொண்டு உட்கார்ந்திருந்தாள் பொன்னாபரணம். பிச்சையா இல்லாத வீடு அவளுக்கு அந்நியமாகத் தோன்றியது. திண்ணை வெறுமையாகக் காட்சி தந்தது. அவர் வீட்டில் இருந்திருந்தால், திண்ணையில் படுத்துக்கிடந்து ஒருகண் அயர்ந்துத் தூங்கியிருப்பார் என்று ஏக்கத்துடன் நினைத்துக் கொண்டாள். பாழாய்ப்போன தெருக்குழாய் அவரின் நிம்மதியைக் கெடுத்திருந்தது.

“அம்மா. கஞ்சி ஊத்திக்கிட்டு வரட்டா?”

“ சவம் என்ன கஞ்சி. அதுல கொஞ்சம் வெசமிருந்தா கொட்டிட்டு வா. உசிரு இருக்கப் போயிதானெ எல்லா நொம்பலத்தையும் கண்டுக்கிட்டு இருக்கவேண்டியது இருக்கு.”

மணிமேகலை வீட்டுக்குள் நுழைந்திருந்தாள். சற்றைக் கெல்லாம் கையில் கும்பா நிறையக் காடியைக் கரைத்துக் கெண்டு வந்தாள். இன்று சாயந்தரமே குழப்பம் கொடிகட்டத் துவங்கியிருந்ததால் வீட்டில் அரிசி போட்டு பொங்குவதற்கு அவகாசமில்லாமல் போயிருந்தது பொன்னாபரணத்துக்கு. நாளையக் கஞ்சிக்காக சோளத்தையும் இடித்துவைக்க முடியாமல் போயிருந்தது. நேற்றைய காடியின் மிச்சம் பானையில் கிடந்திருந்தது. அதில் ஒரு துண்டு எடுத்துவைத்து நீர் ஊற்றிக் கொண்டு வந்திருந்தாள் மணிமேகலை.

“நீ கஞ்சிக் குடிச்சியாம்மா?”

“ஆமாம்மா. செத்தம்போல கரைச்சிக் குடிச்சிக்கிட்டென்”

“பயலுவ ரெண்டுபேருந்தான் கொலப்பட்டினியா கெடக்கானுவெ. ஒங்க அய்யா ஒண்ணும் குடிச்சிக்கிரலயே?”

“இல்லம்மா”

“அலுத்துச் சடஞ்ச மனுசன். வயிறக் காயப்போட்டிருந்தா காலைல எந்திரிச்சி நடமாட முடியாது ”கும்பாவைக் கையில் வாங்கிக்கொண்டு அதற்குள் விரல் நுழைத்து மீண்டும் ஒருமுறை நன்றாகக் கலக்கி விட்டுக் கொண்டாள் பொன்னாபரணம். காடிக்குள் விரல்நுனி பட்டதும் அதன்வழியே ஊடுருவிய குளிர்ச்சி உடம்புக்குள் தாவிப் படர்ந்து சன்னமாய் ஆட்டம் போட வைத்தது. முற்றத்திலும் குளிர் காற்று நிகரில்லாமல் வீசிக்கொண்டிருந்தது. வயிற்றுக்குள் எரிந்துகொண்டிருந்த பசி நெருப்பில் கஞ்சியின் குளிர்ச்சி அடங்கிவிடும் என்று நினைத்தாள். அவள் நினைத்திருந்ததற்கு மாறாக, வயிற்றுக்குள் கஞ்சி போனதும் குளிரின் வீச்சு இன்னும் அதிகப்பட்டதாகவே தோன்றியது. வேறு என்ன செய்ய. அதுதான் வாழ்க்கை, அதுதான் தீவனம் என்று தீர்மானிக்கப்பட்டபின், ‘அய்யாடி அம்மாடி’ என்றாலும் அதிலிருந்துத் தப்பித்துவிட முடியுமா என்றிருந்தது.

கஞ்சியைக் குடித்து முடித்திருந்தாள் பொன்னாபரணம். கையை தன் முந்தானையில் துடைத்துக் கொண்டாள். வாயையும் முந்தானையால் ஒற்றி எடுத்துக்கொண்டாள். வாய் நமநமவென்று அரித்தெடுத்தது போலிருந்தது. இடுப்புச் சேலையில் மடக்கி வைத்திருந்த பொடிமட்டையை வெளியே எடுத்து ஒரு இணுக்குக் கிள்ளி பற்களுக்கு அடியில் தேய்த்துவிட்டுக்கொண்டாள். உதட்டில்

ஒட்டியிருந்த பொடித்தூளை விரலால் துடைத்து நீக்கினாள். கும்பாவை வாங்கி நீரூற்றிக் கழுவிய மணிமேகலை, அதை வீட்டுக்குள் கொண்டு வைத்துவிட்டு மீண்டும் அம்மாவிடம் வந்து நின்றாள்.

“போலீசில என்னம்மா சொன்னாவெ?”

“சொன்னாவ, சொரைக்காய்க்கு உப்பு இல்லைன்னு. எவன் நியாயத்தப் பாக்குதான்? பணத்தையும் ஆள் தோரணையையுந்தான் பாக்கானுவ. நம்ம நேரம், கச்சேரியிலும் போய் நிக்க வேண்டியதா இருக்கு. தப்புச் செஞ்சவங்களக் கூட்டி வெசாரிக்கக் காணோம். கண்ணவிஞ்ச பெயலுவ.”

“அண்ணங்களக் காணும்?”

“காலம்பற வருவானுவ. அவனுவ பாவம். வயித்துக்குக் கூட கொட்டிக்காம வங்கொலையாப் போயி நிக்கானுவ. எல்லாம் அந்தத் துலுக்கக் குடியாலதான். அவியளத் தட்டிக் கேக்கதுக்கு ஒரு நாதியும் இல்லியே.”

தெருவில் அமைதி முற்றுகையிட்டிருந்தது. அவரவர்கள் தத்தம் வீட்டில் அடைந்துகொண்டு வயிற்றுக்குள் தீனியை இறக்கிக் கொண்டிருப்பார்கள். சிலுசிலுவென வீசியக் குளிர் காற்றைத் தவிர வேறு எதன் சந்தடியோ சலசலப்போ கேட்டிருக்கவில்லை. சூழல் இறுக்கமாயிருந்தது.

“திண்ணையிலப் படுத்துக்குவோம்மா?”

“அது எதுக்கு? ஆம்பளே இல்லாத வீடாச்சேன்னு எந்தத் தறுதலப் பயலுவாவது வந்து அக்குருமம் பண்ணிப்புடுவானுவெ. போலீசையே நம்பமுடியாது. வூட்டுக்குள்ள துணி விரிச்சிப்போடு. தூக்கம் எங்கன வரப்போவுது? எல்லாரையும் தெருவுல வுட்டுட்டு நாம நிம்மதியா வூட்ல கெடந்து தூங்க முடியுமா?”

முற்றத்தில் நிழலாடுவது போல ஒரு நோஞ்சான் உருவம் தெரிந்தது. உறுதியாக நின்றுவிட முடியாமல் நீர்ச் சலம்பலாய் அங்குமிங்கும் தள்ளாடியபடியே திணறிக் கொண்டிருந்தது. அவளுக்கு ‘திக்’ கென்று ஆனது. நினைத்திருந்தது போலவே எதிரி யாரும் வந்து விட்டார்களா என்று பதற்றப்படத் துவங்கினாள். மணிமேகலை அரண்டு போய் அம்மாவின் பின்னால்போய் ஒளிந்து கொண்டாள். மனசு ‘கெதக் கெதக்’ கென்று அடித்துக்கொண்டிருந்தது அவளுக்கு. பொன்னாபரணத்துக்குப் பொறிகலங்கிப் போனது. ஆனாலும் தன் நிழலையே தஞ்சமென நிற்கிற மணிமேகலையைக் காப்பாற்றிக் கொள்ள வேண்டிய கடமை அவள் சிந்தனையைத் திடப்படுத்தியது. குரலில் அதிர்வுடன், “யாரது?” என்று சத்தம்போட்டுக் கேட்டாள்.

இன்னும் அருகினில் அந்த உருவம் நெருங்கி வந்தது. 'அட, சிவனாண்டி. செல்வராசின் அப்பன்காரன்.' இப்போதுதான் பொன்னாபரணத்திற்குத் தெளிச்சல் வந்தது போலிருந்தது.

"என்ன செவணாண்டி?"

"எம்மா. நம்மப் புள்ளையாண்டன் ராவு வூட்டுக்கு வரலியே. நம்மவூட்டு அய்யாவோடதான அலஞ்சிக் கிட்டிருப்பான். அதான் கேட்டுப்புட்டுப் போவலாமின்னு..."

முழுவதும் முடிக்கவில்லை சிவனாண்டி. வாய் குழறியது புரிந்தது. கால்கள் பூமியில் நிலைகொண்டு நிற்கமுடியாமல் பிடிமானமற்று நழுவிக் கொண்டிருப்பதாகத் தெரிந்தது. அவரைப் பார்க்கவே அரிச்சலாயிருந்தது பொன்னாபரணத்துக்கு. தன் நோஞ்சானான கறுத்த நிற மேனியில் உறைப்பான பச்சை சட்டையும், இடுப்பில் செதில் செதிலாய் அழுக்கு மண்டியிருந்த வேட்டியும் கட்டியிருந்தார். முட்களை வரிசையாய் குத்திவைத்திருந்தது போல முகத்தில் மயிர்க் குருத்துகள் சிலிர்த்துக்கொண்டு நின்றிருந்தன. தலையில் அதல குதலமாய் முடிகள் கலைந்து கிடந்தன. வீசிக் கொண்டிருந்த குளிர் காற்றில் அவை இழைப்பிரிந்துப் பறக்கவும் செய்தன. அடிக்கடி அவர் தலையைத் தலையைச் சுழற்றிக் கொண்டிருந்ததைத் தெளிவாகப் பார்த்துக் கொண்டாள் பொன்னாபரணம். குடிமப்பில் வந்திருப்பானோ என்றே குதர்க்கமாய் யோசிக்கத் தோன்றியது அவளுக்கு.

"ஒம்பையன எம்பையனோடத்தான் பாத்தென். காலம்பற வருவானுவன்னு நெனைக்கென்."

"காலம்பறயா?"

"ஆமாப்பா"

"அங்கிட்டு என்னச்சோலி இருக்கோ?"

"நெறைய இருக்கு. காலம்பற வந்து சொல்லுவான்."

விவரித்துச் சொல்ல மனசில்லாதிருந்தது அவளுக்கு. ஆதியிலிருந்து கதையைத் தொடங்க வேண்டும். அதற்குரிய காலஅவகாசம் இப்போது இல்லை. தேகம் சோர்வடைந்து போயிருந்தது. ரொம்பநேரம் நட்டமயே நின்றிருந்ததில் கால் மூளைகள் நோவெடுத்துக் கொண்டிருக்கின்றன. வீட்டுக்கு வந்து உட்கார்ந்து செத்த நேரம்தான் ஆகியிருக்கிறது. முதலில் கட்டையைச் சாய்த்துக் கொள்ள வேண்டும் அவள். அப்படியென்றால்தான் காலையில் பட்டினிப் போராட்டத்தில் கலந்துகொள்ள தன்னால் எழுந்துகொள்ள முடியும் என்று நினைத்தாள்.

சிவனாண்டி திரும்பி நடந்தார். ரொம்பவும் சோம்பலான நடை. தெருவில் கால் மிதித்தபோது, “இந்தப் பய, இவன் சோலியப் பாத்துக்கிட்டுக் கெடக்க வேண்டியதானே? சாம்பாக்கமார்த் தெருப் பையனோட சேக்காளி வச்சிக்கிட்டு அலையுதான். தறுதலப்பய. ஊரச் சுத்திக்கிட்டு அலைஞ்சா.. உருப்படுவானா?” என்று செல்வராசின் மேல் வசவுகளைத் தூவிக் கொண்டார். ரொம்பவும் சிரமப்பட்டுத் தொடர்ந்தது நடை. தெரு முழுவதும் வசவுகளைத் தூவிக் கொண்டே போனார். செல்வராசைக் களங்கப்படுத்திய வசவுகளை.

28

கால்களில் சக்கரங்களையும் தோள்களில் சிறகுகளையும் கட்டிக்கொண்டு இயங்கினார்கள். தன் தெருவிலுள்ள கட்சி உறுப்பினர்களையும் சத்தங்காட்டி அழைத்திருந்தார் பண்டாரம். பெருவாரியாய் இளவட்டங்களும் நல்ல சுறுசுறுப்பான நடுத்தரங்களாகவுமே இருந்தனர். பண்டாரம் போல ஒன்றிரண்டு நபர்கள் மட்டுமே சற்று முதியவர்கள். சிலர் விளம்பரத் தட்டிகளில் பழைய செய்திகள் அடங்கிய தாட்களைக் கிழித்துக் கொண்டிருந்தனர். சிலர் புதிய வாசகங்களை எழுதுவதற்கான சொற்களை ஆலோசனைப் பண்ணி உருவாக்கிக் கொண்டிருந்தார்கள். பண்டாரம் அவற்றின் நெருடலான வார்த்தைகளை அகற்றிவிட்டு புதிய வார்த்தைகளை எடுத்துக் கொடுத்தார். முற்றத்தில் விரித்து வைத்திருந்த அகன்ற வெள்ளைத் தாளில் வாசகத்தை எழுதிக்கொண்டிருந்தான் ஒரு இளைஞன். கட்சியின் தீவிர உறுப்பினன் அவன். படம் வரைவதிலும் பற்பல கோணங்களில் எழுத்துக்களை எழுதுவதிலும் விற்பன்னனாக இருந்தான். பண்டாரத்தின் வீட்டுக்கு முன்தான் இத்தகைய தயாரிப்பு வேலைகள் எல்லாம் அறிபறியாய் நடந்துகொண்டிருந்தன. உயரமாய் நின்றிருந்த முகப்பு விளக்கு பரவலாய் வெளிச்சம் தந்து கொண்டிருந்தது.

வீட்டுக்கு மேற்குப்பக்கம் கட்டாந்தரையாய் கிடந்திருந்த புல்வெளியில் கற்களால் அடுப்புக்கூட்டி அதன் மேல் சிதைந்தப் பித்தளைச் சட்டியை வைத்துப் பசைக் காய்த்துக் கொண்டிருந்தார்கள் சின்னத்துரையும் செல்வராசும். ‘பராங்பராங்’ கென்று வீசியக் குளிர்காற்றில் வெடவெடத்தத் தேகங்களை அடுப்பில் கொளுந்து விட்டு எரிந்துகொண்டிருந்த தீ நாக்குகள் வெப்பத்தைத் துப்பிக் கதகதப்பாக்கிக் கொண்டிருந்தன. விரையலால் அவர்களை ஒன்றும் செய்திருக்க முடியவில்லை.

வெந்து மணம் வீசிய பசையைச் சட்டியோடு தூக்கிவந்து முற்றத்தில் வைத்தார்கள். வெறுமனே சுருட்டி வைத்திருந்த பாடாதித் தாள்களில் பசைத்தடவி மேடும் பள்ளமுமாய் கிடந்திருந்தத் தட்டிகளில் ஒட்டிச் சீராக்கிக் கொண்டார்கள். மீண்டும் அதன்மேல் செழம்பரப் பசையைத் தடவி நிரவலாக்கியப் பின், வாசகங்கள் எழுதியிருந்தத் தாட்களை மடிப்பு விழாமல் எச்சரிக்கையாய் விரித்துப் பிடித்து விறைப்பாக ஒட்டிக்கொண்டனர். முகப்பு விளக்கின் பரவலான வெளிச்சத்தில் வாசகங்களின் எழுத்துக்கள்

கண்களைப் பறிப்பது போல உறுத்தின. ஊதா நிறமும் சிவப்பு நிறமும் கலந்த எழுத்துக்கள்.

வாசகங்களைக் கண்கொண்டு பார்த்து, வாய்விட்டு ஒருமுறை வாசித்துக்கொண்டான் சின்னத்துரை. நரம்புகள் முறுக் கேறுவது போல இருந்தது அவனுக்கு. நேராக நின்று முகத்தில் அறைகிற மாதிரி எழுதப்பட்ட வாசகங்கள். இது அவனுக்குப் புது அனுபவமும் கூட. உற்சாகமும் மகிழ்ச்சியும் உள்ளத்தில் கரைபுரண்டு ஓடின. பக்கத்தில் நின்றிருந்த செல்வராசிடம், "நல்லா எழுதியிருக்குல்ல?" என்று கேட்டான் அவன். அவனும் மறுப்புச் சொல்லாமல், "சண்டைக்கு வர்ற மாதிரி இருக்கு" என்று ஒப்புக்கொண்டு சிரித்தான்.

ஒரே விதமான வாசகங்களில் மூன்று தட்டிகள் தயாராகி யிருந்தன. வாசகங்களை எழுதி முடித்தவன் கைகளைக் கழுவிக்கொண்டு போய்விட்டிருந்தான். இனி வெள்ளையனுக்கும் அவனோடு சேர்ந்தவர்களுக்குதான் வேலைகள் இருந்தன. பண்டாரம் உத்திர விட்டார் "இந்தா வெள்ளையன்... ஒன்னோட மத்தப் பையன்களையும் சேத்துக்க. மெயின் பஜார்ல ஒரு போர்டையும், புள்ளமார் தெரு முக்குத் திருப்பத்தில ஒரு போர்டையும் ஏத்திக் கட்டிக்க. அடுத்து முக்கியமா பட்டினிப் போராட்டம் நடக்கற பேருந்து நிலையத்துக்குப் பக்கத்துலயும் ஒரு போர்ட கட்டித் தூக்கிரு. தெரிஞ்சுதா?"

"சரிங்க."

தன்பக்கத்தில் நின்றிருந்த இளவட்டங்களையும் கட்சிக்காரர் களையும் தயார்ப்படுத்தி அழைத்துக்கொண்டு மூன்று விளம்பரத் தட்டிகளோடும் வெளியேறிப் போனான் வெள்ளையன். மூன்று இளைஞர்களிடமும் முறையே ஒவ்வொரு தட்டி ஒப்படைக்கப் பட்டிருந்தது.

சின்னத்துரைக்குத் தளர்ச்சியாகத் தோன்றியது. ஒரு நாளும் இவ்வளவு நேரம் முழித்துக்கொண்டு இருந்ததில்லை. நேரம், சாமம் ஒரு மணிக்குமேல் ஆகியிருக்க வேண்டுமென்று நினைத்துக்கொண்டான். நீரில்லாத நிலம்போல தேகம் வறண்டு, கண்களில் அரிப்புத் தட்டியது. செல்வராசுக்கும் இதே நிலைதான் இருக்க வேண்டும் என்று மானசீகமாய் உணர்ந்துகொண்டான். பாவம், தனக்காக இவனும் வந்து கண்விழித்துக் கஷ்டப்பட்டு விட்டானே என்று உறுத்தியது. "நம்ம, வூட்டுக்குப் போலாமாலெ?" அடித்தொண்டையிலிருந்து அலட்டலில்லாமல் குரல் எடுத்து செல்வராசிடம் கேட்டான். செல்வராசுக்கும் அதுவே விருப்பமாயிருந்தது. " ஆமா, நாளைக்குக் கிளாசுக்குப் போணுமில்லெ?கொஞ்சம் தூங்கினாத்தான் நல்லது."

"ஒங்க வூட்ல ஒன்னயத் தேடியிருப்பாவளோ ? "

“அதான் ஒங்கூட வந்திருக்கமின்னு எல்லாருக்கும் தெரியுமே. யாரும் எங்க வூட்ல சொல்லியிருப்பாவெ. ”

சந்தடி அடங்கிக்கிடந்த தெருக்கள் வழியே அவர்கள் அமைதியாக வந்து கொண்டிருந்தார்கள். தெருக்களின் இருபுறமும் ஏகதேசம் எல்லா வீடுகளுமே மட்டுவாப் போட்டிருந்தன. வீடுகளுக்கு முன்னே சிமெண்டுப் பூச்சால் திண்ணைகள் உயரமாய் நின்று பளபளத்தன. சில மாடிவீடுகளும் அவன் கண்களில் படாமல் இல்லை. தெருகூட ரொம்பவும் சுத்தமாக ஒரே சமதளத்தில் நீண்டுகிடந்தது. மேக்குடிக்காரர்கள் என்றாலே வசதிப் படைத்தவர்களாகத்தான் இருப்பார்களோ? அல்லது வசதிப் படைத்தவர்களைத்தான் ‘மேக்குடிகள்’ என்கிறார்களா? அவன் யோசித்துச் சிரமப்பட்டான். கரடுமுரடான தன் வீட்டு செம்மண் சுவர்கள் அவனின் நியாபகத்துக்கு வந்தன. தூர்ந்து தும்பு தும்பாய்ப் பிய்ந்துத் தொங்கும் ஓலைக்கீற்றுக் கூரையும் நினைவில் தட்டியது. இவ்வளவுக்கும் அவனின் பெற்றோர்கள் இருவரும் வீட்டில் ஒரு நாளும் குத்தவைக்காமல் காட்டுச்சோலிகளுக்குச் சென்று கடுமையாய் உழைப்பவர்கள்தான். அவர்களால் ஒரு காரைவீடு கூட கட்டிக் கொள்ள முடியவில்லையே ஏன் என்று ஆவேசமாய் நினைத்துப் பார்த்தான். அவனின் தெருவில் எல்லோருமே கடுமையான உழைப்பாளிகள்தான். ஆனால், யாருக்கும் கெதியான வீடுகள் கிடையாது. வசதியில்லாது இருப்பதால்தான் தங்களைச் சாதியில் குறைந்தவர்களென்று எல்லோரும் தரந்தாழ்த்திப் பேசுகிறார்களோ என்று ஆழமாக யோசிக்கத் தோன்றியது அவனுக்கு.

அங்கங்கே தெருவிளக்குகள் ஒளிவிட்டுக் கசிந்து கொண்டிருந்தன. அவர்களின் நடைக்கு அவை தோதாகத் தெரிந்தன. தூக்கக் கலக்கத்தில் சின்னத்துரையின் கண்கள் செருகிக் கொண்டிருந்தாலும், இந்நேரம் வரை ஆளோடு ஆளாய் நின்று பசைக் காய்த்துக் கொடுத்திருந்ததைப் பெருமையாக நினைத்தான். அவனின் அடிமனசிலிருந்து கொந்தளிப்பாய் சந்தோசம் பொங்கியது. தீரமிக்க ஒரு காரியத்துக்குத் தானும் உறுதுணையாய் இருந்ததை நினைத்துப் பார்த்தான். தேகம் புல்லரித்துக் கொண்டது. தேகத்தில் புதுத் தெம்பு வந்து ஒட்டிக்கொண்டதாக எண்ணிக் கொண்டான். பிரச்சினையே தன்னால்தான் வலுப்பட்டுக் கொண்டிருந்ததாக யோசிக்கத் தோன்றியது அவனுக்கு. மணிமேகலைக்கு அவன்தான் தீர்மானமாக உத்தரவுப் போட்டிருந்தான். ஆயிசாப் பொம்பளை நீர்ப் பிடிக்க வரும்போது மணிமேகலை வலியச் சென்று அவள் கன்னத்தில் அறை கொடுத்துவிட வேண்டும் என்ற உத்தரவு. மற்றப் பொம்பளைகள் அவளுக்குப் பின் அறை கொடுக்கத் தயாராய் நின்றிருக்க வேண்டும். அவனின் உத்தரவுப்படியே எல்லாம் நடந்திருந்தன. ஆயிசாவைப்

புரட்டிப் புரட்டி எடுத்திருந்தார்கள். அதன் பிறகே புதிதாய் குழாய் ஒன்று முளைத்ததும், காவல்நிலையம்வரை சென்றதும் என்று ஆதியோடந்தமாக நினைத்துப்பார்த்தான். இப்போது, அய்யாவைக் காப்பாற்றியாக வேண்டும். காவல்நிலையத்தில் மிருகங்கள் இருந்தன. அய்யாவை மாதிரி அப்புராணியைக் கண்டால் அப்படியே பாய்ந்து வந்து கடித்துக் குதறிவிடும் என்பதை அவன் அறிந்திருந்தான். பண்டாரம் தாத்தாவின் மேல் அவனுக்கு நம்பிக்கை இருந்தது. அவரின் தைரியமும் செயல்பாடுகளும் உறுதியானவையாகத் தோன்றின. அவர் எடுக்கவிருக்கும் போராட்டத்திற்குத் தன்னால் ஒரு சிறு உதவியையாவது செய்ய முடிந்திருந்ததே என்ற சந்தோசம் அவனுக்கு இருந்தது.

துலுக்கக் குடியை நெருங்கியிருந்தார்கள். மட்டவாப் போட்ட வீடுகள் எல்லாம் கதவுகளைச் சாத்தி அடைத்துக் கிடந்தன. சாலையின் முக்குத் திருப்பத்தில் சந்நியாசியைப் போல தவமாய் நின்றுகொண்டிருந்த தெருவிளக்கின் மங்கலான வெளிச்சச் சிதறலில் வீட்டுச் சுவர்கள் பட்டைகளாய் தெரிந்தன.

“நம்மளத் தூங்கவுடாமப் பண்ணிட்டு அவனுவல்லாம் நல்லாத் தூங்குதானுவ பாத்தியா?”

செல்வராசுக்கு மட்டும் கேட்கிறத் தொனியில் மெல்லியதாக சொல்லிச் சடைத்துக்கொண்டான் சின்னத்துரை. செல்வராசுக்கு வறட்சியாய் சிரிப்பு வந்தது. விகற்பமாய் முகத்தை நிமிர்த்திக்கொண்டு, “அவனுவளுக்கு என்ன, எல்லாத்தையும் செஞ்சிட்டு ஒண்ணுத் தெரியாதவனுக கெணக்க மொடங்கிக்கிட்டானுவெ” என்று வக்கணையாய் சொல்லிச் சிரித்துக்கொண்டான்.

“காலையில பள்ளிக்கொடத்துக்கு வருவியா சின்னத்துரை?”

“கட்டாயமா வருவென். ஏங் அப்படிக் கேக்க?”

“இல்ல, காலம்பற எழுந்து போராட்டத்துக்குப் போயிருவி யோன்னுதான்...”

“அதுக்காவ, பள்ளிக்கொடத்துக்குக் ‘கட்’ அடிக்க முடியுமா? சரிலெ, ஒம் புத்தகப்பை எங்க வூட்லதானப் போட்டுட்டு வந்திருக்க? மறக்காம வந்து அத எடுத்துட்டுப் போயிரு”

“கழுத கெடக்கட்டும். காலம்பற வந்து எடுக்கென்”

கிணற்றைத் தாண்டி வந்ததும் சின்னத்துரை மேற்காகத் திரும்பி தன் வீட்டுக்கும், செல்வராசு நேராக நடையைப் பிடித்து அவனின் வீட்டுக்குமாய் பிரிந்து போனார்கள்.

நீர்த்தேக்கத் தொட்டிக் கட்டிடத்திற்குக் கீழ் சொகுசாகப் படுத்துக்

கொண்டிருந்த நாயொன்று செல்வராசைக் கண்டதும் அவனிடம் குசலம் விசாரிக்கிற மாதிரி முகத்தைத் தூக்கி நிறுத்தி செல்லமாய் குரைத்தது. தன் வீட்டு நாய்தான் என்பதை அதன் முனகலை வைத்து கண்டு கொண்டான். ‘ படக் ’ கென்று எழுந்துவந்து அவனின் கால்களுக்கு இடையில் தலையைக் கொடுத்து நுழைந்துக் குழைந்தது. அதை மிருதுவாய் தட்டி விலக்கி விட்டான். இன்னும் கொஞ்ச நேரத்தில் ‘ பொலபொல’ வென விடிந்துவிடும் போலத் தோன்றியது. தூரத்தில் சேவல்களின் கூவுதல்களும், காக்கைகளின் தொடர்ச்சியான கரைதலும் அவனின் காதுகளைச் சேதப்படுத்தியதாகத் தோன்றியது. பகடைத் தெருவின் மேற்கு அற்றத்து வீட்டின் வாசலில் இரண்டு பேர்களின் குசுகுசுப் பேச்சுக்கள் கேட்டன. அவனின் சந்தடிக் கேட்டதும் திண்ணையில் படுத்துக்கிடந்த அய்யா திடுக்கிட்டு முழித்து எழுந்தார். நன்றாகூ ஆழ்ந்து தூங்கிக்கொண்டிருந்திருக்க வேண்டும் அவர். சுயத்துக்கு வருவதற்கு சிறிது அவகாசம் எடுத்துக்கொண்டார். தூக்கச் சடவில் அவரின் முகம் உப்பலாய் வீங்கித் தொங்கியது. அதட்டலோடு அவரிடமிருந்து வார்த்தைகள் வெளிவந்து விழுந்தன.

“வூட்டுக்குவர நேரமாலெ இது? ராவு முழுக்க எங்கயிருந்துட்டு வர்ற?”

“ சின்னத்தொரையோட கீழத்தெருவுக்குப் போயிருந்தென் ”

ஒதுங்கி நின்று அடக்கமாகவே வாசித்தான் அவன். உடம்பில் பயமும், உதட்டில் நடுக்கமும் அவனிடம் ஆட்கொண்டிருந்தன.

“கீழத்தெருவுல ஒனக்கு என்ன மயிரப் புடுங்குத வேலையா? கொழுத்துப்போன நீ. நெஞ்சில பயமே இல்ல”

சிவனாண்டியின் குரல் உச்சத்தில் ஏறியிருந்தது. அந்த அமைதியானப் பொழுதுக்கு முற்றிலும் மாறுபாடான குரல். அவரின் சத்தம் கேட்டு முன்னறையில் கதவுச் சாத்திப் படுத்திருந்த பேச்சியம்மாவும் மல்லிகாவும் கதவைத் திறந்துகொண்டு தடபுடாவென்று ஓடி வந்தார்கள். அவர்களுக்கும் அவன் தாமதமாக வந்ததில் மனக்கிலேசமாகத்தான் இருக்கிறது. அய்யா அவனைக் கண்டிக்கட்டும் என்று முடிவுப் பண்ணியவாறு கொஞ்சநேரம் கதவுப் பக்கத்தில் ஒண்டிக் கொண்டு நின்றிருந்தனர். பேச்சியம்மா பொருதித் தாளாமல் அவனைச் சத்தம் போடத் துவங்கினாள். “பின்ன என்னல? வெட்டியான் மயானங்காத்த மாதிரி ராமுழுக்க எங்கனயோ போய்க் கெடந்துட்டு இப்ப வர்ற? நாங்க எல்லாம் எதுக்கு வூட்ல இருக்கொம்? எங்கக்கிட்ட ஒரு வார்த்த சொல்லாண்டாமா? சோத்துக்கு என்னப் பண்ணுன?”

“ராத்திரி எல்லாருக்கும் வாங்கிக் குடுத்தாவ”

“பிச்சயெடுக்கப் போனியா, அந்தப் பறப்பயலுவகிட்ட?”

சிவனாண்டி ‘விசுக்’ கென்று எழுந்துகொண்டு முற்றத்துக்கு வந்துநின்று தன் அடித்தொண்டையைக் காறி, சளியைத் தூரமாய் துப்பிக் கொண்டார். மீண்டும் திண்ணையில் வந்து உட்கார்ந்து கொண்டு செல்வராசை வெறிப்புடன் முறைத்தார்.

“ஏன்ல அவம் பூழலையே பிடிச்சிக்கிட்டு அலையுத? ஒண்ணாப் படிக்கிய... எப்பவாவது ஒண்ணுச் சேந்துகிட்டு அலைய வேண்டியதான். நீ எப்பவும் அவன் வூட்டுக்குப் போவுததும், அவன் ஒன்னயத் தேடி நம்ம வூட்டுக்கு வரததும். அப்பிடியென்ன ஒங்களுக்குள்ள அவ்ளவ் சிநேகம்? அந்தத் தெருக்காரவியளுக்கும் நமக்கும் ஆவாதுன்னு இருக்குல்ல? பொறவு ஏன் அவன் பின்னாலியே அலையுத? ஒன்னய அந்த செரஞ்சீவி சாம்பான்அடிச்சாம் இல்லியா.. அதயுமா மறந்துட்ட நீ? அதப்பத்தி ஒரு வார்த்த செரஞ்சீவிகிட்ட சின்னத்தொர கேட்ருப்பானா?”

“அவுருகூட அவன் சண்ட போட்ருக்கான்”

“கிழிச்சான். ஏம்ல பொசமுட்டிப் போயி அலயுத?”

மல்லிகாவுக்கு எரிச்சலாக இருந்தது. சின்னத்துரையின் குணபாவங்களைப் பற்றித் தெரியாமல் அய்யா குற்றம் சுமத்துவதாகப் புரிந்தது. அவனுக்கு அப்படியெல்லாம் வேற்றுமையான எண்ணம் இருப்பதாக அவள் நினைத்திருக்கவில்லை. ரொம்பவும் மட்டு மரியாதையுள்ள பையன் அவன். எல்லாரையும் ஒண்ணாகவே பாவித்து நடக்கிறவன். சாம்பாக்கமார்த் தெருவில் குஞ்சாணிப் பிடித்து மோளத்தெரியாத சின்னப்பயல்கள் எல்லாம் பகடைத்தெருப் பெரிசுகளை மரியாதையில்லாமல், ‘நீ... வா... போ’ என்று ஒருமையில் கூப்பிட்டுப் பெருமைப்பட்டுக் கொள்ளும்போது, சின்னத்துரை மட்டுமே பெரிசுகளை, ‘நீங்க... வாங்க...போங்க’ என்று பன்மையில் அழைத்துப் பேசியதை தன் நினைவுக்குக் கொண்டுவந்து பார்த்தாள் மல்லிகா. அய்யா ஏன் வாய்புளிச்சதோ மாங்காய் புளிச்சதோ என்கிற கணக்கில் விவரம் தெரியாமல் பேசுகிறார் என்றிருந்தது. அவளுடன்கூட சின்னத்துரை மிகவும் அந்நியோன்யமாகப் பேசி, மரியாதையாக நடக்கிறதை மானசீகமாக நினைத்து சந்தோசப் பட்டாள்.

“அவன அப்பிடிச் சொல்லாதய்யா. சின்னத்தொர நல்ல பையன். அவந்தெருவுல அநேயம்பேரு அப்பிடித்தான் இருக்காவெ. அதுக்காவ எல்லாரையும் ஒரே மாதிரி எடப் போட்டுற முடியுமா?”

“நீ அவனுக்கு சப்போட்டா? கழுத விட்டையில முன்விட்ட வேறு, பின்விட்ட வேறாவா இருக்கும்? எல்லாம் ஒண்ணுபோலத்தான்

இருக்கும். ஒங்கம்ம கெணத்துக்குத் தண்ணியெடுக்கப் போனப்போ ஒரு சாம்பாத்தி அவள தாறுமாறாப் பேசி அடிச்சி வுட்டாளே.. நெனவிருக்கா?"

"அவியத் தெருக்காரங்களுக்கே தண்ணியில்லாம கஷ்டப்படும் போ ஒவத்துரத்துக்கு நாமப்போயி நின்னா கொஞ்சவா செய்வாவ? துலுக்கச்சிய கூட அவியத் தெனமும் சண்டச் சல்லியம் போடலியா? நம்மளா இருந்தாலும் அப்பிடித்தான் செய்வொம்."

"நீயொருத்தி. ஒலக நடப்புத் தெரியாமப் பேசுத. எந்தக் காலத்துலயும் அவிய சங்காத்தம் நமக்கு ஒத்தே வராது. நம்மள எப்பவும் கீழப்போட்டு மிதிக்கணும்னே நெனைக்காவெ. தெரியுமா ஒனக்கு?"

"அவிய என்ன ரொம்ப ஒசரத்துலயா இருக்காவ? நம்மளக் கெணக்க அவியளும் கொறஞ்ச சாதிதான? நாம அவியளுக்கு ஒத்தாசையா இருந்தாத்தான, அவியளும் நமக்கு ஒத்தாசையா இருப்பாவெ."

"அப்பிடி யாரு அவியல்ல நமக்கு ஒத்தாசையா இருக்கா? சொல்லு பாப்பம்"

"ஏங், அந்த பொன்னாபரணம் அம்மா காட்டுச்சோலிக்கெல்லாம் என்னியத்தான மெனக்கெட்டு வந்துக் கூட்டிக்கிட்டுப் போறாவெ? சேரியில எத்தனப்பேரு இருந்தாலும்.."

மல்லிகாவின் தொடர்ச்சியான விவாதத்தில் சிவனாண்டி சோர்ந்து போயிருக்கவேண்டும். தோல்வியை வெளிக்காட்டிக் கொள்ள முடியாமல் தவித்தார். முகம் கோபத்தில் கூடி நின்றது. கண்களால் அவளை எரித்து விடுவதைப்போல வெறித்துப்பார்த்தார்.

"வரவர ஒனக்கும் வாய்க்கொழுப்பு அதிகம் ஆயிட்டு. வேல சோலிக்குப் போய் சம்பாதிக்கோங்கித திமிரு... என்ன ? எப்பிடியும் நாசமாப் போங்க. ஏதாச்சும் ஆவலாதிய மட்டும் வூட்டுக்குக் கொண்டு வந்திராதிய. பொறவு நா பொல்லதவனா ஆயிருவென்... பாத்துக்குங்க."

பேச்சியம்மா முன் வந்து நின்று அவரைச் சமாதானப்படுத்த முயற்சித்தாள். "சரி வுடும் . பொட்டப் புள்ளையப்போயி கருமிசம் வச்சிக்கிட்டு".

அவரருகில் உட்கார்ந்துகொண்டு தன் மடியில் செருகித் தொங்க விட்டிருந்த வெத்தலைப் பையை எடுத்து விரித்தாள். ஒரு களிப்பாக்கை எடுத்து அவரின் கையில் தந்துவிட்டு மற்றொரு களிப்பாக்கை எடுத்து தன் வாயில் போட்டுக் கொண்டாள். பைக்குள் அரைவாசி காய்ந்திருந்த வெத்தலைச் சீவல்கள் அடுத்து அவள் கைக்கு வந்தன.

29

பேருந்து நிலையம் களைகட்டத் துவங்கியிருந்தது. பேருந்து பிடிக்கவந்து கால்மூளைகள் தேய காத்துக் கொண்டு நின்றிருந்தவர்களும், கடைக் கண்ணிகளுக்குத் தட்டுமுட்டுச் சாமான்கள் வாங்க வந்திருந்தவர் களுமாய் பேருந்து நிலையத்திற்குமுன் கூடிநின்று அதன் முகப்பில் உயரமாய் தூக்கிக் கட்டியிருந்த தட்டியின் வாசகங்களைப் படித்து உணர்ந்து அரண்டு போயிருந்தார்கள். காவல்துறையை எதிர்த்தும் ஊராட்சிமன்றத் தலைவரை எதிர்த்தும் ரொம்பவும் தைரியமாக ஏற்றப்பட்டிருந்தத் தட்டி அவர்களுக்கு அதிர்ச்சியைத் தந்திருந்தது. அதுவும், மற்ற சாதியினருக்கு அடங்கி நடக்கிற தாழ்த்தப்பட்ட சாதியினரால் என்பதால் அவர்களால் மனசளவில் தாங்கிக்கொள்ள முடியாததாக இருந்தது. இவ்வளவு தைரியம் இவர்களுக்கு எங்கிருந்து வந்தது என்று அவர்கள் ஆச்சரியமாய் நினைத்திருக்கலாம்.

அவ்வப்போது வந்து போன பேருந்துகளின் உள்ளிருந்த பயணிகளுக்கும் தட்டியின் வாசகங்கள் கண்களை உறுத்தியிருந்தன. பேருந்தின் ஓரங்களில் ஓந்தாண்களாய் தலைகளை வெளிநீட்டிப் பார்த்து முகங்களில் கலவரத்தைத் தேக்கிக் கொண்டு போயினர். ஏதோ நடக்கப்போகிறது என்னும் தீர்மானத்தில் எழுந்திருந்த அதிர்ச்சியும் அவர்களின் முகங்களில் தென்படாமல் இல்லை.

கோயிலுக்குத் தென்புறம் காலாற நடந்துவரும் தூரத்தில் பேருந்து நிலையம் நின்றிருந்தது. ரொம்பவும் பிரமாண்டமான கட்டிடமாக இல்லாமல் பேருக்குப் பேருந்து நிலையம் என்ற கணக்கில் இரண்டு அறைகளை மட்டும் குகைகளை மாதிரிக் கொண்டிருந்தது. அநேகமான பேருந்துகள் நிலையத்திற்கு உள்ளே சென்றுவிடாமல் எதிர்ப்பக்க சாலையில் நின்றே பயணிகளை ஏற்றவும் இறக்கவும் செய்து கொண்டிருந்தன. அதனால் நிலையத்திற்குள் கிடந்திருந்த சொற்பமான சிமெண்டுப் பெஞ்சுகளில் அமர்ந்திருந்த பயணிகளைவிட சாலையில் நின்றிருந்த பயணிகளே அதிகமானவர்களாக இருந்தனர். வருகிறப் பேருந்துகளில் ஏறிக்கொள்கிறவர்களும், நிற்கிற பேருந்துகளிலிருந்து இறங்கிக்கொள்கிறவர்களுமாய் அறிபறியாய் ஓடிக்கொண்டிருந்தார்கள். அந்த நெருக்கடியிலும் பட்டினிப் போராட்டத்துக்கானத் தட்டியை எதிர்நோக்கி வாசித்துக் கொள்ளத் தவறவில்லை அவர்கள்.

காலம்பறவே பண்டாரம் தன் கட்சிக்காரர்களின் துணையோடு தட்டிக்குக் கீழ்வந்து நின்றிருந்தார். ஆண்களும், பெண்களுமாய் சிறுவாடு சேர்ந்திருந்தார்கள். திடீரென்று ஏற்படுத்திக்கொண்ட போராட்டத்துக்கு இத்தனைப் பேர்கள் சேர்ந்திருந்ததே பெரிய விசயமாகத் தோன்றியது அவருக்கு. மேலத்தெருக்காரர்களை இனிதான் கட்சியின் உறுப்பினர்களாக சேர்த்துக் கொள்ள முயற்சிக்க வேண்டும் என்று மானசீகமாக முடிவுப் பண்ணியிருந்தார். இது மாதிரியான போராட்டங்களைக் கையில் எடுத்தால்தான் புதிதாய் உறுப்பினர்களைச் சேர்த்துக் கொள்ளத் தோதாக இருக்கும் என்று அவர் தீர்மானித்திருந்தார். கட்சியில் உறுப்பினர்களைச் சேர்ப்பது லேசுப்பட்ட காரியமாகத் தோன்றவில்லை. புதுப்புது கட்சிகள் எல்லாம் காளான்கள் மாதிரி முளைத்து விடுகின்றன. புதுப்புது மனிதர்கள் தங்களைக் கட்சித்தலைவர்களாக அறிவித்துக் கொண்டு கம்பீரமாக வலம்வரத் துவங்கி விடுகிறார்கள். ஆனால் எந்தக் கட்சித் தலைவருக்கும் தாழ்த்தப்பட்டவர்களின் பிரச்சினையைக் கையிலெடுப்பது என்றால் எட்டிக் காயாகத்தான் கசக்கிறது. மற்ற சாதிக் காரர்களின் ஓட்டும் உறுதுணையும் தனக்கு இல்லாமல் போய்விடுமே என்று அஞ்சுகிறார்கள். நியாயம் நீதி என்பதெல்லாம் ரெண்டாம் பட்சம்தான். மேச்சாதிக்காரர்களை அரவணைத்துக் கொள்வதில் மட்டும் அவர்கள் அக்கறைக் காட்டுகிறார்கள், ஊராட்சித் தலைவர் நாராயணன் பிள்ளையை மாதிரி! அம்பேத்காரை தலைவராக ஏற்றுக் கொண்ட கட்சிகளால் மட்டுமே தாழ்த்தப் பட்டோரின் சுதந்திரத்திற்காகப் போராட முடியும் என்று நினைத்துக் கொண்டார். அதுவும் தாழ்த்தப்பட்டவரை தலைவராகக் கொண்ட கட்சியால் மட்டுமே அது சாத்தியம் என்று தோன்றியது.

தட்டிக்குக் கீழே சற்று வடக்குப் புறத்தில், பேருந்து நிலையத் திற்கு முன்கிடந்திருந்த அகலமான வெளியில், ஓலைக் கீற்றுக்களால் தாற்காலிகப் பந்தல் போடப்பட்டிருந்தது. அதையும் வெள்ளையன் தான் மற்ற இளைஞர்களின் உதவியோடு இரவோடு இரவாக செய்து முடித்திருந்தான். தட்டிப்போர்டுகளைக் கம்பங்களில் ஏற்றிக் கட்டிவிட்டு பந்தல் வேலைக்கு இறங்கியிருந்தான். வேலை முடிய 'அந்தா இந்தா' வென்று அதிகாலை 5,00 மணி ஆகியிருந்தது. மேலோட்டமாய் வீசிக்கொண்டிருந்த காற்றில் ஓலைக் கீற்றுகள் ஒன்றோடொன்று மெதுவாக உரசிப் பரசலாக சத்தம் எழுப்பிக்கொண்டிருந்தன இப்போது. பண்டாரத்தின் எதிர் பார்ப்பை அதிகப்படுத்திய ஓசையாக அது தோன்றியது. 'என்ன... ஆட்கள இன்னும் காணல' என்ற விரக்தியோடான மனநிலையில் பரங்கப்பரங்க விழித்துக்கொண்டு நின்றிருந்தார்.

நுங்கும் நுரையுமாய் பொங்கிவரும் காட்டாற்று வெள்ளம்

போல மேற்கிலிருந்து தெருச்சனங்களைத் திரட்டிக்கொண்டு வந்து கொண்டிருந்தான் வெள்ளையன். அவரின் அருகில்வந்து அவர்கள் நின்றதும்தான் அவருக்குள் உற்சாகம் கிளர்ந்தது.

"எல்லாரும் பந்தலுக்குள்ளப் போய் ஒக்காருங்க..."

சாயந்தரமானதும் கூட்டுக்குள் வந்து அடைந்து கொள்ளும் கோழிகளைப் போல அவர் உத்தரவுப் போட்டதும் எல்லோரும் மளமளவென்று ஓடிப்போய் பந்தலுக்குள் வரிசைக்கிரமமாக உட்கார்ந்து கொண்டனர். வெள்ளையன் அவர்களை ஒழுங்குப் படுத்தினான். நாற்பது அம்பது சொச்சம் பேர்களைக் கொண்டிருந்தது கூட்டம். எல்லோரும் பாவப்பட்ட மனிதர்கள் என்பதற்கு சாட்சிகளாய் அவர்களின் உடுப்புகளில் அழுக்கும், தேகத்தில் வறட்சியும், முகங்களில் கவலையும் அப்பியிருந்தன. கட்சிக்காரர் களையும் அவர்களோடு போய் உட்காரச் சொன்னார் பண்டாரம். இதுவரை மறதியாய் நின்றிருந்த கட்சிக்காரர்களில் ஒருத்தன் தன் கையில் மடித்து வைத்திருந்த கட்சிக் கொடியை விரித்தெடுத்து பந்தலின் முகப்பில் மேல்நோக்கி நின்றிருந்த கம்பில் கொண்டு செருகிவைத்தான். ஊதா நிறத்தில் பளபளத்தக் கொடி பறவையின் சிறகுகளைப்போல காற்றில் பறக்கத் துவங்கியது.

பொது சனங்களின் ஆர்வம் அதிகமாயிருந்தது. தூரமாய் நின்று வேடிக்கைப் பார்த்துக் கொண்டிருந்தவர்கள் மெதுமெதுவாய் பக்கத்தில் நெருங்கிவந்து நிற்கத் துவங்கினர்.

பந்தலுக்கு முன்வந்து நின்றார் பண்டாரம். "எல்லாரும் நா சொல்லுறதத் திருப்பிச் சொல்லணும் சரியா?" என்றார்.

கூட்டத்திலிருந்து கும்பலாக, "சரி..." என்று குரல்கள் கேட்டன.

"புரட்சியாளர் அம்பேத்கார் வாழ்க"

"புரட்சியாளர் அம்பேத்கார் வாழ்க"

"போராடுவோம் போராடுவோம்"

"போராடுவோம் போராடுவோம்"

"நீதி கிடைக்கும்வரைப் போராடுவோம்"

"நீதி கிடைக்கும்வரைப் போராடுவோம்"

"கைது செய் கைது செய்"

"கைது செய் கைது செய்"

"சாதிக் கலவரத்தைத் தூண்டிவிடும்.."

“ சாதிக் கலவரத்தைத் தூண்டிவிடும்...”

“ ஊராட்சித் தலைவரைத் கைதுசெய்”

“ ஊராட்சித் தலைவரைத் கைதுசெய்”

“ கைது செய் கைது செய்”

“ கைது செய் கைது செய்”

“ மதவெறியைத் தூண்டிவிடும் ..”

“ மதவெறியைத் தூண்டிவிடும் ..”

“ ஊராட்சித் தலைவரைத் கைதுசெய்”

“ ஊராட்சித் தலைவரைத் கைதுசெய்”

“ நீதிவேண்டும் நீதிவேண்டும்”

“ நீதிவேண்டும் நீதிவேண்டும்”

“ காவல்துறையே நீதிவேண்டும்”

“ காவல்துறையே நீதிவேண்டும்”

பண்டாரம் முன்மொழிந்த முழக்கத்தை முதலில் வெள்ளையனும் அவரின் கட்சிக்காரர்களும் எதிரொலித்து முழங்கினார்கள். பிறகு தெருக்காரர்களும் சேர்ந்து கொண்டனர். பேருந்து நிலையத்தை அதிரவைத்து வெளிப்பட்டன முழக்கங்கள். உள்ளே அமர்ந்திருந் தவர்களும் வெளியே வந்துநின்று விழி பிசகாமல் வெறித்துக் கொண்டு பார்த்தனர். அவ்வப்போது ‘டுர்டுர்...கிரீச் கிரீச்’ சென்று இரைந்து போன வாகனங்களின் பிளிறல்களையும் மட்டுப் படுத்தின முழக்கங்கள். எல்லோரின் விழிகளும் பந்தலுக்குள்ளே படர்ந்திருந்தன. பண்டாரத்தின் ஆவேசத்தையும் பக்கத்தில் நின்றிருந்தவர்களின் அனுசரணையான ஒத்துழைப்பையும் கண்டு அதிர்வு கொண்டனர்.

தெருக்காரர்கள் எல்லோருக்கும் புது அனுபவமாகத் தோன்றியது. மேப்பொறந்தான்களிடம் கெஞ்சலாய் வேலைசோலிகள் கேட்டும், வேலை சோலிகள் முடிந்தபின் கூலி கேட்டும் மழுங்கிப் போயிருந்த குரல்கள், இப்போது அவர்களை எதிர்த்து நியாயம் கேட்க உரத்து முழுங்கியதில் உற்சாகம் கொண்டன. தங்கள் தேகங்களில் புதுரத்தம் பாய்வதாக உணர்ந்து கொண்டார்கள். இதுவரை நெஞ்சாங் கூடுகளைக் கிடைமட்டமாக மடித்து மறித்து ஒடுங்கிக்கிடந்த கைகள், இப்போது தங்கள் தோள்களுக்கு மேல் உயர்ந்து துள்ளாட்டம் போடுகின்றன. கக்கத்தில் பதுங்கிக் கிடந்த தலைத்துண்டு தோளுக்கு இறங்கித் தோரணையைத் தந்துகொண்டிருக்கிறது. அதட்டி

ஒடுக்கியவர்களைக் கைதுசெய்யத் துணிந்திருக்கிறார்கள்.

“நாராயணம்புள்ளைய கைது செய்யுங்க. அவன்தான் எம்புருசன அக்குருமமா மாட்டிவிட்டது. நாசமுத்துப் போவான். அவன் நல்லாயிருப்பானா?”

பொன்னாபரணம் மனசுக்குள்ளே குமைந்துகொண்டாள். பந்தலுக்குள் பொம்பளைகளுக்கு மத்தியில் உட்கார்ந்திருந்தாலும் அவளின் நினைவுப்பறவை பிச்சையாவின் இருப்பிடத்தை நோக்கியே பறந்து கொண்டிருந்தது. ‘எப்படி இருக்காரோ மனுசர்? என்ன செஞ்சிக்கிட்டு இருக்காரோ?’ என்றே கருசனையாய் நினைத்துக் கவலைப்பட்டுக் கொண்டிருந்தது. தன் பக்கத்தில் நெருங்கி உட்கார்ந்திருந்தவர்களைப் பரிவுடன் பார்த்தாள். எல்லோரும் அவரவர் வீட்டுப் பிரச்சினையாகவே நினைத்துக் குரல்கொடுத்துக் கொண்டிருக்கிறார்கள். அவர்களின் திடமான ஒற்றுமையும் தீவிரமான கோரிக்கையும் தன் புருசனைக் காப்பாற்றிவிடும் என்ற நம்பிக்கையைத் தந்தது அவளுக்கு. தன் புருசனுக்காக இவர்கள் பட்டினி கிடக்கவும் துணிந்திருக்கிறார்களே என்பதை நினைத்தபோது அவளின் தேகம் புல்லரித்துக் கொண்டதுபோல உணர்ச்சிவயப்பட்டது.

பண்டாரம் பேசத் துவங்கினார். அவர் முன்னால் ஒலிவாங்கி இல்லை. குறுகிய அவகாசத்தில் அதை எல்லாம் ஏற்பாடு பண்ணியிருக்க முடியவில்லை. அவரின் குரலே கணீரென்றுதான் முழங்கியது. வெண்கலக் கும்பாவில் கல்கொண்டு தட்டியதுபோல கம்பீரமாக ஒலித்தது. சாம்பாக்கமார்த் தெருக்குழாயில் இஸ்லாம் சமுதாயப் பெண்கள் நீர்ப்பிடிக்க வந்து நின்று வல்லடியாய் அதிகாரம் பண்ணியக் கொடுமைகளையும், இருபிரிவினர்களுக்கிடையே மதச்சண்டையையும் சாதிச்சண்டையையும் தூண்டிவிடும் எத்தனிப்பில் ஊராட்சித் தலைவர் தன்னிச்சையாய் மற்றொரு குழாயை அதனருகில் நிறுத்தச் சம்மதம் தெரிவித்ததையும், நாறில் பூக்களைக் கோர்த்தமாதிரி நறுவிசாக வெளிப்படுத்தினார் அவர். சுற்றி நின்றிருந்த பொதுமக்கள் காதுகள் விரித்து அவர் சொன்னதைக் கவனமாகக் கேட்டுக்கொண்டு நின்றிருந்தனர். ஒரு சிலர் தங்களுக்குள்ளே அவரது பேச்சின் நியாய அநியாயங்களைக் ‘குசுகுசு‘ வென ரகசியமாய் விவாதித்துக் கொண்டிருந்தனர்.

வெயில் மெல்லிசாய் சுள்ளாப்புக்கூட்டி மேலேறத் துவங்கி யிருந்தது. கிழக்கே உயரமாய் நின்றிருந்த கடைகளையும் தாண்டி பந்தலுக்குள் பரசலாய் விழுந்தது. அழுக்குத் தேகங்களும், கந்தல் உடுப்புகளுமாய் பந்தலுக்குள் சூரியனின் முகம் பார்த்து அமர்ந்திருந்தவர்களின் முகங்களில் பொட்டுப் பொட்டாய் நீர் பதியத் துவங்கியது. அதனாலொன்றும் பதறிப் போயிருக்கவில்லை

அவர்கள். பகலிலிருந்து சாயந்தரம் வரை தோட்டக் காடுகளில் வெயிலில் கிடந்து வெந்து சாகிறவர்கள்தான் அவர்கள். எந்தக் கொடும் வெயிலையும் தாங்கிக்கொண்டு தங்கள் நெஞ்செலும்புகள் தெறிக்க பாடு பார்த்துக் கொண்டிருப்பவர்கள். இப்போதைய வெயிலில் சும்மா உட்கார்ந்திருப்பது ஒன்றும் சிரமமாக இருந்திருக்க வில்லை அவர்களுக்கு.

பண்டாரம் சற்று ஓய்வெடுத்துக்கொள்ளும் முனைப்பில் ஒதுங்கி நின்றார். அவரின் இடத்தை அவர் கட்சிக்காரனாயிருந்த ஓர் இளைஞன் வந்து பிடித்துக்கொண்டு நின்றிருந்தான். இதுவரை கீழே முன்வரிசையில் அமர்ந்திருந்தான் அவன். மீண்டும் கோசங்கள் பேருந்து நிலையத்தை அதிரவைத்தன. அவன் எடுத்துக் கொடுக்க, மற்றவர்கள் இணை சேர்ந்துப் பிடித்து எறிந்தார்கள்.

சிறிது நேரத்தில் பண்டாரத்தின் தோற்றம் பந்தலுக்கு முன் இல்லாதிருந்தது. மாயமாய் எங்கே மறைந்துபோனார் என்று சிலர் மறுகி மறுகி வெறித்தனர்.

பிரதானச் சாலையில் தெற்குநோக்கி நடந்து கொண்டிருந்தார் பண்டாரம். சற்று தூரத்தில்தான் அஞ்சலகம் இருந்தது. அஞ் சலகத்தில் மட்டுமே தந்தி கொடுக்க முடிந்திருந்தது. உள்ளே சென்று படிவங்களை வாங்கினார். முதலமைச்சர், மாவட்ட ஆட்சியர், காவல்துறைக் கண்காணிப்பாளர் என்று வரிசைக்கிரமமாக தந்தியை எழுதித் தந்தார். அவரிடம் பணம் வாங்கிக்கொண்டு, ஐந்து நிமிட வேலைப்பாட்டுக்குப்பின் மீதிச் சில்லரைகளைத் தந்தார்கள் அஞ் சலகத்தில்.

நேரம் மதியத்தைக் கடந்திருந்தது. வெயிலின் உக்கிரம் கூடி யிருந்ததால் சனங்களின் கூட்டம் குறைந்திருந்தது. அரசல் புரசலாய் கடைகண்ணிகளுக்கு வந்து போனவர்களும், பேருந்துக்காக வந்து நின்றிருந்தவர்களும் தலைகளைக் காட்டி விட்டு மறைந்து போனார்கள். பேருந்துகள் கூட ரொம்ப இடைவெளிகள்விட்டு வந்து கொண்டிருப்பதாகத் தோன்றியது. பந்தலுக்குள் அமர்ந்திருந்தவர்கள் சற்று சோர்ந்து போயிருந்தார்கள். வேலைகள் செய்தே பழக்கப் பட்டிருந்தவர்களுக்கு ஒரே இடத்தில் உட்கார்ந்திருப்பது சடவாக இருந்தது. சாலையில் போகிறவர்களையும் வருகிறவர்களையும் பராதியாய் பார்த்துக்கொண்டிருந்தனர். பண்டாரம் அவர்களுக்கு முன்னே சம்மணம்போட்டு உட்கார்ந்திருந்தார். நகரத்திலிருந்து வெள்ளையும் சொள்ளையுமாய் வந்திருந்த நான்கு தலைவர்கள் அவரருகில் அமர்ந்து விசாரித்துக் கொண்டிருந்தனர். ஒருவர் கம்பீரமாய் எழுந்து நின்று ஊராட்சித் தலைவரையும் காவல் துறையையும் எச்சரித்துப் பேசிக் கொண்டிருந்தார். தீயாய் கனன்ற வெயில்நேரத்தில் அவரின் வார்த்தைகளும் தணல்களாகவே

வெளிவந்து விழுந்தன. அவ்வப்போது ஆர்வமிகுதியில் இளவட்டங்கள் கைத்தட்டி ஆரவாரித்துக் கொண்டன. அது அவருக்கு உற்சாகத்தைத் தூண்டி விட்டிருக்க வேண்டும். இப்போது அவரின் வார்த்தைகளில் தீ கொளுந்து விட்டு எரியத் துவங்கியது.

கறுத்த ஜீப்பொன்று உறுமிக்கொண்டு வந்து நின்றது. மிரட்டுகிற பாவனையில் நாலைந்து காக்கிச்சட்டைப் போலீஸ்காரர்கள் தடதட வென்று இறங்கினர். எல்லோருக்கும் முன்கூட்டி இறங்கியிருந்தது, காவல்நிலையத்தில் வைத்து பண்டாரத்திடம் திமிராய்ப் பேசிய தடித்த உதவி ஆய்வாளர்தான். எல்லோரின் கைகளிலும் பாரபட்சமின்றி வளவளப்பாய் மின்னிய லத்திக்கம்புகள் இருந்தன. அவற்றின் முனைகளில் கட்டியிருந்த கயிறுகளைக் கைகளில் பிடித்துக்கொண்டே பந்தலை நெருங்கிவந்தனர். பந்தலுக்குள் அமர்ந்திருந்தவர்கள் அதிர்ந்து போயிருந்தார்கள். ‘கப்சிப்’ பென்று மௌனம் காத்தார்கள். முன்னின்று பேசிக்கொண்டிருந்த தலைவர் தன் வார்த்தைகளை நிறுத்தியிருந்தார்.

“போலீசில் பெர்மிசன் வாங்காம உண்ணாவிரதம் உக்காந்துகிட்டு பப்ளிக் நியூசென்ஸ் பண்றீங்க. எல்லாரையும் அரெஸ்ட் பண்ணப் போறென்” உதவி ஆய்வாளர் கர்ஜித்தார்.

“பண்ணிக்குங்க. எல்லாருக்கும் தந்திக் குடுத்துட்டுத்தான் வந்திருக்கென். மேலிடத்துலப் பேசிக்கிறோம் நாங்க.”

பந்தலுக்குள் இறுகிப்போய் உட்கார்ந்திருந்தவர்கள் எல்லோரும் எரிச்சலுடன் எழுந்து நின்றனர். கண்ணையன் சத்தம்போட்டுச் சொன்னான். “அவர மட்டுமில்ல. எங்களையும் சேத்துப் பிடிச்சிட்டுப் போங்க. எங்களுக்காவத்தான அவரு வந்திருக்காரு?” பந்தலுக்குள் சலசலப்பு முண்டியது. ஒவ்வொருவரும் ஆவேசமாக வெளியே வந்து நின்றார்கள். தலைவர்கள் அவர்களைச் சமாதானப்படுத்தினார்கள். எல்லோரும் ஒன்று சேர்ந்து ஆவேசமாய் குரல் கொடுத்தார்கள். “ஆமா எங்க எல்லாத்தையும் கைது பண்ணுங்க.”

பொது ஜனங்கள் பின்வாங்கி நின்றிருந்தார்கள். பயத்துடன் பார்த்துக் கொண்டிருந்தார்கள். கலவரம் நிகழ்வதற்கான சூழல் உருவாகிக் கொண்டிருப்பதாகத் தோன்றியது. முறைத்துக் கொண்டு நின்றிருந்த உதவி ஆய்வாளர், பெருச்சாளி மாதிரி தன் இடுப்பில் செருகியிருந்த வாக்கிடாக்கியில் சந்தடிக் கேட்கவும் அவசரம் அவசரமாய் அதையெடுத்துப் பேசத் துவங்கினார். “எஸ் சார், ஒகே சார்” என்று சுருக்கமான வார்த்தைகளுடன் தன் உரையாடலை நிறுத்திக் கொண்டார். அவரின் முகம் சுருங்கிப்போயிருந்தது.

“எஸ்பிக்கு டெலிகராம் குடுத்தேரா?”

“ஆமா”

“ சாயந்தரம் வந்துப் பேசிக்கிடுறேன்னிருக்காங்க. அதுவரைக்கும் அமைதியா இருங்க. லா அண்ட் ஆடருக்குப் பிரச்சின வராமப் பாத்துக்குங்க.”

“பேச்சு வார்த்த முடியறவரைக்கும் உண்ணாவிரதத்தைத் தொடரத்தான் செய்வோம்.”

பண்டாரத்தை முறைத்துக்கொண்டே ஜீப்பில் ஏறிப் போய்க் கொண்டார் உதவி ஆய்வாளர். மற்ற காவலர்களும் ஜீப்பில் ஏறிக் கொண்டனர்.

●

கருக்கல் முற்றி அடர்த்தியாய் இருள்பரவத் துவங்கியிருந்த முன்னிரவுப் பொழுதில் ஊராட்சிமன்ற அலுவலகத்திற்கு முன்னே சாம்பாக்கமார்த் தெருக்காரர்கள் கும்பலாகத் திரண்டு நின்றிருந்தனர். அலுவலக வராந்தாவில் ஒளிர்ந்து கொண்டிருந்த குழல்விளக்கின் உபாயத்தால் சாலைவரை வெளிச்சம் சிதறிக் கிடந்தது. கிழக்கும் மேற்குமாக நீண்டு கிடந்த மண்சாலையில் மேக்குடிச் சனங்கள் தங்கள் காரிய நிமித்தம் அவசரம் அவசரமாய் நடையெடுத்துப் போனபோது, அவர்களின் மறுபுறம் சரிந்த நிழல்கள் அவர்களை இரட்டிப்புச் செய்து காட்டின. சாலையில் அதிக மனிதர்கள் நடந்து போவதாக சாம்பாக்கமார்த் தெருச்சனங்கள் நினைத்தார்கள். வாடைக்காற்று தேகங்களைத் தோலுரித்துக் கொண்டிருந்தது. முந்தானையை வளைத்தெடுத்து மேனியை இறுக்கி மூடிக் கொண்டார்கள் பொம்பளைகள். ஆம்பளைகளுக்குத் தலைத் துண்டுகள் இருந்தன. தலையிலிருந்து எடுத்து உதறி தோள்களை நெருக்கி மூடிக்கொண்டார்கள். ஒவ்வொருவரின் விழிகளும் உள்ளிருந்து எப்போது அழைப்பு வரும் என்ற எதிர்பார்ப்புடனும், கலவரமான எண்ணத்துடனும் தலையைச் சரித்துச் சரித்து அலுவலக வாசலை அளந்துகொண்டிருந்தன. வாசலை ஒட்டிய வராந்தாவில் பத்துப் பதினைந்து காக்கிச் சட்டைக் காவலர்கள் விறைப்பாக நின்றுகொண்டு விழிகளை நேராக விரித்துக்கொண்டிருந்தனர். வளாகத்தின் பக்கவாட்டில் கருப்பு ஜீப்புகள் இரண்டும், இரண்டு அம்பாசிடர் கார்களும் நின்று சேரிச் சனங்களின் எதிர்பார்ப்பை அதிகப்படுத்திக் கொண்டிருந்தன. மத்தியில் காந்தி, சிலையாக அமர்ந்திருந்தார்.

ஊராட்சிமன்ற அலுவலகத்திற்குள் வைத்து சமாதானக் கூட்டம் நடந்தது. மதியத்தில் உதவிஆய்வாளர் பந்தலுக்குள் வந்து நின்று கடுகடுத்துவிட்டுப்போன செத்தநேரத்தில் காவல்துறைக் கண்காணிப்பாளர் வந்து இறங்கியிருந்தார். அம்பாசிடர் காரில் அவர்

வந்து இறங்கியிருக்க, அவரைத் தொடர்ந்து வந்து நின்ற கருப்பு நிற ஜீப்பிலிருந்து தண்டித்தண்டியாய் நாலைந்து காவல்காரர்கள் வந்து இறங்கினர். காவல்துறைக் கண்காணிப்பாளர் வடநாட்டுக்காரராக இருந்திருக்க வேண்டும் போல. அவர் பேசிய தமிழில் தடுமாற்றம் இருந்தது. வெங்காயத்தை விழுங்கிக்கொண்ட கோழி மூச்சுவிட முடியாமல் அடிக்கடி விக்கல் எடுப்பதுபோல அவர் சிந்திய வார்த்தைகள் திணறித் திணறி வெளிவந்து விழுந்தன. சிவந்த தோல்க் காரர். பனைமரம் கெணக்கா வளர்த்தி. முகச்சதைகள் காய்த்துத் தடித்துப் போயிருந்தன. பூனையின் கண்களைப் போல அவரின் கண்கள். கண்ணாடிப் பளபளப்பில் மின்னின அவை.

முகத்தை விறைப்பாக வைத்துக்கொண்டு அவர்களிடம் நெருங்கி யிருந்தார்.

“இங்கே இன்னா செஞ்சிக்கிட்டிருக்கே?”

பண்டாரம் பதில் சொன்னார், கொஞ்சமும் பதற்றம் இல்லாமல். “எங்கக் கோரிக்கைகள் நிறைவேறதுக்காக பட்டினிப் போராட்டம் நடத்தறோம். நாங்கள்லாம் எஸ்ஸி மக்கள். பஞ்சாயத்துப் பிரசிடெண் டானாலும் போலீஸ் சப் இன்ஸ்பெக்டரானாலும் எங்கள மனுசங் களாகவே நடத்திறதில்ல.”

“ஓகே. இப்படி ஹங்கர் பாஸ்ட் நடத்தறதுக்குப் போலீசில பெர்மிஷன் வாங்கிச்சா?”

பண்டாரம் தன் வேகத்தைக் குறைத்துக்கொண்டார். வார்த்தைகளில். முகம் சின்னதாய் சுருங்கிக்கொண்டது.

“இது அவசரம். அதனாலத்தான் உடனே அனுமதி வாங்க முடியல.”

“நோ நோ, இது ராங்க். நைட்ல எல்லாரையும் நா கால்பண்ணி எங்கொயரி பண்ணும். இப்படியே டிஸ்பெர்ஸ் ஆகியிருங்கொ. ப்பளிக் நியூசென்ஸ்ன்னு எனக்குக் கம்ப்ளைண்ட் வந்திச்சு. ஓங்கது எஸ்ஸி மேட்டர்ங்கறதால ஒடனே எங்கொயரி நா பண்ணும். எண்ணிய ப்லீவ் பண்ணுங்கொ. தென் லா அண்ட் ஆர்டர் ப்ராப்ளம் ஆச்சின்னா நல்லதில்லே. இம்மீடியட்டா டிஸ்பெர்ஸ் ஆகும்.”

ஆரம்பத்தில் உச்சத்தில் ஏறியிருந்த அவரின் கோபம் படிப்படியாய் குறைந்து வந்திருந்தது தெரிந்தது. ஒரு கணம் மனசுக்குள்ளே யோசனைப் பண்ணிப் பார்த்தார்.

பண்டாரம் தன் பக்கத்தில் நின்றிருந்த மற்ற தலைவர்களிடமும் பேசி ஆலோசித்துக் கொண்டார். போராட்டதின் சாகசமே கோரிக்கையில் வெற்றி பெறுவதுதான். அவற்றைப் பேச்சுவார்த்தையின் மூலம்

பெற்றுக்கொள்வதில் யாருக்கும் மறுப்பு இருக்கவில்லை. முகம் திரும்பி பந்தலுக்குள் பார்த்தார். எல்லோருடைய முகங்களும் ‘ அடுத்து என்ன ?’ என்ற எதிர்ப்பார்ப்பில் விரிந்திருந்ததுத் தெரிந்தது.

“ராத்திரி பஞ்சாயத்துப்போர்டு ஆபிசல வச்சிப் பேசிக்கிரலாங் கறாங்க. பட்டினிப் போராட்டத்த நிறுத்தச்சொல்லுறாங்க. பொது மக்களுக்கு எடஞ்சலாய் இருக்காம். ஒங்க அபிப்பிராயம் என்ன ?”

சிரஞ்சீவி எல்லோரையும் தள்ளிக்கொண்டு முன்னுக்கு வந்தான். “ பஞ்சாயத்துப் பிரசிடெண்டையும் போலீசு சப்பின்சு பெக்டரையும் கூட்டி வெசாரிப்பாவல்ல ?”

“அதெல்லாம் விசாரிப்பாங்க. விசாரணைன்னாலே எல்லாரையும் கூட்டி வச்சிக் கேக்கதுதான ?”

“அப்படின்னா போராட்டத்த இந்த மட்டுல நிப்பாட்டிக்கிருவோம். எங்களுக்கு ஒண்ணும் மாத்து இல்ல.”

பந்தலுக்குள் குமைந்து நின்றிருந்தவர்கள் ஒவ்வொருவருக்கொருவர் குசுகுசுவெனப் பேசி ரகசியமாய் ஆலோசனைச் செய்து கொண்டனர். சிலரின் முகங்கள் விறைத்துக் கொண்டன. சிலரின் முகங்கள் விகாசமாயின. சிலரின் முகங்கள் விரக்தியில் சுருங்கிப்போயின. பலருக்கும் பலவித எண்ணங்கள். ஆனாலும் எல்லோரும் பண்டாரத்தை நம்புவதில் திருப்தி கண்டிருந்தார்கள். அவரை நினைத்து ஆறுதல்பட்டுக்கொண்டனர்.

“சரி இப்ப எல்லாரும் வீட்டுக்குப் போங்க. ராத்திரி முக்கியமான நாலுஞ்சு பேரு மட்டும் பஞ்சாயத்துப் போர்டுக்கு வாங்க. எல்லாரும் தெரண்டு வரவேண்டா.”

●

30

எல்லோரும் திரண்டு வந்திந்தார்கள். யாருக்கும் வீட்டில் கிடந்துகொள்ள விருப்பமில்லை. பிரச்சினையின் முடிவைக் கேட்பதற்கு எல்லோரும் பிரியப்பட்டிருந்ததே காரணம். பஞ்சாயத்து அலுவலகத்திற்கு வெளியே நின்று கசமுசாவென சந்தடி செய்து கொண்டிருந்தனர்.

கண்காணிப்பாளருக்குத் துணையாய் வட்டாட்சியரும் வந்திருப் பதாகப் பேச்சு. மாவட்ட ஆட்சியருக்கு அனுப்பி வைத்திருந்த தந்தியின் எதிர்வினையாக வட்டாட்சியர் வந்திருக்கலாம் என்று தோன்றியது பண்டாரத்துக்கு. தன் மேலதிகாரி வந்திருந்ததால் உதவி கண்காணிப்பாளர், உள்ளூர் உதவி ஆய்வாளர் என்று காக்கிச் சட்டைக்காரர்கள் ஒரு பட்டாளம் போல வாகனங்களில் வந்து இறங்கியிருந்தனர். அலுவலகத்தின் முன்வெளி பரபரப்பாக இருந்தது. வெள்ளுடைத் தரித்த நோஞ்சானும், தாட்டியமுமான மனிதர்கள் அலுவலகத்திற்குள் நுழைவதும் அங்கிருந்து வெளிவருவதுமாக விரைந்து கொண்டிருந்தனர்.

சம்மணம்போட்டு அமர்ந்திருந்த காந்தியின் அருகில் உயரமாய் நெட்டுக்கு நின்றிருந்த ஆலமரக்கிளைகளில் வந்து அடைந்திருந்த பறவைகள் தங்கள் மொழிகளில் சண்டை போட்டுக் கொண்டிருந்தன. சந்தோசப் பேச்சுக்களாவும் இருக்கலாம் அவை. அவற்றைக் காதுகளில் வாங்கிக்கொள்ளும் பொறுமையற்று சேரிச்சனங்கள் கலவரமான மனநிலையில் பரிதவித்தனர்.

உள்ளிருந்து 'விசுக்விசுக்'கென ஒரு மனிதர் அதிவேகமாக அவர்களை நோக்கி வந்தார். வெள்ளை நிறத்தில் பேண்ட் சர்ட் அணிந்திருந்தார். ஒருபக்கம் சரிந்துசரிந்து அவர் வந்ததைப் பார்த்ததும் அவர்களுக்குச் சங்கடமாகத் தோன்றியது. வலதுகால் ஊனமாக இருந்திருக்க வேண்டும். நடுத்தரமான வயசுக்காரர்.

"பொன்னாபரணங்கறது யாரும்மா?"

"நாந்தாய்யா" கூட்டத்தை விலக்கிக்கொண்டு பொன்னாபரணம் முன்னுக்கு வந்து நின்றாள். பரசலாய் வீசியிருந்தக் காற்றில் அவள் தலைமுடிகள் சிதறிக்கிடந்தன. முகத்தில் பதற்றம் தொற்றி யிருந்தது. கண்கள் ஈரப் பசையுடன் பளபளத்துக் கொண்டிருந்தன. பிச்சையாவைப் பற்றி வேதனையான நினைவுகள் அவளுக்கு. நேற்றிரவே வீட்டைவிட்டு வெளியேறிப் போயிருந்த மனுசன்.

ராமசாமிச் செட்டியானின் தோட்டத்தில்தான் ஒளிந்து கொண்டிருப் பதாகக் கேள்விப்பட்டிருந்தாள் அவள். செட்டியான்தான் இன்று காலையில் வந்து அவளிடம் சொல்லிவிட்டுப் போயிருந்தான். விவகாரம் முடிகிற வரைக்கும் அவர் அங்கனயே வேலை சோலிகள் பார்த்துவிட்டுப் படுத்துக் கொள்ளட்டும் என்று அவனிடம் கெரவலாகக் கேட்டிருந்தாள் அவள். செட்டியானும் அதற்குச் சம்மதம் தெரிவித்திருந்தான். அந்த மட்டில் அவளுக்கு நிம்மதியாய் இருந்தது. ஆனால் வீட்டில் ஓர் ஆளில்லாமல் வீடே வெறிச்சோடிக் கிடப்பதாகவும் நினைத்து வருத்தப்படத் தோன்றியது அவளுக்கு. பேச்சுவார்த்தை சுமுகமாய் முடிந்து பிச்சையாவின்மேல் தவறில்லை என்று முடிவுக்கு வரவேண்டுமாய் மனதிற்குள் வேண்டிக் கொண்டாள். அதிகாரம் படைத்த புண்ணியவான்கள் எப்படி யெப்படி எல்லாம் முடிவெடுப்பார்களோ என்பதை நினைத்துதான் அவளுக்கு நடுக்கமாயிருந்தது.

“உங்கள உள்ளக் கூப்புடுராங்க” என்று சொல்லிவிட்டு மீண்டும் அலுவலகம் நோக்கித் திரும்பிப் போனார் அவர்.

மறுவார்த்தைக் கேட்கவில்லை அவள். அரக்கப்பரக்க முந்தானையை சரிசெய்து செ்ருகிக்கொண்டு, தலை முடிகளையும் தடவி அழுத்திக்கொண்டு, விறுவிறென்று அலுவலகத்தை நோக்கி நடைவிட்டாள். ‘பயப்படாமப் போ... எல்லாத்தயும் தைரியமாச் சொல்லு’ என்று அவள் புறப்பட்டபோது பக்கத்தில் நின்றிருந்தவர்கள் ஆதரவாய் சொல்லிவிட்டிருந்த வார்த்தைகள் வழிநெடுகிலும் அவளின் காதுகளில் அசரீரியாய் ஒலித்துக்கொண்டிருந்தன. “நானும்கூட வரட்டுமா?” என்று இரக்கத்துடன் கேட்டிருந்தான் வெள்ளையன். “நீ எதுக்கல? அவளத்தான கூப்டுதாவெ? எங்கப்பன் குதிருக்குள்ள இல்லங்கிதக் கெணக்கா நீ போயி நின்னு எதையும் ஒளறிக் கொட்டிரப்போற” என்று அவனுக்குப் பின்நின்ற பொம்பளைகள் அபாஸ்தமாய் கூறி அவனைத் தடுத்தி நிறுத்தியிருந்தார்கள்.

வெள்ளந்தியாய் ஒளிபாய்த்துக் கொண்டிருந்த குழல் விளக்குகளின் கரிசனத்தால் அறைக்குள் பட்டப் பகலாய் தெரிந்தது. மேலே வரிசைக்கிரமமாய் நாலைந்து மின் விசிறிகள் சுழன்று கொண்டிருந்தன. பெரிய பெரியமேசைகளையும்நாற்காலிகளையும் கிழக்கே சுவரையொட்டி ஒதுக்கிப் போட்டிருந்தனர். வலதுபக்கச் சுவரையொட்டி அகன்று உயர்ந்த மரப் பீரோக்கள் மலைக்குன்று களாய் நின்றிருந்தன. அதற்கு முன் கிடந்த நாற்காலி ஒன்றில் சாயந்தரம் பந்தலுக்கு முன்வந்து நின்றிருந்த காவல்துறை கண்காணிப்பாளர் கம்பீரமாய் உட்கார்ந்திருந்தார். அவரின் பளபளப்பான சிவந்த முகம் குழல் விளக்கின் வெளிச்சம்பட்டு சரிகையாய் இழைந்து கொண்டிருந்தது. கண்களில் உறுதி தெரிந்தது.

அவர்பக்கத்தில் கிடந்திருந்த மற்றொரு நாற்காலியில் முகம் கறுத்த மனிதர் அமர்ந்திருந்தார். கண்காணிப்பாளரைப் போல பேண்ட் சர்ட் அணிந்திராமல் வெள்ளை வேட்டி, வெள்ளைச் சட்டையில் மினுமினுத்துக் கொண்டிருந்தார். எதிர் வரிசையில் போட்டிருந்த நாற்காலிகளில் ஊராட்சி மன்றத் தலைவர் நாராயணன்பிள்ளையும் —அவனும் வெள்ளை வேட்டி, வெள்ளைச் சட்டையில் தான் காட்சிதந்தான்—அவனுக்கு ஆள் தோதாய் பக்கத்தில் இஸ்மாயில் சாயபும் உட்கார்ந்திருந்தார்கள். சற்று மேற்கே இடம் விட்டு வாசலையொட்டிக் கிடந்த நாற்காலிகளில் பண்டாரமும் மற்றுமொரு தலைவரும் அமர்ந்திருந்தனர். கண்காணிப்பாளருக்குப் பக்கத்தில் இருந்தவர்தான் வட்டாட்சியராக இருக்க வேண்டும் என்று பொன்னாபரணம் அனுமானித்துக் கொண்டாள்.

வாசல் முகப்பில் அவள் போய் நின்றதும், நாரயணன்பிள்ளை தான் அவளை முதல் முதலில் பார்த்துக் கொண்டது. தன் கோலிக்காய் விழிகளை உருட்டிக்கொண்டு அவளை மிரட்டுவதைப் போல வெறித்தான் அவன்.

‘வெரவாக் கெட்டப் பய, இங்கேயும் வந்து உக்காந்துக்கிட்டில்ல அவனோட அதிகாரத்தைக் காட்டுகிறான்’ என்று விசனப்பட்டுக் கொண்டாள் பொன்னாபரணம். அவன் சாதித் திமிரில் மண்விழ. ஏழைபாழைகளை எளப்பமாய் நெனைக்கிதவன் ரொம்பநாளு உருப்படுவானா என்று மனதிற்குள் அவனைக் கரித்துக் கொட்டினாள். திடுமென அவனின் பார்வையைச் சந்தித்துக் கொண்டபோது தன் தேகத்தில் தீப்பற்றிக் கொண்டதாய் அதிர்ந்து நடுங்கிப் போனாள் அவள். அந்த அதிர்விலிருந்து அவள் மீண்டெழ சிறிதுநேர அவகாசம் தேவைப்பட்டது. அவள் சுயத்துக்கு வந்தபோது முகம் சுருங்கி, தலைத் தொங்கியது.

“சொல்லும்மா, என்ன நடத்திச்சி?” எதிரே அமர்ந்திருந்த வட்டாட்சியர் அவளின் முகம் பார்த்துக் கேட்டார். அவள், முகத்தை நிமிர்த்திக் கொண்டு அவரைப் பார்த்தாள். வாய்க்குள் கிடந்து நாக்குத் தத்தளிப்பது போலத் தோன்றியது அவளுக்கு. படித்தவர்கள் உட்கார்ந்திருக்கிற சபையில் தனக்கு எதுவும் சீராகச் சொல்ல வராதே என்று நினைத்து உள்ளுக்குள் கலவரப்பட்டாள். ஆனாலும் தைரியமாக இவர்களிடம் உண்மையைச் சொல்லியே ஆகவேண்டும். ஓடி ஒளிந்து கொண்டு அலையும் தன் புருசக்காரனைக் காப்பாற்ற வேறு முகாந்திரம் இல்லை என்பதும் புரிந்தது.

“நாங்கல்லாம் சாம்பாக்கமாருங்க. ஏழபாழைங்க. எங்கத் தெருவுக்குப் பக்கத்துல நாங்க தண்ணிப் புடிக்கணும்னு பஞ் சாயத்துப் போடுலருந்து கொழாய் வச்சிக் குடுத்திருக்காவய்யா. அதுலதான் இந்தா இருக்காவளே, இசுமாயிலுசாயபு அய்யா,

அவிய சாதிச்சனங்களும் வந்துத் தண்ணிப் பிடிச்சுக்கிருதாவ. நாங்க வரிசப்போட்டு புடிப்பமுங்க. இவிய ஆளுவ— அதுவும் இவியளோட பொஞ்சாதிங்க—வந்தா எங்களையெல்லாம் இடிச்சித் தள்ளிட்டு மொதல்ல நின்னுப் புடிப்பாவ. நாங்க எவ்வளவோ சத்தம் போட்டு பாத்தொம். ஒரு நா எம்மொவள இவியப் பொஞ்சாதி சின்னப் புள்ளன்னு கூடப் பாக்காம ஓங்குனக் கை நிக்காம அவ கன்னத்துல அறஞ்சிப் புட்டாவ. மறு நா எம்மொவளும் பதிலுக்கு அவியக் கன்னத்துல அறஞ்சிப்புட்டாயா. அதுக்குப் பொறவு கொஞ்ச நாளு எங்களுக்குள்ள சண்டச்சல்லியம் இல்லாம இருந்திச்சி. ஒரு நா காலம்பற விடிஞ்சிப் பாத்தப் பொறவுதான் தெரிஞ்சிது, ஏற்கனவே வச்சிருந்தக் கொழாய்க்குப் பக்கத்துல இன்னொரு கொழாயையும் கொண்டுவந்து வச்சிருந்தது. அது அவியளுக்கின்னு தனியா நின்னுப் புடிக்க வச்சதுங்கய்யா "

"அதனால ஓங்க ஆட்களுக்கு என்னக் கெடுதல்?"

"ஒரு கொழாய்ல வர்ற தண்ணியத்தானய்யா ரெண்டுக் கொழாய்க்கும் பிரிச்சி வுட்ருக்காவெ. நாங்க அம்பது சொச்சம் வீட்டுக் காரவிய. அவிய இருவது வீட்டுக்காரவியதான். ரெண்டுபேத்துக்கும் ஒரே விகிதச்சாரம் தண்ணியாய்யா?"

"அந்தக் கொழாய் இப்ப அங்க இருக்கா?"

"இல்லிய்யா"

"என்னாச்சு"

"தெரிலிங்கய்யா. அத எம்புருசக்காரருதான் புடிங்கிப் போட்டுட்டாருன்னு போலீசுலக் கம்ளிண்ட் குடுத்திருக்காவா பிரசண்ட் அய்யா. எம் புருசக்காரரு மேலக் குடுத்திருக்கித கம்பளிண்ட்ட வாபஸ் வாங்கச் சொல்லுங்கய்யா. எவ்வளவ்வோ எடுத்துச் சொல்லியும் போலீசுடேசன்லயும் கேக்கமாட்டங்காவெ. எம்புருசக்காரரப் புடிக்கதிலே குறியாயிருக்காவெ. போலீசுடேசனுக்குள்ளப் போனா எம்புருசன அடிச்சே கொன்னுப்புடுவாவ. நீங்கதா காப்பத்தணும் சாமி"

குரலில் கரகரப்புத் தட்டியது அவளுக்கு. தொண்டைத் தழுதழுத்தது. சேலைத் தலைப்பால் கண்களைத் துடைத்துக் கொண்டு மூக்கைச் சீந்திக்கொண்டாள்.

கண்காணிப்பாளரின் பார்வை இப்போது நாராயணன் பிள்ளையின் மீது தாவியது. வேகமாய் வீசிக்கொண்டிருந்த மின்விசிறிகளின் காற்றில் நாராயணன் பிள்ளையின் முன்நெற்றி முடிகள் இழைப் பிரிந்து விழுந்து ஆடிக் கொண்டிருந்தது தெரிந்தது.

“அந்த பைப்பூ அங்க எப்படி வந்துச்சூ?”

“நாந்தான் அத வைக்கச்சொன்னென் சார்”

“எதுக்கூ?”

“தனித்தனியா நின்றுப் புடிச்சா சண்ட வராதுன்னு நெனச்சி வச்செென்”

“பிஃப்டி பேமிலிக்கு ஒரு பைப். டொன்டி ஃபேமிலிக்கு ஒரு பைப்பா?”

“நா அப்படி நெனைக்கல சார்” தலைமுடியை ஒதுக்கி விட்டுக் கொண்டார் நாராயணன் பிள்ளை. அரக்கப்பரக்க மின்விசிறிகள் சுழன்று கொண்டிருந்தாலும் அவர் முகத்தில் வேர்வைத் துளிகள் அம்மைத் தழும்புகளாய் அப்பிக் கொண்டுதான் கிடந்தன.

வட்டாட்சியர் நாராயணன் பிள்ளையை முறைத்துக்கொண்டார். “அப்படி எக்ஸ்ட்ரா பைப்பு வைக்கிறதுக்கு தீர்மானம் ஏதாச்சும் போட்டு நிறைவேற்றியிருக்கீங்களா?”

“இல்ல சார்”

“அப்போ உங்க இஷ்டப்படி, இல்லன்னா இந்த இஸ்மாயில் சாயபு இஷ்டப்படி காரியம் பண்ணியிருக்கிங்க. ஒரே இடத்துல ரெண்டு பைப்ப வச்சி சாதிப் பிரச்சினையை க்ரீயேட் பண்ணுறீங்க?”

“பிரச்சினையைத் தீர்க்கறதுக்குத்தான் அப்படி செஞ்செென்”

“எதுய்யா பிரச்சன? அவரோட சனங்க சேரிச்சனங்களோட வரிசையில நின்னுத் தண்ணிப் புடிக்காததுதான் பிரச்சன. என்ன மிஸ்டர் இஸ்மாயில்?”

இஸ்மாயில் சாயபு அசடுவழிய வட்டாட்சியரைப் பார்த்தான். முகத்தில் வைத்திருந்த குறுந்தாடியில் வேர்த்து அரிப்பெடுத்து உறுத்தியது. விரல்விட்டு மெதுவாக சொரிந்து விட்டுக் கொண்டான்.

மீண்டும் வட்டாட்சியரே அவரை வறுத்தெடுக்கத் துவங்கினார். “நீங்க ஆளுங்கட்சிக்காரங்களா இருக்கிங்க, உங்க தெருக்காரங்களே பிரச்சினையா இருக்காங்க. பாவம், சேரிச் சனங்களோடவா மல்லுக் கட்டுறது? அவுங்க ஓட்டு உங்களுக்கு வேண்டாமா? நீங்கள்லாம் வசதியானவங்கதான?”

“ஏதோ கொஞ்சம் இருக்கு சார்”

“ஒங்கத்தெரு லேடீஸ்களுக்கெல்லாம் சேரிச்சனங்களோட வரிசையில் நின்னுத் தண்ணிப் புடிக்கறது கவுரவக் கொறச்சல்னா,

அவுங்கவுங்க வீட்டுக்குத் தனிக்குழாய் போட்டு லைன் இழுத்துக்கிட வேண்டியதான? ஏங் அவுங்களக் கஷ்டப்படுத்துறீங்க?"

"தனிக்குழாய் இழுக்கத்தான் சார் பிரசெண்டுகிட்டக் கேட்டோம். டேங்க்ல தண்ணிப் பற்றாக்குறையா இருக்குன்னுட்டாங்க"

"என்ன அப்படியா?" நாராயணன்பிள்ளையைப் பார்த்து வட்டாட்சியரின் விழிகள் திரும்பின.

"ஆமா சார். ஆத்துல ஒரு கெணறுதான் போட்டிருக்கு. அதுலயிருந்து எடுக்கற தண்ணிய ஊர்முழுக்க சப்ளை செய்யவே போதமாட்டங்கு. இன்னொரு கிணறுபோட்டுக் குழாய் எறக்குனாத் தான் எல்லா வீடுகளுக்கும் தண்ணீர் குடுக்க முடியும். "

"இன்னொரு கிணறு போட்டுற வேண்டியதான?"

"ஊராட்சியில பணமில்ல சார்"

"என்னய்யா பணமில்ல? கலெக்டர்கிட்ட நிதி ஒதுக்கச் சொல்லிக் கேக்கவேண்டியதான?"

"கேக்கணும் சார்"

"மொதல்ல அதச் செய்யும். அத விட்டுட்டு எக்ஸ்ட்ரா குழாய் வைக்கறது, குடுமிப்பிடிச் சண்டப்போட வைக்கிறதெல்லாம் வேண்டாம். கலெக்டர்தான் என்னைய இங்க வந்து பேசச் சொல்லியிருக்காங்க. நா ஒரு ரிப்போர்ட் எழுதுனா உம்ம பதவி ஆட்டம் போட்டுரும், பாத்துக்காரும்"

நாராயணன்பிள்ளையின் முகம் இறுகிக் கிடந்தது. உம்மென்று பிடிச்சு வைத்தப் பிள்ளையார் கெணக்கா உட்கார்ந்திருந்தான். அவனைப் பார்க்கவே பாவமாக இருந்தது பொன்னாபரணத்துக்கு. அடிமனதில் அவளுக்குச் சந்தோசம் கிளர்ந்தெழுந்து நின்றது. வேணும். மனுசனுக்கு இதுவும் வேணும், இன்னமும் வேணும். ஏழைச் சாதிகளென்றால் எளப்பமாய் நினைத்து அதிகாரம் பண்ணுவது. மறந்தும்கூட அவர்களை மனிதர்களாய் மதிக்காமல் தான் நினைத்த படியே அக்குருமம் பண்ணுவது....

காவல்துறைக் காண்காணிப்பாளர் பொன்னாபரணத்தை அச்சலாத்தியாய் பார்த்தார். அவரின் உதடுகளில் வஞ்சனையுடன் கூடிய புன்னகை அரும்பி நின்றது. "அந்த அதர் பைப்பை யாரு ஒடச்சா? உண்மையை சொல்லு"

பொன்னாபரணத்துக்குக் கலக்கமாயிருந்தது. தேகத்தில் சூடு பட்டதுபோல பதற்றம் வந்து ஒட்டிக்கொண்டது. நாக்குக் கொள கொளத்தது."யாரும் ஒடைக்கலய்யா. எம்புருசன் பதமாத்தான்

அதுலக் கைவச்சிப் பாத்தாரு. பொட்டுன்னு விழுந்துட்டுது" அறிந்தே பொய்சொன்னாள். உண்மையைச் சொன்னால் தன் பையன் வெள்ளையன் மாட்டிக்கொண்டு விடுவான் என்ற பயமிருந்தது அவளுக்கு.

"பொய் சொல்றே பாத்தியா?"

"பொய் இல்லய்யா. நெசமாத்தான் சொல்றன்"

"இபோ அந்தப் பைப்பு எங்கு?"

"தெரியலய்யா" பிடிகொடுத்துவிடாமல் பதில் சொன்னாள் பொன்னாபரணம். வறட்சியில் அவளின் தொண்டை காய்ந்து போயிருந்தது. வல்லடியாய் எச்சிலை ஊறவைத்து உதடுகளை நனைத்துக் கொண்டாள்.

பண்டாரத்திற்கு இப்போதுதான் வாய் திறப்பதற்கு சந்தர்ப்பம் கிடைத்திருந்து. இதுவரை காவல்துறை காண்காணிப்பாளரும் வட்டாட்சியரும் நியாயமான முறையிலே, நியாயமானக் கேள்விகளையே மூவரிடமும் கேட்டுக்கொண்டதாகத் தோன்றியது. தவறானக் கேள்விகளாக இருந்தால் தான் இடைமறித்து மறுத்துச் சொல்ல வேண்டும் என்று நினைத்திருந்தார். அதற்கு அவசியமே இல்லாமல் கேட்டிருந்தார்கள் இருவரும்.

இப்போது அவர் விளக்கம் சொல்வதற்குத் தகுந்த நேரம். மெதுவாக தொண்டையைச் செருமிக் கொண்டார். "மொறையே இல்லாம, யாருக்குந் தெரியாம திருட்டுத்தனமா அந்தப் பைப்பைக் கொண்டுவந்து வச்சிருக்காங்க. இவளோட கணவர் தற்செயலாத் தான் அதத் தொட்டிருக்காரு, அது பிடிமானம் சரியில்லாம கீழ விழுந்துட்டு. அதுக்குப்போயி இஸ்மாயில்சாயபு பிரசிடெண்டு கிட்டப் போட்டுக்குடுக்க, பிரசிடெண்டும் ஆளுங்கச்சிக்காரங்களப் பகைச்சிக்கக் கூடாதுங்கற நெனைப்புல போலீசிலக் கம்ப்ளைண்ட் குடுத்துட்டாரு. ஸ்டேசன்ல இருந்த எஸ்ஸை உண்மையை விசாரிக் காம இவளோடப் புருசனப் புடிக்க போலீச அனுப்பிட்டாரு. கம்ப்ளைண்ட்ட யாரு குடுத்திருக்காங்கன்னு கேக்கப்போனா எஸ்ஸை எங்களை மெரட்டுறாரு. தாழ்த்தப்பட்ட சாதின்னா அரசாங்க அதிகாரிங்கக்கூட எங்கள எதிரியாக நெனைக்கிறாங்களா?"

"மிஸ்டர்.."

"பண்டாரம்.."

"ஆங். மிஸ்டர் பண்டாரம். உங்களுக்கு ஒரு ப்ராப்ளமின்னா, எஸ்ஸை கேர் பண்ணலைன்னா எங்கிட்ட வருது. நா ஆக்ஷன் எடுக்கும். அதர்வைஸ், ஹங்கர் ஸ்டிரைக் அது இதுன்னுட்டு பப்ளிக்

நியூசென்ஸ் வேண்டா. இதையே ஃபஸ்ட்டாவும் லாஸ்ட்டாவும் வச்சிக்கோங்கோ”

“அரசு அதிகாரிகள்லாம் கேக்காதப் பட்சத்திலதான் போராட்டத்தக் கையில எடுக்க வேண்டியதிருக்கு”

“பப்ளிக் நீயூசென்ஸுன்னா நாங்க சும்மா இருக்காது. அது நீங்கப் புரியுது.”

“பிச்சையா மேலக் கொடுத்த கம்ப்ளைண்ட வாபஸ் வாங்கச் சொல்லுங்க சார். பொன்னாபரணம் பயந்துகிட்டிருக்கா. மெயினா எங்கப் போராட்டமே அதுக்குத்தான்.”

“வாபஸ் வாங்கும். இல்லன்னா அவருக்குப் ப்ராப்ளம் ஆயிரும். இல்லே?”

வட்டாட்சியர் இடையில் புகுந்தார். அவருக்குப் பொறுமை இல்லாதது போலத் தெரிந்தது.

“இப்போ நாம ஒரு முடிவுக்கு வருவோம். மிஸ்டர் நாராயணன்! ஆத்துல அடிஷனலா கிணறு தோண்ட நோட் எழுதி எனக்கு அனுப்புங்க. கலெக்டருக்கு நா ரெக்கமண்ட் பண்ணி அனுப்பி வைக்கறென். அதுவரைக்கும் ரெண்டு தெருக்காரர்களுக்கும் இடையில சண்டைச் சச்சரவு வராமப் பாத்துக்குங்க. மிஸ்டர் இஸ்மாயில்! உங்கத் தெரு லேடீஸ்கிட்ட சொல்லிருங்க. தண்ணிப் புடிக்கணும்னா தகராறு போடாம, சேரிச்சனங்கள மாதிரி வரிசையில நின்னுப் புடிக்கச் சொல்லுங்க. சாதி வித்தியாசம் பாத்தா நாமதான் ஒதுங்கிப் போவணும். அவுங்களப் போகச் சொல்றது சட்டப்படி குற்றம். ஆத்துல இன்னொரு கெணறு தோண்டுனப் பிறகு உங்க வீடுகளுக்குத் தனியா லைன் இழுத்துக்குங்க.

“சார் அந்தக் கம்பளைண்ட்?” பண்டாரம் சமயோசிதமாய் நியாபகப்படுத்தினார்.

“அத அவரு திருப்பி வாங்கிருவாரு.” சற்று கூர்மையாக நாராயணன் பிள்ளையைப் பார்த்து, “என்ன, வாங்கிரலாமில்ல?” என்று அதட்டலாய் கேட்டார் வட்டாட்சியர்.

“வாங்கிருதென் சார்.” சுரத்தில்லாமல் சோர்ந்து போய் பதில் சொன்னான் நாராயணன் பிள்ளை.

31

காலம் ரொம்பவும்தான் கதிகட்டிக்கொண்டு ஓடுகிறது. நேற்று நடந்தது போலத்தான் இருக்கிறது. மூடி முழிப்பதற்குள் பதினைந்துப் பதினாறு வருடங்களை மிகச் சுளுவில் கடந்து விட்டிருக்கிறது. சின்னத்துரை கல்லூரிப் படிப்பை முடித்துவிட்டு நாகர்கோயிலிலுள்ள வங்கியில் காசாளராகப் பணி செய்து கொண்டிருந்தான். மூன்று வருடங்களிலிருந்து ஐந்து வருடங்களுக்கு உள்ளாக அவனை ஒவ்வொரு ஊராக மாற்றி விடுகிறார்கள். வங்கிவேலை என்றால் இப்படித்தான் அடிக்கடி ஊரை மாற்றுவார்கள் என்பது அவனுக்கும் தெரிந்திருந்தது. காலாகாலத்தில் அவனுக்கும் கல்யாணம் காட்சியென்று நடந்து நண்டும் சிண்டுமாய் ரெண்டு ஆம்பளைப் பயல்கள் இருந்தார்கள். அவன் மனைவி ஆனந்தி கணக்கில் பட்டப் படிப்பை முடித்திருந்தும் வேலைக் கிடைக்காதிருந்த அவலத்தைப் போக்க பத்துப் பன்னிரெண்டு பிள்ளைகளுக்குத் தன் வீட்டில் வைத்து டியூசன் எடுத்துக்கொண்டிருந்தாள். பயல்கள் இருவரும் கான்வெண்டில் இரண்டாம் வகுப்பு, மூன்றாம் வகுப்பு என்று வயசுப்படி போய்க்கொண்டிருந்தார்கள்.

கல்யாணம் முடிவதற்கு முன்னால் ஊருக்கு அடிக்கடி வந்துபோய்க் கொண்டிருந்தான் சின்னத்துரை. வாரத்திற்கு ஒருமுறை எனபது அவனின் வழக்கமாயிருந்தது. கல்யாணம் முடிந்தபிறகு மாதத்திற்கொருமுறை, பிறகு மூன்று மாதங்களுக்கு ஒரு முறை, குழந்தை குட்டிகள் ஆன பிறகு இப்போது வருடத்திற்கொருமுறை என்று கணக்குவைத்து குடும்ப சமேதராய் வந்துவிட்டுப் போய்க் கொண்டிருக்கிறான். அய்யாவுக்கும் அம்மாவுக்கும் வயசாகி விட்டிருந்ததால் அவர்களை நாகர்கோயிலில் தங்களோடு வந்து தங்கியிருக்கச் சொல்லி எவ்வளவோ கெஞ்சிக்கெரவி அழைத்துப் பார்த்திருந்தான். அரைவயிற்றுக் கஞ்சி என்றாலும் அதைத் தன் ஆதிகாலத்து வீட்டில் கிடந்தே குடித்துக் கொள்வதுதான் அலப்பரவில்லாமல் இருப்பதாகச் சொல்லி அவர்கள் அவனோடு செல்ல மறுத்திருந்தார்கள். அதற்காக அவனும் அவர்களை வெறுமனே விட்டுவிடவில்லை. மாதம்தோறும் ஆயிரம் ரூபாயை அனுப்பிவைத்து அவர்களின் வயிற்றுப் பாட்டை வஞ்சமில்லாமல் கழிக்கும்படி பண்ணிக் கொண்டிருந்தான். பெற்றவர்களை விட்டேத்தியாய் விட்டுவிட அவனுக்கு விருப்பமில்லை. அம்மாவுக்கு அறவே முடியாமல் இருந்தது. வீட்டில் அடுப்பு வேலைகளோடு தன் பொருதியை முடக்கிக் கொண்டாள். அய்யாதான் சிவனேயென்று

வீட்டில் கிடக்க முடியாமல் இன்னும் செட்டியான் தோட்டத்துக்கு சிறுசிறு வேலைகளுக்குச் சென்று கொண்டிருந்தார். சின்னத் துரையும் அவரை எவ்வளவோ சத்தம் போட்டு தடுத்துவிடப் பார்த்தான். ஓடி உழைத்தக் கையும் காலும் சும்மா கெடக்காதப்பா என்று நைச்சியமாக மறுத்துவிட்டு சிலாகிப்பாகவே வேலை சோலிகளுக்குப் போய்க்கொண்டிருந்தார் அவர். செட்டியானுக்கும் பிச்சையா மேல் ஒரு பிரியம் இருந்தது. வயசாகிப் போயிருந்தாலும் ஒரு வாலிபன் செய்கிற வேலைகளை அழிம்பு துழிம்பு இல்லாமல் செய்து கொடுத்தார் பிச்சையா. அந்தக் காலத்து ஆள் என்பதால் செட்டியானின் பேச்சுத் துணைக்கு ‘ உம் ’ கொட்டிக் கொண்டிருக்கவும் ஒரு பெரிய மனுசன் கிடைத்திருந்த மகிழ்ச்சி இருந்தது.

வெள்ளையன் அடிக்கடி பம்பாய்க்குப் போகவும், ஒரு வருசம், ரெண்டு வருசங்கள் கழித்து எவளையாவது ஒருத்தியை இழுத்துக் கொண்டு ஊருக்கு வந்து குடும்பம் நடத்தவுமாக அவனின் சில்லுண்டித்தனத்தைக் காட்டிக் கொண்டிருந்தான். ஒவ்வொருமுறை வந்தபோதும் மனைவியை ஆள் மாற்றிக் கொண்டு வந்தான். அம்மாவுக்கும் அய்யாவுக்கும் அவனின் செய்கை ‘சீ’ என்று போயிருந்தது. சின்னத்துரைக்கும்தான். சகித்துக் கொள்வதைத் தவிர வேறு வழியில்லை என்றும் தோன்றியது. ஊருக்கு வந்தபோது வெள்ளையன் தன் பொஞ்சாதியை அழைத்துக்கொண்டு காட்டுச் சோலிகளுக்குப் போனதால் அவனின் பிழைப்பைப்பற்றி அவர்கள் கவலைப்படத் தேவையில்லாமல் போயிருந்தது.

மணிமேகலைக்குக் கல்யாணமாகி மூன்று பொட்டப் புள்ளைகளுக்குத் தாயாகி இருந்தாள். திருச்செந்தூர் பக்கம் ஒரு சம்சாரிக்குத் தாரைவார்த்துக் கொடுத்திருந்தார்கள் அவளை. பொட்டப் புள்ளைகளாய் பெத்துப் போட்டதில் குறைப்பட்டு அவள் புருசக்காரன் அடிக்கடி அவளோடு சண்டைக் கட்டி நின்றான். ஊருக்கு வந்து போகும் சின்னத்துரைதான் அவளுக்கும் அவளின் குடும்பத்து உறுப்பினர்களுக்கும் உடுப்புகளும் பணமும் கொண்டுபோய் கொடுத்துவிட்டு அவனைச் சமாதனப் படுத்திவிட்டு வந்தான். செல்வராசு பதினோறாம் வகுப்போடே தன் படிப்பை நிறுத்தியிருந்தான். நாலைந்து வருடங்கள் கழித்து சங்கரன் கோயில் தாலுகா அலுவலகத்தில் எழுத்தர் வேலைக் கிடைத்திருந்தது. அவனும் கல்யாணமாகி ஒரு குழந்தைக்குத் தகப்பனாகியிருந்தான். அடிக்கடி சின்னத்துரையிடம் போன்பண்ணிப் பேசிக்கொண்டான். எப்போதாவது செல்வராசு ஊருக்கு வரும் போது அகஸ்மாத்தாய் சின்னத்துரையும் ஊருக்கு வந்திருந்தால் இருவரும் மனம்விட்டுப் பேசிக் கொண்டார்கள். பழைய நிகழ்ச்சிகளை நினைவுக்குக் கொண்டுவந்து அசைபோட்டுப் பார்த்து மகிழ்ந்தனர்.

மல்லிகாவுக்கு செங்கோட்டையில் திருமணமாகி இருந்தது. ஒரேயொரு ஆம்பளைப் பயலுக்குத் தாயாகியிருந்தாள். அவளின் கல்யாணத்தின்போது சின்னத்துரை பி.ஏ. இரண்டாமாண்டு படித்துக்கொண்டிருந்தான். வழக்கம் போல செல்வராசைப் பார்க்க அவனின் வீட்டுக்கு வந்தான். அது மத்தியான நேரம். கல்யாணப் பெண்ணுக்குத் துணிமணிகள் எடுக்கவும், தட்டுமுட்டுச் சாமான்கள் வாங்கவும், அவளின் அய்யா, அம்மாவுடன் செல்வராசும் கடை கண்ணிகளுக்குப் போயிருந்தான். வீட்டில் தனியாக இருந்தாள் மல்லிகா. அவளின் ஆள்தோதுக்குப் பக்கத்து வீட்டு நாலுவயசுப் பாப்பா மட்டும் அவளுடன் வந்து உட்கார்ந்திருந்தாள். முன்னறையில் செல்வராசை அழைத்துக் கொண்டு உள்ளே வந்த சின்னத்துரையின் குரல்கேட்டு, கொல்லைப் புறத்தில் உட்கார்ந்திருந்த மல்லிகா புயல்போல பறந்து வந்தாள். அதை அவன் எதிர்பார்த்திருக்கவில்லை. அவசரம் அவசரமாய் அவனின் முகத்தை தன் கைகளில் வாரியெடுத்து அவன் கன்னத்தில் 'மொச்சுமொச்சு' என்று மூன்று தடக்க முத்தமிட்டாள். சின்னத்துரை திகைத்துப் போனான். அதிரடியாய் இப்படி ஏன் நடந்து கொண்டாள்? அவனுக்குக் கதிகலங்கிப் போயிற்று. அவள் கொஞ்சமும் தாமதிக்கவில்லை. விருட்டென்று வந்த வழியே மீண்டும் பாய்ந்து புறவாசல் வழியே கொல்லைப் புறத்துக்கு ஓட்டம் பிடித்தாள். கொல்லைப் புறப் பூவரசுமர நிழலில் அமர்ந்து அழுக்குத் துணிகளைப் பொம்மைகளாய் உருட்டி விளையாடிக் கொண்டிருந்தாள் பாப்பா. ஒன்றுமே நடக்காததுபோல மனசை வசப்படுத்திக்கொண்டு குழந்தைக்குப் பொம்மைச்செய்து கொடுக்க ஆரம்பித்தாள் மல்லிகா. பிரமைப் பிடித்தவனைப்போல மனசு கிறங்கி அவளிடம் வந்தான் அவன். "ஏன் தீடீர்னு இப்படி நடந்துகிட்ட?" என்று பாப்பாவுக்குப் புரியாதவாறு பூடகமாகக் கேட்டான். "அப்பிடிச் செய்யணும் போல இருந்திச்சி அதான்" என்று வெட்கத்துடன் பதில் சொன்னாள் அவள்.

"அதான் எதுக்குன்னு கேக்கேன்?"

"அடுத்தத் தடக்க நீ ஊருக்கு வரும்போது நா இங்க இருக்க மாட்டென்லா? அப்பொறம் என்னிய நீ மறந்துரக் கூடாதில்ல? எங் ஞாபகமாய் இருக்கட்டுமேன்னுதான்."

"அப்போ, பதிலுக்கு நானும் குடுக்கட்டுமா?"

"ச்சீ அது தப்பு" என்று பல்லிளித்துக்கொண்டே தூரமாய் போய் ஒதுங்கி நின்றாள் மல்லிகா. எது தப்பு என்பது பற்றி முடிவெடுக்க முடியாமல் அவனுக்குக் குழப்பமாக இருந்தது. அவன்மேல் அவளுக்குத் தணியாதப் பிரியம் இருந்தது என்பதை மட்டும் அவனால் மறுத்துவிட முடியாதிருந்தது.

“செல்வராசு எங்க?”

“கடைக்குப் போயிருக்கான்”

“எப்ப வருவான்?”

“தெரியல”

“சரி அப்போ நா வர்றேன்”

“எங் கல்யாணத்துக்கு நீ வருவியா எப்படி?”

“கட்டாயமா. மாப்ள எப்பிடி? நல்ல அழகா?”

“ஒன்னய மாதிரில்லாம் இல்ல. ஏப்பசாப்பையாத்தான் இருக்காரு.”

“பொறவு ஏங் சம்மதிச்செ?”

“சம்மதிக்கலைன்னா? நீ என்னியக் கெட்டிக்கிருவியாக்கும்?”

“நா படிச்சிமுடிச்சி வேலைக்குப் போற வரைக்கும் நீ கல்யாணம் முடியாம இருந்தா கட்டிக்கிருவென்”

“அதுக்குள்ள கெழவியாயிருவென் நா”

அவர்களுக்குள் வெள்ளந்தியாய் மகிழ்ச்சி பொங்கி நின்றது. சூழலை மறந்து சிரிப்பு வெடிகள் முழக்கமிட்டுச் சிதறின.

பாப்பாவுக்கு ஒன்றும் புரிந்திருக்கவில்லை. பேந்தப்பேந்த விழித்துக் கொண்டு அதுவும் சிரித்துவைத்தது.

அவனின் ஆகாத காலம், அவளின் கல்யாண நாளுக்கு முன்னே அவனுக்கு விடுமுறை முடிந்திருந்தது. கல்லூரிக்குப் போகாமல் இருந்துவிட முடியாது. வெளியில் நிற்கவைத்து அபராதம் தீட்டி விடும் நிர்வாகம். அவனைப் படிக்க வைப்பதற்கே அய்யாவும் அம்மாவும் பெரும்பாடுபட்டுக் கொண்டிருந்தார்கள். இந்தக் கொள்ளையில் அபராதத்திற்கென்று பணம் கேட்பது அதிகப் பிரசங்கித்தனமாகத் தோன்றியது. அவளிடம் வந்து சொல்லாமல் கொள்ளாமல் கல்லூரிக்குப் போனான். வந்து சொல்லியிருந்தால் கண்ணீரிலே அவனைக் கரைத்து விடுவாள் என்ற அச்சமிருந்தது அவனுக்கு. பத்துமாதம் கடந்த இடைவெளி நாள் ஒன்றில் பேறு காலத்துக்காக அவள் வயிற்றைத் தள்ளிக்கொண்டு ஊருக்கு வந்திருந்தபோதுதான் அவளை அவனால் மீண்டும் சந்திக்க முடிந்தது. முன்புபோல அவளிடம் முகம் கொடுத்து சந்தோசமாகப் பேசிக்கொள்ள முடியாதிருந்தது. என்ன இருந்தாலும் அவள் அடுத்தவன் மனைவி என்கிற நினைப்பு அவனை அவளிடம் நெருங்க விடாமல் தடுத்தது.

பதினைந்து வருடங்களின் பரிமாற்றத்தில் சாம்பாக்கமார்த் தெருவும் முன்னை மாதிரி இல்லை. தூர்ந்து சரிந்து கிடந்திருந்த ஓலைக் குடிசைகள் எல்லாம் அநேகமாய் காரை வீடுகளாய் மாற்றம் கொண்டிருந்தன. அவனும் ஒரு வீடு கட்டியிருந்தான். குடிசையை இடித்துவிட்டு அதன்மேல் கச்சிதமாய் ஒரு காரைவீடு. அய்யாவுக்கும் அம்மாவுக்கும் அனுசரணையாய் இருந்தது வீடு. அவன் வந்து போனால் தங்கிக்கொள்ள சாதகமாக இருந்தது. ஒன்றிரண்டு ஓலைக் குடிசைகள் மட்டுமே அந்தக் காலத்தை நியாபகப்படுத்திக் கொண்டு நின்றிருந்தன. வேலைசோலிகள் பெருகியிருந்தன. காடுகரைகள் செழிப்பாக இருந்தன. சிலர் உள்ளூரிலே கொத்தனார்களாகப் பவனி வந்தார்கள். ஒரு சிலர் குவைத், மஸ்கட், சௌதி அரேபியா என்று போய் சம்பாதித்து அனுப்பினர்.

துலுக்குக்குடிக்கு மேற்குப் பக்கம் வெட்டாவெளியாய் கிடந்திருந்த தரிசு நிலத்தில் இப்போது பெரியபெரிய வீடுகள் முளைத்திருந்தன. சனத்தொகை பெருத்துப்போனதன் சாட்சியாய் அவை இன்னும் மேற்குநோக்கி விரிந்துகொண்டு போவதாகத் தோன்றியது. பலதரப்பட்ட சாதிக்காரர்கள். எல்லோரும் பணி செய்கிறவர்களும், பணியிலிருந்து ஓய்வுப் பெற்றவர்களுமாய் இருந்தார்கள். மேற்கு மலையின் சுகாதாரமான காற்று அவர்களைப் படையாக இழுத்துக் கொண்டு வந்திருப்பதாக நினைத்தான் சின்னத்துரை. துலுக்கக்குடி வீடுகளை எல்லாம் மிஞ்சியவையாக அவை கம்பீரமாகவும் பகட்டாகவும் உயர்ந்து நின்றிருந்தன.

துலுக்கக்குடிப் பொம்பளைகள் யாரும் இப்போது சாம்பாக்கமார்த் தெருப் பொம்பளைகளுடன் சரவலுக்கு வருவதில்லை என்பதை அவன் விசாரித்து அறிந்திருந்தான். ஊராட்சிமன்ற அலுவலகத்தில் வைத்து சமாதானக் கூட்டம் நடைபெற்ற நாளிலிருந்தே துலுக்கக்குடிப் பொம்பளைகள் தங்கள் சூத்துக்களைப் பொத்திக்கொண்டு நின்று வரிசையில் போட்டு தண்ணீர் பிடித்துக் கொண்டு போனார்கள். இரண்டு மாதங்களில் துலுக்கக்குடியில் விண்ணப்பம் செய்திருந்தவர்களின் வீடுகளுக்கு எல்லாம் தனிக்குழாய் இழுத்துக் கொடுத்திருந்தான் நாராயணன்பிள்ளை என்பதை நினைத்துப் பார்க்கவே அவனுக்கு நிம்மதியாய் இருந்தது.

சாம்பாக்கமார்த் தெருவில் ஓரிரண்டு வீடுகளிலும் இணைப்புக் குழாய் வைத்துத் தந்திருந்தார் ஊராட்சிமன்றத் தலைவர். சின்னத் துரைக்கு அதிசயமாகவும், ஆனந்தமாகவும் இருந்தன. நம்ம சனங்கள் ரொம்பத்தான் முன்னேறி விட்டார்கள் என்பதை பெருமையுடன் நினைத்துக் கொண்டான். துலுக்கக் குடிக்கு மேற்கில் புதிதாய் தோன்றிய சில வீடுகளுக்குக் குழாய் இணைப்புத்தரத் தாமதப்பட்டுக் கொண்டிருந்தது. ஒப்புதல் வாங்குவதற்கு ஓரிரு வருடங்கள் தேவைப்

பட்டிருந்தன. தொட்டியில் நீர் பற்றாக்குறையாய் இருந்தது. எந்திரம் மூலம் வீட்டுக்குள் போட்டிருந்த அடிக் குழாயில் வந்த நீர் துவர்ப்பாக இருந்தது. குடிதண்ணீருக்காக அவர்கள் தெருக்குழாய்க்குத்தான் குடங்களைத் தூக்கிக்கொண்டு வரவேண்டியிருந்தது.

அரையாண்டு தேர்வு முடிந்து பிள்ளைகளுக்கு விடுமுறை விட்டிருந்ததால் குடும்ப சமேதராய் ஊருக்கு வந்திருந்தான் சின்னத்துரை. குளிர் பியத்தெடுக்கும் டிசம்பர் மாதக்கடைசி. வெள்ளையன் அண்ணன் ஊரில் இல்லை. புதுப் பொஞ்சாதியுடன் போனவாரம்தான் மீண்டும் அவன் பாம்பாய்க்குப் போய் விட்டிருப்பதாக அம்மா அலட்சியமாகச் சொன்னாள். பரிகாசமாகப் புன்னகைத்துக் கொண்டான் சின்னத்துரை. அவன் வழி அவனுக்கு. அவனை யார் சொல்லியும் திருத்தமுடியாது என நினைத்து உள்ளுக்குள் வேதனைப்பட்டுக்கொண்டான். கையில் ஒரு சிகரெட்டையும் லைட்டரையும் எடுத்துக்கொண்டு தெருவுக்கு வந்தான். கிழக்கு நோக்கிக் காலாற நடந்தான். அய்யாவுக்கும் அம்மாவுக்கும் முன்னால் இதுவரை புகைப்பிடித்ததில்லை அவன். அப்பிடிப் பிடிப்பது அவர்களுக்குத் தான் செய்யும் அவமரியாதையாக நினைத்தான். அவன் பணிக்குப்போன காலத்திலிருந்தே அவனைத் தொற்றிக் கொண்டுவிட்டிருந்தது, புகைபிடிக்கும் பழக்கம்.

தெருவில் எதிர்ப்பட்டவர்கள் எல்லோரும் அவனிடம் சிறிது நேரம் நின்று குசலம் விசாரித்து விட்டுச் சென்றனர். உள்ளூர் முகங்களைப் பார்ப்பதில் உள்ளம் மகிழ்ச்சியடையத்தான் செய்கிறது, அவனின் கால்கள் கிணற்றை நோக்கி அடியெடுத்து வைத்தன. சுவரில் காரை பெயர்ந்து சிதிலமாகிக் கிடந்தது துவளம். அதை இப்போது யாரும் சீந்துவாரில்லை என்பதற்கு அடையாளமாய் கிணற்றைச் சுற்றி குப்பைக் கூளங்களும் உடைந்த ஓட்டாங்கண்ணித் துண்டுகளும் மண்டிக் கிடந்தன. தெருப் பொம்பளைகளின் அடிவயிறுகள் தேய்த்து துவளத்தின் உச்சிமட்டம் காய்ப்பேறிப் பழுத்துக் கிடந்தது அந்தக் காலம். இப்போது அவற்றின் உரசுதல் இல்லாமல் மழையும் வெயிலும் அரித்தெடுத்து சொரசொரத்துப் போய்க் கிடந்தது. சுவரில் சரிந்து நின்றவாறே சிகரெட்டைப் பற்றவைத்து சுவாரஸ்யமாய் புகையை இழுத்து விட்டுக் கொண்டான். தற்செயலாக அவனின் முகம் திரும்பி, கண்கள் கிணற்றை எட்டிப் பார்த்தன. கருந்தாரைத் தேக்கிவைத்த மாதிரி கிணற்றுக்குள் இருட்டாய் மின்னியது. துவளத்தின் மேல் மட்டம் வரை 'இருள்' சலம்பிக் கொண்டிருந்தது. கிணற்றின் அடிமட்டத்தில் செரங்கு போலக் கிடக்கும் தண்ணீரில் ஓலைப் பட்டைகள் விழுந்து சிரமப்பட்டு நீர்க் கோரிய கடந்தகால சங்கடங்கள் அவனின் நினைவை அழுத்தின. இப்போது யாரும் கண்டுகொள்ளாத அனாதையாய் அருமாண்டு கிடந்தது கிணறு.

அநியாயமாய் தன் அக்கா ராணியைப் பறி கொடுத்ததற்கு இந்தக் கிணறும் ஒரு காரணம் என்பதை சமயோசிதமாய் நினைத்துப் பார்த்துக் கொண்டான். அன்று மட்டும் இந்தக் கிணற்றில் இன்றிருப்பது போல தண்ணீர் நிறை கட்டிக் கிடந்திருந்தால் உடனே நீர்க்கோரி வந்து அவள் உடம்பில் எரிந்துகொண்டிருந்தத் தீயை அணைத்திருக்கலாம் என்று தோன்றியது. கிணற்றில் தண்ணீர் இல்லாமல் எவ்வளவு சிரமங்களை அனுபவித்திருந்தார்கள் அவர்கள்.

வேலைக்குப் போய்விட்டு அசதியில் நா வறட்சியோடு அமர்ந்திருந்த அம்மாவின் தாகத்துக்கு நீர் கேட்டு அவனும் மணி மேகலையும் சரிவோதய சங்கக்கட்டிடத்தின் குழாய்ப் பக்கம் போய் நின்றபோது ஒரு ஆசாரிசாதிப் பொம்பளை என்னமாய் அலட்சியப்படுத்திப் பேசிவிட்டிருந்தாள் அவர்களைப் பிள்ளைமார் தெருக்கிணற்றில் பொன்னம்மா பெரியம்மா தண்ணீர்க் கோரப்போய் நின்றபோது அவள் குடத்தை அகம்பாவமாய் தூக்கித் தூரே எறிந்ததும், பூசாரித் தாத்தா இறந்தபோது அவரின் உடலைக் கழுவ நீர்மாலைக்கு வந்து நின்ற கிணற்றில் நீரில்லாமல் அவதிப்பட்டதும் ஒன்றன்பின் ஒன்றாக அவனின் நினைவுக்கு வந்து உலுக்கியது அவனை. மழைத் தண்ணீர் செழிப்பாக இல்லாமல் காடுகரைகள் எல்லாம் வறண்டு கிடந்தன.

சேரிச்சனங்களுக்கு மேற்கு மலையை நம்பித்தான் பிழைக்க வேண்டியதிருந்தது. அதுவும் ஜீவனற்ற பிழைப்பு. வாய்க்கும் வயிற்றுக்கும் பிடிக்காத மக்காச்சோள மாவையும், சாமியரிசியையும் வாங்கி வந்து அவித்துக்கொட்டி தின்ன வேண்டிய சூழல். ராத்திரி சாப்பிட்டதும் காலையில் வயிற்றைப் புரட்டி எடுத்தது உணவு. பீச்சாங்குழலை உருவியெடுத்த மாதிரி கொல்லை பிடுங்கிக் கொண்டு போனது. மறுநாள் இரவும் அவற்றையே தின்ன வேண்டியதிருந்ததுதான் சித்திரவதையான பிழைப்பாய் இருந்தது. சில நாட்கள் இரவில் சின்னத்துரையும் மணிமேகலையும் ஒரு கண் அசந்து தூங்கிப்போய் விடுவார்கள். ஓடிச்சாடி விளையாடியிருந்த களைப்போடு பசிக் கிறக்கமும் ஒன்று சேர்ந்து ஆளை அசத்தி விடுகிறது. எவ்வளவு நேரமானாலும் அய்யாவும் அம்மாவும் அவர்களை அடித்து எழுப்பி தீவனம் தின்ன வைத்த நிகழ்ச்சிகள் இன்னும் சின்னத்துரையின் நினைவில் இருக்கிறது.

சேரிச்சனங்களின் வாழ்க்கை முன்னை மாதிரி இல்லை. ஏதோ ஒரு வகையில் கைநிறைய வருமானம் கிடைத்து அலப்பரவில்லாமல் காலத்தை ஓட்டிக்கொண்டிருக்கிறார்கள். மழையும் முன்னை மாதிரி நீண்ட நாட்கள் முடங்கிப் போயிருக்கவில்லை. விளைச்சல் மிகுதிப்பட்டு, குடிநீருக்கும் வஞ்சமில்லாமல் வழிப் பிறந்திருந்தது. மக்காச்சோள மாவும், சாமியரிசியும் மறந்துபோய் இப்போது

அரிசிப் பருக்கைகளே சனங்களின் நித்திய உணவாகிப் போயிருந்தது. பழைய காலம் மீண்டும் திரும்பிவிடக் கூடாது என்று மானசீகமாக வேண்டிக்கொண்டான் சின்னத்துரை.

32

மதியம் சாப்பிட்டவுடனே தலையைச் சாய்த்துக் கொண்டது தவறாகப்போயிற்று என்று வருத்தப்பட்டான் சின்னத்துரை. விழித்துப் பார்த்தபோது மணி ஐந்தாகி இருந்தது தெரிந்தது. இன்னும் சிறிது நேரத்தில் கருக்கல் ஆகிவிடும். டிசம்பர் மாதத்தின் கால அவசரம் அது. கண்வெளிச்சத்தில் செல்வராசின் வீட்டுக்குப் போய்விட்டு வரவேண்டுமென்று பெரிதாக தீர்மானம் போட்டிருந்தான். செல்வராசின் வீட்டில் அவனின் பெற்றோர்களும், தம்பி முத்துராமனும் இருப்பார்கள். சின்னத்துரை ஊரிலிருந்து வந்து இரண்டு நாட்கள் ஆகியிருந்தன. ஒவ்வொரு நாளும் ஏதாவது ஒருகாரியம் வந்து நின்று இடைமறிக்க, அவனின் பயணம் தடைப்பட்டிருந்தது. இன்றைக்கும் போகவில்லை என்றால் எப்படி என்று தனக்குள்ளாக நினைத்து நொம்பலப்பட்டுக்கொண்டான்.

கட்டாயம் போயாக வேண்டும் என்ற தீர்மானத்துடன் சட்டென்று படுக்கையைவிட்டு எழுந்து, முகத்தைக் கழுவிக்கொண்டு துண்டெடுத்து ஒற்றித் துடைத்தான். வாசலுக்கு வந்து நின்று வெளியேறும்முன், “செல்வராசு வீட்டுக்குப் போயிட்டு வர்றேன்” என்று உள்ளறையில் புத்தக வாசிப்பில் ஆழ்ந்திருந்த மனைவியிடம் அவன் சொன்னதும், அவளருகில் நின்று விளையாடிக் கொண்டிருந்த பையன்கள் இருவரும் ஒருசேர “அப்பா நானும் வாரேன்” என்று கூறிக்கொண்டே அவனை நோக்கி துள்ளாட்டம் போட்டு வந்தனர். “சரி வாங்கடா” என்று அவர்களை பின்னால் விட்டு முன்னால் சென்றான். உள்ளிருந்து வெறும் தலையாட்டலுடன் சம்மதம் தெரிவித்திருந்தாள் ஆனந்தி.

தெருமுனையைச் சமீபித்ததும் குழாயடியிலிருந்து சலசலப்பு வருவதைக் கேட்டான். தீவிர யோசனையுடன் சிறிதுநேரம் நின்று கொண்டு பார்த்தான். தெருக்குழாய் சண்டை இன்னும் ஓயவில்லையா என்று சஞ்சலத்துடன் நினைக்கத்தோன்றியது. ‘துலுக்கக்குடிப் பொம்பளைகள்தான் தூரமாய் ஒதுங்கிக்கொண்டு விட்டார்களே. வேறு யார் வந்து மீண்டும் சண்டைச் கட்டுவது’ என்று கூர்மையாய் பார்வையைச் செலுத்திப் பார்த்தான். தன் தெருப்பொம்பளைகளைத் தவிர வேறு சில புதிய பொம்பளைகளும் அவன் கண்களுக்குத் தெரிந்தனர். நல்ல தாட்டியமான பொம்பளைகள். கூந்தலைக் கொண்டைப்போட்டு முடிந்துகொண்டு வாய்த் துடுக்காக வார்த்தைகளை வீசிக்கொண்டிருந்தார்கள்.

“இது யாரு பெரியப்பா? புது பொம்பளைங்க”

தெருவில் தன்பாட்டுக்கு நடந்துபோன கண்ணையனை நிறுத்திக் கேட்டான் சின்னத்துரை. ஓடைக்கரைக்குப் போய்விட்டு வந்த அவசரத்தில் கால் கழுவ வீட்டுக்குப் போய்க்கொண்டிருந்தார் அவர்.

“அதுவா மக்கா? துலக்கக்குடிக்கு மேக்க புதுசா வூடுகட்டி வந்திருக்காவல்ல? அவியதான்“

“என்ன ஆளுங்க?’

“எல்லா சாதி ஆளுவளும் வந்திருக்காவெ. மறவனுங்க, புள்ளமாரு, நாடாரு, செட்டியாருன்னு பலபட்ற சாதிய”

“யாரு வந்தாலும் நம்மத்தெரு ஆளுங்கள ஒழுங்கா நின்னுத் தண்ணியெடுக்க விடமாட்டாங்க போல?”

“பாப்பொம் பாப்பொம். எப்படி வருதுன்னுப் பாப்பொம்” கண்ணையனுக்கு அவசரமிருந்தது. கால்களை இறுக்கிக் கொண்டே வீட்டுக்குப் போனார்.

சலம்பல் சத்தம் குறைந்த மாதிரித் தெரியவில்லை. இன்று மட்டுந்தான் இப்படி நடக்கிறதா? அல்லது தினமும் இதுதான் ரோதனையா என்று நினைத்து மனம் குமைந்தான் சின்னத்துரை. பொம்பளைகள் ஏட்டிக்குப் போட்டியாய் சத்தம்போட்டுப் பேசுவதும், நெஞ்சை நெட்டுக்கு நிமிர்த்திக்கொண்டு முண்டிமுண்டி வந்து நின்று முறைப்பதுமாக சூழலைக் கலவரப்படுத்திக்கொண்டிருந்தனர். அந்தக் கூட்டத்தின் மத்தியில் அவனின் அம்மா பொன்னாபரணம் தூக்கலாகத் தெரிந்தாள். கையில் செப்புக் குடத்தைத் தூக்கி உயர்த்திக் காட்டி எதிரில் நின்ற பெண்களுடன் சத்தம் போட்டுக் கொண்டிருந்தாள். சின்னத்துரைக்கு எரிச்சலாக இருந்தது. வயதான காலத்தில் இந்த அம்மாவுக்கு எதுக்கு இந்த உபத்திரவம் என்று நினைத்துப்பார்த்துக் கோபப்பட்டான். வீட்டிற்கு தனிக்குழாய் இழுத்துத் தருவதாகச் சொன்னதும் அம்மாதான் பிடிவாதமாக மறுத்து விட்டிருந்தாள்.

‘நாங்க ரெண்டு கெழடு கட்டைங்கதானெப்பா வூட்ல இருக்கொம்? எங்களுக்காவ எதுக்கு அவ்ளவ் துட்டுச் செலவழிச்சி குழாய் இழுக்கணும்? தெருக்கொழாயிலக் கெடைக்கிதத் தண்ணியே குடிக்கதுக்குப் போதும்’ என்று விளக்கம் சொல்லித் தடுத்திருந்தாள். எப்போதும் யாருடனும் தெருக்குழாயில் நின்று சண்டைபோட்டுக் கொண்டு தண்ணீர் பிடித்தால்தான் அவளுக்கு நிம்மதியாய் இருக்குமோ என்னவோ என்று ஆதங்கத்துடன் நினைத்துக் கொண்டான் சின்னத்துரை. அம்மா வீட்டுக்கு வந்ததும் கேட்டுக்

கொள்ளலாம் என்று தீர்மானத்துடன் எண்ணிக்கொண்டு நடந்தான்.

●

தேகத்துக்கு ஒத்தடம் கொடுத்த மாதிரி இதமாக வீசிய மாலைக் காற்றில் மனம் லயித்து வெளித்திண்ணையில் உட்கார்ந்திருந்த சிவனாண்டி கீழே தன் கால்மாட்டில் அமர்ந்திருந்த பேச்சியம்மாவிடம் வெத்தலைப் பாக்கு வாங்கி வாய்க்குள் போட்டு அரைத்துக் கொண்டிருந்தார். அவர்களுக்கிடையே ஏதோ சிலாகிப்பான வார்த்தைப் பாடுகள் பரிமாறப்பட்டுக் கொண்டிருந்ததை சின்னத்துரை புரிந்துகொண்டான். கோபமும் சிரிப்பும் இல்லாத மொண்ணையான வார்த்தைப்பாடுகள். ஞாயிற்றுக்கிழமை என்பதால்தான் அவரை வீட்டில் இந்நேரத்துக்குப் பார்க்க முடிவதாகக் தோன்றியது. வேலை நாட்களாக இருந்திருந்தால் அந்தி கறுத்து இரவு அடங்கிய பிறகுதான் குடிபோதையில் வீட்டுக்கு வருவார் என்பதையும் அவன் அறிந்திருந்தான். துப்புரவுத் தொழிலாளிகளுக்குக் கள்ளுக் கடையில் கணக்கு இருந்தது. பற்று வைத்துக் குடித்துக் கொண்டிருந்தார்கள் அவர்கள். ஊராட்சி மன்றத்தில் சம்பளம் வாங்கிய மறுநாளே மாதக் கடனை சுளையாகக்கொண்டு போய் அடைத்தனர். கடந்த காலத்தில் பல நாட்கள் தன் அய்யாவைக் குடிக்கக் கூடாது என்று சத்தம்போட்டு விட்டு வந்திருந்ததாக செல்வராசு சின்னத்துரையிடம் வந்து ஆவலாதியாய் சொல்லியிருக்கிறான். நரவலிலும், நாத்தம் புடிச்ச சாக்கடையிலும் நின்று துப்புரவு பண்ணுவதால் அந்த அரிச்சலை மறக்கடிக்கக் குடிக்க வேண்டியதாக இருப்பதாக அவனின் அய்யா சொல்லுவாராம். பழக்கத் தோசத்தில் ஞாயிற்றுக்கிழமையும் குடித்துக் கொள்கிறார் அவர்.

சற்று முன்னாடிதான் தூக்கத்திலிருந்து விடுபட்டு எழுந்து உட்கார்ந்திருக்க வேண்டும் அவர். சுட்டெடுத்தப் பனங்காய் மாதிரி அவரின் முகம் உதைப்பாகத் தெரிந்தது. சுரத்தில்லாமல் அவர் பேச்சியம்மாவிடம் பேசிக் கொண்டிருந்ததில் அவரின் தூக்கச் சடவு இன்னும் சுத்தமாய் கலைந்திருக்கவில்லை என்று தோன்றியது. சின்னத்துரையையும் அவனின் இரு பையன்களையும் கண்டதும் அவர்களின் முகங்கள் மலர்ச்சியாய் விரிந்து நின்றன. “அய்யா வாங்க” என்று அன்போடு சொல்லிக்கொண்டே பேச்சியம்மா தரையிலிருந்து தடாபுடாவென்று எழுந்து நின்றாள். பிள்ளைகள் இருவரையும் ஆசையோடு இழுத்து தன் பக்கத்தில் நிறுத்திவைத்துக்கொண்டு அவர்களின் கன்னங்களைத் தொட்டு முத்தம் கொடுத்தாள்.

சிவனாண்டியின் பக்கத்தில் போய் உட்கார்ந்து கொண்டான் சின்னத்துரை.

“ரெண்டு பேரும் எப்படியிருக்கிங்க?”

“நல்லா இருக்கம்ய்யா” சிவனாண்டி சிரித்துக்கொண்டே பதில் சொன்னார்.

“என்னிக்கய்யா ஊருக்கு வந்திய?”

கேட்டுக்கொண்டே பேச்சியம்மா குழந்தைகளை மடியில் அமர்த்திக்கொண்டு மீண்டும் தரையில் உட்கார்ந்து கொண்டாள். இருவருமே தேகத்தில் தளர்ச்சிக் கொண்டிருந்தது தெரிந்தது. கள்ளுக்குடியே சிவனாண்டியை ரொம்பவும் களைப்படையச் செய்திருக்க வேண்டும் என்று தோன்றியது. சிவனாண்டியின் மேல்நாடிப் பற்களில் அநேகம் உடைந்து விழுந்து வாய் பொக்கு விழத் துவங்கியிருந்தது. பேச்சியம்மாவுக்கு சதைப் பிடிப்பான பொத்தைத் தேகமென்றாலும் அவற்றிலும் வரைவரையாய் கோடுகள் விழுந்து சுருக்கம் கண்டிருந்தது. முத்துராமன் பாளையங்கோட்டையில் உள்ள விடுதியில் தங்கிக் காலேசுப் படித்துக் கொண்டிருப்பதாகச் சொன்னார்கள். செல்வராசுதான் தம்பியின் படிப்புச் செலவுக்குப் பணம் அனுப்பிக் கொண்டிருந்தான். சின்ன வயசில் பள்ளிக் கூடத்துக்கு ஒழுங்காகப் போகாமல் படுக்காளித்தனம் பண்ணிக் கொண்டிருந்த முத்துராமனைச் செல்வராசுதான் அடித்து மிரட்டிப் பள்ளிக்கூடத்துக்குப் போக வைத்திருந்தான். மல்லிகா எப்போதாவது தன் புருசன் பிள்ளைகளுடன் வந்துவிட்டுப் போவதாகச் சொன்னார்கள். மீண்டும் இப்போது அவள் உண்டாகி யிருக்கிறாளாம்.

“நா வந்து ரெண்டு நாளாச்சு. செல்வராசு ஊருக்கு வந்து எவ்வளவு நாளாயிருக்கும்?”

“போன வாரந்தானய்யா அவன் ஒத்தைக்கு வந்துட்டு போறான். சும்மாப் பாத்துட்டுப் போவணுமுன்னு வந்தானாம்.“

“அப்படியா? அவன் வந்துட்டுப் போனது பத்தி போன்ல ஒரு வார்த்தச் சொல்லிக்கிறலயே”

“மறந்திருப்பான்’’. சமயோசிதமாய் நினைத்துச் சமாதானம் சொல்லிக் கொண்டே சிவனாண்டி ஏக்கம் கலந்த பார்வையுடன் சின்னத்துரையை ஏறிட்டுப் பார்த்தார்.

“நீங்களும் எப்பமாவதுதான் ஊருக்கு வருதேளா? முன்னமாதிரி அடிக்கடி எங்க வூட்டுக்கு வரதில்லயே?”

“வருசத்துக்கு ஒருதடவங்கிற மாதிரி வரேன். ஊருக்கு வந்தப் பெல்லாம் கட்டாயம் ஒங்க வீட்டுக்கு வந்திருதனே.”

குழந்தைகளிடம் பேசிக்கொண்டிருந்தாள் பேச்சியம்மா. அவள்

குதூகலத்துடன் குடைந்துக் குடைந்து கேட்டக் கேள்விகளுக்கு அவர்களும் சடைக்காமல் பதில் சொல்லிக் கொண்டிருந்தனர். அடிக்கடி அவர்களின் தலைகளையும் முகங்களையும் வருடிக் கொடுத்து சந்தோசப்பட்டாள்.

"செல்வராசு மொவனுக்கும் இப்ப நாலஞ்சி வயசிருக்கும். ஊருக்கு வந்தா என்னயவுட்டு ஒரு நிமிசம் தூரப் போவமாட்டான். ஒங்க வூட்டம்மாவை ஒருநா எங்க வூட்டுக்குக் கூட்டிக்கிட்டு வந்தா என்னய்யா? அவியளப் பாத்து எம்புட்டு நாளாச்சு?" சட்டென்று முகம் நிமிர்த்தி சின்னத்துரையிடம் பொய்யாகக் கோபித்துக் கொண்டு கேட்டாள்.

சின்னத்துரைக்கு வாதிப்பாய் இருந்தது. பதில் சொல்வதற்கு மறந்து போனான். அவனின் சிந்தனை எல்லாம் சிவனாண்டி பேச்சியம்மாவின் மிகப் பணிவான மரியாதையானப் பேச்சுக்களில் நெருடலாக ஆழ்ந்திருந்தது. விகாரமான முகத்துடன் இருவரையும் ஒரு கணம் வெறித்துப் பார்த்தான். சற்று கண்டிப்பும் கனிவும் பொதிந்தக் குரலில் சொன்னான். "ஒங்களுக்கு எத்தன நாள் சொல்லியிருக்கென், என்னிய 'அய்யா வாங்க போங்க'ன்னு ரொம்பவும் மரியாதக் கொடுத்துக் கூப்பிடாதீங்கன்னு? செல்வராசு வயசுதானெ எனக்கும்? நானும் ஒங்களுக்கு ஒரு மகன் மாதிரித்தான? எம்பேரச் சொல்லிக் கூப்புட்டா என்ன? இனி இப்படி அய்யா கிய்யான்னுக் கூப்பிட்டா ஒங்க வீட்டுக்கு வரமாட்டென் ஆமா" விரலை உயர்த்திக் கறாராக எச்சரித்தான்.

மழுப்பலாக சிரித்துக்கொண்டார்கள் இருவரும். சிவனாண்டிக்கு இப்போதுதான் சின்னத்துரையின் பெருந்தன்மை தெளிச்சலாக புரிந்தது போலிருந்தது. அவனின் அன்பான எச்சரிக்கையை நினைத்து அசடு வழிந்து கொண்டிருந்தார்கள் இருவரும்.

சின்னத்துரைக்கு நிம்மதி பிறந்தது. தன் மனதிற்குள் குமைந்து கொண்டிருந்தச் சங்கடத்தை வெளிப்படுத்திவிட்ட நிம்மதி. ஆசா பாசத்துடன் பேச்சியம்மாவின் மடியில் அமர்ந்து குழைவாகப் பேசிக் கொண்டிருந்த இரு பிள்ளைகளையும் பிரியத்துடன் பார்த்து மனம் நெகிழ்ந்தான்.

"என்னடா, பாட்டியப் புடிச்சிருக்கா? பாட்டி வூட்லயே இருந்துக் கிடுறீங்களா?"

"அதுக்கென்ன. எங்கிட்டயிருந்தா செல்லமா வச்சிக்கிருவென். சோறுபோட்டுத் தர்றென் சாப்புடுறீங்களா தங்கம்? கறிக் கொளம்புக் சோறு"

பிள்ளைகள் பதில் சொல்லவில்லை. அவளின் சுருக்கம் விழுந்த

முகத்தையும், தன் அப்பாவின் கரிசனையானப் பார்வையையும் மாறிமாறிப் பார்த்துக் கொண்டிருந்தார்கள்.

சின்னத்துரை உதட்டில் சிரித்துக் கொண்டான். "கறிக்கொளம்பா? பெருசா?" என்று கேட்டான்.

அவன் பரிகாசத்துடன் கேட்டது போலிருந்தது அவர்களுக்கு. 'பெருசு' என்றால் பெரிய மிருகம்—மாடு—என்பது அவர்களுக்குப் புரியாமலில்லை. சட்டென்று அவர்களின் முகம் சுண்டிப் போயிருந்ததை அவன் தெரிந்துகொண்டான்.

நிதானமாகவும் அமைதியாகவும் சிவனாண்டி பதில் சொன்னார். "பெரிசுதான் தம்பி. செத்தமாடு இல்ல."

"ஏங்? மாடுங்க இப்போ சாவுறது இல்லியா?"

"சாவுது சாவுது. நாங்கதான் இப்போ தூக்கப்போறது இல்ல."

"பரவாயில்லயே. எதுக்கோ?"

"செத்த மாட்ட நம்மக்கிட்டயே கிராக்கிப் பண்ணித் தந்துட்டு நம்மளையும் சீப்பா நெனைக்குதானுவ. செத்தப் பொறவு அதுல என்ன இருக்கு? சவம், சக்க. அதான் அத யாரும் சீண்டறதில்ல. துலுக்கக் குடியிலத்தான் நாயித்துக்கெழம அன்னிக்கு உசுருக் கன்னுக் குட்டியா வெட்டிப் போடுதாவளே. அதுல அர கிலோ கறிய வாங்கி அவச்சித் தின்னாப் போச்சி"

"அப்படித்தான் இருக்கணும். அப்பதான் நம்மளயும் மத்தவங்க மதிப்பானுங்க. எங்க வீட்லயும் இன்னிக்குக் கறிக் கொளம்புதான். பயலுக ஒருவாட்டிதான் சாப்புடுவானுங்க. இப்ப வேண்டாம் அவனுவளுக்கு"

"ஊருக்கு இனிமே என்னிக்கு வருவே தம்பி?"

"நெனச்சா வரவேண்டியதான? என்னிக்குன்னு சொல்ல? ஒங்களுக்கு எதுவும் தேவையா, சொல்லுங்க. வாங்கித் தந்துட்டுப் போறென்."

"அதெல்லாம் ஒண்ணும் வேண்டாம் தம்பி. இல்லன்னா, செல்வராசு வாங்கித் தந்துட்டுப் போறான். சும்மா பேச்சுக்குக் கேட்டென்"

சிவனாண்டி சில்லிப்பாய் சிரித்துக்கொண்டார். சின்னத் துரையை வாஞ்சையுடன் எதிர்கொண்டிருந்தது அவரின் பார்வை. பேச்சியம்மாவையும் குழந்தையையும் பிரியத்துடன் மாறிமாறிப் பார்த்துக்கொண்டார். "நேரம் இருட்டிறக் கூடாது. கண்வெளிச் சத்துலப் புள்ளைங்களக் கூட்டிக்கிட்டுப் போனா நல்லது. செடி

செத்தையில கண்ட கருமாதி எல்லாம் ஊந்து போவும்“ என்றார்.

குழந்தைகள் பெரியவர்களுக்கு “டாட்டா'' சொல்லிவிட்டு நடந்தார்கள். அவர்களைத் தன் பக்கத்தில் நிறுத்திக் கூட்டிக்கொண்டு வந்தான் சின்னத்துரை. நீர்த் தேக்கத் தொட்டியின் மேற்குப் பக்கம் இடுப்பளவு உயரத்தில் நாட்டியிருந்த குழாய்க்கு முன் பகடைத் தெருப்பொம்பளைகள் அலப்பரவில்லாமல் நின்று தண்ணீர் பிடித்துக் கொண்டிருந்தார்கள். நாளாகி இருந்ததால் கட்டிடத்தின் வெளிப்பூச்சுக் கறுத்து அங்கங்கே காரைப் பெயர்ந்து தெரிந்தது.

தன் தெருவை அடைந்திருந்தான். தெருக்குழாயில் இன்னும் பொம்பளைகள் சண்டை ஓய்ந்திருந்ததாகத் தெரியவில்லை. சத்தங்கள் தாறுமாறாய் கேட்டுக் கொண்டிருந்தன. சிவந்த முகத்தில் தடித்த மூக்குத்திப் போட்டு, தலையைக் கொண்டைபோட்டு முடிந்திருந்த ஒருத்தி சாம்பாக்கமார்த் தெருப் பொம்பளைகளைப் பார்த்து விளமெடுத்துக் கத்திக் கொண்டிருந்தது தெரிந்தது. வெயில் கூராப்புக்கு வந்திருந்த அந்தச் சாயந்தரப் பொழுதில் அவர்களின் சூடானப் பேச்சுக்கள் வெக்கையைக் கிளறிவிட்டது போலிருந்தது. சாம்பாக்கமார்த் தெருப் பொம்பளைகளும் சளைத்தவர்களாய் இல்லை. நெட்டுக்கு நிமிர்ந்து நின்று பதிலுக்குக் கத்திக் கொண்டிருந்தார்கள். தன் தாயைப் பார்த்ததும் அவனுக்குத் தர்மசங்கடமாய் போயிற்று. தன் மூத்தப் பையனைக் குழாயடிக்கு அனுப்பி வைத்தான். “போடா. போய் பாட்டியக் கூட்டிக்கிட்டு வா. அப்பா கூப்புடுதின்னு சொல்லு.”

மூத்தவன் குதியாளம் போட்டுக் கொண்டு பாட்டியிடம் ஓடினான். அப்பா நின்றிருக்கும் திசையை அவளிடம் காட்டினான். வேண்டா வெறுப்புடன் வெறுங்குடத்தைத் துக்கிக்கொண்டு வந்தாள் அவள். வாணலியில் போட்ட சோளத்தைப் போல அவள்வாய் பொரிந்து கொண்டிருந்தது.

“இன்னும் பைப்புச் சண்ட ஓயலயாம்மா? அடிக்கடி இப்படித்தான் சண்ட நடக்குமா?”

“புதுசா ரெண்டு மூணு நாற முண்டைங்க வந்திருக்காளுவெ. நம்ம பொம்பளைங்க பக்கத்துல வந்தாலெ அவளுவ சாதிக் கவுரவம் கொறஞ்சிப் போயிருமாம். அவளுவல்லாம் தண்ணிப் புடிச்ச பொறவுதான் நாமப்போயி நின்னுப் புடிக்கணுமாம். என்ன ஆதாளித்தனம் பண்ணுறாளுவெ? நம்மக் கொணம் தெரியாம வெளையாடுதாளுவெ. எப்பேர்க்கொத்த துலுக்கச்சியளே அடங்கிப் புட்டாளுவெ. புதுசா வந்திருக்கிற இவளுவ எங்கக் கையில அடிபட்டுச் சாவத்தான் போறாளுவெ.”

“சரி வுடு. அத அப்பொறம் பாத்துக்கலாம். குடிக்க மட்டும்

ஒருகொடம் தண்ணிப் புடிச்சிட்டு நீ வீட்ல இருக்க வேண்டியதான? வயசானக் காலத்துல ஏங் இங்கவந்து நின்னு ஒந் தொண்டத் தண்ணியக் குடுக்கற?"

"அதுக்காவ? நம்மத்தெருக் கொழாய்ல வந்துத் தண்ணிப் புடிக்கதும் இல்லாம, நம்மக்கிட்டயே அதிகாரம் பண்ண நெனைக்கதா? மாடிவீடுக் கட்டிக்கிட்டு ஒக்காந்தாப் போதுமா? வூட்டுக்குள்ள கொழாய் இழுத்து வுட்டுக்கிற வேண்டியதான? என்னா வரத்து வராளுவெ. ஒருத்தி 'நா நாடாத்தி'ங்கா. ஒருத்தி 'நா கோனாத்தி'ங்கா. ஒருத்தி, 'நா மலையங்குறிச்சி மறத்திங்கா'. அவ்வளவுச் சாதிப் பெருமன்னா எதுக்குப் பறையங்களுக்கு வச்சிக்கிருத கொழாய்ல வந்துத் தண்ணிப்புடிக்காளுவ? கேட்டா, கவருமென்டு வச்சப் பைப் புங்காளுவெ."

"சரிம்மா. நீ வீட்டுக்குப் போ. அப்பொறம் பாத்துக்கிரலாம்." சின்னத்துரை முகம்சுளித்து சத்தம் போட்டான். பேரப் புள்ளைகளை முன்னால் விட்டுக்கொண்டு வெற்றுக் குடத்தைக் கையில் தூக்கியவாறு வெரசலாய் வீடு நோக்கி நடைபோட்டாள் பொன்னாபரணம். வயதாகியிருந்தாலும் அவளின் வார்த்தைகளிலும் செயல்பாடுகளிலும் வைராக்கியம் குறையாமல் இருந்ததை நினைத்து மானசீகமாக ரசித்துக் கொண்டான் சின்னத்துரை.

பொழுது கறுத்துக்கொண்டு வந்தது. தெருவில் நடந்து போன மனிதர்கள் அவனைப் பார்த்து வறட்சியாய் புன்னகைத்துக் கொண்டு போனார்கள். அவர்களுக்கெல்லாம் இந்தக் குழாய் சண்டை சாதாரண நிகழ்வாகத் தோன்றியிருக்க வேண்டும்போல என்று நினைத்துக் கொண்டான். அல்லது பிரச்சினைப் பெரிதானால் அப்போது தங்கள் பங்களிப்பைச் செலுத்திக்கொள்ளலாம் என்று மெத்தனமாய் இருக்கிறார்களோ என்னவோ.

33

சின்னத்துரையின் வீட்டுக்கு முன்னால் தெருச்சனங்கள் கும்பலாய் திரண்டு நின்றிருந்தனர். ஒவ்வொருவர் முகத்திலும் பல நாட்கள் கனன்று கொண்டிருந்த தணலின் வெப்பம் இப்போது தீப்பிடித்துக் கொளுந்துவிட்டு எரிவதாகத் தோன்றியது. அவரவர் தங்கள் ஆற்றாமையை, குடல் கொதிப்பை வாய்விட்டுப் புலம்பிக்கொண்டு நின்றிருந்தனர். பொன்னாபரணமும் பொன்னம்மாவும் கூட்டத்திற்கு மத்தியில் நின்று எல்லோருடைய ஆவலாதிகளையும் செவிமடுத்துக் கேட்டுக் கொண்டிருந்தனர். ஆம்பளைகள் தெருவிளக்கின் வெளிச்சச் சிதறலில் அங்கங்கே உதிரி உதிரிகளாய் அமர்ந்திருந்து பொம்பளைகளின் முறையீடல்களை காது கொடுத்துக் கேட்டுக் கொண்டிருந்தனர். இது பொம்பளைகளின் விவகாரம். ஆம்பளைகள் உள்ளே நுழைந்தால் அடிதடி வெட்டுக்குத்து என்றாகிவிடும். பொம்பளைகள் சண்டையிட்டால் வெறும் குடுமிப் பிடியோடும், குத்துக்களோடும் நின்றுவிடும். அடாதுடியாய் எதிர்த்து வரும் பொம்பளைகள் தங்கள் கைகளையும் கால்களையும் முடக்கி கொண்டு அடங்கிப் போவார்கள்.

பொன்னாபரணம், பொன்னம்மா போன்ற பொம்பளைகளுக் கெல்லாம் வயதாகியிருந்தது. நெஞ்சில் உக்கிரமும் வார்த்தைகளில் வீறாப்பும் இருந்தனவேயொழிய அவர்களின் தேகங்களில் திடமாய் மோதிப் பார்க்கும் பலம் இருக்கவில்லை. வீம்புக்குப் பற்களை உடைத்துக் கொண்ட கதையாக ஆகிவிடக்கூடாது. எதிர்தரப்பில் சண்டைக்கட்டி நிற்பவர்கள் ஈடுத் தடிச்சிகளாய் கொழுத்துப் போனவர்கள். மலையங்குறிச்சி மறத்திதான் அவர்களில் அடங்காப் பிடாரியாக திமிறிக்கொண்டு நின்றிருந்தாள். உருளை உருளையாய் கைகளும் கால்களும் திரண்டு நிற்க, கூந்தலை அள்ளிச் செருகிக் கொண்டு, அடிப்பதைப்போல முண்டிக்கொண்டு வந்தாள்.

துலுக்கக் குடிக்கு மேற்கே வீடு கட்டிக்கொண்டு குடியேறி வந்து இரண்டு மூன்று மாதங்களே ஆகியிருந்தன. அவள் புருசக்காரன் தும்பா ராக்கெட் அலுவலகத்தில் இளநிலைப் பொறியாளனாய் இருந்தான். வாரந்தோறும் வீட்டுக்கு வந்துவிட்டுப் போனான். அவள் இரண்டு பயல்களுக்குத் தாய்க்காரி என்பதை ஒவ்வொரு நாள் காலையிலும் அவளின் வீட்டுக்கு முன்வந்து நின்ற ரிக்ஷாவில் பயல்களைப் பள்ளிக்கூடத்துக்கு ஏற்றி அனுப்பி வைத்ததிலிருந்து தெருச்சனங்கள் தெரிந்திருந்தார்கள். வெள்ளி, செவ்வாய்களில் அவள் நெற்றியில் துலக்கமாய் திருநீறுப் பட்டை காட்சி தத்ததிலிருந்து

அவள் பெரிய அம்மன் பக்தை என்பதையும் அறிந்திருந்தார்கள். அவள் ஒருத்தியை அடக்கிவிட்டால் மற்றப் பொம்பளைகள் வாயடைத்துப்போய் விடுவார்கள் என்று பொன்னாபரணம் ஆலோசனைச் சொன்னாள்.

"ஆமா. அவா மறத்திங்கித கொழுகொம்புல ஆட்டம் போடுதா. துலக்கச்சிய வயித்துல மிதிச்சது கெணக்கா அவளையும் மிதிச்சாத்தான் சாமானத்தப் பொத்திக்கிட்டுப் போவாப் பொலுக்கு" செல்லக்கிளியின் ஆவேசமான வார்த்தைகள் கூட்டத்திற்கு உசுப் பேத்துவது மாதிரி ஒலித்தன.

தெருவுக்குப் புதுப் பொம்பளைகள் நிறையப்பேர்கள் வந்திருந்தார்கள். எல்லோரும் வாக்கப்பட்டு வந்தவர்கள்தான். பாலம்மாவின் மகன்கள் இரண்டு பேர்களுக்கும் திருமணமாகி, குதிரைகள் கெணக்கா பொஞ்சாதிமார்கள் வந்திருந்தார்கள். மூத்தவன் பொஞ்சாதி சித்திரை ரொம்பவும் அக்குருமம் பிடித்தவள். பிடி என்பதற்குள் அடித்துத் தூக்கிக்கொண்டு வந்துவிடுவாள்.

"அவள நாப் பாத்துக்கிருதென். நீங்க யாரும் எனக்குச் சப் போட்டுக்கு வரவேண்டாம்." என்று சித்திரை கூட்டத்தின் பின்னால் நின்று உச்சத்தில் குரல் கொடுத்தாள்.

பண்டாரம் இறந்துவிட்டிருந்தது அவர்களுக்குப் பெரிய இழப்பாகப் போயிருந்தது. போன வருசமே பொசுக்கென்று போயிருந்தார் அவர். நெஞ்சுவலி என்று சொன்னார்கள். தெருவோடு திரண்டுபோய் துஷ்டி கேட்டுவிட்டு வந்தார்கள். அவர் மட்டும் உயிரோடு இருந்திருந்தால் இந்நேரம் அவரிடம் சென்று ஆலோசனைக் கேட்டு காரியத்தை அடிதடியில்லாமல் சுலபமாக முடித்திருக்கலாம் என்று தோன்றியது பொன்னாபரணத்துக்கு.

சின்னத்துரை தன் பெண்டாட்டி, பிள்ளைகள் சகிதம் முற்றத்தில் நாற்காலிப் போட்டு அமர்ந்து அவர்களின் வார்த்தைப் பாடுகளைக் கவனமாகக் கேட்டுக் கொண்டிருந்தான். ஆண்டுகள் பல கடந்து போயிருந்தாலும் சாம்பாக்கமார்த் தெருச் சனங்களுக்கான பிரச்சினைகள் தொடர்ந்து வந்துகொண்டுதானே இருக்கின்றன என நினைத்து மனசுக்குள் கவலைப்பட்டுக் கொண்டிருந்தான். துலுக்கக்குடிக்கு மேற்கில் புதியதாய் வீடுகட்டிக் குடியேறிக் கொண்டிருந்தவர்களில் சிலர், வீட்டுப் புழக்கத்திற்காக ஆழ்துளைக் குழாய் போட்டிருந்ததில் அதிலிருந்து வந்த நீர் துவர்ப்பாக இருந்ததால் குடி தண்ணீருக்காகத் தெருக்குழாய்க்கு வரவேண்டியதிருந்ததை அவன் அறிந்திருந்தான். இன்னும் கொஞ்ச நாட்களுக்குத்தான். தெருக்குழாயிலிருந்து அவர்கள் வீடுகளுக்கு இணைப்புக் குழாய்கள் தருவதற்கு ஊராட்சி மன்ற அலுவலகத்தில் பரிசீலித்துக்

கொண்டிருந்ததையும் அவன் கேள்விப்பட்டிருந்தான். அந்தக் கொஞ்ச நாட்களுக்கும் அடங்கி ஒடுங்கிப்போகாமல் புதுக்குடியிருப்புக்காரப் பொம்பளைகள் தங்கள் சாதித் திமிரைக் காட்டிக்கொண்டு மல்லுக்கு நிற்பதுதான் அகம்பாவம் என்று தோன்றியது அவனுக்கு.

பொன்னம்மா சத்தம்போட்டுப் பேசினாள். "எல்லாப் பொம்பளைகளும் கவனமாக் கேளுங்க. நாளைக்குச் சாயந்தரம் அவளுவ தண்ணிப் பிடிக்க வரும்போ சித்திரதான் அந்த மலையங்குறிச்சி மறத்திய மொதல்ல சண்டைக்கு இழுப்பா. அவளுவ நாலஞ்சுப் பேர்தான் இருக்காளுவ. நாம தெருப் பெருத்தப் பொம்பளைய. நாமதான் அவளுக்குப் பக்கப்பலமா நிக்கணும். புரிஞ்சுதா?"

"புரிஞ்சுது'' என்று ஒட்டுமொத்தமாய்க் குரல்கள் எழுந்து உயர்ந்தன.

வட்டார வழக்குச் சொற்கள்

அலப்பரவு	-உறுதியில்லாத நிலைமை
அச்சலாத்தியாய்	-அசதியாய்
அயிப்பக்காரத்தனம்	-வீண்பெருமைப் பேசுதல்
அகோந்திரமாய்	-அதிகமாய்
அக்கிசி	-அக்கறை
அவக்தொவக்கென்று	-மெதுவாக
அறிபறியாய்	-அவசரமாய்
அந்தரக்கொந்தரவாக	-தறுமாறாக
அதலகுதலமாய்	-ஒழுங்கில்லாமல்
அரவம்	-ஓசை
அக்குஅக்காய்	-தனித்தனியாய்
அலுசியமாக	-அதிசயமாக
அருமாண்டு	-பாழடைந்து
அடாத்துடியாய்	-முரட்டுத்தனமாய்
ஆத்தலாக	-அமைதியாக
ஆற்றாமை	-தாங்கிக்கொள்ள முடியாமை
ஆள்தோது	-துணை ஆள்
அழிம்பு துழிம்பு	-அழிவு/குறைபாடு
ஆதாளித்தனம்	-அயோக்கியத்தனம்
ஆள்துணை	-உதவி ஆள்
ஆவிச்சேர்த்து	-இறுக்கமாக/உடலோடுசேர்த்து
ஈடுதடியாய்	-ரொம்பப் பருமனாக
எசலிப்பு	-போட்டிப்போட்டுக்கொண்டு
எக்குத்தப்பாய்	-எதிர்பாராதவிதமாக
எக்கப்படுதல்	-சம்பந்தப்படுதல்
எடுப்பாக	-யாரையும் மதிக்காமல்
எட்டுக்குத்து	-ரொம்பக் காலத்துக்கு
எடக்குமொடக்காய்	-ஒழுங்கை மீறி/ சம்பந்தமில்லாமல்
ஏக்காச்சம்	-ஏப்பம் / ஏமாற்றுதல்
ஏண்டுகிட்டு	-ஆதரித்துக்கொண்டு
ஏண்ட	-இயன்ற
ஏப்பச்சாப்ப	-பயனில்லாத
ஒத்தாசையாய்	-உதவியாக
ஒவத்திரியம்	-தொந்தரவு
கரையேறி வருதல்	-வேலைமுடிந்து வெளியேறுதல்
கட்டு	-வழக்கம்
கால்மூளை	-பாதம்
கரைச்சல்	-தொந்தரவு

கச்சைக் கட்டிக்கொண்டு	-சண்டைக்குத் தயாராகிக் கொண்டு
கவடித்து	-குப்புறவிழுந்து
கச்சக்காலை அடித்துக் கொண்டு	-பரிதவித்துக்கொண்டு
கந்தூங்கிக்கொண்டு	-சோம்பல்பட்டுக்கொண்டு
கவுடு நுழைந்து	-வெற்றிப்பெற்று/கால்களுக்கு ஊடே நுழைந்து
கனவரம்	-கவலை
கலுங்குமொலுங்காய்	-தடிமனாய்
கிட்டக்க	-அருகில்
கிருசிக்கெட்டு	-அறிவுக்கெட்டு
கூடமாட	-உதவியாய்
கூராப்பு	-மேகமூட்டம் / மந்தகாசம்
கெரவலாய்	-அழுதுகொண்டு
கொழுகொம்பு	-பற்றுக்கோடு
கோணக்கிழி	-(தவறுதலாக)கோடு போடுதல் ஒழுங்கைக் கீறி
சடவு	-சோர்வு
சடைத்துக்கொண்டான்	-வருத்தப்பட்டுக்கொண்டான்
சம்சயம்	-சந்தேகம்
சணக்காடாம் பொணக்காடாம்	- தாறுமாறாக
சரவிக்கொண்டு	-உரசிக்கொண்டு / மோதிக்கொண்டு
சரவல்	-சண்டை
சாக்குப்போக்கு	-பொய்யான
சிலாத்தாக	-சுதந்திரமாக
சிலாக்கியமாக	-சந்தோசமாக
சில்லுண்டித்தனமான	-சேட்டைத்தனமான
சிறை / செறை	-தொந்தரவு / சிரமமாக
சீண்டறம்	-தொந்தரவு
சிட்டிலி	-சின்னதாக
செழமாக	-சீக்கிரமாக
செழம்பர	-நிறைய
சேர்மானம்	-நிலையாய் சாய்ந்துகொண்டு
சுளுவாக	-எளிதாக
சூட்டிப்பாக	-சுறுசுறுப்பாக
சோம்பறையாக	-சோம்பலாக
தடக்க	-தடவை
தடுதலை	-தடுப்பு
தலைச்சிறை	-எரிச்சல் / தொந்தரவு
தவக்கமாய்	-சோர்வாக

தன்னக்கட்டி	-பொறுத்துக்கொண்டு / அடக்கிக்கொண்டு
தறியாத்தனமாக	-ஆவேசத்துடன்
தாட்டியமாய்	-தடிமனாய்
தாக்காட்டிக்கொள்ள	-தாமதப்படுத்திக்கொள்ள
திட்டாந்திரமாக	-பழிபோடும் எண்ணத்தில்
திடுமாங்காளை	-முரட்டுக்காளை
திண்டுக்குமுண்டு	-ஏறுக்குமாறு/ சம்பந்தமில்லாமல்
தெகமுட்டிக்கொண்டு	-திசைத்தெறியாமல்
தெளிச்சல்	-தெளிவு
தொடுபிடியான	-தொடர்ச்சியான
தொன்னலடித்துக்கொண்டு	-பதறிக்கொண்டு
பசையடித்தல்	-தயங்குதல் / பின்வாங்குதல்
பராதியாய்	-ஆவலாய் / பரவலாய்
பண்ணை	-குழி / வசதியான
பலப்பட்ற	-பலவகைப்பட்ட
பண்டுவம்	-பக்குவம்
பாடாதி	-பழைய
பலுமாறி	-பரிமாறி
பித்தடியில்	-(புது அடியில்) உடனே
பூதலித்த	-வீங்கிய
பெருமிசமாக	-பெருமையாக
பொருதியுடன்	-பொறுமையுடன்
பொச்சாப்பு	-பொறாமை
பொசமுட்னத்தனமாய்	-எல்லாம் இழந்த நிலையில் / வேறு வழி இல்லாமல்
பொன்னம்போல	-பொன்னைப்போல
பொவுலு	-போக்கிடம்
பொறவாட்டி	-பிறகு
நட்டாந்தரத்தில்	-நடு அந்தரத்தில்
நெட்டுக்கு நின்றான்	-சண்டைக்கு நிமிர்ந்து நின்றான்
நெட்டோலை	-நீண்ட நேரமாகச் சொல்லிக்கொண்டு
நொறநாட்டியம்	-உபத்திரவம்
நொத்தியக் கழற்றுதல்	-செமையாய் அடித்தல்
மகுடித்து	-குப்புற விழுந்து
மட்டுவா	-மாடிவீடு
மறுக்கடி	-பரிதாபமான நிலைமை
மறுகலாக	-வருத்தத்துடன்
மங்குணி	-சோம்பேறி

மஞ்சாங்கரை	-சுவரோரக் கூரைநிழல்
மாச்சல்	-சோம்பல்
மெப்பு / மப்பு	-திமிர்
மூடாக்கு	-முட்டாக்கு / மூடிக்கொள்ளல்
மூடு	-காரணமாய்
ரோசனை	-யோசனை
ரோசிக்க	-யோசிக்க
வல்லாத்தல்லையாய்	-வலுக்கட்டாயமாக
வல்லடியாய்	-வலுக்கட்டாயமாக
வலுத்த	-பலமான
வங்கொலையாய்	-மிகக் கொடுமையாக
வாதிப்பாய்	-வேதனையாய் / சஞ்சலமாய்
வாணாள	-வாழ்நாளை
வா(ய்)ப்பாறுதல்	-புலம்புதல்
விசனத்துடன்	-கோபத்துடன்
விளம்	-கோபம்
வெட்டுவாய்	-வெட்டுப்பட்ட இடம்
வெடச்சிக்கிட்டு	-விறைத்துக்கொண்டு
வெரசலாய்	-விரைவாய்
வெள்ளாவி	-வெளுத்தல் / ஓங்கி அடித்தல்
வேசடை	-வேதனை
லாந்திக்கிட்டு	-அலைந்துகொண்டு